സർഗാത്മക വിദ്യാഭ്യാസപരമ്പര

ടോട്ടോ-ചാൻ

ജനാലയ്ക്കരികിലെ വികൃതിക്കുട്ടി

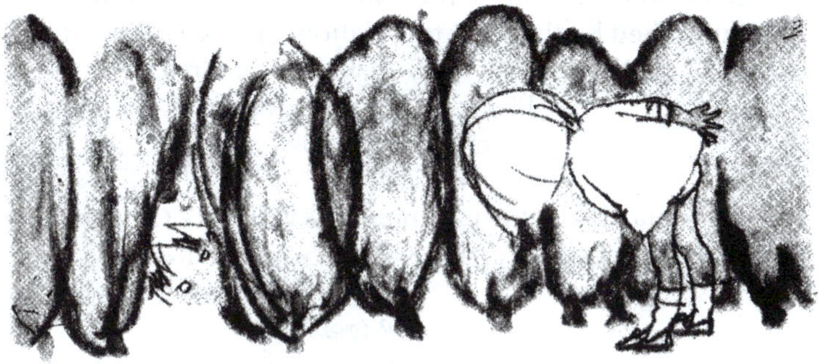

തെത്സുകോ കുറോയാനഗി

പരിഭാഷ

അൻവർ അലി

ചിത്രീകരണം

ചിഹിരോ ഇവാസാക്കി

nbt.india

एकः सूते सकलम्

നാഷണൽ ബുക്ക് ട്രസ്റ്റ്, ഇന്ത്യ

Totto - Chan (Malayalam)
Totto - Chan (Original Japanese Title)
Twentieth Edition 2022
First Edition 1997

Published by the Director, National Book Trust, India
Nehru Bhavan, 5 Institutional Area,
Phase II, Vasant Kunj
New Delhi 110070

Agartala • Bengaluru • Chennai • Cuttack • Guwahati
Hyderabad • Kochi • Kolkata • Mumbai • Patna

ടോട്ടോ- ചാൻ (മലയാളം)
ടോട്ടോ- ചാൻ (മൂല ജാപ്പനീസ് പേര്)
ഇരുപതാം പതിപ്പ് 2022
ആദ്യപതിപ്പ് 1997

പ്രസിദ്ധീകരണം: ഡയറക്ടർ, നാഷണൽ ബുക്ക് ട്രസ്റ്റ്, ഇന്ത്യ
നെഹ്രു ഭവൻ, 5 ഇൻസ്റ്റിറ്റ്യൂഷണൽ ഏരിയ, ഫേസ് രണ്ട്
വസന്ത് കുഞ്ജ്, ന്യൂഡൽഹി 110 070
അഗർത്തല • ബെംഗളൂരു • ചെന്നൈ • കട്ടക്ക് • ഗുവാഹത്തി
ഹൈദരാബാദ് • കൊച്ചി • കൊൽക്കത്ത • മുംബൈ • പാട്ന

822-4

.gov.in
Printe ice, Faridabad.

ടോട്ടോ-ചാൻ

സൊസാകു കൊബായാഷിയുടെ
സ്മരണയ്ക്ക്

ഉള്ളടക്കം

റെയിൽവേ സ്റ്റേഷൻ

ഒയ്മാചി ട്രെയിൻ ജിയുഗോകാ സ്റ്റേഷനിൽ വന്നു നിന്നു. ടോട്ടോ ചാൻ അമ്മയുടെ വിരലിൽ തൂങ്ങി ഗേറ്റിലൂടെ പുറത്തുകടന്നു. ആദ്യമായാണ് അവൾ തീവണ്ടിയിൽ യാത്രചെയ്യുന്നത്. ഒരമൂല്യ വസ്തുപോലെ കയ്യിൽ മുറുക്കിപ്പിടിച്ചിരുന്ന ടിക്കറ്റ് ഉപേക്ഷിക്കാനുള്ള വൈമനസ്യത്തോടെ അവൾ ഗേറ്റിൽ നിന്ന ടിക്കറ്റ് കളക്ടറോടു ചോദിച്ചു:

"ഏയ്, ഇദ് ഞാനെടുത്തോട്ടെ?"

"പറ്റില്ല" ടിക്കറ്റ് കയ്യിൽ വാങ്ങിക്കൊണ്ട് അയാൾ പറഞ്ഞു.

"ഹൊ! ഇതത്രേം നിങ്ങള്ടേതാണോ?" ടിക്കറ്റ് നിറഞ്ഞ പെട്ടിയിലേയ്ക്ക് മിഴിച്ചുനോക്കിക്കൊണ്ട് അവൾ ചോദിച്ചു.

"അല്ലല്ല, ഇതൊക്കെ റെയിൽവേസ്റ്റേഷന്റെ വകയാ." പുറത്തേക്കു പോകുന്നവരിൽനിന്ന് അയാൾ ടിക്കറ്റ് ശേഖരിച്ചുകൊണ്ടിരുന്നു. കൊതിയോടെ പെട്ടിയിൽനിന്നു കണ്ണെടുക്കാതെ ടോട്ടോചാൻ പറഞ്ഞു:

"ഹായ് വല്താവുമ്പോ ഞാനും റെയിൽവേ ടിക്കറ്റ് വിൽക്കും, നോക്കിക്കോ!"

അപ്പോഴാണ് ടിക്കറ്റ് കളക്ടർ അവളെ ശരിക്കും കണ്ടത്.

"എനിക്കൊരു കൊച്ചുമോനുണ്ട് കേട്ടോ. അയാൾക്കും സ്റ്റേഷനിൽ ഒരു ജോലി വേണമെന്നുണ്ട്. അപ്പോൾ നിങ്ങൾ രണ്ടുപേർക്കും ഒന്നിച്ചു പണിയെടുക്കാം, എന്താ?" ചെറിയൊരു മന്ദഹാസത്തോടെ അയാൾ പറഞ്ഞു.

ടോട്ടോചാൻ ഒരുവശത്തേക്ക് നീങ്ങിനിന്നു ടിക്കറ്റ് കളക്ടറെ സൂക്ഷിച്ചുനോക്കി. അയാൾ തടിച്ചിട്ടാണ്. കണ്ണട ധരിച്ചിട്ടുണ്ട്. കാരുണ്യമുള്ള മുഖം.

'ങും...." അക്കാര്യം പരിഗണിക്കാവുന്നതാണെന്ന നാട്യത്തിൽ ഗൗരവപൂർവം ഇടുപ്പിൽ കൈകൊടുത്തു കൊച്ചുടോട്ടോ നിന്നു. എന്നിട്ട് പറഞ്ഞു:

"നിങ്ങടെ മോനോടൊപ്പം ജോലിചെയ്യാനേയ്, എനിക്കു മടിയൊന്നൂല്ലാട്ടോ. പക്ഷേ.... ഇപ്പോ ഞാനെന്റെ പുതിയ പള്ളിക്കൂടത്തിലേക്ക് പോണ തെരക്കിലാ. ഞാനൊന്നാലോചിക്കട്ടെ."

അമ്മ കാത്തുനിൽക്കുകയാണ്. അടുത്തെത്താനായി ഓടുന്നതിനിടയിൽ അവൾ വിളിച്ചുപറഞ്ഞു:

"ഞാനേയ്, ഒരു ടിക്കറ്റ് വിൽപനക്കാരിയാവാൻ പോവ്വാ!"

"അത്രേള്ളോ. ഞാൻ കരുതി നീ ചാരപ്പണിക്ക് പോവ്വാന്ന്."

അമ്മയുടെ കൈയിൽ തൂങ്ങി ടോട്ടോചാൻ നടന്നു. അവളോർത്തു. ഇന്നലെവരെ ചാരപ്പണി മതിയെന്നു കരുതിയിരുന്നതാ. പക്ഷേ, ഇപ്പോൾ തോന്നുന്നു ഒരു ടിക്കറ്റ് കളക്ടറായാലോന്ന്. ഹായ് ഒരു പെട്ടി നിറയെ ടിക്കറ്റ്. ഇനി ഇപ്പോ എന്താ ചെയ്ക....? അവൾ ചിന്തിച്ചു.

"ങാ..." അവൾക്കൊരുഗ്രൻ ഐഡിയ തോന്നി. തലയുയർത്തി അമ്മയുടെ മുഖത്തേക്ക് നോക്കിക്കൊണ്ട്, അവൾ ആവുന്നത്ര ഉച്ചത്തിൽ ചോദിച്ചു:

"അമ്മേ അപ്പോ.... ടിക്കറ്റ് വിറ്റോണ്ട് ചാരപ്പണി നടത്താൻ പറ്റ്വോ?"

അമ്മ മറുപടി പറഞ്ഞില്ല. ചെറിയ പൂക്കളുള്ള രോമത്തൊപ്പിക്കു കീഴെ, അവരുടെ മനോഹരമായ മുഖം കടുത്തിരുന്നു. പുതിയ സ്കൂളിൽ മകളെ എടുക്കാതിരുന്നാലോ? അവർ വിഷാദത്തിലാണ്. തനിയെ പിറുപിറുത്തുകൊണ്ട് റോഡിലൂടെ തുള്ളിച്ചാടി നടക്കുകയാണു കൊച്ചുടോട്ടോ. അവർ ഒട്ട് ആർദ്രതയോടെ അവളെ നോക്കി. അമ്മ വിഷാദിച്ചിരിക്കുകയാണെന്ന് അവൾക്കറിയില്ല. കണ്ണുകൾ തമ്മിലിടഞ്ഞപ്പോൾ ടോട്ടോചാൻ ആഹ്ലാദത്തോടെ പറഞ്ഞു:

"എന്റെ മനസ്സുമാറി, ട്ടോ. ഞാനേയ്, പാട്ടുപാടി ചുറ്റിനടക്കണ ആ ചെണ്ടക്കാർടെ കൂടെ കൂടിയാലോന്ന് ആലോചിക്ക്വാ!"

"പോകുന്നതെങ്ങോട്ടാന്നറിയാല്ലോ. ചിലപ്പ് നിർത്തി മര്യാദയ്ക്ക് നടക്ക്. ഇപ്പോ തന്നെ താമസിച്ചു. ഹെഡ്മാസ്റ്റർ നമുക്കു വേണ്ടി കാക്കില്യ." അവരുടെ ശബ്ദത്തിൽ നിരാശയുടെ സ്പർശമുണ്ടായിരുന്നു.

മുന്നിൽ ദൂരെയായി ചെറിയൊരു സ്കൂളിന്റെ വാതിൽ കുറേശ്ശെ കാണായി.

ജനാലയ്ക്കരികിലെ വികൃതിക്കുട്ടി

ടോട്ടോചാനെ പള്ളിക്കൂടത്തിൽനിന്നു പുറത്താക്കി. അതും ഒന്നാംക്ലാസിൽ വച്ച്! അതായിരുന്നു അവളുടെ അമ്മയെ ഇത്രയേറെ വിഷമിപ്പിച്ചത്.

സംഭവം ഒരാഴ്ച മുൻപായിരുന്നു. ചെറുപ്പക്കാരിയും സുന്ദരിയുമായ ടീച്ചർ അമ്മയെ ആളയച്ചു വരുത്തി. മുഖവുരയില്ലാതെ കാര്യത്തിലേക്കു കടന്നു.

"ഇവളുടെ വികൃതികൾ കാരണം ക്ലാസ്സെടുക്കാനാവുന്നില്ല. നിങ്ങൾ ദയവുചെയ്തു മറ്റൊരു പള്ളിക്കൂടം കണ്ടുപിടിക്ക്. നിൽക്കക്കള്ളിയില്ലാതായതോണ്ടു പറയുകയാണ്."

നിൽക്കക്കള്ളിയില്ലാതാവുകയോ! അതിനുംവേണ്ടി എന്തു ഗുലുമാലാണു കൊച്ചുടോട്ടോ ചെയ്തുവച്ചിരിക്കുന്നത്. അമ്മ അക്ഷരാർത്ഥത്തിൽ അന്തംവിട്ടുപോയി.

"നോക്കൂ...." ആകെ പരിഭ്രമിച്ചിട്ടെന്നപോലെ മിഴിച്ചുനോക്കിക്കൊണ്ട് തനതായ ശൈലിയിൽ ടീച്ചർ പറയാനാരംഭിച്ചു. "നിങ്ങളുടെ മകൾ ഒരായിരം തവണ ഡസ്ക് തുറക്കുകയും അടയ്ക്കുകയും ചെയ്യുന്നു. എന്തെങ്കിലും എടുക്കുകയോ തിരിച്ചിടുകയോ ചെയ്യുമ്പോഴല്ലാതെ ഡസ്ക് തുറക്കുകയോ അടയ്ക്കുകയോ ചെയ്യാൻ പാടുള്ളതല്ലെന്നു ഞാൻ പ്രത്യേകം നിർദ്ദേശിച്ചിട്ടുള്ളതാണ്. നോക്ക്... നിങ്ങളുടെ മകൾ അപ്പപ്പോൾ എന്തെങ്കിലും എടുക്കുന്നു. തിരികെ വയ്ക്കുന്നു. ഓരോ തവണയും തുറക്കുക. പിന്നെ അടയ്ക്കുക. അതായതു നോട്ടുബുക്കെടുക്കുന്നു. പെൻസിൽ ബോക്സ് എടുക്കുന്നു. ടെക്സ്റ്റ് ബുക്ക് എടുക്കുന്നു. ഇവ ഓരോന്നായി തിരികെ വയ്ക്കുന്നു. സർവതും എടുക്കുക. തിരികെ വയ്ക്കുക! ഓരോ തവണയും ഡസ്ക് 'പടേ... പടേ' എന്നു തുറന്ന

ടയ്ക്കുക. അതായത് ഇപ്പോൾ 'എ' എന്ന അക്ഷരം എഴുതുകയാണെന്നിരിക്കട്ടെ. ആദ്യം അവൾ ഡസ്ക്കിന്റെ മൂടി തുറന്നു നോട്ടുബുക്കെടുക്കുന്നു. 'പടേ...' എന്ന ശബ്ദത്തോടെ അടയ്ക്കുന്നു. പിന്നീട് വീണ്ടും തുറക്കുന്നു. പെൻസിൽ തപ്പിയെടുക്കുന്നു. വീണ്ടും ചെകിടടപ്പിക്കുന്ന ശബ്ദത്തോടെ അടയ്ക്കുന്നു. നോക്ക്.... ആദ്യം എഴുതിയ 'എ'യിൽ അവൾക്ക് തൃപ്തി വരാറില്ല. ഡസ്ക് വീണ്ടും തുറക്കുന്നു...! റബറെടുക്കുന്നു. മായ്ക്കുന്നു. തിരികെ വയ്ക്കുന്നു. പടക്കം പൊട്ടുന്ന ശബ്ദത്തിൽ അടയ്ക്കുന്നു. വീണ്ടും 'എ' എഴുതുന്നു. അതുകഴിയുമ്പോഴേക്ക് ഓരോന്നായി തിരികെവച്ച് അതേ ചെകിടടപ്പൻ ശബ്ദത്തോടെ പലതവണ മൂടി തുറന്നടയ്ക്കുന്നു.

കിതപ്പോടെ ടീച്ചർ തുടർന്നു, "നോക്കൂ.... ഇത് ഒരക്ഷരത്തിന്റെ കാര്യമാണ്. ഓരോ അക്ഷരത്തിലും ഈ പൊട്ടലും ചീറ്റലും ആവർത്തിച്ചുകൊണ്ടിരിക്കും. തുറക്കുക... അടയ്ക്കുക. അടയ്ക്കുക... തുറക്കുക. ഒരു ദിവസം എത്ര തവണയാണിത്. എനിക്കെന്റെ തല ചുറ്റുന്നു. പക്ഷേ, നോക്കൂ... ഞാനെങ്ങനെ അവളെ കുറ്റപ്പെടുത്തും. ഓരോ തവണയും അവൾ ഓരോ ആവശ്യം പ്രമാണിച്ചാണ് ഇതു ചെയ്യുന്നത്."

ഈ രംഗങ്ങൾ വീണ്ടും മനസ്സിൽ കണ്ടുകൊണ്ട് ടീച്ചർ മിഴിച്ചു നിന്നു.

അമ്മയ്ക്ക് പൊടുന്നനെ ഒരു കാര്യം ഓർമ്മ വന്നു. ആദ്യദിവസം സ്കൂളിൽനിന്നു മടങ്ങിയെത്തിയ ടോട്ടോചാൻ അത്ഭുതത്തോടെ പറഞ്ഞു,

"ഈ സ്കൂള് അസ്സലായിട്ട്ണ്ട്. അവിടൊള്ള ഡസ്കുണ്ടല്ലോ നമ്മുടെപോലുള്ള വലിച്ച് തൊറക്കണ മേശയല്ലാട്ടോ. പെട്ടിപോലാ ഇരിക്യാ. മോളില് അടപ്പ്. തൊറന്നിട്ട് 'o'പോന്ന് ഇടാം! അതിനുള്ളില് എന്തുവേണേലും വയ്ക്കാലോ... ഹായ്, എന്തു രസാ!"

ടോട്ടോചാൻ പുതിയ ഡസ്ക്കിന്റെ മൂടി പടപടാന്നു തുറന്നടയ്ക്കുന്ന ദൃശ്യം അവർ സങ്കല്പിച്ചുനോക്കി. ഒരു പതിവു കുസൃതിയിൽ കവിഞ്ഞെന്തെങ്കിലും അതിലുണ്ടെന്ന് അവർക്കു തോന്നിയില്ല. പുതുമ നഷ്ടപ്പെടുമ്പോൾ മാറിക്കൊള്ളും. അവർ സമാധാനിച്ചു. എന്നാൽ ടീച്ചറോടു പറഞ്ഞതിങ്ങനെയാണ്:

"ഉവ്വ്, ഞാനവളെ പറഞ്ഞുമനസ്സിലാക്കാം."

"പറ്റില്ല പറ്റില്ല... ഇതു മാത്രമായിരുന്നെങ്കിൽ ഞാനങ്ങു സഹിക്കുമായിരുന്നല്ലോ" ടീച്ചറുടെ ശബ്ദം ഉയർന്നു. അവർ ആവേശം കൊണ്ട് ഒന്നു മുന്നോട്ടാഞ്ഞു. അമ്മ അല്പം പിന്നിലേക്കു നീങ്ങി. ടീച്ചർ ദീർഘനിശ്വാസത്തോടെ തുടർന്നു:

"ഡസ്ക്കിൽ പ്രത്യേകിച്ചു പരിപാടിയൊന്നുമില്ലെങ്കിൽ അവൾ എഴുന്നേറ്റു നിൽക്കും."

"നിൽക്കുകയോ എവിടെ?" അമ്മ അത്ഭുതപ്പെട്ടു.

"ജനാലയ്ക്കടുത്ത്." അല്പം ഈർഷ്യയോടെയാണു ടീച്ചർ അതു പറഞ്ഞത്.

"അവളെന്തിനാ ജനലിനടുത്തുപോയി നില്ക്കുന്നത്?"

"എന്തിനെന്നോ, തെരുവുപാട്ടുകാരെ ഇങ്ങോട്ടു ക്ഷണിക്കാൻ" ടീച്ചർക്ക് പുച്ഛം അടക്കാനായില്ല.

ടീച്ചർ പറഞ്ഞ കഥയുടെ ചുരുക്കം ഇതാണ്. മണിക്കൂറുകളോളം നീളുന്ന ഡസ്ക്കിലെ കലാപരിപാടി കഴിയുമ്പോൾ, ടോട്ടോചാൻ ജനലിനടുത്തേക്കു നീങ്ങും. അവിടെ അടങ്ങിനിന്നു കൊള്ളുമല്ലോ എന്നു ടീച്ചർ ആശ്വസിക്കാൻ തുടങ്ങുമ്പോഴേക്ക് അവളുടെ അടുത്ത പരിപാടി ആരംഭിക്കുകയായി. ജനലിനു പുറത്തു തെരുവിലൂടെ പോകുന്ന കോമാളിവേഷം കെട്ടിയ പാട്ടുകാരുടെ സംഘത്തെ കൈകാട്ടിവിളിക്കും "ഏയ്.... ഏയ്.... വാ ഒന്നു പാടീട്ടുപോകൂന്നേയ്..."

തെരുവിനോടു ചേർന്ന കെട്ടിടത്തിലെ താഴത്തെ നിലയിലാണു ടോട്ടോചാന്റെ ക്ലാസ്. കുട്ടികൾക്ക് തെരുവിൽ നില്ക്കുന്നവരോട് അനായാസം സംസാരിക്കാം. കൊച്ചുടോട്ടോയുടെ വിളിയിൽ ആകർഷിക്കപ്പെട്ട്, പാട്ടുസംഘം ജനലിനടുക്കലെത്തുമ്പോൾ അവൾ ആ വിവരം ക്ലാസിലെ എല്ലാവരെയും വിളിച്ചുകൂവി അറിയിക്കും. കുട്ടികളെല്ലാം പിന്നെ ജനാലയ്ക്കരികിലായി. ടോട്ടോചാൻ പറയും, "ഏയ്... എന്തേലുമൊന്നു പാട്."

സാധാരണയായി അതുവഴി മിണ്ടാതെ പോകുന്ന പാട്ടുകാർ, ഈ വിളി കേൾക്കുന്നതോടെ തകർപ്പൻ പരിപാടി തുടങ്ങുകയായി. പീപ്പി, ചെണ്ട, കൈമണി.... പൊടിപൂരം! തീരുന്നതുവരെ കാത്തിരിക്കുകയല്ലാതെ പാവം ടീച്ചർ എന്തു ചെയ്യും?

പാട്ടും മേളവും കഴിഞ്ഞു സംഘം മടങ്ങുന്നതോടെ എല്ലാ

വരും തിരികെ ഇരിപ്പിടങ്ങളിലെത്തും; ടോട്ടോചാനൊഴികെ!

"കുട്ടിയെന്താ ഇനിയും അവിടെത്തന്നെ നിൽക്കാനാണോ ഭാവം?" ടീച്ചർ ചോദിക്കും.

"അയ്യോ, പൊറകെ ഇനീം വര്ണൊണ്ട്. അവരെ വിളിച്ചില്ലേ നാണക്കേടാ" അവൾ ഗൗരവഭാവത്തിൽ പ്രതിവചിക്കും.

"നോക്ക്... എന്തുമാത്രം സമയമാണു നഷ്ടപ്പെടുന്നതെന്നു നിങ്ങളൊന്നാലോചിച്ചുനോക്ക്!" ടീച്ചർ വികാരാധീനയായി. അമ്മയ്ക്ക് അവരോടു സഹതാപം തോന്നി. ടീച്ചർ നിർത്തിയില്ല.

"അതും പോരാഞ്ഞിട്ട്..."

"ങേ...! ഇനിയുമുണ്ടോ?" അമ്മ വാപൊളിച്ചുനിന്നുപോയി.

"ഹും... ഉണ്ടോന്നോ" അവർ തുടർന്നു, "അവളുടെ ഈ വിക്രമങ്ങളുടെ എണ്ണമെടുക്കാനെങ്കിലും കഴിഞ്ഞിരുന്നെങ്കിൽ, ഇവിടുന്നു കൊണ്ടുപോകാൻ ഞാൻ നിങ്ങളോടു പറയുമായിരുന്നില്ല."

ടീച്ചർ ഒന്നു നിർത്തി. ഒരു നെടുവീർപ്പോടെ തുടർന്നു.

"ഇന്നലെ ക്ലാസെടുത്തുകൊണ്ടിരിക്കുമ്പോ പതിവുപോലെ ടോട്ടോചാൻ ജനലിനടുത്തായിരുന്നു. അവളാ തെരുവുപാട്ടുകാരെ കാത്തുനില്ക്കുകയാണെന്നേ ഞാൻ വിചാരിച്ചുള്ളു. പെട്ടെന്ന് അവൾ പുറത്താരോടോ വിളിച്ചു ചോദിക്കുവാ 'ഓയ്, എന്തെടുക്കുവാ അവിടെ.' ഞാൻ നില്ക്കുന്നിടത്തുനിന്നു ജനലിനപ്പുറത്തേക്കു കാണാൻ കഴിയില്ല. സ്വാഭാവികമായും എനിക്കൊരാകാംക്ഷയുണ്ടായി. അപ്പോഴുണ്ട് വീണ്ടും 'എന്തെടുക്കുവാ അവിടെ'. പതിവുപോലെ തെരുവിലായിരുന്നില്ല അവളുടെ കണ്ണ്. മുകളിലെവിടേക്കോ നോക്കിയായിരുന്നു ചോദ്യം. എനിക്കു കൗതുകം ഇരട്ടിച്ചു. മറുപടി കേൾക്കാൻ ഞാൻ ചെവി വട്ടംപിടിച്ചു. അനക്കമില്ല. അവളൊട്ടു നിർത്തുന്നുമില്ല. 'എന്തെടുക്കുവാ, എന്തെടുക്കുവാ... ഓയ്, ഹൂയ്...' എനിക്കു പഠിപ്പിക്കാൻ പറ്റ്വോ? ഒടുവിൽ ക്ഷമ നശിച്ചു ജനലിനടുത്തു ചെന്നു നോക്കുമ്പോഴുണ്ട് കൂരേടെ എറമ്പില് രണ്ടു തൂക്കണാംകുരുവികളിരുന്നു കൂടുകെട്ടുന്നു! അവരോടാ നിങ്ങടെ പുന്നാരക്കുട്ടി ചോദിക്കുന്നത് 'എന്തെടുക്കുവാ എന്തെടുക്കുവാ'ന്ന്. അല്ല... എനിക്കറിയാം, കുട്ടികളാവുമ്പോ കാക്കയോടും കുരുവിയോടുമൊക്കെ സംസാരിച്ചെന്നിരിക്കും.... സംസാരിച്ചോട്ടെ. എന്നാലും.... പഠിപ്പിച്ചോണ്ടിരിക്കുന്ന നേരത്തുതന്നെ വേണോ കിന്നാരം? ഞാനത്രേ പറയുന്നുള്ളു..."

വിഷണ്ണയായിനിന്ന അമ്മ മാപ്പുപറയാൻ തുടങ്ങുമ്പോഴേക്ക് ടീച്ചർ തുടർന്നു, "ഇനി ഡ്രോയിംഗ് ക്ലാസിലെ സംഭവം കേൾക്കണോ? എല്ലാവരോടും ദേശീയപതാക വരയ്ക്കാൻ പറഞ്ഞു. കുട്ടികളെല്ലാം വരയ്ക്കാൻ തുടങ്ങി. നിങ്ങളുടെ പുന്നാരമോളുണ്ടല്ലോ! അവൾ മാത്രം ജാപ്പനീസ് നേവിയുടെ പതാക പണിയാൻ ആരംഭിച്ചു. പോട്ടെ, അതെങ്കില് അത് എന്നു ഞാനും കരുതി. അപ്പോഴേക്കും അതാ വരുന്നു കൊടിക്കു ചുറ്റും മഞ്ഞത്തൊങ്ങല്! ചുറ്റും തൊങ്ങലുപിടിപ്പിച്ച പതാകകളുടെ ചിത്രം വല്ലതും അവൾ കണ്ടിട്ടുണ്ടാവുമെന്നു ഞാൻ സമാധാനിക്കുംമുമ്പ് മഞ്ഞനിറമുള്ള ക്രയോൺ, കടലാസിന്റെ വിളുമ്പും കടന്നു ഡസ്ക്കിലേക്ക്.... ഒന്നും പത്തുമല്ല. നൂറുകണക്കിന് വരകൾ! ചിത്രവേലയെല്ലാം കഴിഞ്ഞു കടലാസ് നീക്കിയപ്പോഴുണ്ട് ഡസ്ക്കിൽ നിറയെ മഞ്ഞവരകൾ. മായ്ച്ചിട്ടൊട്ടു പോകുന്നുമില്ല. ങാ... മൂന്നുവശത്തേയുള്ളു... അത്രയ്ക്കാശ്വാസം!"

"ങേ മൂന്നു വശത്ത്...? മനസ്സിലായില്ല." അമ്മ അത്ഭുതപ്പെട്ടു.

"ഒരു വശത്തു കൊടിമരമുണ്ടായിരുന്നു. അതൊരു ഭാഗ്യം...." തളർന്ന ശബ്ദത്തിൽ ടീച്ചർ വിശദീകരിച്ചു.

അമ്മയും അല്പമൊന്നാശ്വസിച്ചു. "മൂന്നുവശത്തു മാത്രമല്ലേയുള്ളു..."

"ഹ...! അതു കേൾക്കേണ്ടേ..." ടീച്ചർ പാഠത്തിലെ പ്രധാന ഭാഗമെന്നപോലെ നിർത്തിനിർത്തി പറഞ്ഞു. "കൊടിമരമുണ്ടല്ലോ, അതിങ്ങു മുക്കാലും കടലാസിനു പുറത്താ.... അതായത് ഡസ്ക്കിൽ... നെടുകേ പതിഞ്ഞുകിടപ്പുണ്ട്.... ങാ..."

കസേരയിൽനിന്ന് എഴുന്നേറ്റുകൊണ്ട് ടീച്ചർ തണുപ്പൻമട്ടിൽ തുടർന്നു:

"എനിക്കു മാത്രമല്ല, അടുത്ത ക്ലാസിലെ അധ്യാപികയ്ക്കു പോലും നിങ്ങളുടെ മകളെക്കൊണ്ടു പൊറുതിമുട്ടി."

അത് ഒടുക്കത്തെ വാക്കായിരുന്നു.

ഇതു ശരിയാവില്ല. അമ്മയ്ക്ക് കാര്യത്തിന്റെ കിടപ്പു പിടികിട്ടി. മറ്റൊരു പള്ളിക്കൂടം കണ്ടുപിടിക്കണം. അവളെ മനസ്സിലാക്കാൻ കഴിയുന്ന ഒരു വിദ്യാലയം. അവിടെ തന്റെ മകൾക്ക് മറ്റുള്ളവരോട് ഒത്തുപോകാൻ കഴിയണം.

ഒരുപാട് അന്വേഷണങ്ങൾക്കുശേഷം, അത്തരമൊന്ന് അവർ

കണ്ടെത്തി. അവിടേക്കാണു കൊച്ചുടോട്ടോയും അവളുടെ അമ്മയും പോകുന്നത്.

അവളെ പുറത്താക്കിയതാണെന്ന് അമ്മ ടോട്ടോചാനോടു പറഞ്ഞില്ല. എന്താണു തന്റെ തെറ്റെന്നു കൊച്ചുടോട്ടോയ്ക്ക് മനസ്സിലാകില്ല. വേണ്ട; അവളോടു പറയണ്ട. ഈ പ്രായത്തിൽ അവൾക്ക് അപകർഷം തോന്നാൻ പാടില്ല. അവൾ വളരട്ടെ. അവർ ചിന്തിച്ചു.

"ടോട്ടോ, ഒരു നല്ല സ്കൂള് അമ്മയ്ക്കറിയാലോ! ഇനി എന്റെ പുന്നാരക്കുട്ടിക്ക് അവിടെ പഠിച്ചാപോരെ?" അത്രമാത്രമേ അവർ അവളോടു ചോദിച്ചുള്ളൂ.

"ഓഹോ... മതീല്ലോ" ഇത്തിരി ആലോചിച്ചുകൊണ്ട് ടോട്ടോ ചാൻ പറഞ്ഞു. "ങാ... പക്ഷേങ്കില്...."

എന്ത്! പുറത്താക്കിയ കാര്യം അവൾ മനസ്സിലാക്കിയോ? അമ്മ ഒന്നു പതറി.

ഒരു നിമിഷത്തെ ആലോചനയ്ക്കുശേഷം ടോട്ടോചാൻ നിറഞ്ഞ മനസ്സോടെ ചോദിച്ചു:

"പുതിയ സ്കൂളിലും റോഡിലൂടെപ്പോണ പാട്ട്കാരുടെ പാട്ടും കൊട്ടും ഒണ്ടാവ്വോ?"

പുതിയ പള്ളിക്കൂടം

പുതിയ പള്ളിക്കൂടത്തിന്റെ ഗേറ്റിനടുത്തെത്തിയപ്പോൾ ടോട്ടോ ചാൻ ഒന്നുനിന്നു. പഴയ സ്കൂളിന്റെ ഗേറ്റിൽ ഉയരമുള്ള തൂണുകളും കമാനവും ഉണ്ട്. അതിൽ വലിയ അക്ഷരത്തിൽ സ്കൂളിന്റെ പേര് എഴുതിവച്ചിരുന്നു. ഇവിടെ വാതിലിന്റെ സ്ഥാനത്തു കൊച്ചു കവരങ്ങളും പൊടിപ്പുകളുമുള്ള രണ്ടു കുറ്റികൾ മാത്രം.

"ഹായ്... വളര്ണ വാതില്!" ടോട്ടോചാൻ അതിശയിച്ചു പോയി.

"ഇത് ടെലഫോൺ പോസ്റ്റിന്റത്രേം വളരോ?" അവൾക്ക് കൗതുകം അടക്കാനായില്ല.

അവൾ ധരിച്ചതുപോലെ അതു വാതിൽത്തൂണുകളായിരുന്നില്ല. ശരിക്കും മരങ്ങൾ തന്നെയായിരുന്നു. തല ചെരിച്ചുപിടിച്ച്, കാറ്റത്ത് ഒരുവശം ഇളകിപ്പോയ ചൂണ്ടുപലകയിലെ അവ്യക്തമായ അക്ഷരങ്ങൾ അവൾ വായിച്ചെടുത്തു.

റ്റോ... മോ... ഗാ... കെുൻ...

റ്റോമോ എന്നാൽ എന്താണെന്ന് അമ്മയോടു ചോദിക്കാൻ തുടങ്ങുമ്പോഴാണു വഴിയോരത്തെ കുറ്റിക്കാടിനിടയിലൂടെ അവ ളതു കണ്ടത്. 'ഹായ്'. വർദ്ധിച്ച കൗതുകത്തോടെ അവൾ ചെടികൾ വകഞ്ഞുമാറ്റി. ഇലച്ചാർത്തുകൾക്കപ്പുറത്ത് അതു വ്യക്തമായി കാണാം. കൊച്ചുടോട്ടോയ്ക്ക് അവളുടെ കണ്ണുകളെ വിശ്വസിക്കാനായില്ല.

"ഹായ്! അവിടൊരു തീവണ്ടി, ആ മൈതാനത്തില്. അതു ശരിക്കും തീവണ്ട്യാണോ അമ്മേ?" അവൾ ചോദിച്ചു.

അതു ക്ലാസ്മുറികളായിരുന്നു. നിരത്തിയിട്ടിരിക്കുന്ന ഉപയോഗശൂന്യമായ ആറ് റെയിൽവേകോച്ചുകൾ. ടോട്ടോചാന് ഒരു സ്വപ്നം പോലെ തോന്നി. തീവണ്ടിയിലെ പള്ളിക്കൂടം!

പ്രഭാതത്തിലെ ഇളംവെയിലിൽ റെയിൽമുറികളുടെ ജനൽപാളികൾ തിളക്കമാർന്നു. ഇലച്ചാർത്തുകൾക്കിടയിൽ വിടർന്നു നിന്ന അവളുടെ കുഞ്ഞിക്കണ്ണുകൾക്ക് അതിലേറെ തിളക്കം...

"നിക്ക് ഈ സ്കൂള് ഇഷ്ടായി"

കൊച്ചുടോട്ടോയ്ക്ക് സന്തോഷം കൊണ്ടു കാലുകൾ നിലത്തുറയ്ക്കായായി. തീവണ്ടി സ്കൂളിനടുത്തേക്ക് അവൾ കുതികുതിച്ചു.

"അമ്മേ ഒന്നു വേഗം വന്നാട്ടെ. തീവണ്ടി അനങ്ങിത്തൊടങ്ങുംമുമ്പ് കേറണം" അവൾ തിരിഞ്ഞുനിൽക്കാതെ പറഞ്ഞു.

അവൾക്കൊപ്പമെത്താൻ അമ്മയ്ക്ക് ഓടേണ്ടിവന്നു. ഭാഗ്യത്തിന് അവർ പണ്ടൊരു ബാസ്ക്കറ്റ്ബോൾ കളിക്കാരിയായിരുന്നു. അതുകൊണ്ട് റെയിൽമുറിയുടെ വാതില്ക്കൽവച്ചു തുള്ളിച്ചാടിയോടുന്ന ടോട്ടോചാന്റെ ഉടുപ്പിൽ പിടികിട്ടി. അവൾ അകത്തേക്കു കയറാനുള്ള തിടുക്കത്തിലാണ്.

"ടോട്ടോ നില്ലവിടെ. ഇതു തീവണ്ടിയല്ല. ക്ലാസ്മുറിയാ." അമ്മ വിലക്കി. അനുനയപൂർവ്വം അവർ തുടർന്നു:

"നീയ് ഇവിടെ ചേരാമ്പോണതേയുള്ളൂ. ഇപ്പോ അകത്തു കേറിക്കൂടാ... പിന്നെ... തീവണ്ടിസ്ക്കൂളില് ഇരിക്കണങ്കില്, നീ നമ്മള് കാണാമ്പോണ ഹെഡ്മാസ്റ്ററുടെ മുന്നില് നല്ല കുട്ടിയായിട്ട് നില്ക്കണം. കേട്ടൂല്ലോ."

തീവണ്ടിമുറിയിൽ കയറാനാവാത്തതിൽ അവൾക്കു നിരാശ തോന്നി. എങ്കിലും അമ്മ പറയുംപോലെ കേൾക്കുന്നതാണു നല്ലതെന്നുറച്ചുകൊണ്ട് അവൾ പറഞ്ഞു. "നിക്ക് ഈ സ്കൂള് നന്നേ ഇഷ്ടായി."

അമ്മയുടെ മനസ്സിൽ മറ്റൊന്നായിരുന്നു. മാസ്റ്റർക്ക് അവളെ ഇഷ്ടപ്പെടാതെ വരുമോ?

ഉടുപ്പിലെ പിടിവിട്ട് കൊച്ചുടോട്ടോയുടെ കൈയിൽ മുറുകെപ്പിടിച്ചുകൊണ്ട് ഹെഡ്മാസ്റ്ററുടെ മുറിയിലേക്ക് അവർ തിടുക്കത്തിൽ നടന്നു.

ആദ്യത്തെ പീരിയഡ് തുടങ്ങിക്കഴിഞ്ഞിരുന്നു. തീവണ്ടി മുറികളാകെ നിശ്ശബ്ദം. ഇടുങ്ങിയതെങ്കിലും ചുമരുകളില്ലാത്ത സ്കൂൾമുറ്റത്തു ചുറ്റും മരങ്ങൾ. ചുവപ്പും മഞ്ഞയും നിറത്തിലുള്ള പൂക്കളുടെ നീണ്ട നിരകൾ.

ഹെഡ്മാസ്റ്ററുടെ മുറി തീവണ്ടിയിലായിരുന്നില്ല. ഗേറ്റിനു മുന്നിലായി അരവട്ടത്തിലുള്ള ഏഴു പടികൾക്കുമുകളിൽ ഒരൊറ്റ നില കെട്ടിടം. അതിന്റെ വലത്തേയറ്റത്തു മാസ്റ്ററുടെ മുറി.

അമ്മയുടെ പിടിയിൽനിന്നു കുതറി ടോട്ടോചാൻ പടികളിലൂടെ ഓടിക്കയറി. ഏഴാമത്തെ പടിയിലെത്തിയപ്പോൾ എന്തോ ഓർത്തിട്ടെന്നപോലെ പെട്ടെന്നു തിരിഞ്ഞുനിന്നു.

"ങും, എന്താ നിന്നുകളഞ്ഞേ?" അവൾക്കൊപ്പമെത്താൻ ബദ്ധപ്പെട്ടുകൊണ്ട് അമ്മ ചോദിച്ചു. മകളുടെ മനസ്സു മാറുകയോ മറ്റോ ചെയ്തോ എന്നായിരുന്നു അവരുടെ സംശയം.

അമ്മ അവൾക്കു താഴെയെത്തി. മുകളിലെ പടവിൽനിന്നു താഴേക്കു ചാഞ്ഞു ടോട്ടോചാൻ അമ്മയുടെ ചെവിയിൽ മന്ത്രിച്ചു.

"നമ്മള് കാണാമ്പോണതേയ് ശരിക്കുമൊരു സ്റ്റേഷൻമാസ്റ്ററെയാ!"

അമ്മയ്ക്ക് വേണ്ടുവോളം ക്ഷമയും സഹൃദയത്വവുമുണ്ടായിരുന്നു. അവളോടു ചേർന്നുനിന്നു മന്ത്രിക്കുന്ന സ്വരത്തിൽ അവർ ചോദിച്ചു, "ആണോ?" അതേമട്ടിൽ അവൾ വീണ്ടും പറഞ്ഞു:

"ഹെഡ്മാസ്റ്ററാണെന്നല്ലേ അമ്മ പറഞ്ഞേ... ഇത്രേം ട്രെയിനൊണ്ടെങ്കിലേയ് ഒരു സ്റ്റേഷൻമാസ്റ്റർ തന്ന്യാ!"

"നീ തന്നെ മാസ്റ്ററോടു പോയി ചോദിക്ക്" അമ്മയ്ക്ക് ഉത്തരം മുട്ടി. സ്കൂളിൽ തീവണ്ടിമുറി ഉപയോഗിക്കുന്നത് ഏതായാലും വിചിത്രമായൊരേർപ്പാടാണെന്ന് അവർക്കു സമ്മതിക്കേണ്ടിവന്നു. കൂടുതൽ വിശദീകരിക്കാനാവില്ല. സമയവുമില്ല. എങ്കിലും അവർ പറഞ്ഞു:

"നിന്റെ അച്ഛൻ വയലിൻ വായിക്കൂല്ലോ. വീട്ടില് ഒത്തിരി വയലിനും ഉണ്ടല്ലോ. എന്നുവച്ച് നമ്മുടെ വീട് വയലിൻ വിക്കണ കടയാണോ?"

"ഹേയ് അല്ലാലോ," ഞൊടിയിടയിൽ അമ്മയുടെ തൊപ്പി കൈക്കലാക്കിക്കൊണ്ട് കൊച്ചുടോട്ടോ പറഞ്ഞു.

ഹെഡ്മാസ്റ്റർ

ടോട്ടോചാനും അമ്മയും അകത്തേക്കു പ്രവേശിച്ചു. അവരെ കണ്ടിട്ടായിരിക്കണം മാസ്റ്റർ കസേരയിൽ നിന്നെഴുന്നേറ്റു.

നേർത്ത തലമുടി. വായിൽ ഏതാനും പല്ലുകൾ കാണാനില്ല. പക്ഷേ, പ്രസന്നമായ മുഖം. അധികം ഉയരമില്ലെങ്കിലും ഉറപ്പുതോന്നിക്കുന്ന ചുമലുകൾ. ശ്രദ്ധയോടെ ധരിച്ച വസ്ത്രങ്ങൾ. സ്യൂട്ടിന്റെ നിറം നരച്ച കറുപ്പ്. തിടുക്കത്തിൽ തലയൊന്നു താഴ്ത്തി വന്ദിച്ചശേഷം ടോട്ടോചാൻ ചോദിച്ചു:

"സ്റ്റേഷൻ മാസ്റ്ററാണേ, സ്കൂൾ മാസ്റ്ററാണോ?"

അമ്മ ഒന്നു പരിഭ്രമിച്ചു. അവർക്കെന്തെങ്കിലും പറയാനാവും മുമ്പ് മാസ്റ്റർ ഭവ്യതയോടെ പറഞ്ഞു:

"ഞാനിവിടത്തെ ഹെഡ്മാസ്റ്ററാണേയ്....!"

മാസ്റ്ററുടെ മറുപടി അവൾക്കു ബോധിച്ചു. "ഹായ് എനിക്കിഷ്ടായി. ഞാൻ നിങ്ങടെ സ്കൂളില് ചേരാമ്പോവാ." ആഹ്ലാദത്തോടെ അവൾ പറഞ്ഞു.

അവൾക്കിരിക്കാൻ ഒരു കസേര നീക്കിയിട്ടുകൊണ്ട് മാസ്റ്റർ അമ്മയോടു പറഞ്ഞു, "നിങ്ങൾ വീട്ടിലേക്കു പൊയ്ക്കൊള്ളൂ. ഞാൻ ഇവളോട് ഒന്നു സംസാരിക്കട്ടെ."

അതുകേട്ടപ്പോൾ കൊച്ചുടോട്ടോ ഒന്നു പരിഭ്രമിക്കാതിരുന്നില്ല. എന്നാൽ ആ നിമിഷംതന്നെ ഈ മാസ്റ്ററോടൊപ്പം കൂടുന്നതിൽ കുഴപ്പമൊന്നുമില്ലെന്ന് എന്തുകൊണ്ടോ അവൾക്കു തോന്നി.

"ശരി അങ്ങനെയാവട്ടെ" അമ്മ ആത്മവിശ്വാസത്തോടെയാണ് അതു പറഞ്ഞത്. വാതിൽ തുറന്ന് അവർ പുറത്തേക്കു നടന്നുമറഞ്ഞു. മുറിയിൽ ടോട്ടോചാനും മാസ്റ്ററും മാത്രമായി. ഒരു കസേര വലിച്ചടുപ്പിച്ച് അവൾക്കഭിമുഖമായിരുന്നു തെളിഞ്ഞസ്വരത്തിൽ മാസ്റ്റർ പറഞ്ഞു:

"ടോട്ടോചാൻ, നിന്റെ വിശേഷങ്ങളൊക്കെ കേൾക്കട്ടെ. തുടങ്ങിക്കോളൂ. നിനക്കിഷ്ടമുള്ള എന്തുവേണമെങ്കിലും പറഞ്ഞോളൂ."

"എന്തുവേണേലും പറയാമോ?" അവൾക്ക് അതിശയം തോന്നി. മാസ്റ്റർ ചോദ്യങ്ങൾ ചോദിക്കുമെന്നായിരുന്നു അവളുടെ ധാരണ. എന്തും പറയാമെന്നറിഞ്ഞപ്പോൾ അവൾ സന്തോഷത്തോടെ ചിലയ്ക്കാൻ തുടങ്ങി. തങ്ങൾ വന്ന തീവണ്ടി വേഗ

ത്തിൽ സഞ്ചരിക്കുന്നതിനെക്കുറിച്ച്, ടിക്കറ്റ് കളക്ടറുമായുണ്ടായ വാഗ്വാദത്തെക്കുറിച്ച്, പഴയ സ്കൂളിലെ ടീച്ചറുടെ ചന്തത്തെക്കുറിച്ച്, കുരുവിയുടെ കൂടിനെക്കുറിച്ച്, കുസൃതിക്കാരനായ റോക്കിപ്പട്ടിയുടെ വേലത്തരങ്ങളെക്കുറിച്ച്, കിന്റർഗാർട്ടൺ ക്ലാസിൽവച്ച് ഒരു കത്രിക വായിൽവച്ച് ക്ലിക് ക്ലിക് എന്നു ശബ്ദമുണ്ടാക്കിയതിനെക്കുറിച്ച്. “ടോട്ടോ അതു വായ്ക്കുള്ളിൽനിന്നെടുക്ക്, നിന്റെ നാക്ക് മുറിഞ്ഞുപോകും” എന്നു ടീച്ചർ ശാസിച്ചതിനെക്കുറിച്ച്, താൻ ശബ്ദം പുറത്തു കേൾക്കാത്തവിധത്തിൽ രഹസ്യമായി കത്രിക വായിൽ സൂക്ഷിച്ചതിനെക്കുറിച്ച്, ഇടയ്ക്കിടെ മൂക്ക് ചീറ്റുന്നതുകണ്ടിട്ട് തനിക്കു ജലദോഷമാണോ എന്ന് അമ്മ സംശയിക്കാറുള്ളതിനെക്കുറിച്ച്, അച്ഛൻ നന്നായി നീന്തുന്നതിനെക്കുറിച്ച്, വെള്ളത്തിലേക്കു മനോഹരമായി ഊളിയിടുന്നതിനെക്കുറിച്ച്.... എല്ലാമെല്ലാം ഒരടുക്കുംചിട്ടയുമില്ലാതെ അവൾ പറഞ്ഞുകൊണ്ടേയിരുന്നു. മാസ്റ്റർ ഉത്സാഹപൂർവ്വം തലകുലുക്കിയും ഇടയ്ക്കിടെ മൂളിയും ചിരിച്ചും അവളെ പ്രോത്സാഹിപ്പിച്ചു.

കൊച്ചുടോട്ടോയ്ക്ക് ഇതിൽപരമെന്തു വേണം. അവൾ പൂർവ്വാധികം ഉന്മേഷത്തോടെ തുടർന്നു. ഓർമയുള്ള സകലതും പറഞ്ഞുതീർന്നു.

“ഇനീം...” കുഞ്ഞുവിരലുകൾകൊണ്ടു വായ് പൊത്തിപ്പിടിച്ച്, കണ്ണുകൾ മുകളിലോട്ടാക്കി അവൾ ആലോചിച്ചുനോക്കി.

“ങ്ും... ഇനീം...”

“തീർന്നോ?” മാസ്റ്റർ ചോദിച്ചു.

നിർത്തുന്നതു നാണക്കേടാണ്. ഇതുപോലൊരവസരം ഇനിയുണ്ടാകണമെന്നുമില്ല. “പിന്നെ...” അവൾ തലപുകഞ്ഞാലോചിച്ചു. ആ കൊച്ചുതലയിൽ നില്ക്കാവുന്നതെല്ലാം ഓർത്തെടുത്തുകഴിഞ്ഞിരുന്നു. പെട്ടെന്ന് അവൾക്കൊരു ഉപായം തോന്നി. ‘ഇനീം ഇപ്പൊ ഇട്ടിരിക്കുന്ന പുത്തനുടുപ്പിന്റെ കാര്യം പറയാം.’ അവൾ തീരുമാനിച്ചു. അവളുടെ ഉടുപ്പുകളൊക്കെ അമ്മ തന്നെ തയ്ക്കുകയാണു പതിവ്. പക്ഷെ, ഈ ഉടുപ്പ് അങ്ങനെയല്ല, കടയിൽനിന്നു വാങ്ങിയതാണ്. എന്നും സ്കൂൾ വിട്ടുവരുമ്പോൾ അവളുടെ വസ്ത്രങ്ങൾ അവിടവിടെ കീറിയിട്ടുണ്ടാവും. ചിലപ്പോൾ അവ നെടുനീളത്തിലായിരിക്കും. കട്ടിയുള്ള കോട്ടൺ പാന്റുപോലും തുണ്ടംതുണ്ടമായ സമയങ്ങളുണ്ട്. വെളിമ്പറമ്പുകളിലെ കമ്പിവേ

ലികൾക്കടിയിലൂടെ നൂഴ്ന്നുകടക്കുക, ഏതെങ്കിലും വീട്ടുമുറ്റങ്ങളിലെ പത്തലുകൾക്കിടയിലൂടെ പായുക തുടങ്ങിയ വീരകൃത്യങ്ങളുടെ ഫലമാണിത്. അമ്മയ്ക്കറിഞ്ഞുകൂടാത്ത ആ സാഹസങ്ങളൊക്കെ അവൾ മാസ്റ്റർക്കു വിസ്തരിച്ചു പറഞ്ഞുകൊടുത്തു. രാവിലെ പുതിയ പള്ളിക്കൂടത്തിലേക്കു പോരാൻനേരം നോക്കുമ്പോഴുണ്ട് അമ്മ തുന്നിയ ചന്തമുള്ള ഉടുപ്പുകളെല്ലാം കീറിപ്പറിഞ്ഞിരിക്കുന്നു. ഒടുക്കം കടയിൽനിന്നു പുതിയ ഉടുപ്പു വാങ്ങേണ്ടിവന്നു.

"എന്തു നല്ലഉടുപ്പ്. കമ്പിളിപോലുണ്ട്. നെറയെ വരകള്. കറുപ്പ്, ചെമപ്പ്, ചാരം... നോക്ക്, ഈ കോളറിലെ നല്ല ചൊവന്ന പൂക്കളുണ്ടല്ലോ, അതമ്മയ്ക്ക് പിടിച്ചില്യാത്രെ." കോളർ നിവർത്തിക്കാണിച്ചുകൊണ്ട് അവൾ പറഞ്ഞു. അങ്ങനെ അതും കഴിഞ്ഞു.

"ഇനി എന്താ പറയ്ക...?" അവൾ ചുഴിഞ്ഞാലോചിച്ചു. ഒന്നും ബാക്കിയില്ല. അവൾക്കു ദുഃഖംതോന്നി. അപ്പോഴേക്കും മാസ്റ്റർ എഴുന്നേറ്റ് അവളുടെ അടുക്കലേക്കു വന്നു. പരുപരുത്ത കൈകൾകൊണ്ട് അവളുടെ നെറ്റിയിൽ സ്പർശിച്ചു. എന്നിട്ടു പറഞ്ഞു:

"ടോട്ടോ, ഇനിമുതൽ നീ ഈ സ്കൂളിലെ കുട്ടിയാണ്, എന്താ?"

അതെ, ഈ വാക്കുകൾതന്നെയാണ് അദ്ദേഹം പറഞ്ഞത്. ജീവിതത്തിലാദ്യമായി ശരിക്കും തനിക്കിഷ്ടപ്പെട്ട ഒരു മനുഷ്യനെ കാണുന്നുവെന്ന് ആ നിമിഷത്തിൽ ടോട്ടോചാനു തോന്നി. കൊച്ചു ടോട്ടോ ചിലച്ചുകൊണ്ടിരിക്കുന്നതിനിടയിൽ ഒരിക്കൽപോലും മാസ്റ്റർ കോട്ടുവായിടുകയോ അശ്രദ്ധനായിരിക്കുകയോ ചെയ്തില്ല. അവൾ പറഞ്ഞ കാര്യങ്ങളിൽ അവൾക്കൊപ്പം താല്പര്യമുള്ള മാസ്റ്റർ. അവളുടെ കൊച്ചുജീവിതത്തിൽ ഇതിൽപരം എന്തു സന്തോഷം തോന്നാൻ! അവളുടെ വിശേഷങ്ങൾ കേൾക്കാൻ മറ്റാരും ഇത്രയും മിനക്കെട്ടിട്ടില്ലല്ലോ....

ടോട്ടോചാൻ തനിക്കേറ്റവും ഇഷ്ടപ്പെട്ട ഒരു മനുഷ്യനെ കണ്ടുമുട്ടുകയായിരുന്നു.

"ഊണിനു നേരായല്ലോ" പോക്കറ്റിൽനിന്നു വാച്ചെടുത്തു നോക്കിക്കൊണ്ട് മാസ്റ്റർ പറഞ്ഞു. സമയം നോക്കുന്നതെങ്ങനെയെന്നു കൊച്ചുടോട്ടോ ഇനിയും പഠിച്ചിട്ടില്ല. എങ്കിലും നേരം ഒരു

പാടായതുപോലെ അവൾക്കു തോന്നി. പന്ത്രണ്ടു കഴിഞ്ഞിരുന്നു. ടോട്ടോചാനും അമ്മയും എത്തിയത് 8.30ന്. നീണ്ട നാലുമണിക്കൂർ! സമയം നോക്കാൻ അറിയാമായിരുന്നെങ്കിൽ മാസ്റ്ററോടുള്ള അവളുടെ അത്ഭുതാദരങ്ങളുടെ അളവ് ഇപ്പോഴത്തേതിലുമെത്രയോ കൂടുതലായിരുന്നേനെ.

ഇത്രയേറെ സമയം അവളുടെ കലമ്പൽ കേൾക്കാൻ ഇന്നോളമാരും മിനക്കെട്ടിട്ടില്ല. ഒരു ഏഴുവയസ്സുകാരിക്ക് ഇങ്ങനെ നാലുമണിക്കൂർ നിർത്താതെ വിസ്തരിച്ചുകൊണ്ടിരിക്കാൻ എന്തു വിശേഷമാണുള്ളതെന്നോർത്ത് അവളുടെ അമ്മ മിഴിച്ചുനിന്നുപോയിരിക്കണം; അമ്മയെക്കാളേറെ പഴയ ടീച്ചറും.

സ്കൂളിൽനിന്നു പുറത്താക്കി എന്നറിഞ്ഞാൽ പരിഭ്രമിക്കാത്തവരില്ല. ടോട്ടോചാൻ അറിഞ്ഞിരുന്നില്ല അവളെ പുറത്താക്കിയതാണെന്ന്. അറിഞ്ഞാൽപ്പോലും അവൾ അതിൽ വ്യാകുലപ്പെടാൻ വഴിയില്ല. കാരണം ചിരിച്ചും കളിച്ചും കുസൃതികൾ കാട്ടികുത്തിമറിഞ്ഞുനടക്കുന്ന, പരിസരബോധം തീരെക്കുറഞ്ഞ ഒരു പെൺകുട്ടിയായിരുന്നു അവൾ. നിഷ്കളങ്കതയുടെ ഒരു പരിവേഷമുണ്ടായിരുന്നു അവൾക്ക്. എല്ലാവരും തന്നെ കാണുന്നതു മറ്റു കുട്ടികളിൽനിന്നു വ്യത്യസ്തയായാണ്. അല്പമൊരപൂർവ്വതയോടെയാണ്. ഉള്ളിന്റെയുള്ളിൽ അവൾക്കുതന്നെ അങ്ങനെ തോന്നിയിരുന്നു.

കൊബായാഷി മാസ്റ്ററുമായുള്ള സമാഗമം അവൾക്ക് ആശ്വാസമേകി. അവളെ സന്തോഷിപ്പിച്ചു. എല്ലാക്കാലവും മാസ്റ്ററോടൊത്തു കഴിയാനായെങ്കിൽ. അവൾ ആഗ്രഹിച്ചു.

ഭാഗ്യമെന്നു പറയട്ടെ, ആ ആദ്യദിനത്തിൽ അവളെപ്പോലെ സൊസാകു കൊബായാഷി എന്ന കൊബായാഷി മാസ്റ്റർ തിരിച്ചും അതുതന്നെയാണ് ഇച്ഛിച്ചത്.

ഉച്ചയൂണ്

"ഊണ് തീവണ്ടിയിൽവച്ചല്ല, അസംബ്ലിഹാളിലാണ്." കുട്ടികൾ ഉച്ച ഭക്ഷണം കഴിക്കുന്നിടത്തേക്ക് ടോട്ടോചാനെ കൂട്ടിക്കൊണ്ടു പോകുന്നതിനിടയിൽ മാസ്റ്റർ പറഞ്ഞു. അവൾ നേരത്തെ കയറി വന്ന കൽപ്പടവുകൾക്കു മുകളിൽത്തന്നെയായിരുന്നു അസംബ്ലി

ഹാളും. അവർ ഹാളിലെത്തി. മേശകളും കസേരകളും നീക്കിനിര ക്കുന്നതിന്റെ പരുക്കൻ ശബ്ദം. കുട്ടികൾ ഊണിനുള്ള തയ്യാറെടു പ്പിലാണ്. അവർ ഇരിപ്പിടങ്ങൾ വട്ടത്തിൽ ക്രമീകരിച്ചുകൊണ്ടിരി ക്കുന്നു. ടോട്ടോചാൻ മാസ്റ്ററോടൊപ്പം വിശാലമായ ഹാളിന്റെ ഒരു കോണിലേയ്ക്കു മാറിനിന്നു. അവൾ ശ്രദ്ധിക്കുകയായിരുന്നു.

"ബാക്കി കുട്ട്യോളൊക്കെ എവിട്യാ?" മാസ്റ്ററുടെ നീളൻഷർട്ടിന്റെ തുഞ്ചത്തു പിടിച്ചുവലിച്ചുകൊണ്ട് അവൾ സംശയം പ്രകടിപ്പിച്ചു.

"എല്ലാവരും ഉണ്ടല്ലോ." മാസ്റ്റർ പ്രതിവചിച്ചു.

"ങേ! എല്ലാരേം?" അവൾ അത്ഭുതം കൂറി. പഴയ സ്കൂളിലാ ണെങ്കിൽ, ഒരു ഡിവിഷനിൽ തന്നെ ഇത്രയുംപേരുണ്ടാവും.

"അപ്പൊ ഈ ഇരിക്ക്ണത്രേം പേരേള്ളോ മൊത്തം?" അവൾ വിശ്വാസം വരാതെ ചോദിച്ചു.

"അത്രേള്ളൂ." മാസ്റ്റർ പറഞ്ഞു.

എല്ലാറ്റിലും പഴയ സ്കൂളിൽനിന്നു വ്യത്യസ്തമാണ് ഇവിടം. അവൾ വിചാരിച്ചു.

കുട്ടികളെല്ലാം കസേരകളിൽ ഇരിപ്പുപിടിച്ചുകഴിഞ്ഞിരുന്നു.

മാസ്റ്റർ ചോദിച്ചു, "കടലിൽനിന്നുള്ള പങ്കും മലകളിൽനി ന്നുള്ള പങ്കും എല്ലാരും കൊണ്ടുവന്നിട്ടുണ്ടോ?"

"ഉണ്ടല്ലോ." ചോറ്റുപാത്രങ്ങൾ ചറപറേന്നു തുറന്നുകൊണ്ട് കുട്ടികൾ ഒന്നിച്ചു പറഞ്ഞു.

"കാണട്ടെ, കാണട്ടെ" മാസ്റ്റർ മേശവൃത്തങ്ങൾക്കിടയിലൂടെ നടക്കാൻ തുടങ്ങി. അദ്ദേഹം ഓരോ പാത്രത്തിന്റെ അടുത്തെത്തു മ്പോഴും കുരുന്നു നാവുകൾ ശബ്ദമുയർത്തി ഓരോന്നു പറയുന്നു ണ്ടായിരുന്നു.

മാസ്റ്റർ പറഞ്ഞതിന്റെ അർഥം അവൾക്കു പിടികിട്ടിയില്ല. കട ലിൽനിന്നുള്ള പങ്കും മലകളിൽനിന്നുള്ള പങ്കും കൊണ്ടുവരിക യോ? ഹായ്! നല്ല തമാശതന്നെ. കൊച്ചുടോട്ടോ കൗതുകത്തോടെ ചിന്തിച്ചു.

ഉച്ചയൂണിന് ഇത്ര രസമുണ്ടാവുമെന്ന് അവൾ സ്വപ്ന ത്തിൽപ്പോലും കരുതിയിരുന്നില്ല. ഇവിടം വ്യത്യസ്തമാണ്. വിചി ത്രമാണ്. നാളെമുതൽ താനും ഇവർക്കിടയിലിരുന്ന് ഊണുകഴി ക്കുന്ന രംഗം അവൾ സങ്കല്പിച്ചുനോക്കി.

'പാത്രം തൊറക്ക്ക... കടലീന്നും മലകളീന്നും കൊണ്ടുവന്ന പങ്ക് മാസ്റ്റർക്ക് കാട്ടികൊടുക്ക്ക... ഹായ്...!'

സന്തോഷംകൊണ്ട് അവൾക്കു തുള്ളിച്ചാടണമെന്നു തോന്നി. മാസ്റ്റർ പാത്രങ്ങൾക്കു മുന്നിലൂടെ കടന്നുപോവുകയായിരുന്നു. ഉച്ചവെയിൽ അദ്ദേഹത്തിന്റെ ചുമലുകളിൽ ഊർന്നുവീണു.

വിദ്യാരംഭം

"ടോട്ടോചാൻ ഇനി നീ ഈ സ്കൂളിലെ കുട്ടിയാണ് ട്ടോ..." മാസ്റ്ററുടെ ഈ വാക്കുകൾ കേട്ടനിമിഷം മുതൽ എങ്ങനെയെങ്കിലും അടുത്ത പ്രഭാതം ഇങ്ങെത്തിയാൽ മതിയെന്നായി അവൾക്ക്. ഒരു പകലിനുവേണ്ടി ഇത്രയേറെ ആഗ്രഹത്തോടെ ഇന്നേവരെ കാത്തിരുന്നിട്ടില്ല. സാധാരണയായി രാവിലെ ടോട്ടോചാനെ കിടക്കപ്പായിൽനിന്ന് എഴുന്നേല്പിക്കൽ അമ്മയുടെ ശ്രമകരമായ ജോലിയാണ്. പക്ഷേ അന്നേദിവസം മറ്റാരെക്കാളും മുൻപ് അവളുണർന്നുകഴിഞ്ഞു. വളരെ വേഗം പ്രഭാതകൃത്യങ്ങൾ കഴിച്ച്, പുത്തൻകുപ്പായമിട്ട്, സ്കൂൾബാഗ് പിന്നിൽ തൂക്കി അവൾ തയ്യാറായി നിന്നു.

റോക്കി സംശയത്തോടെ നോക്കി. ആ വീട്ടിലെ അംഗങ്ങളിൽവച്ച് ഏറ്റവും കൃത്യനിഷ്ഠയുള്ളത് അവനാണ്. അവൻ ജർമൻ ഷെപ്പേർഡ് ഇനത്തിൽപ്പെട്ടതാണ്. കൊച്ചുടോട്ടോയുടെ ഒരുക്കങ്ങൾ അവന് അസാധാരണമായി തോന്നി. മൂരി നിവർന്ന്, കൗതുകം കൂറുന്ന കണ്ണുകളുമായി അവൻ അവളെ ഉരുമ്മിനിന്നു.

അമ്മയ്ക്ക് നിന്നുതിരിയാൻ നേരമില്ലായിരുന്നു. അവൾക്ക് പ്രാതൽ നല്കി. അതിനിടയ്ക്ക് കടലിൽനിന്നും മലകളിൽനിന്നുമുള്ള വിഭവങ്ങളടങ്ങിയ ചോറ്റുപാത്രം തയ്യാറാക്കി. തീവണ്ടിയിലേക്കുള്ള പാസ് ഒരു പ്ലാസ്റ്റിക് കവറിനുള്ളിൽ നിക്ഷേപിച്ചു നഷ്ടപ്പെടാതിരിക്കത്തക്കവണ്ണം ഒരു ചരടിൽ തൂക്കി അവളുടെ കഴുത്തിലിട്ടു.

അനുസരണംകെട്ട തന്റെ തലമുടിയിൽ വിരലോടിച്ചുകൊണ്ട് അച്ഛൻ പറഞ്ഞു:

"എന്റെ മോള് മിടുക്കിയാവണം ട്ടോ..."

"പിന്നെന്താ" ടോട്ടോചാൻ നല്ല ഉന്മേഷത്തിലായിരുന്നു.

അവൾ ഷൂസ് കാലിൽ തിരുകിക്കയറ്റി. വാതിൽ തുറന്നു മുറ്റത്തേക്കിറങ്ങി പെട്ടെന്നു പിന്നിലേക്കു തിരിഞ്ഞുനിന്നു തലകുനിച്ചു വന്ദിച്ചു. പതിഞ്ഞ സ്വരത്തിൽ അവൾ പറഞ്ഞു:

"ബൈ, ബൈ..."

ടോട്ടോചാൻ പുറത്തേക്കു നടന്നു. അമ്മ വാതില്ക്കൽ നില്ക്കുകയായിരുന്നു. അവർ ആലോചിച്ചു. കൊച്ചുടോട്ടോ എന്ത് ഒതുക്കമുള്ളവളായിരിക്കുന്നു. എത്ര ഉന്മേഷത്തോടെയാണ് അവൾ പോകുന്നത്. അവളെ പള്ളിക്കൂടത്തിൽനിന്നു പുറത്താക്കിയത് അല്പം മുൻപായിരുന്നു എന്നു വിശ്വസിക്കാനാവുന്നില്ല. അവരുടെ കണ്ണുകൾ നിറഞ്ഞു.

'ഇത്തവണയെങ്കിലും എല്ലാം നേരെയാവണേ' അവർ മനംനൊന്തു പ്രാർഥിച്ചു.

ടോട്ടോചാൻ റെയിൽവേ പാസ് കഴുത്തിൽനിന്ന് ഊരിയെടുത്തു റോക്കിയെ അണിയിക്കുകയായിരുന്നു. ഞെട്ടലുണ്ടാക്കുന്ന ആ ദൃശ്യം അമ്മയെ മനോരാജ്യത്തിൽനിന്നുണർത്തി " എന്റെ പൊന്നേ" എന്നു പറയാൻ തുടങ്ങിയെങ്കിലും സ്വയം നിയന്ത്രിച്ച് അവർ അങ്ങനെ നിന്നു. ഈ വികൃതിപ്പെണ്ണ് എന്തിനുള്ള പുറപ്പാടാണ്?

കൊച്ചുടോട്ടോ റോക്കിയുടെ ചാരത്തു തറയിൽ കുത്തിയിരുന്നു.

"നെനക്കിദ് ഒട്ടും ചേരണില്ല്യ... ട്ടോ..."

നെടുനീളൻ ചരടും അതിന്റെ തുമ്പിലെ പാസും തറയിൽ വീണിഴയുകയായിരുന്നു.

"ഇതേ നിന്റെയല്ല, എന്റ്യാ... പിന്നേയ്... നിന്നെയൊണ്ടല്ലോ തീവണ്ടീല് കേറ്റില്ല്യ..." അല്പം ആലോചിച്ചശേഷം അവൾ തുടർന്നു;

'ങാ... ഒരു കാര്യം ചെയ്യാം... ഞാൻ മാസ്റ്ററോടും പിന്നാ സ്റ്റേഷനിലെ ആളോടും ചോദിക്കാം ട്ടോ, നിന്നെക്കൂടി കൊണ്ടുവരട്ടേന്ന്."

റോക്കി ശ്രദ്ധയോടെ ചെവികൂർപ്പിച്ചിരിക്കുകയാണ് അവൻ കുനിഞ്ഞു തറയിൽ കിടക്കുന്ന പാസ് ഒന്നു നക്കി. നിവർന്ന് ഒരു മോങ്ങലോടെ കോട്ടുവായിട്ടു.

സാധാരണയായി, റോക്കി സ്കൂളിന്റെ വാതില്ക്കൽവരെ അവളോടൊപ്പം പോകാറുണ്ട്. പിന്നെ തിരികെ വീട്ടിലേക്കു നട

ക്കും. പതിവുയാത്രയ്ക്ക് തയ്യാറെടുക്കുകയായിരുന്ന അവനെ കൊച്ചുടോട്ടോ സമാധാനിപ്പിച്ചു.

"ഞങ്ങടെ പുതിയ സ്കൂള് തീവണ്ടീലാ! പക്ഷേ... അത് ഓടില്യ. അതില് ടിക്കറ്റും വേണ്ട... എന്നാലും നിന്നെ ഇന്നു കൊണ്ടുപോവാൻ പറ്റില്യാട്ടോ. ഞാനൊന്നു പോയി തെരക്കട്ടെ..."

അവൾ പാസ് ഊരിയെടുത്തു തിരികെ തന്റെ കഴുത്തിലിട്ടു.

"ബൈ, ബൈ..." ഒരിക്കൽക്കൂടി യാത്ര പറഞ്ഞു തിരിഞ്ഞു നോക്കാതെ അവൾ പുറത്തേക്കോടി. സ്കൂൾബാഗ് പിന്നിൽ ഉലഞ്ഞുകൊണ്ടിരുന്നു. റോക്കിയാകട്ടെ ചാടിയോടി അവളുടെ പിന്നാലെ കൂടി.

റെയിൽവേസ്റ്റേഷനിലേക്കുള്ള വഴി മിക്കവാറും പഴയ സ്കൂളിലേക്കുള്ള വഴിതന്നെയായിരുന്നു. പാതയോരത്തു പഴയ പരിചയക്കാരെയൊക്കെ അവൾ കണ്ടു. പൂച്ചകൾ, ഒന്നാംക്ലാസിലെ പഴയ കൂട്ടുകാർ, നായ്ക്കുട്ടികൾ... എല്ലാവരെയും. 'ഹായ്, ഈ പാസ് എല്ലാരേം കാട്ടിയാലോ? അവൾക്കൊരാഗ്രഹം തോന്നി. പക്ഷേ, ഇന്നത്തെ ദിവസം താമസിച്ചുകൂടാ. ഇനിയൊരിക്കലാവട്ടെ. കൊച്ചുടോട്ടോ തീരുമാനിച്ചു. കാലുകൾ വലിച്ചുവച്ച് അവൾ നടന്നു.

സ്റ്റേഷനിലേക്കുള്ള തിരിവിലെത്തിയപ്പോൾ റോക്കി അവിടെത്തന്നെ നില്പായി. ഇടത്തു കാണുന്ന വഴിതിരിഞ്ഞു പള്ളിക്കൂടത്തിലേക്കു പോകാറുള്ള ടോട്ടോചാൻ, പതിവിനു വിരുദ്ധമായി എതിരെയുള്ള വഴിയിലേക്കാണു നടക്കുന്നത്. അവൻ വാപൊളിച്ചു വട്ടക്കണ്ണുകളുയർത്തി നാലുപാടും നോക്കി.

റോക്കിയുടെ നെറ്റിയിൽ മുഖമുരുമ്മി അവൾ മന്ത്രിച്ചു:

"ഞാനേയ്... പഴയ സ്കൂള്ലേക്കല്ല, പുത്തൻ സ്കൂളിലേക്കാ..."

അവന്റെ കാതുകൾ നാറുന്നുണ്ടായിരുന്നു. പക്ഷേ അവൾക്ക് ആഗന്ധം ഇഷ്ടമാണ്.

"ബൈ, ബൈ..." പാസ് കാട്ടി സ്റ്റേഷൻ ഗേറ്റ് കടന്ന്, കുത്തനെയുള്ള പ്ലാറ്റ്ഫോം പടികളിലൂടെ അവൾ നടന്നുനീങ്ങി.

കൊച്ചുടോട്ടോ കണ്ണിൽനിന്നു മറയുന്നതുവരെ റോക്കി അവിടെത്തന്നെ നിന്നു; ദുഃഖച്ഛവിയുള്ള അപശബ്ദങ്ങളോടെ.

തീവണ്ടിയിലെ ക്ലാസ്മുറി

ടോട്ടോചാൻ തലേന്നു മാസ്റ്റർ ചൂണ്ടിക്കാട്ടിയ തീവണ്ടിമുറിയുടെ വാതില്ക്കലെത്തി. സ്കൂൾ വിജനമായിരുന്നു. മറ്റാരും വന്നെത്തിയിട്ടില്ല.

പഴയമട്ടിലുള്ള ഒന്നായിരുന്നു തീവണ്ടി. പുറത്തെ വാതില്പ്പിടി അതുപോലെ തന്നെയുണ്ട്. രണ്ടുകയ്യുംകൊണ്ട് പിടിച്ചുതിരിച്ചാൽ വാതിൽ വലത്തേക്കു തുറക്കാം. വാതിൽപ്പാളി തള്ളിത്തുറന്ന് ആകാംക്ഷയോടെ ഉള്ളിലേക്ക് എത്തിനോക്കുമ്പോൾ അവളുടെ ഹൃദയം പടാപടാ മിടിക്കുന്നുണ്ടായിരുന്നു.

"ഹായ്, ഹായ്!"

ഇവിടിരുന്നുള്ള പഠനം തീരാത്ത ഒരു തീവണ്ടിയാത്ര പോലെ തന്നെയായിരിക്കും. അവൾ വിചാരിച്ചു. ജനാലകൾക്കു മുകളിലെ ലഗേജ് റാക്കുകൾ തീവണ്ടിയിലേതുപോലെതന്നെ. നേരിയ ചില വ്യത്യാസങ്ങൾ മാത്രം. കമ്പാർട്ടുമെന്റിനു മുന്നിലായി ഒരു ബ്ലാക്ക് ബോർഡ്. പിന്നെ മുഖാമുഖമുള്ള നീളൻ സീറ്റുകൾക്കു പകരം ബോർഡിനഭിമുഖമായ ഡസ്ക്കുകളും കസേരകളും. നിന്നു യാത്ര ചെയ്യുന്നവർക്കുള്ള കൈപ്പിടികളില്ല. മറ്റെല്ലാം ശരിക്കുമൊരു തീവണ്ടി മാതിരി. അവൾ ഉള്ളിൽ കടന്നു മുന്നിൽ കണ്ട ഒരു സീറ്റിൽ ഇരിപ്പുപിടിച്ചു. പഴയ സ്കൂളിലേതുപോലെ തന്നെ ഒരു തടിക്കസേരയാണ്. പക്ഷേ കൊച്ചുടോട്ടോയെപ്പോലൊരുവൾക്ക് പകൽ മുഴുവൻ ഒരു വിമ്മിട്ടവുമില്ലാതെ ഇരിക്കാൻ പാകത്തിൽ സൗകര്യപ്രദമായ കസേര. പുതിയ സ്കൂൾ അവളുടെ ഹൃദയത്തെ കീഴടക്കിക്കഴിഞ്ഞിരുന്നു. ടോട്ടോചാൻ നിറഞ്ഞു സന്തോഷിച്ചു. എന്നും സ്കൂളിൽ വരണം. അവധിയേ വേണ്ട. അവൾ തീരുമാനിച്ചു.

ജനലിലൂടെ പുറത്തേക്കു നോക്കിയപ്പോൾ അവൾക്ക് സംശയമായി-ട്രെയിൻ അനങ്ങുന്നുണ്ടോ? തീവണ്ടിപ്പള്ളിക്കൂടം നിശ്ചലമായി നിൽക്കുകയാണെന്ന കാര്യം ടോട്ടോചാനറിയാം. പക്ഷേ സ്കൂൾമൈതാനത്തിലെ മരച്ചില്ലകളും പുനിരകളും ഇളംകാറ്റിൽ തലയാട്ടിക്കൊണ്ടിരുന്നു. അതുകൊണ്ടായിരിക്കാം, അനങ്ങുന്നുവെന്നുതന്നെ അവൾക്കു തോന്നി.

"ഹായ്, ഹൂ... എന്തു രസായിട്ടുണ്ട് ഈ സ്കൂള്" ആർത്തുവിളിക്കാതിരിക്കാൻ അവൾക്കു കഴിഞ്ഞില്ല. ജനലഴികളിൽ മുഖമുരുമ്മി

ക്കൊണ്ട് അവൾ ദ്രുതഗതിയിൽ ഒരു പാട്ടുണ്ടാക്കി; മതിമറന്നാഹ്ലാദിക്കുമ്പോഴെല്ലാം താൻ ചെയ്യാറുള്ളതുപോലെ. കുഞ്ഞുശബ്ദത്തിൽ ടോട്ടോചാൻ പാടി:

ഹായ്, ഹൂ... എന്തു രസം
എന്തു രസം ഹായ് എന്തു രസം!
എന്തിനാ നിനക്കിത്ര രസം?
അതേയ്...

അത്രയുമായപ്പോഴേക്ക് ആരോ കടന്നുവന്നു. അതൊരു പെൺകുട്ടിയായിരുന്നു. അവൾ തന്റെ ബാഗ് തുറന്നു നോട്ടുബുക്കും പെൻസിലും പുറത്തെടുത്തു. അവ തന്റെ ഡസ്ക്കിൽ വച്ച ശേഷം കാൽവിരലിന്മേൽനിന്നു കൈയെത്തി സ്കൂൾ ബാഗ്, ലഗേജ് റാക്കിൽ നിക്ഷേപിച്ചു. പിന്നാലെ ഷൂബാഗും. എല്ലാം ശ്രദ്ധിച്ചുകൊണ്ടിരുന്ന ടോട്ടോചാൻ പെട്ടെന്നു പാട്ടുനിർത്തി എഴുന്നേറ്റു. ധൃതഗതിയിൽ അവളും അതൊക്കെ അനുകരിച്ചു. അപ്പോഴേയ്ക്കും ഒരു ആൺകുട്ടി വന്നു. അവൻ വാതില്ക്കൽത്തന്നെ നിന്നു ബാസ്ക്കറ്റ് ബോൾ കളിക്കുന്ന മട്ടിൽ ബാഗ് റാക്കിനെ ലക്ഷ്യമാക്കി ഒരൊറ്റ ഏറ്, "ധൂം" അതാ കിടക്കുന്നു, റാക്കിന്റെ വക്കിൽ തട്ടി, ലക്ഷ്യം തെറ്റി താഴെ! "ഏയ് ശരിയായില്യ" സ്വയം പഴിച്ചുകൊണ്ട് അതേ സ്ഥാനത്തുനിന്നുതന്നെ വീണ്ടും അവൻ ലക്ഷ്യം പിടിച്ചു. ഇത്തവണ ബാഗ് മുകളിലെത്തി. "ഹായ് ഉഗ്രൻ ഏറ്" അവൻ ശബ്ദമുയർത്തി വിജയമാഘോഷിച്ചു.

"ശ്ശോ, ഇല്ലില്ല ശരിയായില്യാ..."

തൊട്ടടുത്ത നിമിഷം തന്നെ അവനു തിരുത്തേണ്ടിവന്നു. കാരണം നോട്ടുബുക്കും പെൻസിലും ബാഗിനുള്ളിലാണ്. അവൻ ഡസ്ക്കിനു മുകളിൽ കയറിനിന്നു റാക്കിന്റെ ഉൾവശത്തു കിടക്കുന്ന ബാഗ് തുറക്കാനുള്ള ശ്രമമായി. ആദ്യശ്രമം തന്നെ പരാജയം! "ഇന്നത്തെ ഏറ് ശരിയായില്യാ." അവൻ പിറുപിറുത്തു.

ഒന്നിനു പുറകെ ഒന്നായി ഒമ്പതുപേർ തീവണ്ടിമുറിയിലെത്തി. ആ ഒമ്പതുപേർ ചേർന്നതാണു റ്റോമോ ഗാകുയെനിലെ ഒന്നാം സ്റ്റാൻഡേർഡ്.

ഒരേ തീവണ്ടിയിലെ ഒമ്പതു സഞ്ചാരികൾ അങ്ങനെ തുടങ്ങുകയായി.

റ്റോമോയിലെ പാഠങ്ങൾ

തീവണ്ടിപ്പള്ളിക്കൂടത്തിലെ പഠനം എന്നതു തന്നെ വിചിത്രമായൊരേർപ്പാടാണ്. ബഹുവിചിത്രമാണ് അവിടത്തെ ഇരിപ്പിടങ്ങളുടെ കാര്യം. പഴയ സ്കൂളിൽ ഓരോരുത്തർക്കും അനുവദിക്കപ്പെട്ട പതിവുസ്ഥാനങ്ങളുണ്ട്. പക്ഷേ ഇവിടെ ആർക്കും എപ്പോൾ എവിടെ വേണമെങ്കിലും ഇരിക്കാം. യഥേഷ്ടം തെരഞ്ഞെടുക്കാവുന്ന ഡസ്ക്കുകളും കസേരകളും!

കുറെ നേരത്തെ ആലോചനകൾക്കും നിരീക്ഷണങ്ങൾക്കും ശേഷം, തനിക്കു തൊട്ടു പിന്നാലെ ക്ലാസിലെത്തിയ ആ പെൺകുട്ടിയുടെ അടുത്തിരിക്കാൻ ടോട്ടോചാൻ നിശ്ചയിച്ചു. "ഹായ്, ആ കുട്ടീടെ ഫ്രോക്കിലെ ഞൊറീല് ഒരു വെളുവെളുത്ത മൊയലിന്റെ പടംണ്ട്. ഉവ്വ്, അവിടിരിക്കാം." അങ്ങനെയാണ് അവൾ ആ തീരുമാനത്തിലെത്തിയത്.

ഏറ്റവും വിചിത്രം റ്റോമോയിലെ പാഠങ്ങളായിരുന്നു.

സാധാരണഗതിയിൽ സ്കൂളിൽ കൃത്യമായ ടൈംറ്റേബിൾ ഉണ്ടായിരിക്കുമല്ലോ. അതായത് ഒന്നാമത്തെ പിരീഡ് ഭാഷയാണെങ്കിൽ ആ ഒരു മണിക്കൂർ ഭാഷ മാത്രം പഠിക്കുക. അടുത്ത പിരീഡ് കണക്കാണെങ്കിൽ അതുമാത്രം. പക്ഷേ റ്റോമോയിലെ രീതി തികച്ചും വ്യത്യസ്തമാണ്. ഓരോ ദിവസവും പഠിക്കേണ്ട വിഷയങ്ങളുടെ മുഴുവൻ പാഠഭാഗങ്ങളും ചോദ്യങ്ങളും അന്നന്നു ക്ലാസുകൾ ആരംഭിക്കുമ്പോൾ തന്നെ ടീച്ചർ തയ്യാറാക്കും. ശേഷം ഇപ്രകാരം പറയും,

"ഇനി ഓരോരുത്തരും ഇഷ്ടമുള്ള വിഷയങ്ങളിൽനിന്നു തുടങ്ങിക്കോളൂ."

ഏതു വിഷയത്തിൽനിന്നു തുടങ്ങുന്നു എന്നതു പ്രശ്നമല്ല. ഒരാൾക്ക് ഭാഷയിൽനിന്നു തുടങ്ങാം. മറ്റൊരാൾക്ക് കണക്കിൽനിന്നാകാം തുടക്കം. ഇനിയൊരാൾക്ക് മറ്റേതെങ്കിലും വിഷയമാകാം. ഒരു ഉപന്യാസപ്രേമി കാര്യഗൗരവത്തോടെ തന്റെ രചനയിലേർപ്പെട്ടിരിക്കുമ്പോൾ തൊട്ടു പിന്നിലിരിക്കുന്ന ഒരു ശാസ്ത്രവിദഗ്ദ്ധൻ രാസപദാർത്ഥങ്ങളടങ്ങിയ ഒരു ഫ്ളാസ്ക് ആൽക്കഹോൾ ബർണറിനു മുകളിൽവച്ചു തിളപ്പിക്കുകയായിരിക്കും. ഇത്തരം പരീക്ഷണപരിപാടികൾക്കിടയിൽ ചെറിയതോതിലുള്ള പൊട്ടിത്തെറികളും സർവ്വസാധാരണമാണ്.

ഈ അദ്ധ്യയനരീതി, കുട്ടികൾ മുതിർന്ന ക്ലാസുകളിലെത്തും തോറും അവരെ അടുത്തുനിന്നു മനസ്സിലാക്കാൻ അധ്യാപകർക്കു സഹായകരമായി. അവരുടെ സഹജമായ താല്പര്യം എന്തിനോടാണ്, ഏതുവഴിയിലാണ് അവരുടെ ചിന്ത വികസിക്കുന്നത്, അവരുടെ സ്വഭാവത്തിന്റെ സ്വരൂപമെന്ത് തുടങ്ങിയ കാര്യങ്ങളെല്ലാം അധ്യാപകർക്ക് അനായാസം നിരീക്ഷിച്ചറിയാൻ ഇതുകൊണ്ടു കഴിഞ്ഞു. റ്റോമോയിലേത് എന്തുകൊണ്ടും ഉത്തമമായ ഒരു രീതിയായിരുന്നു.

കുട്ടികൾക്കോ? തങ്ങളുടെ പ്രിയപ്പെട്ട വിഷയങ്ങളിൽനിന്നു തുടങ്ങുക അവർക്കും ആഹ്ലാദകരമായിരുന്നു. ഇഷ്ടമില്ലാത്ത വിഷയങ്ങളുമായുള്ള നീണ്ടുനിൽക്കുന്ന മൽപ്പിടുത്തം, ഫലത്തിൽ ആ വിഷയങ്ങൾ എങ്ങനെയെങ്കിലും സഹിക്കുന്ന അവസ്ഥയിലേക്ക് കുട്ടികളെ കൊണ്ടുചെന്നെത്തിക്കുമെന്നതാണു പരമാർത്ഥം. അതുകൊണ്ട് ഒട്ടുമുക്കാലും സ്വതന്ത്രമായ ഒരു പഠനശൈലിയാണു റ്റോമോയിൽ നടപ്പാക്കിയിരുന്നത്. വിദ്യാർഥികൾക്ക് എപ്പോൾ വേണമെങ്കിലും അധ്യാപകരെ സമീപിച്ചു കാര്യങ്ങൾ തുറന്നു ചർച്ചചെയ്യാം. ആവശ്യമെന്നു കണ്ടാൽ അധ്യാപകർ സംശയക്കാരുടെ അടുക്കലേക്കു വരും. അവർക്കു വേണ്ടതു സ്പഷ്ടമായി വിശദീകരിച്ചു മനസ്സിലാക്കിക്കൊടുക്കും. തുടർന്നു സ്വയം ചെയ്തു ശീലിക്കാനുള്ള അഭ്യാസങ്ങളും പാഠങ്ങളും ഓരോരുത്തർക്കും പ്രത്യേകം പ്രത്യേകം നല്കുകയും ചെയ്യും. പഠനം എന്ന വാക്കിനെ അന്വർഥമാക്കുന്ന ഒരു ശൈലിയായിരുന്നു അത്. അവിടെ അധ്യാപകന്റെ നീണ്ട പ്രസംഗമോ തലനാരിഴകീറുന്ന വിശദീകരണങ്ങളോ ഇല്ല. അശ്രദ്ധനായി അങ്ങുമിങ്ങും നോക്കിയിരിക്കുന്ന വിദ്യാർഥിയില്ല.

ഒന്നാംതരത്തിലെ കുട്ടികൾ പൂർണ്ണസ്വാതന്ത്ര്യത്തോടെ പഠിക്കത്തക്ക നില കൈവരിച്ചിരുന്നില്ല. എങ്കിൽക്കൂടി തങ്ങൾക്കിഷ്ടമുള്ള വിഷയം ആദ്യം തെരഞ്ഞെടുക്കാൻ അവർക്കും അനുവാദമുണ്ടായിരുന്നു.

ടോട്ടോചാൻ ചുറ്റുപാടും കണ്ണോടിച്ചു. ചിലർ അക്ഷരങ്ങൾ എഴുതിപ്പഠിക്കുന്നു. ചിലർ ചിത്രരചനയിലും മറ്റു ചിലർ പുസ്തകവായനയിലുമാണ്. യോഗാഭ്യാസം ചെയ്യുന്നവർ പോലുമുണ്ട് കൂട്ടത്തിൽ. ടോട്ടോചാന്റെ തൊട്ടടുത്തിരിക്കുന്ന പെൺകുട്ടി അക്ഷര

ങ്ങളൊക്കെ നേരത്തേ പഠിച്ചുകഴിഞ്ഞു. അവൾ അവയൊക്കെയും നോട്ടുബുക്കിലേക്കു പകർത്തുകയായിരുന്നു. ഈ സമ്പ്രദായങ്ങളൊന്നും കൊച്ചുടോട്ടോ കണ്ടിട്ടും കേട്ടിട്ടുമില്ല. താൻ ചെയ്യേണ്ടത് എന്തായിരിക്കുമോ ആവോ? ലേശം പരിഭ്രമത്തോടെ അവൾ ചിന്തിച്ചു.

അപ്പോഴേക്ക്, ടീച്ചറെ കണ്ട് സംശയനിവൃത്തി വരുത്താനായിരിക്കണം, അവളുടെ പിന്നിലിരുന്ന ഒരാൺകുട്ടി തന്റെ നോട്ടുബുക്കുമായി ബ്ലാക്ക്ബോർഡിനടുത്തേക്കു നടന്നു. ബോർഡിനു സമീപമുള്ള ഒരു ഡസ്ക്കിലിരുന്നു ടീച്ചർ മറ്റൊരു കുട്ടിക്ക് എന്തോ വിശദീകരിച്ചുകൊടുക്കുകയായിരുന്നു. നാലുപാടുമുള്ള നിരീക്ഷണം നിർത്തി കീഴ്ത്താടിയിൽ ഉള്ളംകൈകൾ ഉറപ്പിച്ച് ടോട്ടോചാൻ അവന്റെ നടപ്പ് ശ്രദ്ധിച്ചു. ഏന്തിയേന്തിയാണു നീങ്ങുന്നത്. ശരീരം വല്ലാതെ ആടിയുലയുന്നുണ്ട്. മനപ്പൂർവമായിരിക്കും അവനങ്ങനെ നടക്കുന്നതെന്നാണു കൊച്ചുടോട്ടോയ്ക്ക് ആദ്യം തോന്നിയത്. പക്ഷേ, പെട്ടെന്നുതന്നെ അവൾക്കു മനസ്സിലായി- അത് അവന്റെകുറ്റമല്ല.

അവൻ തന്റെ ഇരിപ്പിടത്തിലേക്കു മടങ്ങുമ്പോഴും ടോട്ടോചാന്റെ ശ്രദ്ധ ആ വിചിത്രമായ ശരീരത്തിൽത്തന്നെയായിരുന്നു. അവരുടെ കണ്ണുകൾ തമ്മിലിടഞ്ഞു. അവൻ ചിരിച്ചു. കൊച്ചുടോട്ടോയും തിടുക്കപ്പെട്ട് തിരികെ ചിരിച്ചു. തന്റെ പിൻനിരയിലെ കസേരയിൽ ഇരിപ്പുറപ്പിക്കാൻ അവൻ പതിവിലധികം സമയമെടുക്കുന്നതായി അവൾക്കു തോന്നി. അവൻ ആയാസപ്പെട്ട് ഇരുന്നുകഴിഞ്ഞതും അവൾ പിന്നിലേക്കു മുഖം തിരിച്ചു ചോദിച്ചു, "കുട്ടിയെന്താ ഇങ്ങനെ നടക്ക്ണേ?"

ഉൾക്കനം സ്ഫുരിക്കുന്ന സൗമ്യമായ ശബ്ദത്തിൽ അവൻ പറഞ്ഞു, "നിക്ക് പോളിയോ വന്നതോണ്ടാ."

"പോളിയോന്നു വച്ചാൽ?" ആ വാക്ക് അന്നവൾ ആദ്യമായി കേൾക്കുകയായിരുന്നു.

"ഉവ്വ്, പോളിയോ" സ്വരം താഴ്ത്തി അവൻ പറഞ്ഞു. "കാലില് മാത്രമല്ല കൈയിലുംണ്ട്. നോക്ക്യാട്ടെ" അവൻ കൈകൾ നീട്ടിക്കാണിച്ചു. കൊച്ചുടോട്ടോ അതു വ്യക്തമായിക്കണ്ടു. ഇടതുകൈയിലെ വിരലുകൾ തേമ്പി മടങ്ങിയിരിക്കുന്നു. അവ പരസ്പരം കൂടിച്ചേർന്നതു പോലെയുണ്ട്.

"ആ കൈകൊണ്ട് ഒന്നും ചെയ്യാമ്പറ്റില്ലേ?" ഉത്കണ്ഠ നിയന്ത്രിക്കാനാവാതെ അവൾ ചോദിച്ചു. അവൻ മറുപടി പറഞ്ഞില്ല. ആ മൗനം ടോട്ടോചാനെ വിഷമിപ്പിച്ചു. അങ്ങനെ ചോദിക്കേണ്ടിയിരുന്നില്ലെന്ന് അവൾക്കു തോന്നി. പക്ഷേ, അവന്റെ മുഖം പ്രസന്നമായിരുന്നു. തെളിവുറ്റ ശബ്ദത്തിൽ അവൻ പറഞ്ഞു:

"എന്റെ പേര് യാസ്വാക്കി യാമാമോട്ടോ. കുട്ടീടെയോ?"

ഉത്സാഹഭരിതമായ ആ വാക്കുകൾ അവളെ അത്യധികം സന്തോഷിപ്പിച്ചു. തന്റെ ചുറുചുറുക്ക് വീണ്ടെടുത്തുകൊണ്ട് അവൾ ഉറക്കെ പ്രഖ്യാപിച്ചു, "ഞാൻ ടോട്ടോചാൻ."

അങ്ങനെ യാസ്വാക്കി യാമാമോട്ടോ എന്ന യാസ്വാക്കിചാനും ടോട്ടോചാനും ചങ്ങാതിമാരായി.

ഉച്ചവെയിലിനു തീക്ഷ്ണതയേറി. തീവണ്ടിപ്പള്ളിക്കൂടത്തിനുള്ളിൽ ഉഷ്ണം വർധിച്ചുകൊണ്ടിരുന്നു. ആരോ ജനാല തുറന്നു. വസന്തത്തിന്റെ കുളിർമയുള്ള വായു ഉള്ളിലേക്കൊഴുകി. കൂസലില്ലാത്ത കാറ്റ് കുട്ടികളുടെ കുഞ്ഞു മുടിയിഴകളെ നാലുപാടും പാറിച്ചു വിഭ്രമിപ്പിച്ചുകൊണ്ടിരുന്നു.

റ്റോമോയിലെ കൊച്ചുടോട്ടോയുടെ ആദ്യദിനം ഇങ്ങനെയായിരുന്നു.

കടലിൽനിന്നൊരു പങ്ക്
മലകളിൽനിന്നൊരു പങ്ക്

ആകാംക്ഷയോടെ, അക്ഷമയോടെ ടോട്ടോചാൻ കാത്തിരുന്നു. കടലിൽനിന്നും മലകളിൽനിന്നുമുള്ള വിഭവങ്ങൾ പുറത്തെടുക്കാനുള്ള സമയം അടുത്തുവരുന്നു.

'കടലിൽനിന്നൊരു പങ്ക് മലകളിൽനിന്നൊരു പങ്ക്' മാസ്റ്ററുടെ പ്രയോഗമാണത്. നിയന്ത്രിതമായ പോഷകാഹാരത്തെയാണു കൊബായാഷി മാസ്റ്റർ അങ്ങനെ വിശേഷിപ്പിക്കുന്നത്. ചോറിനോടൊപ്പം കടലിൽനിന്നൽപം, മലഞ്ചെരുവുകളിൽ നിന്നൽപ്പം.

"സമീകൃതമായ പോഷകാഹാരം കുട്ടികൾക്കു ലഭിക്കേണ്ടതുണ്ട്. പതിവു ഭക്ഷണത്തിനുപരി എന്തെങ്കിലുമൊക്കെ കഴിക്കാൻ അവരെ പ്രേരിപ്പിക്കണം" എന്നിങ്ങനെയൊന്നും മാസ്റ്റർ അച്ഛനമ്മമാരോട് ഉപദേശിക്കാറില്ല. പറയുന്നതിത്ര മാത്രം "പാത്രത്തിൽ

ചോറിനോടൊപ്പം കടലിൽ നിന്നൽപം; പിന്നെ മലകളിൽ നിന്നൽപം.”

മീന്, കൊഞ്ച്, ചിപ്പിയും ഞണ്ടും പോലുള്ള കടൽജീവികളുടെ മാംസം എന്നിവയൊക്കെയാണു കടലിൽനിന്നുള്ളവ. മലകളിൽനിന്നുള്ള വിഭവങ്ങൾ പച്ചക്കറികൾ, ആട്, കോഴി, പന്നി എന്നിങ്ങനെ. സംഗതി ഗൗരവമേറിയതാണ്. പക്ഷേ, എത്ര ലളിതമായി മാസ്റ്റർ അതവതരിപ്പിക്കുന്നു. മറ്റേതദ്ധ്യാപകനാണു ഇതു കഴിയുക? അമ്മയ്ക്ക് കൊബായാഷി മാസ്റ്ററെ വല്ലാതെ ഇഷ്ടമായി. ഉച്ചഭക്ഷണം തയ്യാറാക്കൽ അവർക്ക് മുമ്പത്തേതിലും എളുപ്പവുമായി. രണ്ടിനത്തിലുംപെട്ട ഓരോന്നു പതിവായി ഉണ്ടായിരിക്കണമെന്നു മാത്രമേ മാസ്റ്റർ പറയാറുള്ളൂ. അതിന് ഒരുപാടു ചെലവോമെനക്കേടോ ഇല്ല. ഉദാഹരണത്തിന് കരയിൽനിന്നുള്ള ഭക്ഷണമെന്നാൽ കാട്ടുപയറിന്റെ തോരനോ ഒരു ഓംലെറ്റോ മതിയാവും. കടൽവിഭവമായി ഉണക്കിയ ബെന്നിറ്റോ മത്സ്യത്തിന്റെ ഒരു കഷണമാവാം. ഇനി അത്രതന്നെ വേണമെന്നില്ല. നോറിപ്പായലോ കുന്നിൻചെരുവിലെ ചീരയോ മതി; ധാരാളം കടലുമായി മലകളുമായി!

തലേന്നത്തെപ്പോലെ മാസ്റ്റർ ചോറ്റുപാത്രങ്ങൾക്കു മുന്നിലെത്തി. ഓരോരുത്തരുടെയും വിഭവങ്ങളിലൂടെ കണ്ണുപായിച്ചുകൊണ്ട് അദ്ദേഹം നടന്നു. ടോട്ടോചാൻ കൗതുകത്തോടെ, അൽപം അസൂയയോടെ മാസ്റ്ററെ ശ്രദ്ധിക്കുകയായിരുന്നു.

“കടലിൽനിന്നുള്ള പങ്കും മലകളിൽനിന്നുള്ള പങ്കും കൊണ്ടുവന്നിട്ടുണ്ടല്ലോ” ഓരോ പാത്രങ്ങളായി പരിശോധിച്ചുകൊണ്ടു മാസ്റ്റർ ചോദിച്ചു.

അതെത്ര രസകരമാണ്! കൊച്ചു ടോട്ടോ വിചാരിച്ചു. കടലിൽനിന്നും മലകളിൽനിന്നും ഓരോരുത്തരും കൊണ്ടുവരുന്നത് എന്തൊക്കെയാണെന്നു കാണുക. “ഹായ്!”

ചിലപ്പോൾ ഏതെങ്കിലുമൊരമ്മയ്ക്ക് തിരക്കുകാരണം രണ്ടിനങ്ങളിൽ ഒന്നേ തയ്യാറാക്കാൻ കഴിഞ്ഞുള്ളൂ എന്നുവരാം. പക്ഷേ, പ്രശ്നമില്ല. പരിശോധനാവേളയിൽ മാസ്റ്ററോടൊപ്പം, അരയിൽ ഒരു ഏപ്രണും തിരുകി ഓരോ കൈയിലും ഓരോ ചട്ടിയുമായി അദ്ദേഹത്തിന്റെ ഭാര്യയുമുണ്ടാകും. ഒരു കുട്ടിയുടെ മുന്നിലെത്തി മാസ്റ്റർ പറഞ്ഞെന്നിരിക്കും. “അല്പം കടല്”. അവർ ഉടൻ തന്നെ

ഒരു ചട്ടി തുറക്കുകയായി. നല്ല ചൂടുള്ള മീൻകറിയിൽനിന്നും വെന്ത ചിക്വാ മത്സ്യത്തിന്റെ രണ്ടു കഷണങ്ങൾ ചോറ്റുപാത്രത്തിൽ കോരിവയ്ക്കും. "അല്പം മലകളുടെ പങ്ക്" എന്നാണു മാസ്റ്റർ പറയുന്നതെങ്കിലോ? മലകളുടെ ചട്ടിയാണു തുറക്കുക. അതിൽനിന്ന് ഒരു തവി ഉരുളക്കിഴങ്ങുകറി. കിഴങ്ങിന്റെ മുഴുത്ത രണ്ടു കഷണങ്ങളും.

"എനിക്കീ മീന് ഇഷ്ടംല്യ" എന്നു കുട്ടികളാരും മനസ്സിൽ പോലും പറയാറില്ല. ചിലപ്പോൾ 'ഹായ്, ആ കുട്ടിയുടെ പാത്രത്തിൽ എന്തു നല്ല കറികളാ', 'പാവം, ഈ കുട്ടി കൊണ്ടുവരണത് കൊള്ളില്യ' എന്നൊക്കെ ഉള്ളിന്റെയുള്ളിൽ ചിലപ്പോൾ തോന്നിപ്പോയെന്നിരിക്കും. പക്ഷേ, അപൂർവമായ ആ തോന്നലുകൾ തന്നെയും ആരും ഉറക്കെ പറയാറില്ല. അവരെ സംബന്ധിച്ചിടത്തോളം സംഗതി വളരെ ലളിതമാണ്. കടലിലെയും മലകളിലെയും പങ്കുണ്ടോ അവർക്കു തൃപ്തിയായി. സന്തോഷമായി. ഉത്സാഹത്തോടെ ഊണ് ആരംഭിക്കുകയായി.

കടലിൽനിന്നുള്ള പങ്കിന്റെയും മലകളിൽനിന്നുള്ള പങ്കിന്റെയും രഹസ്യം മനസ്സിലായതോടെ കൊച്ചുടോട്ടോയ്ക്ക് ആകെ അങ്കലാപ്പായി. തന്റെ ചോറും കറികളും അമ്മ രാവിലെ ധൃതിപിടിച്ചുണ്ടാക്കിയതാണ്. മാസ്റ്റർക്ക് തൃപ്തിയാവുമോ ആവോ? ശങ്കയോടെ അവൾ പാത്രം തുറന്നു. ടോട്ടോചാന് സന്തോഷമടക്കാനായില്ല. അതിവിശിഷ്ടമായ വിഭവങ്ങൾ "ഹായ് ഹായ്!" അവൾ അറിയാതെ അട്ടഹസിച്ചുപോയി. മുട്ട നല്ല മഞ്ഞനിറത്തിൽ പൊരിച്ചെടുത്തത്. പച്ചപ്പയറ് മെഴുക്കിയത്, തവിട്ട് ഡെംബു, കോഡ് മത്സ്യത്തിന്റെ പിങ്കുനിറമുള്ള തോരൻ- എല്ലാംകൂടി വിവിധ വർണ്ണത്തിലുള്ള പൂക്കൾ തിങ്ങിയ ഒരുദ്യാനം പോലെ!

"അസ്സായിട്ടുണ്ടല്ലോ ടോട്ടോചാൻ" മാസ്റ്റർ അഭിനന്ദിച്ചു. അവൾക്ക് ആവേശം കയറി "ഉവ്വ്, അമ്മയ്ക്ക് അസ്സല്ായിട്ട് കറിവയ്ക്കാനറിയാല്ലോ" അഭിമാനപൂർവ്വം അവൾ പറഞ്ഞു.

"ഉവ്വോ? നന്നായി നന്നായി. അതിരിക്കട്ടെ, ഇതെവിടുന്നാന്നറിയോ, കടലീന്നോ മലകളീന്നോ?" തവിട്ട് ഡെംബുവിലേക്കു ചൂണ്ടിക്കൊണ്ട് മാസ്റ്റർ ചോദിച്ചു.

കടലീന്നോ, മലകളീന്നോ? ടോട്ടോചാന് സംശയമായി. അവൾ സൂക്ഷിച്ചുനോക്കി. മണ്ണിന്റെ നിറം മാതിരിയുണ്ട്. അപ്പോൾ മലകളിൽനിന്നുള്ളതാവും. പക്ഷേ, ഉറപ്പില്ലാതെ എങ്ങനെയാണു പറയുക, തെറ്റിപ്പോയാലോ?

'നിയ്ക്കറീല്യ" അവൾ പെട്ടെന്നു പറഞ്ഞു.

"ഡെംബു എവിടുന്നു വന്നതാണ്, കടലീന്നോ മലകളീന്നോ?" മാസ്റ്റർ എല്ലാവരോടുമായി ചോദിച്ചു. കുട്ടികൾ ആലോചിക്കാൻ തുടങ്ങി. അല്പനേരത്തെ മൗനത്തിനുശേഷം ചിലർ വിളിച്ചു പറഞ്ഞു, "കടലീന്ന്". മറ്റു ചിലരുടെ അഭിപ്രായം നേരെ തിരിച്ചായിരുന്നു. ആർക്കും പക്ഷേ ഉറപ്പ് പോര.

"ഞാൻ പറയാം" മാസ്റ്റർ പറഞ്ഞു. "ഡെംബുവിന്റെ സ്വദേശം കടലാണ്."

"അതെങ്ങിന്യാ" ഒരു തടിയൻ കുട്ടിക്ക് സംശയമായി.

"മത്സ്യത്തിൽനിന്നാണ് ഡെംബു ഉണ്ടാക്കുന്നത്. അതായത്..." ഊണുമേശകളുടെ മധ്യത്തായി നിന്നുകൊണ്ട് മാസ്റ്റർ വിശദീകരിച്ചു. "ആദ്യം വെന്ത മീനിന്റെ മുള്ളുകളഞ്ഞു കുറേശ്ശെ പൊരിക്കുന്നു. എന്നിട്ട് കൊച്ചുകഷണങ്ങളാക്കി ഉണക്കിയെടുത്തു

മസാല ചേർക്കുന്നു. ഇത്രയുമായാൽ ഡെംബുവായി."

"ഹൊ" കുട്ടികൾ അന്തംവിട്ടുപോയി. ടോട്ടോചാന്റെ ഡെംബു ഒന്നു കണ്ടാൽ കൊള്ളാമെന്നു ചിലർ ആഗ്രഹം പ്രകടിപ്പിച്ചു.

"പിന്നെന്താ, ആയിക്കോളൂ" മാസ്റ്റർ സമ്മതം മൂളി. കുട്ടികൾ മുഴുവനും ടോട്ടോചാന്റെ ഡെംബുവിനു ചുറ്റും കൂടി. ചിലർക്കൊക്കെ ഡെംബു പരിചയമുണ്ട്. പക്ഷേ, അവരുടെയും ആകാംക്ഷയ്ക്ക് ഒട്ടും കുറവുണ്ടായില്ല. അത്തരക്കാർക്ക് അറിയേണ്ടിയിരുന്നത് ടോട്ടോചാന്റെ ഡെംബുവിനു തങ്ങളുടെ വീടുകളിൽ ഉണ്ടാക്കുന്നതിൽനിന്ന് എന്തെങ്കിലും വ്യത്യാസമുണ്ടോ എന്നാണ്. ശ്വാസം ഉള്ളിലേക്കാഞ്ഞുവലിച്ചു കുട്ടികൾ മണംപിടിക്കാൻ തുടങ്ങി. കൊച്ചുടോട്ടോയ്ക്ക് ആകെ അങ്കലപ്പായി. ഇത്രയുംപേരുടെ മൂക്കിൽനിന്നുള്ള കാറ്റടിച്ച് ഡെംബുവിന്റെ കഷണങ്ങളെങ്ങാനും പറന്നുപോയാലോ!

റ്റോമോയിലെ ആ ആദ്യ ഉച്ചഭക്ഷണവേളയിൽ ടോട്ടോചാൻ ലേശം പരിഭ്രമിച്ചിരുന്നു എന്നതു നേര്. പക്ഷേ, അതെത്ര രസകരമായിരുന്നു. എത്ര അത്ഭുതകരമായിരുന്നു. കടലിൽനിന്നും മലകളിൽനിന്നുമുള്ള വിഭവങ്ങളെന്തെന്ന് അവൾ വിസ്മയത്തോടെ അറിഞ്ഞു. ഡെംബുവിന്റെ ഉത്ഭവം മത്സ്യത്തിൽനിന്നാണെന്നു മനസ്സിലാക്കി. മാത്രമല്ല കടലിന്റെയും മലകളുടെയും പങ്ക്, അമ്മ അവളുടെ പാത്രത്തിൽ ശ്രദ്ധാപൂർവ്വം ഒരുക്കിയിരുന്നതുകൊണ്ട് പ്രശ്നങ്ങളൊന്നും ഉണ്ടായതുമില്ല. എല്ലാംകൊണ്ടും അവൾക്കു തൃപ്തിയായി.

ടോട്ടോചാൻ ഊണുകഴിക്കാനാരംഭിച്ചു. അതവളെ കൂടുതൽ ആഹ്ലാദചിത്തയാക്കി. കാരണം ഒക്കെ അമ്മയുണ്ടാക്കിയത്; സ്വാദുറ്റത്.

'പയ്യെച്ചവയ്ക്കും' പാട്ട്

ജപ്പാൻകാർ ഊണുകഴിക്കുംമുമ്പ് പറയും "ഇറ്റാദാകിമാസു". 'ഞാൻ വിനയപൂർവ്വം ഇതിൽ പങ്കുചേരുന്നു' എന്നർത്ഥം വരുന്ന ഒരു ഉപചാരവാക്കാണത്. എന്നാൽ റ്റോമോ ഗാക്വെനിലെ ഉച്ചയൂണാരംഭിക്കുന്നത് ഒരു ഗാനത്തോടെയാണ്. കൊബായാഷി

മാസ്റ്റർ പ്രത്യേകമായി രചിച്ച 'ഊണിനു മുമ്പുള്ള പാട്ട്' പാടിക്കൊണ്ട്. ഒരു സംഗീതജ്ഞൻ കൂടിയാണ് മാസ്റ്റർ. 'ഊണിനുമുമ്പുള്ള പാട്ട്' അദ്ദേഹം ഒരു പഴഞ്ചൊല്ലിന്റെ താളത്തിലാണുണ്ടാക്കിയത്.

ഊണിനുമുമ്പ് പാടാറുള്ള ഒരു പരമ്പരാഗതഗാനം എന്നുതന്നെ ആ ശീലിനെക്കുറിച്ച് റ്റോമോയിൽ പഠിച്ച കുട്ടികൾ മിക്കവരും വർഷങ്ങൾക്കുശേഷവും ഉറച്ചു വിശ്വസിച്ചു. അത്രയേറെ സമർത്ഥമായാണ് 'തുഴഞ്ഞുപോക തോണിയിൽ' എന്ന പഴമ്പാട്ടിന്റെ ഈണത്തിൽ മാസ്റ്റർ വാക്കുകൾ തിരുകിവച്ചത്. പാട്ട് ഇങ്ങനെയായിരുന്നു:

ചവച്ചരച്ചിറക്കിടാം
കഴിച്ചിടുന്നതൊക്കെയും;
ചവച്ചരച്ചു മെല്ലവേ
ഇറച്ചിചോറുമീൻകറീം!

ഈ ഈരടികൾ പാടിയശേഷം മാത്രമേ കുട്ടികൾ സർവസാധാരണമായ ഉപചാരവാക്കിലേക്കു പ്രവേശിക്കുകയുള്ളൂ.

മാസ്റ്റർക്ക് ഏതാനും പല്ലുകൾ നഷ്ടപ്പെട്ടിരുന്നു. അതുകൊണ്ടാണോ "പയ്യെച്ചവയ്ക്കും" പാട്ടുണ്ടാക്കിയത്? ആയിരിക്കില്ല. അദ്ദേഹം എപ്പോഴും പറയാറുണ്ടായിരുന്നു. "ആഹാരം മെല്ലെ മെല്ലെ കഴിക്കണം. ഒരുപാടു സമയമെടുത്തു സൊറപറഞ്ഞിരുന്നു വളരെ മെല്ലെ..." ആവോ? അതോർമ്മിപ്പിക്കാനായിരിക്കണം നാടൻ ഈണത്തിലുള്ള 'പയ്യെച്ചവയ്ക്കും' പാട്ട്.

കൊച്ചുടോട്ടോയും കൂട്ടുകാരും കഴിയുന്നത്ര ഉച്ചത്തിൽ ഒത്തുചേർന്നു പാടി. "ചവച്ചരച്ചിറക്കിടാം..." പാട്ടിനുശേഷം ഒന്നിച്ചു പറഞ്ഞു. "ഇറ്റാദാകിമാസു". കടലിൽനിന്നും മലകളിൽനിന്നുമുള്ള വിഭവങ്ങൾ മുന്നിൽ നിരന്നു. അസംബ്ലി ഹാൾ അല്പനേരത്തേക്കു നിശ്ശബ്ദമായി.

നടത്തം

ഉച്ചഭക്ഷണത്തിനുശേഷമുള്ള മൈതാനത്തിലെ കളികഴിഞ്ഞു ടോട്ടോചാൻ കൂട്ടുകാരോടൊപ്പം ക്ലാസിലേക്കു മടങ്ങി. ടീച്ചർ കുട്ടികളെ കാത്തിരിക്കുകയായിരുന്നു. അവർ പറഞ്ഞു, "രാവിലെ ഒരു

പാടു പഠിച്ചു ക്ഷീണിച്ചു അല്ലേ. ഇനി നമുക്കെന്താ വേണ്ടേ?"

ഇനി എന്താണു വേണ്ടതെന്നു കൊച്ചുടോട്ടോയ്ക്കു ചിന്തിക്കാൻപോലും കഴിയുംമുമ്പു കുട്ടികൾ ഒന്നോടെ വിളിച്ചു പറഞ്ഞു:

"നടത്തം."

"എന്നാലങ്ങനെയാട്ടെ." ടീച്ചർ പറഞ്ഞുതീരുംമുമ്പു കുട്ടികൾ വാതിൽക്കലേക്കു കുതിച്ചു. തിക്കിത്തിരക്കി അവർ പുറത്തേക്കിറങ്ങി. ടോട്ടോചാൻ അതിശയിച്ചുനിന്നുപോയി. അച്ഛനോടും റോക്കിയോടുമൊപ്പം അവൾ നടക്കാൻ പോകാറുണ്ട്. പക്ഷേ, ഇതവൾക്കു പുത്തരിയാണ്. സ്കൂൾനടത്തത്തെക്കുറിച്ച് ആദ്യമായാണു കേൾക്കുന്നത്. എങ്കിലും കൊച്ചുടോട്ടോയ്ക്ക് അങ്ങനെ മടിച്ചുനിൽക്കാനായില്ല. കാരണം നടക്കാനിറങ്ങുക അവൾക്കെന്നും ആഹ്ലാദകരമായിരുന്നു.

പ്രഭാതപാഠങ്ങളെല്ലാം പണിപ്പെട്ടു തീർത്തുകഴിഞ്ഞാൽ കുട്ടികളുടെ തല തണുപ്പിച്ചെടുക്കേണ്ടതുണ്ട്. അതിനുവേണ്ടിയാണ് 'നടത്തം' ടോട്ടോചാന് അതു പിന്നീടാണു മനസ്സിലായത്. ഒന്നിലെ കുട്ടികൾക്ക് മാത്രമല്ല ആറാംതരത്തിൽ പഠിക്കുന്നവർക്കുപോലും അനുവദിക്കപ്പെട്ടിട്ടുണ്ട് ഈ സ്കൂൾ നടത്തം.

ടീച്ചറും കുട്ടികളോടൊപ്പം കൂടി. പുറത്ത് ഒരരുവിയുടെ ഓരം പറ്റി ഒന്നാംക്ലാസ്സിലെ ഒൻപതുകുട്ടികളും അവരുടെ അധ്യാപികയും നടന്നു. അരുവിയുടെ ഇരുകരകളിലും അടുത്തിടെ മാത്രം പൂത്തുനിറഞ്ഞ ചെറിയുടെ നീണ്ട നിരകൾ. കണ്ണെത്താത്ത ദൂരത്തോളം പരന്നുകിടക്കുന്ന മഞ്ഞനിറമുള്ള കടുകിൻപൂക്കളുടെ പാടം. ഇതു പണ്ടുകാലത്തെ കാര്യമാണ്. അന്നു ജിയുഗോക മുഴുവനും പാടമായിരുന്നു. ഇന്നോ? നിറയെ കൂറ്റൻകെട്ടിടങ്ങൾ തിങ്ങിനിറഞ്ഞിരിക്കുന്നു. പഴയ തോട് മൺമറഞ്ഞുപോയിട്ട് ഒരുപാടു കാലമായി.

"നമ്മള് കുഹോൻബത്സുക്ഷേത്രത്തിന്റെ അവിടംവരെയാ പോവ്വാ" ഫ്രോക്കിലെ ഞൊറിയിൽ വെള്ളമുയലിന്റെ പടമുള്ള കുട്ടി ടോട്ടോചാനോടു പറഞ്ഞു. സാക്കോചാൻ, അതാണവളുടെ പേര്.

"കഴിഞ്ഞ തവണ ഞങ്ങള് വന്നപ്പോ അവിടൊള്ള കൊളത്തില് ഒരു വെല്യ പാമ്പ്! പിന്നെ, അവിടൊരു പഴേ കെണറുണ്ട്. അതിനുള്ളില് ഒരു വാൽനക്ഷത്രം കത്തി വീണ്ട്ടൊണ്ടെന്നാ പറേ

ണേ!" വിടർന്ന കണ്ണുകളോടെ സാക്കോചാൻ പറഞ്ഞു.

കുട്ടികൾ അങ്ങനെ നടക്കുകയാണ്. അവർക്കു തോന്നിയതെല്ലാം ചലപലെ പറഞ്ഞുകൊണ്ട്. മാനത്തു നല്ല തെളിച്ചം. ചിത്രശലഭങ്ങൾ നിറഞ്ഞു പാറുകയായിരുന്നു.

ഏതാണ്ട് പത്തുമിനിട്ടോളം അവർ നടന്നുകാണും. ടീച്ചർ പെട്ടെന്നു നിന്നു.

"ആ കടുകിൻപൂക്കൾ കണ്ടോ?" പൂക്കളുടെ മഞ്ഞവയലിലേക്കു വിരൽചൂണ്ടിക്കൊണ്ടു ടീച്ചർ ചോദിച്ചു.

"എന്തിനാണു പൂക്കൾ വിരിയുന്നത്?" ടീച്ചർ വിവരിക്കാൻ തുടങ്ങി.

കേസരങ്ങളെയും അണ്ഡകോശങ്ങളെയുംകുറിച്ച് ടീച്ചർ പറഞ്ഞുകൊണ്ടിരിക്കെ തെരുവോരത്തു കടുകിൻപൂക്കൾക്കരികിലിരുന്നു കുട്ടികൾ അവ പരിശോധിക്കാൻ തുടങ്ങി. പൂമ്പാറ്റകൾ പൂക്കളെ സഹായിക്കുന്നതെങ്ങനെയെന്നു ടീച്ചർ വിശദീകരിക്കുകയാണ്. പൂമ്പാറ്റകൾ അപ്പോഴും തിരക്കുപിടിച്ച് അവരുടെ പണിയിലേർപ്പെട്ടിരിക്കുന്നു. കുട്ടികൾ കൗതുകത്തോടെ അതു നോക്കിനിന്നു.

ടീച്ചർ വീണ്ടും മുന്നോട്ടു നടന്നു. അപ്പോഴേക്കും കുട്ടികൾ നിരീക്ഷണം അവസാനിപ്പിച്ച് എഴുന്നേറ്റു. അവർ കേസരത്തെയും അണ്ഡകോശത്തെയും കുറിച്ചുള്ള ചർച്ചയിലാണ്. മറ്റു കുട്ടികൾക്കെന്നപോലെ കൊച്ചുടോട്ടോക്കും ഒന്നു മനസ്സിലായി. കേസരങ്ങളും അണ്ഡകോശങ്ങളും വളരെ പ്രധാനപ്പെട്ടവയാണ്.

പത്തുമിനിട്ടു കൂടി നടന്നപ്പോൾ അവർ മരങ്ങൾ തിങ്ങിനിറഞ്ഞ ഒരിടത്തെത്തി. ചെറിയ ഒരു വനം. അതിന്റെ നടുവിൽ കുഹോൻ ബത്സു ക്ഷേത്രം. അവർ ക്ഷേത്രപ്പറമ്പിലെത്തി. കുട്ടികൾ നാലുപാടും ചിതറിയോടി.

"വാൽനക്ഷത്രം വീണ കെണറ് കാണണ്ടേ?" സാക്കോചാൻ ധൃതിക്കിടയിൽ ചോദിച്ചു. ടോട്ടോചാൻ ആ കിണറു കാണാൻ കാത്തിരിക്കുകയായിരുന്നു. കേൾക്കേണ്ട താമസം അവൾ പിന്നാലെ ഓടി.

കിണറ് കല്ലുകെട്ടിയുണ്ടാക്കിയതുപോലിരിക്കുന്നു. അവളുടെ നെഞ്ചോളം പൊക്കം. പലകകൊണ്ടുള്ള അടപ്പ്. അവർ മൂടി പതുക്കെ ഉയർത്തി ഉള്ളിലേക്ക് എത്തിവലിഞ്ഞുനോക്കി. കുറ്റാ

ക്കുറ്റിരുട്ട്. ടോട്ടോചാൻ സൂക്ഷിച്ചുനോക്കി. താൻ മനസ്സിൽകണ്ട കത്തിത്തിളങ്ങുന്ന വാൽനക്ഷത്രമെവിടെ? ഇല്ല. ഇരുട്ടിനടിയിൽ കല്ലുകളുടെയോ കോൺക്രീറ്റിന്റെയോ കൂനപോലെ എന്തോ ഒന്നു മാത്രം കുറേശ്ശെ തെളിഞ്ഞുകാണാം. അവൾ കുറെനേരം കിണറിനുള്ളിലേക്കുതന്നെ ഉറ്റുനോക്കിനിന്നശേഷം ചോദിച്ചു. "ഇതിനുള്ളില് തെളങ്ങണ വാൽനക്ഷത്രം കുട്ടി കണ്ടിട്ടുണ്ടോ?"

"ഏയ്... ഇല്യ" സാക്കോചാൻ പറഞ്ഞു.

നക്ഷത്രം തിളങ്ങാത്തതിനെക്കുറിച്ച് കൊച്ചുടോട്ടോയ്ക്ക് അത്ഭുതമായിരുന്നു. അവൾ അല്പനേരം ചുഴിഞ്ഞാലോചിച്ചു. "ഓ, ഒറങ്ങ്കായിരിക്കും!"

"നക്ഷത്രം ഒറങ്ങ്വോ?" വലിയ വട്ടക്കണ്ണുകൾ ഒന്നുകൂടി വിടർത്തിക്കൊണ്ട് സാക്കോചാൻ ചോദിച്ചു.

"അതേയ്, പകല് ഒറങ്ങ്കായിരിക്കും. രാത്രിയില് ഒണർന്ന് തെളങ്ങും." ടോട്ടോചാന്റെ മറുപടി പെട്ടെന്നായിരുന്നു. കാരണം അക്കാര്യത്തെക്കുറിച്ച് അവൾക്കുതന്നെ തീർച്ചയില്ലായിരുന്നു.

കുട്ടികൾ കൂട്ടംചേർന്നു ക്ഷേത്രപ്പറമ്പിനെ ചുറ്റി നടന്നുതുടങ്ങി. ക്ഷേത്രകവാടത്തിനിരുപുറവും മുഴുത്ത കുടവണ്ടി വച്ച ദ്വാരപാലകന്മാർ. കുട്ടികൾ ആ രൂപങ്ങളെ നോക്കി പല്ലിളിച്ചു കാട്ടി. അരണ്ട വെളിച്ചത്തിൽ മുറിയുടെ മധ്യത്തിലായി തെളിയുന്ന ബുദ്ധവിഗ്രഹം. അതിലേക്കു സൂക്ഷിച്ചുനോക്കിയപ്പോൾ കുട്ടികൾക്കു ഭയം തോന്നി. കല്ലിൽ പതിഞ്ഞിരിക്കുന്ന, ഒരു തെങ്കു (നീണ്ട നാസികകളോടുകൂടിയ ഒരു വേതാളം) വിന്റേതെന്നു പറയപ്പെടുന്ന കൂറ്റൻ കാൽപ്പാടിൽ അവർ തങ്ങളുടെ പാദങ്ങൾ വച്ചുനോക്കി. അല്പമകലെ തടാകത്തിൽ കൊതുമ്പുവള്ളങ്ങൾ. അവർ കുളക്കരയിലേക്കു നടന്നു. വഞ്ചിയിലിരിക്കുന്നവർക്ക് സലാം പറഞ്ഞു. മിനുസമുള്ള വെള്ളാരങ്കല്ലുകൾ പെറുക്കിയെടുത്തു കല്ലറകൾക്കു ചുറ്റും കളംവരച്ചു വട്ടുകളിച്ചു; മതിയാവോളം.

ടോട്ടേചാന് എല്ലാം പുതുമയായിരുന്നു. ഓരോ കണ്ടുപിടിത്തവും അവൾ ആർപ്പുവിളിയോടെ എതിരേറ്റു.

സൂര്യൻ ചാഞ്ഞുതുടങ്ങി. ടീച്ചർ പറഞ്ഞു. "പോകാൻ നേരായി." കടുകിൻപൂക്കൾക്കും ചെറിനിരകൾക്കുമിടയിൽ നീളുന്ന നിരത്തിലൂടെ കുട്ടികൾ തങ്ങളുടെ തീവണ്ടിപ്പള്ളിക്കൂടത്തിലേക്കു മടങ്ങി.

ചരിത്രത്തിന്റെയും ശാസ്ത്രത്തിന്റെയും കാതലായ പാഠങ്ങളായിരുന്നു ഈ യാത്രകളെന്ന്, അവരുടെ സ്വാതന്ത്ര്യത്തിന്റെയും അലഞ്ഞുതിരിയലിന്റെയും ഈ നിമിഷങ്ങളെന്ന്, അപ്പോൾ അവരറിഞ്ഞിരുന്നില്ല.

ടോട്ടോചാന് ഇതിനകം എല്ലാ കുട്ടികളും കൂട്ടുകാരായി മാറിക്കഴിഞ്ഞിരുന്നു. എല്ലാവരും ചിരകാലപരിചിതരെന്നപോലെയാണ് അവൾക്കു തോന്നിയത്. തിരിച്ചുപോകുംവഴി അവൾ വിളിച്ചുപറഞ്ഞു, "നമുക്ക് നാളേം പോവാം ട്ടോ, നടക്കാൻ."

"പോവാം പോവാം," ചാടിത്തിമർത്തുകൊണ്ട് കുട്ടികൾ അതു ശരിവച്ചു.

കിളികൾ പാടിക്കൊണ്ടിരുന്നു. ശലഭങ്ങൾ അപ്പോഴും തിരക്കുപിടിച്ച പണിയിലാണ്. അവളുടെ കൊച്ചു മനസ്സിൽ ആഹ്ലാദം അണപൊട്ടിയൊഴുകി.

സ്കൂൾഗാനം

റ്റോമോ ഗാക്വെനിലെ ദിനങ്ങളോരോന്നും ടോട്ടോചാന് വിസ്മയം നിറഞ്ഞതായിരുന്നു. എത്രയും പെട്ടെന്നു നേരം പുലരാൻ അവളെന്നും കാത്തിരുന്നു. തിരികെ വീട്ടിലെത്തിയാലോ നാവിനു വിശ്രമം കൊടുക്കാൻ അവൾക്കാവുമായിരുന്നില്ല. റോക്കിയോടും അമ്മയോടും അച്ഛനോടുമെല്ലാം അവൾ സംസാരിച്ചുകൊണ്ടിരിക്കും. അന്നേദിവസം സ്കൂളിലുണ്ടായ വിശേഷങ്ങളെക്കുറിച്ച്,വിസ്മയങ്ങളെക്കുറിച്ച്.

"മതി എന്റെ ടോട്ടോ, നീയിനി വല്ലതും കഴിക്ക്" ഒടുവിൽ അമ്മയ്ക്കു പറയാതിരിക്കാനാവില്ല.

പുതിയ സ്കൂളിന്റെ ശീലങ്ങളുമായി ഇഴുകിച്ചേർന്നിട്ടും കൊച്ചുടോട്ടോയ്ക്ക് ഓരോ ദിവസവും കുന്നുകണക്കിനു വിശേഷങ്ങൾ ബാക്കിയായിരുന്നു. അങ്ങനെയായതിൽ അമ്മ ഉള്ളാലെ സന്തോഷിച്ചു.

ഒരു ദിവസം ടോട്ടോചാൻ പള്ളിക്കൂടത്തിലേക്കു പോവുകയായിരുന്നു. തീവണ്ടിയിലങ്ങനെയിരിക്കുമ്പോൾ പെട്ടെന്ന് ഒരു ചിന്ത വന്ന് അവളെ അലട്ടാൻ തുടങ്ങി. റ്റോമോ ഗാക്വെന് ഒരു സ്കൂൾഗാനമുണ്ടോ? എത്രയും വേഗം സ്കൂളിലെത്തി അതന്വേ

ഷിക്കാൻ അവൾക്കു തിടുക്കമായി. രണ്ടു സ്റ്റേഷനുകൾ കൂടി കഴിയേണ്ടതുണ്ട് അവൾക്കിറങ്ങാൻ. പക്ഷേ, കൊച്ചുടോട്ടോയ്ക്ക് ആവേശം നിയന്ത്രിക്കാനായില്ല. ജിയുഗോകായിലെത്തിയാലുടനെ പുറത്തേക്കു ചാടാനുള്ള വെമ്പലോടെ അവൾ വാതിലിന്റെ വിളുമ്പിൽച്ചെന്നു നില്പായി. വണ്ടി ജിയുഗോകാസ്റ്റേഷനെ സമീപിച്ചു. പ്ലാറ്റ്ഫോമിൽനിന്നിരുന്ന ഒരു സ്ത്രീ വിളുമ്പത്തു നില്ക്കുന്ന ടോട്ടോചാനെ കണ്ടു. അവർ ശരിക്കും ഭയന്നുപോയി. അവൾ തെറിച്ചുവീഴുമെന്നുതന്നെ അവർക്കു തോന്നി. ടോട്ടോചാൻ കടുകിടെ അനങ്ങാതെ നില്ക്കുകയാണ്. 'ഓൺയുവർ മാർക്സ്...' എന്ന സിഗ്നൽ പ്രതീക്ഷിച്ചു നില്ക്കുന്ന ഒരു ഓട്ടക്കാരിയെപ്പോലെ.

"ആ കുട്ടിക്കെന്താ പിരിയെളകിയോ" അവർ പിറുപിറുത്തു. ചെറുപ്പക്കാരനായ കണ്ടക്ടർ വിളിച്ചു പറഞ്ഞു. "ജിയുഗോക, ജിയുഗോക!" തീവണ്ടി ഒരു ഞരക്കത്തോടെ നില്ക്കാൻ തുടങ്ങുകയായിരുന്നു. വണ്ടി നിശ്ചലമാവുംമുമ്പ് ഒരു കാൽ പ്ലാറ്റ്ഫോമിലൂടെ നിരക്കി ഒരഭ്യാസിയെപ്പോലെ അവൾ ചാടിയിറങ്ങി. മിന്നൽപോലെ പുറത്തേക്ക് അപ്രത്യക്ഷയായി.

"ഈ സ്കൂളിന് ഒരു പാട്ടുണ്ടോ, തായ്ചാൻ" സ്കൂളിലെ തീവണ്ടിമുറിയിൽ അവൾ പ്രവേശിച്ചതും തായ്ജി യമനൗചിയോട് അതു ചോദിച്ചതും ഒരു നിമിഷംകൊണ്ടു കഴിഞ്ഞു.

തായ്ചാൻ നേരത്തെതന്നെ ക്ലാസിലെത്തിയിരുന്നു. ഒരു മുഴുവൻ സമയ ഫിസിക്സ് പ്രേമിയായിരുന്നെങ്കിലും അവൻ ആലോചിച്ചുനോക്കി. എന്നിട്ടു പറഞ്ഞു, "ഇല്യാന്നാ തോന്നണെ"

"എന്നാലേയ്, ഒരെണ്ണം വേണം" ഗാഢമായി ചിന്തിച്ചുകൊണ്ടു ടോട്ടോചാൻ പറഞ്ഞു. "ഞങ്ങടെ പഴേ സ്കൂളിൽ അസ്സലൊരു പാട്ടുണ്ടായിരുന്നു."

ആവുന്നത്ര ഉച്ചത്തിൽ അവൾ പാടാൻ തുടങ്ങി,

സെൻസൊകു ജലാശയമഗാധമല്ലെങ്കിലു-
മതിഗഹന, മിന്നു മമ വിദ്യതൻ മാനങ്ങൾ....

കുറച്ചുകാലമേ ടോട്ടോചാൻ പഴയ സ്കൂളിൽ പഠിച്ചുള്ളൂ. പാട്ടിലെ പദങ്ങളാകട്ടെ കടുകട്ടിയുമായിരുന്നു. എന്നിട്ടും അതോർത്തിരിക്കാൻ അവൾക്കു വിഷമമുണ്ടായില്ല. ആദ്യ രണ്ടുവരികൾ അനായാസേന അവൾക്കു ചൊല്ലാനാവുമായിരുന്നു.

പാട്ട് തായ്ചാന് നന്നേ പിടിച്ചു. ഇതിനിടെ മറ്റുള്ളവരും ക്ലാസി ലെത്തിയിരുന്നു. കൊച്ചുടോട്ടോ ഉപയോഗിച്ച നെടുങ്കൻ വാക്കു കൾ അവരെയും പിടിച്ചിരുത്തിക്കളഞ്ഞു.

"നമ്മുടെ സ്കൂളിനും ഒരു പാട്ടുണ്ടാക്കാൻ മാസ്റ്ററോടു പറ ഞ്ഞാലോ" ടോട്ടോചാൻ ഒരു നിർദ്ദേശം മുന്നോട്ടുവച്ചു.

"ഉവ്വുവ്വ്! പോയി പറയാം" എല്ലാവർക്കും സമ്മതമായിരുന്നു.

സംഘം ചേർന്ന് അവർ മാസ്റ്ററുടെ മുറിയിലെത്തി. ടോട്ടോ ചാൻ പഴയ സ്കൂളിലെ പാട്ട്, മാസ്റ്ററെ പാടിക്കേൾപ്പിച്ചു. "ശരി, പാട്ടുണ്ടാക്കിക്കളയാം. നാളെ രാവിലെയാവട്ടെ." കുട്ടികളുടെ അപേക്ഷ മാനിച്ചുകൊണ്ട് മാസ്റ്റർ പറഞ്ഞു.

"ഉറപ്പാണല്ലോ" കുട്ടികൾ ആരാഞ്ഞു. ആർപ്പുവിളികളോടെ അവർ തങ്ങളുടെ തീവണ്ടിക്ലാസിലേക്കു മടങ്ങിപ്പോയി.

കുട്ടികളെല്ലാം മൈതാനത്ത് ഒന്നിച്ചുകൂടാൻ ആവശ്യപ്പെട്ടു കൊണ്ടുള്ള നോട്ടീസ് പിറ്റേന്നുരാവിലെ എല്ലാ ക്ലാസ്മുറികളിലും പതിച്ചിട്ടുണ്ടായിരുന്നു. ടോട്ടോചാനും മൈതാനത്തിലേക്കു തിക്കിത്തിരക്കുന്ന കൂട്ടുകാരോടൊപ്പം ചേർന്നു. ഒരു ബ്ലാക്ക് ബോർഡ് മധ്യത്തായി പ്രതിഷ്ഠിച്ചശേഷം മാസ്റ്റർ പറഞ്ഞു, "ഇതാ നമ്മുടെ റ്റോമോസ്കൂളിന് ഒരു പാട്ടുണ്ടായിരിക്കുന്നു." അദ്ദേഹം ബ്ലാക്ക്ബോർഡിൽ അഞ്ചു സമാന്തരരേഖകളും അതിനുള്ളിൽ പുതിയ പാട്ടിന്റെ സ്വരവീചികളും വരച്ചു.

"റ്റോ-മോ-...റ്റോ-മോ-.... റ്റോ-മോ-.... ഓ....!"

"ഇനി നാമിതു പാടാൻ പോവ്വാണ്, എല്ലാവരും ഒത്തൊരുമി ച്ച്!" ഒരു മ്യൂസിക് കണ്ടക്ടറെപ്പോലെ ഇരുകൈകളും ആകാശത്തേ ക്കുയർത്തിക്കൊണ്ടു മാസ്റ്റർ പറഞ്ഞു.

കൈകൾ താളത്തിൽ ചലിപ്പിച്ച് അദ്ദേഹം പാടാനാരംഭിച്ചു. റ്റോമോയിലെ അൻപതു കുട്ടികളുടെയും നാവുകൾ ഒന്നിച്ചു ചലി ച്ചു.

"റ്റോ-മോ-... റ്റോ-മോ-... റ്റോ-മോ-.... ഓ...!"

"ഇത്രമാത്രേള്ളൂ?" അല്പനിമിഷത്തെ മൗനത്തിനുശേഷം ടോട്ടോചാൻ ചോദിച്ചു.

"ഉവ്വ്. ഇത്രേള്ളൂ." അഭിമാനപൂർവം മാസ്റ്റർ മറുപടി പറഞ്ഞു.

ടോട്ടോചാന് വല്ലാത്ത നിരാശതോന്നി. അവൾ ശബ്ദം താഴ്ത്തിപറഞ്ഞു. "അസ്സല് വാക്ക്കളൊള്ള ഒരു പാട്ടായിരുന്നു നല്ലത്. 'സെൻസൊകു ജലാശയമഗാധമല്ലെങ്കിലും' പോലെ.

അത് അപ്രതീക്ഷിതമായിരുന്നു. മാസ്റ്റർ ഒന്നു വിളറി. എങ്കിലും ചെറുചിരിയോടെ പറഞ്ഞു, "അപ്പോ പാട്ട് ഇഷ്ടായില്യ, ല്ലേ?" ഒന്നു നിർത്തിയ ശേഷം മാസ്റ്റർ തുടർന്നു, "ഞാൻ കരുതി ഇതായിരിക്കും കുറേക്കൂടി രസംന്ന്."

പുതിയ പാട്ട് ആർക്കുംതന്നെ ഇഷ്ടപ്പെട്ടില്ല എന്നതാണു നേര്. അത് അത്രയേറെ ലളിതമായിരുന്നു. പാട്ടേ ഇല്ലാതിരിക്കുകയാണ് ഇതിലും ഭേദം- കുട്ടികൾ വിചാരിച്ചു.

കൊബായാഷി മാസ്റ്റർക്ക് ദുഃഖം തോന്നിയിരിക്കണം. പക്ഷേ അദ്ദേഹം കോപിച്ചില്ല. മാസ്റ്റർ സാവധാനം ബോർഡിലെ സ്വരരേഖകൾ മായ്ക്കാൻ തുടങ്ങി. തങ്ങളുടെ നിലപാട് കുറച്ചു ക്രൂരമായിപ്പോയെന്നു കൊച്ചുടോട്ടോയ്ക്കു തോന്നാതിരുന്നില്ല. പക്ഷേ എല്ലാറ്റിനുമുപരി അവളുടെ മനസ്സിൽ വന്നുനിറഞ്ഞതു മറ്റെന്തോ ആയിരുന്നു. എന്തായിരിക്കാം അത്?

വാസ്തവത്തിൽ കൊബായാഷി മാസ്റ്റർക്ക് റ്റോമോസ്കൂളിനോടും അവിടത്തെ കുട്ടികളോടുമുള്ള സ്നേഹം ഒന്നുകൊണ്ടും വെളിവാക്കാനാകാത്തവിധം അഗാധമായിരുന്നു; അതിരറ്റതായിരുന്നു. പക്ഷേ കുട്ടികൾ അതറിഞ്ഞില്ല. അറിയാനുള്ള പ്രായം അവർക്കുണ്ടായിരുന്നില്ല.

സ്കൂൾഗാനത്തിന്റെ കാര്യം കുട്ടികൾ വളരെ വേഗം മറന്നു. മാസ്റ്ററാകട്ടെ അതൊരു പ്രാഥമികാവശ്യമായി ഒരിക്കൽപോലും പരിഗണിച്ചിട്ടുമില്ല. അങ്ങനെ ബോർഡിൽ വരഞ്ഞിട്ട സ്വരവീചികൾ മാഞ്ഞതോടെ അക്കാര്യത്തിനു തിരശ്ശീലയും വീണു.

പിന്നീടൊരിക്കലും റ്റോമോ ഗാക്വെന് ഒരു സ്കൂൾഗാനമുണ്ടായിട്ടില്ല.

ഒക്കെയും തിരികെ കോരിയിടുന്ന വിദ്യ

അതെന്തൊരു ദിവസമായിരുന്നു! ടോട്ടോചാന് ഏറെ പ്രിയപ്പെട്ട

പേഴ്സ് ടോയ്‌ലറ്റിനടിയിൽ വീണുപോയ ആ ദിവസം. മുൻപൊരിക്കലും അവൾ ഇത്ര കഠിനമായി അധ്വാനിച്ചിട്ടില്ല. പേഴ്സിൽ പണമൊന്നുമില്ലെങ്കിലും ടോയ്‌ലറ്റിൽ പോകുമ്പോൾ പോലും അവളതു കൈയിൽ മുറുക്കിപ്പിടിച്ചിരിക്കും. അത്രയേറെ ഇഷ്ടമായിരുന്നു അവൾക്കത്. പട്ടുനൂലുകൊണ്ടു നെയ്ത ചുവപ്പും പച്ചയും മഞ്ഞയും വരകളുള്ള അഴകുറ്റ ചതുരപേഴ്സ്. അഗ്രത്തിലെ ത്രികോണാകൃതിയിലുള്ള ഫ്ളാപ്പിൽ ഒരു വെള്ളപ്പതക്കം പോലെ സ്കോട്ട്ലണ്ടുകാരനായ ടെറീയർനായയുടെ കൊച്ചുചിത്രം.

ടോട്ടോചാന് ഒരു ശീലമുണ്ടായിരുന്നു. ടോയ്‌ലറ്റിൽ പോയതിനുശേഷം അവൾ കുഴിയിലേക്ക് എത്തിവലിഞ്ഞുനോക്കും. തീരെ ചെറിയ കുട്ടിയായിരിക്കുമ്പോൾത്തന്നെ അവളിതു ചെയ്യുമായിരുന്നു; പള്ളിക്കൂടത്തിൽ പോയിത്തുടങ്ങുന്നതിനും മുമ്പ്. അനേകം കുഞ്ഞുതൊപ്പികൾ ഇത്തരത്തിൽ അവൾക്കു നഷ്ടപ്പെട്ടിട്ടുണ്ട്. വിലപിടിപ്പുള്ള പനമ്പുകൊണ്ടു നിർമ്മിച്ച അപൂർവ്വമായ ഒന്നും വെള്ളത്തൂവാല തുന്നിച്ചേർത്ത മറ്റൊന്നും ഉൾപ്പെടെ. അക്കാലത്തെ ടോയ്‌ലറ്റുകൾ ആധുനികരീതിയിൽ നിർമ്മിച്ചവയായിരുന്നില്ല. സ്ലാബിനടിയിൽ ഓവുകളോടുകൂടിയ വലിയൊരു കുഴി തയ്യാറാക്കുകയാണു പതിവ്. ഈ കുഴിയിൽ തന്റെ ഹാറ്റുകൾ ഒഴുകിനടക്കുന്നത് അവൾക്കു കാണാം. ടോയ്‌ലറ്റ് ഉപയോഗിച്ചുകഴിഞ്ഞാൽ അതിലേക്ക് എത്തിവലിഞ്ഞുനോക്കരുതെന്ന് അമ്മ എപ്പോഴും പറയാറുണ്ടായിരുന്നു.

അന്നേദിവസം ക്ലാസ്സ് തുടങ്ങുന്നതിനുമുൻപ് ടോട്ടോചാന് ടോയ്‌ലറ്റിലേക്കു പോകേണ്ടിവന്നു. അമ്മയുടെ വിലക്ക് അവൾക്കോർക്കാൻ കഴിയുംമുൻപുതന്നെ അറിയാതെ താഴേക്കു നോക്കിപ്പോയി. ആ ഒരു നിമിഷത്തിൽ പേഴ്സിലെ പിടി ഒന്നയഞ്ഞിരിക്കണം. അതു കൈയിൽനിന്നു വഴുതി വീണു. വെള്ളം തെറിപ്പിച്ചുകൊണ്ട് കുത്തനെ കുഴിയിലേക്ക്. “യ്യോ!” താഴെ ഇരുട്ടിലേക്കു കണ്ണുംനട്ട് ഒരപശബ്ദം പുറപ്പെടുവിക്കാനേ അവൾക്കു കഴിഞ്ഞുള്ളൂ.

പക്ഷേ, കുത്തിയിരുന്നു കരയാൻ ടോട്ടോചാൻ കൂട്ടാക്കിയില്ല; പേഴ്സ് ഉപേക്ഷിക്കാനും. അവൾ നേരെ വാച്ചറുടെ ഷെഡ്ഡിലേക്കോടി. തോട്ടിപ്പണിക്കുപയോഗിക്കുന്ന ഒരു കൂറ്റൻ മൺവെട്ടി

പണിപ്പെട്ടെടുത്തുകൊണ്ടുവന്നു. തടിയിൽ പണിത പിടിക്കു തന്നെ അവളുടെ രണ്ടിരട്ടി നീളമുണ്ടായിരുന്നു. പക്ഷേ, അതൊരു പ്രശ്നമേയല്ലെന്ന ഭാവത്തിൽ മൺവെട്ടിയും തോളിലേറ്റി അവൾ സ്കൂളിന്റെ പിൻവശത്തേക്ക് നടന്നു. ഓവുചാൽ അവസാനിക്കുന്ന സ്ഥലം എത്ര ശ്രമിച്ചിട്ടും അവൾക്കു കണ്ടുപിടിക്കാനായില്ല. ടോയ്‌ലറ്റിന്റെ പിൻമതിലിനു പുറത്തായിരിക്കും അതു ചെന്നു നിൽക്കുന്നതെന്നായിരുന്നു അവളുടെ ധാരണ. കുറെ നേരത്തെ പരിശ്രമത്തിനുശേഷം അവളതു കണ്ടെത്തി. അല്പം അകലെയായി കോൺക്രീറ്റിലുള്ള ഒരു ചെറിയ സ്ലാബ്. വളരെ കഷ്ടപ്പെട്ട് അവൾ സ്ലാബുയർത്തി. താൻ തിരഞ്ഞ 'സംഭവം' തന്നെയാണിതെന്ന് അവൾക്കു ബോദ്ധ്യമായി. പതുക്കെ തല ഉള്ളിലേക്കു കടത്തി.

"യ്യോ, ഇദ് കുഹോൻ ബത്സുകൊളത്തിന്റത്രേംണ്ടല്ലോ!" ടോട്ടോചാൻ അറിയാതെ പറഞ്ഞുപോയി.

അവൾ പണി ആരംഭിച്ചു. ആദ്യം പേഴ്സ് കണ്ടേക്കുമെന്ന് അവൾക്കു തോന്നിയ ഭാഗത്തുനിന്ന് അഴുക്ക് കുറേശ്ശെ കോരിമാറ്റാൻ തുടങ്ങി. മൂന്നു ടോയ്‌ലറ്റുകളിലെയും ഓവുകൾ ചെന്നുചേരുന്ന കൂറ്റൻ ടാങ്ക്; ഇരുട്ടുനിറഞ്ഞതും ആഴമേറിയതും. ടോട്ടോചാന്റെ കുഞ്ഞുതല അപകടകരമാംവിധം ദ്വാരത്തിനുള്ളിലായിരുന്നു. അവൾ ഉള്ളിൽ വീണുപോകാൻ തന്നെ ഇടയുണ്ട്. കുറെക്കൂടി സുരക്ഷിതമായ സ്ഥാനത്തിരുന്നു കുറേശ്ശെ കോരുകമാത്രമേ നിർവ്വാഹമുള്ളൂ എന്ന് അവൾക്കു മനസ്സിലായി. ഉള്ളിലുള്ള പദാർത്ഥങ്ങൾ കോരിയെടുത്ത്, അവൾ ദ്വാരത്തിനു ചുറ്റുമായി നിക്ഷേപിച്ചുകൊണ്ടിരുന്നു.

ഓരോ തവണയും ടോട്ടോചാൻ മൺവെട്ടിയിലെ വസ്തുക്കൾ നന്നായി പരിശോധിച്ചു. പേഴ്സ് കണ്ടുപിടിക്കാൻ ഇത്രയേറെ കഷ്ടപ്പെടേണ്ടിവരുമെന്ന് അവൾ കരുതിയിരുന്നില്ല. നേരം ഒരുപാടായി. അവൾ കോരിക്കൊണ്ടിരുന്നു. പേഴ്സെവിടെ? പേഴ്സ് പോയിട്ട് അതിന്റെ പൊടി പോലും കാണാനില്ല. ഒടുവിൽ മണിമുഴങ്ങി. ക്ലാസ് ആരംഭിക്കാൻ സമയമായി.

ഇനിയിപ്പോ എന്താ ചെയ്ക? അവൾക്ക് ഒരെത്തുംപിടിയും കിട്ടിയില്ല. എന്തായാലും ഇത്രയുമായ സ്ഥിതിക്ക് കുറച്ചുകൂടി നോക്കുകതന്നെ. അവൾ നിശ്ചയിച്ചു. പൂർവ്വാധികം വാശിയോടെ

അവൾ തിരച്ചിൽ തുടർന്നു.

ഇതിനിടെ മാസ്റ്റർ അതുവഴി വന്നു. അപ്പോഴേക്കും കുഴിക്കരികിൽ അഴുക്കിന്റെ ഒരു കൂമ്പാരം രൂപംകൊണ്ടുകഴിഞ്ഞിരുന്നു.

'ടോട്ടോ, നീയെന്താ ചെയ്യണേ?" മാസ്റ്റർ ചോദിച്ചു.

"എന്റെ പേഴ്സ് ടോയ്‌ലറ്റിൽ വീണു. അത് തെരയാ" കോരുന്നതിനിടയിൽ ഒരുനിമിഷം പോലും പാഴാക്കാതെ അവൾ പറഞ്ഞു.

"ഉവ്വോ, നടക്കട്ടെ" തന്റെ പതിവുശൈലിയിൽ കൈകൾ പിന്നിൽ കെട്ടി അദ്ദേഹം നടന്നകന്നു.

നേരം കടന്നുപൊയ്ക്കൊണ്ടിരുന്നു. അവൾക്കിതുവരെയും പേഴ്സ് കണ്ടുപിടിക്കാൻ കഴിഞ്ഞില്ല. കൂനയുടെ ഉയരം കൂടിക്കൂടി വന്നു, ഗന്ധവും.

മാസ്റ്റർ വീണ്ടും വന്നു. "കിട്ടിയോ?" അദ്ദേഹം ചോദിച്ചു.

"ഇല്യ." കൂനകൾക്കിടയിൽനിന്നു ടോട്ടോചാൻ കഴുത്തുയർത്തി. മുഖം വിയർത്തൊലിക്കുന്നുണ്ടായിരുന്നു. കവിളുകൾ വല്ലാതെ ചുവന്നിരുന്നു.

അവളുടെ അടുത്തേക്ക് അല്പംകൂടി നീങ്ങിനിന്നു കുസൃതി നിറഞ്ഞ സൗഹൃദഭാവത്തിൽ മാസ്റ്റർ പറഞ്ഞു. "തെരഞ്ഞുകഴിഞ്ഞാലേയ് ഒക്കേം തിരികെക്കോരിയിടണം. എന്താ ഇടോ്വാ?" ശേഷം പഴയമട്ടിൽ അദ്ദേഹം നടന്നുമറഞ്ഞു.

"ഉവ്വ്, ഇടാല്ലോ" കോരലും തിരച്ചിലും തുടർന്നുകൊണ്ട് ഉത്സാഹപൂർവം ടോട്ടോചാൻ പറഞ്ഞു. അഴുക്കുകൂമ്പാരത്തിൽ കണ്ണൊന്നു തടഞ്ഞപ്പോൾ, പെട്ടെന്ന് അവൾക്കൊരു സംശയമുദിച്ചു. കട്ടിയുള്ളതെല്ലാം ഒടുക്കം തിരിച്ചിടാം; പക്ഷേ ഈ വെള്ളം പോലുള്ളതെന്നു ചെയ്യും?

ദ്രവരൂപത്തിലുള്ള അവശിഷ്ടങ്ങൾ മണ്ണിലേക്ക് ഒലിച്ചിറങ്ങിക്കഴിഞ്ഞിരുന്നു. ഒക്കെയും തിരികെ നിക്ഷേപിച്ചേക്കാമെന്നു മാസ്റ്റർക്കു വാക്കുകൊടുത്തതാണ്. ഇനിയിപ്പോൾ എന്തുചെയ്യും? അവൾ പണിനിർത്തി. താഴ്ന്നുപോയ ജലം തിരികെ കുഴിയിലാക്കുന്നതിനെക്കുറിച്ചു ഗാഢമായി ചിന്തിച്ചു. വെള്ളമൊലിച്ചിറങ്ങിയ ഭാഗത്തെ നനഞ്ഞ മണ്ണ് പകരമിടാം. ഒടുവിൽ അവൾ നിശ്ചയിച്ചു.

ടാങ്ക് മിക്കവാറും ശൂന്യമായിക്കഴിഞ്ഞു. കൂനയാകട്ടെ ഇപ്പോൾ ശരിക്കുമൊരു പർവ്വതം. അവശിഷ്ടങ്ങൾക്കിടയിലോ

ടാങ്കിനുള്ളിലോ പേഴ്സിന്റെ നേരിയ സൂചനപോലുമില്ല. അതു വീണ്ടെടുക്കാനാവാത്ത വിധം എവിടെയോ കുരുങ്ങിക്കിടക്കുകയാവാം. പക്ഷേ ടോട്ടോചാന് കുണ്ഠിതം തോന്നിയില്ല. അവളെന്തിനു ദുഃഖിക്കണം? തനിക്കാവുന്നതെല്ലാം അവൾ ചെയ്തുകഴിഞ്ഞു. മാസ്റ്റർ അവളെ ശകാരിക്കുകയോ സഹായിക്കുകയോ ചെയ്യാതിരുന്നതുകൊണ്ട് അവൾക്കു താൻ ചെയ്തതു ശരിയാണെന്നുതന്നെ തോന്നി. ആ തോന്നൽ അവളെ സംതൃപ്തയാക്കി. പക്ഷേ ഇതൊക്കെ വസ്തുനിഷ്ഠമായി മനസ്സിലാക്കാൻ തീരെ ചെറിയ കുട്ടിയായ ടോട്ടോചാന് അന്നു കഴിയുമായിരുന്നില്ല.

സാധാരണഗതിയിൽ, മുതിർന്നവരാരെങ്കിലും കൊച്ചുടോട്ടോയെ ഇത്തരമൊരവസ്ഥയിൽ കാണുകയാണെങ്കിൽ എങ്ങനെയായിരിക്കും പ്രതികരിക്കുക? 'എന്തു തലതിരിഞ്ഞ പണിയാ നീയീകാട്ടണേ?' എന്നോ 'ടോട്ടോ, നിർത്ത്. അപകടം പിടിച്ച പണിക്കു പോണ്ട' എന്നോ അവർ പറഞ്ഞേക്കും. ഇനി ചിലപ്പോൾ അവളെ സഹായിക്കാനായി മുന്നോട്ടു വന്നെന്നുമിരിക്കും.

സങ്കല്പിച്ചുനോക്കൂ. "തെരഞ്ഞുകഴിഞ്ഞാലേയ് ഒക്കേം തിരികെ കോരിയിടണം, എന്താ ഇടോ?" എന്നുമാത്രം പറയുന്ന ഒരു ഹെഡ്മാസ്റ്റർ; എന്തു നല്ല ഹെഡ്മാസ്റ്റർ. കൊബായാഷിമാസ്റ്റർ അതായിരുന്നു. ടോട്ടോചാനിൽ നിന്നു സംഭവം കേട്ടറിഞ്ഞ അമ്മ അതിശയിച്ചുപോയി, "ഇതൊരു വിശേഷപ്പെട്ട മാസ്റ്റർ തന്നെ!" അവർക്കു പറയാതിരിക്കാനായില്ല.

ടോയ്ലെറ്റിലേക്കു നോക്കാനുള്ള ടോട്ടോചാന്റെ ജിജ്ഞാസ ഏതായാലും ഇതോടെ അവസാനിച്ചു. തനിക്കു പൂർണ്ണമായും വിശ്വസിക്കാവുന്ന ഒരാളായി മാസ്റ്ററെ അവൾ കണ്ടു. അദ്ദേഹത്തോടവൾക്ക് മുമ്പെന്നത്തെക്കാളും ഇഷ്ടം തോന്നി.

ടോട്ടോചാൻ വാക്കുപാലിച്ചു. അവൾ എല്ലാം തിരികെ ടാങ്കിനുള്ളിലാക്കി. തിരികെ കോരുന്നത് ഒരു ഭയങ്കര ജോലിയായിരുന്നു. പക്ഷേ വേഗം കഴിഞ്ഞു. ചുറ്റുപാടുമുള്ള അവശിഷ്ടങ്ങൾ മുഴുവനും ടാങ്കിനുള്ളിൽ നിക്ഷേപിച്ചു. വെള്ളം ഊറിയിറങ്ങിയ ഭാഗത്തെ മണ്ണുകൂടി അവൾ ഉള്ളിലാക്കി, സ്ലാബ് യഥാസ്ഥാനത്തു സ്ഥാപിച്ചു. മൺവെട്ടി തിരികെ വാച്ചറുടെ ഷെഡ്ഡിനുള്ളിൽ കൊണ്ടുവച്ചു.

അന്നുരാത്രി ഉറങ്ങുന്നതിനുമുമ്പ് ഇരുട്ടിലേക്കു വീണുപോയ

തന്റെ മനോഹരമായ പേഴ്സിനെക്കുറിച്ച് അവളോർത്തു; ദുഃഖത്തോടെ. പക്ഷേ, പകൽ മുഴുവൻ നീണ്ടുനിന്ന കടുത്ത പണി അവളെ പരിക്ഷീണയാക്കിയിരുന്നു. ടോട്ടോചാൻ പെട്ടെന്ന് ഉറക്കത്തിലേക്കു വീണുപോയി.

എപ്പോഴെന്നറിയില്ല. അവൾ തന്റെ വിയർപ്പിറ്റുവീണ സ്കൂൾമുറ്റം കണ്ടു. അവിടെ നിലാവെളിച്ചം വീണു തിളങ്ങുന്ന ഈറൻമണ്ണ്.

മണ്ണിന്റെ നനവുകളിലെവിടെയോ അവളുടെ പ്രിയപ്പെട്ട പേഴ്സ് വിശ്രമിക്കുന്നു.

ടോട്ടോചാന്റെ ശരിയായ പേര്

ടോട്ടോചാന്റെ ശരിയായ പേര് തെത്സുകോ എന്നായിരുന്നു. അവളുടെ ജനനത്തിനു മുൻപ് ബന്ധുക്കളും സുഹൃത്തുക്കളുമൊക്കെ ഉറപ്പിച്ചു പറഞ്ഞു. "ആൺകുട്ടി തന്ന്യായിരിക്കും." കടിഞ്ഞൂൽപ്രസവമായിരുന്നതുകൊണ്ട് അച്ഛനും അമ്മയും അതു വിശ്വസിച്ചു. മകന് 'ടോറു' എന്നു പേരിടാൻ അവർ നിശ്ചയിച്ചു. തുളച്ചുകയറുന്നത്, നൈരന്തര്യമുള്ളത്, ശബ്ദംപോലെ മുഴക്കവും സ്ഫുടതയുമുള്ളത് എന്നൊക്കെയാണു 'ടോറു' എന്ന വാക്കിന് അർഥം. ചൈനയിൽനിന്നു വന്ന ആ പദത്തിന്റെ പുരുഷലക്ഷണങ്ങൾ അവർക്കിരുവർക്കും വല്ലാതെ ഇഷ്ടപ്പെട്ടു. പക്ഷേ, ജനിച്ചതു പെൺകുട്ടിയായിരുന്നു. അല്പം നിരാശ തോന്നിയെങ്കിലും 'ടോറു'വിന്റെ ചൈനീസ് രീതിയിലുള്ള ഉച്ചാരണമായ 'തെത്സു' അവർ തെരഞ്ഞെടുത്തു. പെൺകുട്ടികളുടെ പേരിനോട് ജപ്പാൻകാർ സാധാരണ ചേർക്കാറുള്ള 'കോ' എന്ന പ്രത്യയം കൂടി ചേർത്തപ്പോൾ അതു ശരിക്കുമൊരു പെണ്ണിന്റെ പേരായി.

ഏവരും അവളെ തെത്സുകോചാൻ എന്നു വിളിക്കാൻ തുടങ്ങി. (ജപ്പാൻകാർ പേരിനോടു ചേർത്തുവിളിക്കാറുള്ള 'സാൻ' എന്നതിന്റെ കൂടുതൽ ജനകീയമായ രൂപമാണ് 'ചാൻ') കൊച്ചു ടോട്ടോയ്ക്ക് ആ വളഞ്ഞുകുത്തിയ പേര് ഇഷ്ടപ്പെട്ടില്ല. ചോദിച്ചവരോടെല്ലാം അവൾ പറഞ്ഞു 'ടോട്ടോചാൻ'. ചാൻ എന്നതും തന്റെ പേരിന്റെ ഭാഗം തന്നെ എന്നായിരുന്നു അവളുടെ ധാരണ.

ഒരു ആൺകുട്ടിയെ എന്നപോലെ അച്ഛൻ അവളെ 'ടോട്സ്കി'

എന്നു വിളിക്കുമായിരുന്നു. "ടോട്സ്കി, അച്ഛനെയൊന്നു സഹായിക്ക്," അദ്ദേഹം പറയും. "ടോട്സ്കി, നമുക്കേ ഈ റോസാച്ചെടികളീന്ന് പൂച്ചികളെയൊക്കെ അടിച്ചോടിക്കണം ട്ടോ."

മറ്റെല്ലാവരും അവളെ ടോട്ടോചാൻ എന്നു വിളിച്ചുവന്നു; അച്ഛനും റോക്കിയുമൊഴികെ. സ്കൂളിലെ നോട്ട്ബുക്കിൽ തെത്സുകോ എന്നെഴുതിയിരുന്നെങ്കിലും അവൾ തന്നെ സ്വയം സങ്കല്പിച്ചത് ടോട്ടോചാനായിട്ടായിരുന്നു.

റേഡിയോയിലെ തമാശരാമന്മാർ

ഇന്നലെ അമ്മ ടോട്ടോചാനോടു പറഞ്ഞു, "ടോട്ടോ, ഇനിമുതൽ നീയ് റേഡിയോയിലെ ഫലിതപരിപാടി കേൾക്കാൻ പാടില്യ, മനസ്സിലായോ." അവളാകെ സ്തംഭിച്ചുപോയി. തടിയിൽ ആഡംബരപൂർവ്വം പണിതെടുത്ത കൂറ്റൻ റേഡിയോകളാണ് അക്കാലത്തുണ്ടായിരുന്നത്. ദീർഘചതുരാകൃതിയിലുള്ള ഇവയുടെ മുകൾഭാഗത്തു വട്ടത്തിലുള്ള ഒരു കമാനമുണ്ടായിരിക്കും. പിങ്കുനിറമുള്ള സിൽക്കിൽ പൊതിഞ്ഞ, ചിത്രപ്പണികളോടുകൂടിയ ഒരു വലിയ സ്പീക്കറിലൂടെയാണു ശബ്ദം പുറത്തുവരിക. ആകെ രണ്ടു നോബുകളേ ഉണ്ടാകൂ.

ഫലിതപരിപാടിയിലെ തമാശരാമന്മാരെ ടോട്ടോചാന് പണ്ടുതൊട്ടേ ഇഷ്ടമായിരുന്നു. സ്കൂളിൽ പോയിത്തുടങ്ങുന്നതിനു മുൻപുതന്നെ അവരുടെ പരിപാടി അവൾ കേട്ടുശീലിച്ചിരുന്നു. സ്പീക്കറിലെ പിങ്കുസിൽക്കിൽ ചെവിചേർത്തുവച്ച് അവൾ ശ്രദ്ധിക്കും. അവർ പറയുന്നതൊക്കെ അപാരമായ തമാശകളായാണ് അവൾക്കു തോന്നിയത്. അതു കേൾക്കുന്നതിന് ഇന്നലെ വരെ അമ്മ എതിർപ്പുപറഞ്ഞിട്ടില്ല.

ഇന്നലെ ഒരു സംഭവമുണ്ടായി. അച്ഛന്റെ ഓർക്കെസ്ട്രയിലെ ചില സുഹൃത്തുക്കൾ രാത്രി വീട്ടിൽ വന്നിരുന്നു. സ്ട്രിങ് ക്വാർട്ടെറ്റ് (രണ്ടു വയലിൻ, വയോള, സെല്ലോ എന്നീ ഉപകരണങ്ങളിൽ നാലു പേർ ചേർന്നു നടത്തുന്ന സംഗീതപരിപാടി) പരിശീലിക്കാനായിരുന്നു അവർ വന്നത്.

"ടോട്ടോചാൻ, നോക്ക് താചിബാന അമ്മാവൻ നിനക്ക് വാഴപ്പഴം കൊണ്ടുവന്നിരിക്കുന്നു!" അമ്മ പറഞ്ഞു.

പെരുത്തു സന്തോഷത്തിലായ ടോട്ടോചാൻ, അച്ഛനോടൊപ്പം സെല്ലോ വായിക്കുന്ന ത്സുനെസദാ താചിബാനയെ ഭവ്യതയോടെ വണങ്ങിയശേഷം അമ്മയെ നോക്കി ഒരു കാച്ചങ്ങു കാച്ചി, "ഈ വാഴപ്പഴം അസ്സല് തന്തേക്കൊല്ലി സാധനാണല്ലോ!"

തുടർന്നു തമാശരാമന്മാരുടെ പരിപാടി അവൾക്ക്, അച്ഛനും അമ്മയും പുറത്തുപോകുന്ന സമയം നോക്കി രഹസ്യമായി കേൾക്കേണ്ടിവന്നു. നടന്മാർ നല്ല മൂഡിലായിരിക്കുമ്പോൾ ടോട്ടോചാൻ തലയറഞ്ഞു ചിരിക്കാൻ തുടങ്ങും. മുതിർന്ന ആരെങ്കിലും ആ ദൃശ്യം കാണുകയാണെങ്കിൽ മൂക്കത്തു വിരൽ വച്ചുപോകും. ഇത്ര കടുത്ത വക്രോക്തികൾ ഈ പിഞ്ചുകുഞ്ഞിന് എങ്ങനെ മനസ്സിലാകാനാണ് എന്നായിരിക്കും അവരുടെ ചിന്ത.

കുട്ടികൾക്ക് സഹജമായ ഫലിതബോധമുണ്ടെന്നു പലരും മനസ്സിലാക്കാറില്ല. എപ്പോഴാണു ചിരിക്കേണ്ടതെന്നു കുട്ടികൾക്കറിയാം. ഏതു പറക്കമുറ്റാത്ത പ്രായത്തിലുമായിക്കോട്ടെ ശരിയായ ഫലിതം കടന്നുവരുമ്പോൾ അവർ അറഞ്ഞുചിരിക്കും.

പുതിയ തീവണ്ടിമുറി വരുന്നു

"ഇന്നു രാത്രീല് ഒരു പുത്തൻ തീവണ്ടിമുറി വര്ണു!" ഊണിന്റെ ഇടവേളയിൽ മിയോചാനാണ് ഈ വിവരം ഏവരെയും അറിയിച്ചത്. മിയോചാൻ മാസ്റ്ററുടെ മൂന്നാമത്തെ മകളാണ്. ടോട്ടോചാന്റെ ക്ലാസ്സിൽ പഠിക്കുന്നു.

ഇപ്പോൾ ആറു തീവണ്ടിമുറികളാണുള്ളത്. ഒരെണ്ണം കൂടി വരുന്നു. "പുതിയത് ലൈബ്രറിക്കു വേണ്ട്യാ" മിയോചാൻ താനറിഞ്ഞ വിവരം പ്രഖ്യാപിച്ചു. കുട്ടികൾക്ക് അതിയായ ജിജ്ഞാസ തോന്നി.

"സ്കൂളിന്റുള്ളിലേക്ക് അതെങ്ങന്യാ ആവോ കൊണ്ടുവര്ക?" ഒരു കുട്ടി തന്റെ സംശയം പ്രകടിപ്പിച്ചു. നിമിഷനേരത്തേക്ക് ക്ലാസ് നിശബ്ദമായി. കുട്ടികൾക്ക് അതൊരു കീറാമുട്ടിയായിരുന്നു. ഒടുവിൽ ആരോ ഒരു വഴി കണ്ടുപിടിച്ചു.

"ഓയ്മാചി ലൈനിലെ പാളത്തിലൂടെ ഓടിച്ചുവന്നിട്ട് ലെവൽക്രോസില് വച്ച് ഇങ്ങോട്ടു തിരിയുമായിരിക്കും."

"എന്നിട്ട് റെയിലീന്ന് എളക്കിമാറ്റ്വായിരിക്കും" ആരോ കൂട്ടി

ച്ചേർത്തു.

"ചെലപ്പോ, വെറുമൊരുന്തുവണ്ടീലായിരിക്കും കൊണ്ട് വര്ക." മറ്റൊരു കുട്ടി പറഞ്ഞു.

അതിനോടു പലരും യോജിച്ചില്ല. "വല്യ തീവണ്ടിമുറി കൊണ്ടുവരാനുള്ള ഉന്തുവണ്ടി ഉണ്ടാവില്യ."

"പിന്നെങ്ങന്യാ..."

കണ്ടെത്തലുകൾ ഏതാണ്ട് അവസാനിച്ചു. ഏതിനും ഒരു കാര്യം അവർ തീർച്ചയാക്കി. തീവണ്ടി ഉന്തുവണ്ടിയിലെന്നല്ല കൂറ്റൻട്രക്കിൽ പോലും കൊള്ളില്ല.

ടോട്ടോചാൻ ഒന്നും മിണ്ടാതിരിക്കുകയായിരുന്നു. "പാളം

വരും!" ഏറെ നേരത്തെ ആലോചനയ്ക്കുശേഷം അവൾ പറഞ്ഞു. "അതേയ്, ഇങ്ങ് സ്കൂളിന്റുള്ളിലോളം പാളങ്ങളിട്വായിരിക്കും!"

"എവിടുന്നാ ഇട്ടു തൊടങ്ങ്ക?" ആരോ ചോദിച്ചു.

"അതിപ്പോ.... എവിടുന്നാ? തീവണ്ടി ഇപ്പൊ എവിട്യാ കെടക്ക്ണെ. അവിടംതൊട്ട്" ടോട്ടോചാന്റെ മറുപടി പെട്ടെന്നായിരുന്നു. എങ്കിലും പറഞ്ഞതിലെന്തോ പിശകുണ്ടെന്ന് അവൾക്കു തോന്നി. തീവണ്ടി എവിടെനിന്നാണു വരുന്നതെന്ന് അവൾക്കു തിട്ടമുണ്ടായിരുന്നില്ല. മാത്രമല്ല സ്കൂളിലേക്ക് നേരിട്ടു പാളങ്ങളിടണമെങ്കിൽ വീടുകളും മറ്റും ഇടിച്ചുമാറ്റേണ്ടിവന്നേക്കും. അതു സാധ്യമല്ലല്ലോ. ഏതായാലും തീവണ്ടി വരട്ടെ.

ഇന്നു വീട്ടിലേക്കു മടങ്ങേണ്ട. തീവണ്ടിമുറിയുടെ വരവു കാണുകതന്നെ. വിവിധ സാധ്യതകളെക്കുറിച്ചുള്ള കഴമ്പില്ലാത്ത ചർച്ചയുടെ ഒടുവിൽ അവർ തീരുമാനിച്ചു. അതിനു രാത്രിവരെ സ്കൂളിൽ തങ്ങാൻ മാസ്റ്റർ അനുവാദം തരണം. മിയോചാൻ അവരുടെ പ്രതിനിധിയായി അച്ഛന്റെ അടുക്കലേക്കു പോയി. അല്പനേരത്തിനുള്ളിൽ അവൾ മടങ്ങിവന്നു.

"പുതിയ മുറി പാതിരയ്ക്കേ വരുള്ളൂത്രേ; മറ്റു തീവണ്ടികളൊക്കെ ഓട്ടം നിർത്തിക്കഴിഞ്ഞ്" അവൾ അറിയിച്ചു. "വര്ണത് കാണണങ്കിലേയ്, എല്ലാരും വീട്ടില് ചെന്ന് അനുവാദം വാങ്ങണംന്നു പറഞ്ഞു. എന്നിട്ട് അത്താഴം കഴിച്ച്, പൈജാമേം കമ്പിളീംക്കെ വേണങ്കില് അതുമെടുത്ത് അങ്ങു പോരാം!"

"ഉവ്വോ?" മുൻപൊന്നും അവർ ഇത്രയേറെ അതിശയിച്ചു കാണില്ല.

"മാസ്റ്ററ് പൈജാമ കൊണ്ട്രാൻ പറഞ്ഞോ?"

"കമ്പിളീം?"

ഉച്ചകഴിഞ്ഞ് ആർക്കും തന്നെ പാഠങ്ങളിൽ ശ്രദ്ധിക്കാൻ കഴിഞ്ഞില്ല. പള്ളിക്കൂടം വിട്ട ഉടൻ ടോട്ടോചാന്റെ ക്ലാസ്സിലെ എല്ലാ കുട്ടികളും വീട്ടിലേക്കു പാഞ്ഞു; പൈജാമ അണിഞ്ഞ്, കമ്പിളി പുതച്ചു പാതിരാത്രിയിൽ വീണ്ടും കണ്ടുമുട്ടാൻ പ്രാർഥിച്ചുകൊണ്ട്.

"പുത്തൻ തീവണ്ടി വര്ണു! അതെങ്ങന്യാ അവിടെത്തിക്കാമ്പോണെന്ന് ഞങ്ങൾക്കാർക്കും അറീല്യ. പിന്നെ, പൈജാമേം കമ്പിളീം. എനിക്കും പൂവ്വാല്ലോ?" വീട്ടിലെത്തിയപാടേ അവൾ

അമ്മയോടു പറഞ്ഞു.

അമ്മയ്ക്ക് അവൾ പറഞ്ഞതെന്തെന്നു പിടികിട്ടിയില്ല. ഇത്രയും കേട്ടാൽ അവർക്കെന്താണ് ഊഹിക്കാൻ കഴിയുക? എങ്കിലും ടോട്ടോചാന്റെ മുഖത്തെ ഗൗരവഭാവം കണ്ടപ്പോൾ വിശേഷപ്പെട്ട എന്തോ ഒന്നിന്റെ സൂചന അവർക്കു ലഭിച്ചു.

ചോദ്യങ്ങൾകൊണ്ടു ചിക്കിച്ചികഞ്ഞാണ് ഒടുക്കം അമ്മ അതു കണ്ടുപിടിച്ചത്. പുതിയ റെയിൽവേ കോച്ചിന്റെ വരവ്! കൊച്ചു ടോട്ടോ അതു കാണേണ്ടതുതന്നെയാണ്. അവർ വിചാരിച്ചു. ഇത്തരം അവസരം അവൾക്കു മുൻപുണ്ടായിട്ടില്ലല്ലോ. റെയിൽവേ കോച്ച് കൊണ്ടുവരുന്നതു കാണാൻ വാസ്തവത്തിൽ അവർക്കു പോലുമുണ്ടായിരുന്നു ആഗ്രഹം.

അത്താഴം കഴിഞ്ഞു പൈജാമയും കമ്പിളിയുമെടുത്ത് അമ്മയും ടോട്ടോചാനും സ്കൂളിലെത്തി. പത്തോളം പേർ നേരത്തെ വന്നെത്തിയിട്ടുണ്ട്. ചിലർ മുതിർന്ന ക്ലാസിലുള്ളവരാണ്. അവരും വിവരം നേരത്തെ അറിഞ്ഞിരുന്നു. പിന്നെ രണ്ടുമൂന്നു പേരുടെ അമ്മമാരുമുണ്ട്. അന്നുരാത്രി അവിടെ തങ്ങാൻ അവർക്കൊക്കെയും താല്പര്യമുണ്ടായിരുന്നു. പക്ഷേ, മാസ്റ്റർ അമ്മമാരെയെല്ലാം തിരിച്ചയച്ചു.

കുട്ടികളും മാസ്റ്ററും അസംബ്ലിഹാളിലെത്തി. "വരുമ്പൊ വിളിച്ചുണർത്താം. എന്താ?" മാസ്റ്റർ കൊടുത്ത ഉറപ്പിന്മേൽ എല്ലാവരും തങ്ങളുടെ കമ്പിളികൾക്കുള്ളിലൊതുങ്ങി ഹാളിൽ നിരന്നുകിടന്നു.

"തീവണ്ടി മുറി എങ്ങന്യാ വരക്...?" ആ വിസ്മയവുമായി അവർക്കുറങ്ങാനേ കഴിഞ്ഞില്ല. പക്ഷേ, ഏറെ നേരത്തെ ഉത്കണ്ഠാകുലമായ ചിന്തകൾക്കും വാഗ്വാദങ്ങൾക്കും ശേഷം കുട്ടികൾ നന്നേ തളർന്നിരുന്നു. ആലസ്യം അവരുടെ കൊച്ചുകണ്ണുകളെ കീഴടക്കി. "ഒറപ്പായും വിളിക്കൂലോ" എന്നു പറയാനാവും മുമ്പേ മിക്കപേരും ഗാഢമായ ഉറക്കത്തിലേയ്ക്കു വഴുതിവീണു.

"എത്തീ, എത്തീ... തീവണ്ടിയെത്തീ...!"

പ്രളയം വരുന്നതുപോലുള്ള ശബ്ദകോലാഹലം കേട്ട് ഞെട്ടിയുണർന്ന ടോട്ടോചാൻ ഒരു നിമിഷംപോലും പാഴാക്കാതെ പുറത്തേക്കു കുതിച്ചു. സ്കൂൾമൈതാനവും കടന്നു ഗേറ്റിനുപുറത്തെത്തി. പ്രഭാതത്തിലെ മഞ്ഞുപാളികൾക്കിടയിലൂടെ ആ രാജകീയ

മായ വരവ് കുറേശ്ശെ കാണാം. ഭീമാകാരനായ തീവണ്ടി മുറി! ആ കാഴ്ച ഒരു കിനാവുപോലിരുന്നു. ചൂളംവിളികളോ താളത്തിലുള്ള മുഴക്കങ്ങളോ ഇല്ലാതെ, പാളങ്ങളില്ലാതെ വിജനമായ തെരുവിലൂടെ ഒരു തീവണ്ടി വരുന്നു. അവനെ ഒരു കൂറ്റൻ ട്രെയിലറിലേറ്റിയിരിക്കുകയാണ്. ഒയ്മാചി റെയിൽവേഡിപ്പോയിൽനിന്നുള്ള ഒരു ട്രാക്ടർ ട്രെയിലറിനെ വലിച്ചുകൊണ്ടുവരുന്നു. ശരിക്കുമൊരു സ്വപ്നം തന്നെ; അതിലുപരി അവരുടെ സംശയങ്ങൾക്കുള്ള ഉത്തരവും. ഉന്തുവണ്ടിയെക്കാൾ വളരെയേറെ വലിപ്പമുള്ള ട്രെയിലർ. അതിനെ വലിച്ചുകൊണ്ടുവരുന്നതോ ട്രാക്ടർ എന്നു വിളിക്കുന്ന ചെറിയൊരു വാഹനം! ആ രീതി അവർക്കു നന്നേ പിടിച്ചു.

ട്രെയിലറിനു മുകളിലേറി പുലർച്ചയുടെ വിജനതയിലൂടെ, പുതിയ തീവണ്ടി മുറി മെല്ലെ നീങ്ങുകയായിരുന്നു.

ആ കോച്ച് താഴെയിറക്കാൻ പണിക്കാരെത്തി. സ്കൂൾ മുറ്റത്തുവല്ലാത്ത തിക്കും തിരക്കും. അക്കാലത്തു പടുകൂറ്റൻ ക്രെയിനുകളുണ്ടായിരുന്നില്ല. അതുകൊണ്ട് ട്രെയിലറിൽനിന്നു കോച്ച് താഴെയിറക്കി മൈതാനത്തിൽ, യഥാസ്ഥാനത്തായി സ്ഥാപിക്കുക എന്നതു ശ്രമകരമായിരുന്നു. പണിക്കാർ മുഴുത്ത തടിയുരുളുകൾ റെയിൽവേകോച്ചിനടിയിലായി നിരത്തി. അതിലൂടെ മെല്ലെയുരുണ്ട് കോച്ച് സ്കൂൾപ്പറമ്പിലേക്കിറങ്ങിത്തുടങ്ങി.

"ശ്രദ്ധിച്ചോളൂ ട്ടോ" മാസ്റ്റർ പറഞ്ഞു. "ആ കാണുന്ന തടിയുരുളുകളാണ് റോളറുകൾ. ഉരുട്ടിനീക്കാനുള്ള അവയുടെ കഴിവുകൊണ്ടാണു വണ്ടി നീങ്ങുന്നത്."

കുട്ടികൾ ഏകാഗ്രരായിനിന്നു ശ്രദ്ധിച്ചു.

"ഹോ... ഹോയ്... ഹോ... ഹോയ്..." പണിക്കാർ പാടിക്കൊണ്ടിരുന്നു. കിഴക്ക്, ചക്രവാളത്തിന്റെ ചുവപ്പിൽ മുറുകുന്ന പാട്ടിനൊത്തെന്നോണം സൂര്യന്റെ വരവായി.

മറ്റ് ആറുമുറികളെയുംപോലെ, ഒരു കാലത്ത് ഒരുപാട് യാത്രികരെയുംകൊണ്ടു പാഞ്ഞുനടന്നിരുന്ന ഈ തീവണ്ടിമുറിയുടെയും ചക്രങ്ങൾ ഇളക്കിമാറ്റിയിരുന്നു. അതിന്റെ സഞ്ചാരജീവിതം അവസാനിച്ചുകഴിഞ്ഞു. അതിനുള്ളിൽ ഇനി കുട്ടികളുടെ പൊട്ടിച്ചിരികളും കലപിലകളും മാത്രം.

തങ്ങളുടെ പൈജാമകളിൽ പുലരിവെട്ടം വീണുതിളങ്ങവേ റ്റോമോയിലെ ആൺകുട്ടികളും പെൺകുട്ടികളും മതിമറന്നാഹ്ലാദി

ച്ചു. ആനന്ദാതിരേകത്താൽ അവർ തുള്ളിച്ചാടി. മാസ്റ്ററുടെ കഴുത്തിൽ പൂണ്ടടക്കം പിടിച്ചു. ആ കൈകളിൽത്തൂങ്ങി ഊയലാടി.

സംഘംചേർന്നുള്ള ഈ ആക്രമണത്തിൽ വിമ്മിട്ടപ്പെടുന്നുണ്ടായിരുന്നെങ്കിലും മാസ്റ്റർ നിറഞ്ഞുചിരിച്ചു. അതുകണ്ട് കൊച്ചുടോട്ടോയും കൂട്ടുകാരും ഒന്നിച്ചുചിരിച്ചു.

ആഹ്ലാദാതിരേകത്തിന്റെ ആ ദിനം അവരിലാരും ഒരിക്കലും മറന്നില്ല.

നീന്തൽക്കുളം

ടോട്ടോചാൻ സ്മരണയിൽ പ്രത്യേകം കുറിച്ചിട്ട ഒരു ദിനമായിരുന്നു അത്. കുളത്തിലിറങ്ങി നീന്തുക; അതും നൂൽബന്ധമില്ലാതെ! ആ ആദ്യാനുഭവം അവൾക്കെങ്ങനെ മറക്കാനാകും?

അന്നേദിവസം രാവിലെ മാസ്റ്റർ കുട്ടികളോടു പറഞ്ഞു, “ഇന്നെന്തൊരു ചൂടാ. നീന്തൽക്കുളത്തില് വെള്ളം നിറച്ചാലോ?”

“ഹായ്, നെറയ്ക്കാം നെറയ്ക്കാം,” റ്റോമോയിലെ അൻപതു വിദ്യാർഥികളും ഒന്നിച്ചു വിളിച്ചുപറഞ്ഞു.

“ഹോയ്, ഹൂയ്...” ഒന്നാംക്ലാസുകാരായ ടോട്ടോയ്ക്കും കൂട്ടുകാർക്കും മുതിർന്നവരെക്കാൾ ഉത്സാഹവും ധൃതിയുമായിരുന്നു. സാധാരണ നീന്തൽക്കുളങ്ങൾ ദീർഘചതുരാകൃതിയിലാണ്. പക്ഷേ, റ്റോമോയിലേത് ഒരറ്റം താരതമ്യേന ഇടുങ്ങിയത്. ചന്തമുള്ള ഒരു വള്ളത്തിനോടായിരുന്നു അതിനു സാമ്യം. അവിടത്തെ ഭൂമിയുടെ കിടപ്പായിരിക്കാം അതിനു കാരണം. പക്ഷേ, തീവണ്ടിമുറികൾക്കും അസംബ്ലിമന്ദിരത്തിനും മധ്യത്തിലായുള്ള ആ നീന്തൽക്കുളം സാധാരണയിലേറെ വിശാലവും തെളിവുറ്റതുമായിരുന്നു.

ക്ലാസ് തകർത്തുനടക്കുകയാണ്. പക്ഷേ, ടോട്ടോചാന്റെയും കൂട്ടുകാരുടെയും കൺനോട്ടങ്ങൾ ഇടയ്ക്കിടെ ജനൽ കടന്നു തെളിമയുള്ള ജലപ്പരപ്പിൽ പതിച്ചുകൊണ്ടിരുന്നു. ജലരഹിതമായ അവസ്ഥയിൽ കരിയിലകൾ മൂടി കളിസ്ഥലംപോലെ കിടക്കുന്ന കുളമാണ് അവർ കണ്ടിട്ടുള്ളത്. അതിപ്പോൾ കഴുകി വെടിപ്പാക്കിയിരിക്കുന്നു. ജലം കുറേശ്ശെ നിറഞ്ഞുതുടങ്ങിയിരിക്കുന്നു. നീന്തുവാൻ പാകത്തിലുള്ള ശരിയായ ഒരു കുളം.

ഒടുവിൽ ഉച്ചഭക്ഷണത്തിന്റെ ഇടവേളയെത്തി.

"ആദ്യം ലേശം വ്യായാമം. പിന്നെ നീന്തലും മുങ്ങിക്കുളീം," കുളക്കരയിൽ കൂട്ടംകൂടിനിന്ന കുട്ടികളെ നോക്കി മാസ്റ്റർ പറഞ്ഞു.

"അയ്യോ! എനിക്കൊരു നീന്തൽവേഷം ഇല്ല്യാലോ... എന്താ ചെയ്ക?" ടോട്ടോചാൻ തന്നോടുതന്നെ പറഞ്ഞു. മുമ്പൊരിക്കൽ അവൾ അച്ഛനോടും അമ്മയോടുമൊപ്പം 'കമാകുറ'യിൽ പോയപ്പോൾ നീന്താനുള്ള വേഷവിധാനങ്ങളെല്ലാം കരുതിയിരുന്നു. മാസ്റ്റർ നീന്തൽവസ്ത്രങ്ങൾ കൊണ്ടുവരാൻ ആവശ്യപ്പെട്ടിരുന്നോ? അവൾ ഓർത്തുനോക്കി.

"നീന്തൽവേഷത്തിന്റെ കാര്യത്തിൽ വിഷമിക്കണ്ടട്ടോ," അവളുടെ മനസ്സു വായിച്ചിട്ടെന്നപോലെ മാസ്റ്റർ പറഞ്ഞു, "അസംബ്ലി ഹാളിലേക്കൊന്നു ചെന്നുനോക്കിയാട്ടെ."

ടോട്ടോചാനും ഒന്നാംതരത്തിലെ മറ്റു കുട്ടികളും അസംബ്ലി ഹാളിലേക്കു നടന്നു. അവിടെ മുതിർന്ന ക്ലാസുകാരൊക്കെ ഹരം പിടിപ്പിക്കുന്ന ഒരു കുളിക്കുള്ള തയ്യാറെടുപ്പിലാണ്. ആഹ്ലാദത്തിമിർപ്പോടെ അവർ വസ്ത്രങ്ങൾ അഴിച്ചുമാറ്റിക്കൊണ്ടിരുന്നു.

നിശ്ശേഷം നഗ്നരായ കുട്ടികൾ ഒന്നിനു പുറകെ ഒന്നായി സ്കൂൾമൈതാനത്തിലേക്കോടി. ധൃതിയിൽ വസ്ത്രങ്ങളഴിച്ചുവച്ച് ഒന്നാംതരക്കാരും അവരെ പിന്തുടർന്നു. വെയിലത്ത് ഉടുതുണിയില്ലാതെ നടക്കുക രസകരംതന്നെയായിരുന്നു. ഹാളിനു പുറത്തെ പടവുകളിറങ്ങുമ്പോൾ തന്നെ കൊച്ചുടോട്ടോയും സംഘവും അതു കണ്ടു. മറ്റുള്ളവർ വ്യായാമമാരംഭിച്ചുകഴിഞ്ഞിരിക്കുന്നു. പൂർണനഗ്നരായി അവർ കുളക്കരയിലേക്കോടി.

മിയോചാന്റെ മൂത്തസഹോദരനാണു പരിശീലകൻ. അതായതു മാസ്റ്ററുടെ മകൻ. സമർഥനായ ഒരു ജിംനാസ്റ്റുകൂടിയായ അയാൾ റ്റോമോയിൽ അധ്യാപകനായിരുന്നില്ല; പക്ഷേ യൂണിവേഴ്സിറ്റി നീന്തൽ ടീമിൽ അംഗമാണ്. റ്റോമോ എന്നായിരുന്നു അയാളുടെ പേര്. സ്കൂളിന്റെ അതേ പേര്! റ്റോമോസാൻ നീന്തൽവസ്ത്രങ്ങൾ ധരിച്ചിരുന്നു.

വ്യായാമം കഴിഞ്ഞു ചൂടുപിടിച്ച ശരീരത്തിലേക്കു തണുത്ത വെള്ളം തെറ്റിത്തെറിപ്പിച്ച് ഇക്കിളിപൂണ്ടു നിലവിളിച്ചുകൊണ്ട് ഓരോരുത്തരായി കുളത്തിലേക്കു ചാടി. ഇറങ്ങിയവർക്ക് വെള്ളത്തിൽ നിൽക്കാനാവുന്നുണ്ടോ എന്നു പ്രത്യേകം നിരീക്ഷിച്ചു ബോധ്യംവന്നശേഷമേ ടോട്ടോചാൻ കുളത്തിലേക്കു കാലെടു

ത്തുവച്ചുള്ളൂ. കുളിമുറിച്ചുവരുകൾക്കുള്ളിലെ ഇളംചൂടില്ല. കൈയെത്തുന്നിടത്തെല്ലാം ജലം മാത്രം. ഹൃദ്യവും വിശാലവുമായ നീലക്കുളം. തെളിഞ്ഞ ജലപ്പരപ്പ്.

പൊട്ടിച്ചിരിച്ച്, കലപിലകൂട്ടി, വെള്ളം തെറ്റി ആൺകുട്ടികളും പെൺകുട്ടികളും; മെലിഞ്ഞവരും ചീർത്തവരും– ഉടുതുണിയില്ലാത്ത കുട്ടികളുടെ ഒരു പറ്റം!

"ഹായ് നീന്തൽ എന്തുരസാ!" അടക്കാനാവാത്ത ആഹ്ലാദത്തോടെ ടോട്ടോചാൻ വിചാരിച്ചു. ഒരു കാര്യത്തിൽ മാത്രമേ അവൾക്കു വിഷമമുണ്ടായിരുന്നുള്ളൂ. റോക്കിക്ക് സ്കൂളിൽ വരാനാവില്ല! നീന്തൽവേഷം ധരിക്കാതെ കുളത്തിലിറങ്ങാനാവുമെന്നറിഞ്ഞിരുന്നെങ്കിൽ റോക്കിയും ഒപ്പം നീന്താൻ വന്നേനെ. അക്കാര്യം അവൾക്ക് ഉറപ്പായിരുന്നു.

നഗ്നരായി നീന്താൻ കുട്ടികളെ മാസ്റ്റർ അനുവദിച്ചതെന്തിന്? ചിലർ അത്ഭുതപ്പെട്ടേക്കാം. റ്റോമോയിൽ നീന്തലിനു നിയമങ്ങളില്ലായിരുന്നു. പ്രത്യേകവസ്ത്രങ്ങൾ കൊണ്ടുവരാം. അതു ധരിച്ചുകൊണ്ടു നീന്താം. പ്രശ്നമൊന്നുമില്ല. അതല്ല, ഇന്നത്തെപ്പോലെ പൊടുന്നനെ തീരുമാനിക്കുന്നുവെന്നിരിക്കട്ടെ. വസ്ത്രങ്ങൾ കരുതിയിട്ടില്ല. സാരമില്ല. വേഷം ധരിക്കാതെ കുളത്തിലിറങ്ങാം. പ്രശ്നമേയില്ല! എന്നാലും മാസ്റ്റർ എന്തിനാണവരെ പൂർണനഗ്നരായി നീന്താനയച്ചത്? മാസ്റ്റർക്കു വ്യക്തമായ കാരണങ്ങളുണ്ടായിരുന്നു– തങ്ങളുടെ ശരീരഘടനയിലെ വ്യത്യാസത്തെക്കുറിച്ച് ആൺകുട്ടികളും പെൺകുട്ടികളും അനാരോഗ്യകരമായ കൗതുകം വച്ചുപുലർത്താൻപാടില്ലെന്ന് അദ്ദേഹം കരുതി. ശരീരം പരസ്പരം മറച്ചുപിടിക്കാനുള്ള മനുഷ്യന്റെ വ്യഗ്രത പ്രകൃതിവിരുദ്ധമാണെന്ന് അദ്ദേഹം ഉറച്ചുവിശ്വസിച്ചു.

മനുഷ്യശരീരം എത്ര മനോഹരമാണെന്നു കുട്ടികൾ മനസ്സിലാക്കണം. അതു മാസ്റ്റർക്കു നിർബന്ധമായിരുന്നു. റ്റോമോസ്കൂളിൽ യാസ്വാക്കിചാനെപ്പോലെ പോളിയോ ബാധിച്ച കുട്ടികളുണ്ടായിരുന്നു. മറ്റുതരത്തിൽ അംഗവൈകല്യം വന്നവർ, കൃശഗാത്രർ– എല്ലാമുണ്ടായിരുന്നു. അവർ ഉടുവസ്ത്രങ്ങളുടെ മറയില്ലാത്ത അവയവങ്ങളുമായി മറ്റുള്ളവരോടൊപ്പം കളിക്കട്ടെ. അതവരെ ലജ്ജാശീലത്തിൽനിന്നകറ്റും. അവരിൽ അപകർഷബോധമുണ്ടാവാതെ സൂക്ഷിക്കും ഇത്തരത്തിലായിരുന്നു മാസ്റ്റർ ചിന്തിച്ചത്. വൈകല്യങ്ങൾകാരണം ലജ്ജാലുക്കളും വിമുഖരുമാ

യിത്തീർന്ന കുട്ടികൾ കുറേശ്ശെ സ്വയം തിരിച്ചറിഞ്ഞ് ആനന്ദിക്കാൻ തുടങ്ങുമെന്നും താമസിയാതെ തന്നെ തങ്ങളുടെ അപകർഷ ബോധത്തെ അവർ പൂർണമായും കീഴടക്കുമെന്നും അദ്ദേഹം അനുഭവത്തിൽനിന്നു മനസ്സിലാക്കി.

മാസ്റ്ററുടെ ഈ നിലപാട് ചില രക്ഷാകർത്താക്കൾക്കു വിഷമമുണ്ടാക്കാതിരുന്നില്ല. അവർ നീന്തൽവസ്ത്രങ്ങൾ കൊടുത്തയയ്ക്കാൻ എല്ലായ്പ്പോഴും ശ്രദ്ധിച്ചു. സ്ഥിരമായി അവ ഉപയോഗിക്കുന്നുണ്ടെന്നായിരുന്നു അവരുടെ ധാരണ. പക്ഷേ, എത്രയോ അപൂർവമായി മാത്രമാണു കുട്ടികൾ അവ ധരിച്ചിരുന്നത്! ടോട്ടോ ചാനെപ്പോലെ, ഉടുതുണിയില്ലാതെ നീന്തുന്നതാണ് ഉത്തമമെന്ന് ആരംഭത്തിൽത്തന്നെ തീരുമാനിച്ചവരുമുണ്ട്, “വേഷം കൊണ്ട്രാൻ മറന്നൂല്ലോ” എന്നു പറഞ്ഞുകൊണ്ട് അവർ സൂത്രത്തിൽ തുണിയുടുക്കാതെതന്നെ കുളത്തിലേക്കു ചാടും. ക്രമേണ മിക്ക കുട്ടികൾക്കും അതു ബോധ്യപ്പെട്ടു. നഗ്നരായി നീന്തുന്നതാണു രസം. അവർ തിരുമാനിച്ചു. നീന്തൽവേഷം നനച്ചു വീട്ടിൽ കൊണ്ടുപോകാൻ മാത്രം അവർ ശ്രദ്ധിച്ചു. അങ്ങനെ, നീന്തൽവേഷം ധരിച്ചുണ്ടായ വെളുത്ത അടയാളം റ്റോമോ വിദ്യാർത്ഥികൾക്കിടയിൽ തീരെ അപൂർവ്വമായിത്തീർന്നു. ക്രമേണ അവരെല്ലാം ബെറിപ്പഴങ്ങൾ പോലെ തവിട്ടുനിറമുള്ളവരായി.

പ്രോഗ്രസ് കാർഡ്

ഇടംവലം നോക്കാതെ ടോട്ടോചാൻ ഓടുകയായിരുന്നു. വീട്ടിലേക്ക്. സ്കൂൾബാഗ് പിന്നിൽ ഉലഞ്ഞുകൊണ്ടിരുന്നു. ദാരുണമായതെന്തോ സംഭവിച്ചിരിക്കുന്നുവെന്നേ കാഴ്ചക്കാർക്കു തോന്നൂ. അത്രയ്ക്കു ഭ്രാന്തമായ വേഗതയിലായിരുന്നു ഓട്ടം. സ്കൂളിന്റെ ഗേറ്റു കടന്നതുമുതൽ ആരംഭിച്ചതാണ് ഈ പാച്ചിൽ; പിന്നെ തീവണ്ടിയിൽനിന്നിറങ്ങിയതു തൊട്ടും.

“ഞാനിങ്ങെത്ത്യേ!” പടി കടക്കേണ്ട താമസം മുൻവശത്തെ വാതിൽ വലിച്ചുതുറന്നുകൊണ്ട് അവൾ വിളിച്ചുപറഞ്ഞു. ശേഷം ഇഷ്ടക്കാരൻ റോക്കിയെ തിരയാനാരംഭിച്ചു. അവൻ ഉമ്മറത്തു തറയിലെ തണുപ്പുപറ്റി കിടക്കുകയായിരുന്നു. ഒരക്ഷരം ഉരിയാടാതെ

കൊച്ചുടോട്ടോ അവന്റെ മുന്നിൽ കുത്തിയിരുന്നു. ബാഗ് കഴു ത്തിൽനിന്നൂരി സ്കൂളിലെ പ്രോഗ്രസ് കാർഡ് പുറത്തെടുത്തു. അത് അവൾക്ക് ആദ്യമായി കിട്ടിയ പ്രോഗ്രസ് കാർഡായിരുന്നു. റോക്കിക്കു കാണാൻ പാകത്തിൽ അതു നിവർത്തിപ്പിടിച്ചു.

"നോക്ക്," തെല്ലഭിമാനത്തോടെ കൊച്ചുടോട്ടോ പറഞ്ഞു. കാർഡിൽ 'എ', 'ബി' തുടങ്ങിയ വിവിധ ഗ്രേഡുകൾ രേഖപ്പെടു ത്തിയിരുന്നു. 'എ'യാണോ 'ബി'യാണോ കൂടുതൽ കേമമെന്ന് അവൾക്കുതന്നെ നിശ്ചയമില്ല. റോക്കിയ്ക്കാകട്ടെ സംഗതിയാകെ ദുരൂഹവും. പക്ഷേ, മറ്റാരെക്കാളും മുന്നേ കാർഡ് കാണേണ്ടത് റോക്കിയായിരിക്കണമെന്ന് അവൾ തീരുമാനിച്ചിരുന്നു. അവന്റെ വിസ്മയത്തിന് അതിരുണ്ടാവില്ലെന്ന് അവൾക്കുറപ്പായിരുന്നു.

മുന്നിൽക്കണ്ട കടലാസ് മൂക്കുവിടർത്തി പരിശോധിച്ചശേഷം റോക്കി അവളുടെ മുഖത്തേക്കുറ്റുനോക്കി.

"നെനക്കിഷ്ടായീന്ന് തോന്ന്ണല്ലോ, ഉവ്വോ?" ടോട്ടോചാൻ പറഞ്ഞു. "പക്ഷേങ്കിലേയ് നെനക്ക് വായിക്കാനാവൂന്ന് തോന്ന്ണില്യ. നെറയെ കടുത്ത വാക്ക്കളാ."

സൂക്ഷ്മപരിശോധനയ്ക്കെന്നപോലെ മുഖമൊന്നു വെട്ടിച്ച് അവൻ കാർഡിലേയ്ക്ക് ഒരു വട്ടംകൂടി കണ്ണുപായിച്ചു. ശേഷം ടോട്ടോചാന്റെ കൈയിൽ സ്നേഹത്തോടെ നക്കി.

"ഉവ്വ്, ഞാനിനി ഇദ് അമ്മയ്ക്കു കാട്ടിക്കൊടുക്കട്ടെ" ആത്മ സംതൃപ്തിയോടെ അവൾ എഴുന്നേറ്റു.

അവൾ നടന്നുമറഞ്ഞതും റോക്കി കോട്ടുവായിട്ടുകൊണ്ട് നിവർന്നു. തണുപ്പേറിയ മറ്റൊരിടം കണ്ടുപിടിച്ച് ആലസ്യ ത്തോടെ വീണ്ടും കിടപ്പായി. പ്രോഗ്രസ് കാർഡിനെക്കുറിച്ചു ചിന്ത പൂണ്ടെന്ന പോലെ കണ്ണുകൾ മെല്ലെയടഞ്ഞു. മിഴിയിമകളിലേക്കു നോക്കിയാൽ, ടോട്ടോചാന്റെ സങ്കല്പത്തിലെന്നല്ല, യഥാർഥ ത്തിലും അവൻ അതോർക്കുകയാണെന്നേ തോന്നൂ.

വേനലവധി തുടങ്ങുകയായി

വേനലവധി ആരംഭിക്കുന്നതിന്റെ തലേന്നു മാസ്റ്ററുടെ അറി യിപ്പുണ്ടായി, 'നാളെ നാം ക്യാമ്പിങ്ങിനു പോകുന്നു. കമ്പിളിയും പൈജാമയുമൊക്കെയായി വൈകുന്നേരം എല്ലാവരും സ്കൂളിലെ

ത്തുക.' മാസ്റ്റർ കൊടുത്തയച്ച കുറിപ്പുമായി ടോട്ടോചാൻ വീട്ടിലേക്കോടി.

"ക്യാമ്പിങ് എന്നുവച്ചാലെന്താ?" കുറിപ്പ് അമ്മയെ ഏല്പിച്ചു കൊണ്ട് അവൾ സംശയം പ്രകടിപ്പിച്ചു.

അമ്മയ്ക്കും കൗതുകമായിരുന്നു, "പുറത്തെവിടെയെങ്കിലും കൂടാരമടിച്ച് അതിനുള്ളില് ഒറങ്ങ്ക.... ആവോ? അങ്ങനെയായിരിക്കും." അവർ പറഞ്ഞു, "കൂടാരത്തിൽ കെടന്നൊറങ്ങ്യാലേയ് ഒരു പാടു നക്ഷത്രങ്ങൾ കാണാം; അമ്പിളി അമ്മാവനെ കാണാം... അല്ല! നിങ്ങളെവിടെയാ കൂടാരമടിക്ക്യാന്ന് ഇതിലെഴുതീട്ടില്ലല്ലോ. ഓ, ചെലപ്പൊ സ്കൂളിനടുത്തുതന്നെയായിരിക്കും."

അന്നുരാത്രി യാമങ്ങളോളം അവൾക്കുറങ്ങാനായില്ല. ക്യാമ്പിങ്ങിനെക്കുറിച്ചുള്ള വിചാരങ്ങൾ ആ കൊച്ചുതലയ്ക്കുള്ളിൽ വല്ലാതെ മുഴങ്ങിക്കൊണ്ടിരുന്നു. അത്യുജ്ജ്വലമായ ആ സാഹസം എങ്ങനെയായിരിക്കും? അവളുടെ ഹൃദയം പടാപടാ മിടിച്ചു.

ടോട്ടോചാൻ വെളുപ്പിന് ഉണർന്നു. തനിക്കു കൊണ്ടുപോകേണ്ട സാമഗ്രികളെല്ലാം കിറ്റിനുള്ളിലാക്കി. ഏറ്റുവുമൊടുവിൽ പൈജാമയും ബ്ലാങ്കറ്റും തിരുകിക്കയറ്റി കിറ്റ് തയ്യാറാക്കി. എങ്കിലും ആ സായാഹ്നത്തിൽ യാത്രപറഞ്ഞിറങ്ങുമ്പോൾ ടോട്ടോചാന് ഭയം തോന്നി. താൻ തീരെ ചെറിയ കുട്ടിയാണല്ലോ എന്ന് അവൾ ഓർത്തുപോയി.

സ്കൂളിൽ കുട്ടികളെല്ലാം ഒത്തുചേർന്നു. മാസ്റ്റർ പറഞ്ഞു. "നമുക്ക് അസംബ്ലിഹാളിലേക്കു പോകാം." എല്ലാവരും ഹാളിലെത്തി. മാസ്റ്റർ മുന്നിലെ ഇടുങ്ങിയ സ്റ്റേജിലേക്കു പ്രവേശിച്ചു. പശിമയുള്ള ഉറപ്പുതോന്നിപ്പിക്കുന്ന എന്തോ ഒന്ന് അവിടെ സ്ഥാപിച്ചിട്ടുണ്ട്. അതൊരു കൂടാരമായിരുന്നു പച്ചനിറത്തിലുള്ള ഒന്ന്.

"കൂടാരം ഉയർത്തുന്നതെങ്ങനാന്നറിയ്യോ?" കൂടാരത്തുണിയുടെ കെട്ടുകൾ അഴിച്ചു വിടർത്തിയിട്ടുകൊണ്ടു മാസ്റ്റർ ചോദിച്ചു. "ഇത് ഉറപ്പിക്കാൻ പോവ്വാ. ശ്രദ്ധിച്ചുനോക്കിക്കോണം, ട്ടോ."

കിതച്ച്, ഇടയ്ക്കിടെ ദീർഘശ്വാസംവിട്ട് മാസ്റ്റർ ഒറ്റയ്ക്ക് കൂടാരമുയർത്താനാരംഭിച്ചു. കയറുകൾ പലവഴിക്കു വലിച്ചുകെട്ടി. തൂണുകൾ ഉയർത്തിനിർത്തി. കുട്ടികളുടെ ആശ്ചര്യം മുരൾച്ചകളായി മാറുന്നതിനു മുൻപുതന്നെ അതാ ഒരു മനോഹരമായ കൂടാരം ഉയർന്നുകഴിഞ്ഞു.

“ഇനി നമ്മളെല്ലാവരും കൂടി ഈ ഹാളിൽ നിറയെ കൂടാരങ്ങളടിക്കാൻ പോവ്വാ. എന്താ, തൊടങ്ങാല്ലോ?” മാസ്റ്റർ പറഞ്ഞു.

തുറസ്സുകളിലെവിടെയെങ്കിലുമായിരിക്കും കൂടാരമടിക്കുകയെന്നത്രേ മറ്റാരെയുംപോലെ അമ്മയും ധരിച്ചിരുന്നത്. പക്ഷേ, മാസ്റ്റർ മറ്റു ചില കാര്യങ്ങൾകൂടി കണക്കിലെടുത്തു. പുറത്തു കടുത്ത തണുപ്പുണ്ടെങ്കിലോ? മഴ പെയ്താലോ? ഹാളിനുള്ളിൽ കുട്ടികൾ സുരക്ഷിതരായിരിക്കും. മാസ്റ്റർ അങ്ങനെ തീരുമാനിച്ചു.

“ക്യാമ്പിങ്, ക്യാമ്പിങ്” കുട്ടികൾ ആർത്തുവിളിച്ചു. ഹർഷോന്മാദങ്ങൾക്കിടയിൽ അവർ ചെറുസംഘങ്ങളായി വിഭജിക്കപ്പെട്ടു. അധ്യാപകരുടെ സഹായത്തോടെ ആവശ്യമുള്ള അത്രയും എണ്ണം കൂടാരങ്ങൾ ഹാളിലാകെ ഉയർത്തി. ഓരോന്നും മൂന്നു പേർക്കു വീതം കിടക്കാൻ പാകത്തിലുള്ളവ.

ടോട്ടോചാൻ തിടുക്കത്തിൽ പൈജാമ ധരിച്ചു. കുട്ടികൾ ആഹ്ലാദത്തോടെ കൂടാരങ്ങൾ തോറും ഇഴഞ്ഞുനടക്കുന്നുണ്ടായിരുന്നു. ഒന്നിൽനിന്നു മറ്റൊന്നിലേക്ക്; അവിടെനിന്നും മറ്റൊരിടത്തേക്ക്. എണ്ണമറ്റ പരസ്പരസന്ദർശനങ്ങൾ!

എല്ലാവരും പൈജാമകൾക്കുള്ളിലായിക്കഴിഞ്ഞു. ഏവർക്കും കാണാനാവുംവിധം കൂടാരങ്ങൾക്കു നടുവിലൊരിടത്തു മാസ്റ്റർ ഇരുന്നു. വിദേശങ്ങളിലേക്കുള്ള തന്റെ യാത്രകളെക്കുറിച്ച് അദ്ദേഹം കുട്ടികളോടു പറഞ്ഞുകൊണ്ടിരുന്നു.

തങ്ങൾ കണ്ടിട്ടില്ലാത്ത പുറംനാടുകളിലെ കഥകൾ അവർ നിറഞ്ഞ കൗതുകത്തോടെ കേട്ടു. ചിലർ കൂടാരത്തിൽനിന്നു തല മാത്രം പുറത്തേക്കിട്ടു കിടന്നു. ചിലർ വിടർന്ന കണ്ണുകളോടെ നിവർന്നിരുന്നു. തീരെ ചെറിയ ചില കുട്ടികൾ മുതിർന്നവരുടെ മടിയിൽ തലവച്ചു കിടപ്പായി. മാസ്റ്റർ പറഞ്ഞുകൊണ്ടിരുന്നു; മനംമയക്കുന്ന ഒരുപാടു കഥകൾ. കഥകളിൽ കടന്നുവന്ന, കടലിനക്കരെയുള്ള അജ്ഞാതദേശങ്ങളിലെ കുട്ടികൾ തങ്ങളുടെ ചങ്ങാതികളെന്നപോലെ ചിലപ്പോഴൊക്കെ അവർക്കു തോന്നി.

അസംബ്ലിഹാളിൽ തീർത്ത കൂടാരങ്ങൾക്കുള്ളിലെ സഹശയനം. എത്ര ലളിതമായ സംരംഭം! പക്ഷേ, റ്റോമോയിലെ കുട്ടികൾക്ക് അത് അപൂർവമായ ഒരനുഭവമായിരുന്നു– വിസ്മയവും ആഹ്ലാദവും നിറഞ്ഞ വിലമതിക്കാനാവാത്ത ഒന്ന്; ഓർമ്മകളിൽ പച്ചപിടിച്ചുനിൽക്കുന്ന ഒന്ന്. കുട്ടികൾക്ക് സന്തോഷം പകരേണ്ട

തെങ്ങനെയെന്നു കൊബായാഷി മാസ്റ്റർക്കു നന്നായി അറിയാമായിരുന്നു.

മാസ്റ്റർ കഥകളവസാനിപ്പിച്ചു. ഹാളിലെ വിളക്കുകളൊക്കെയും കെട്ടു. കുട്ടികളോരോരുത്തരും തങ്ങളുടെ ഉറക്കറയിലേക്ക് ഉൾവലിഞ്ഞു. ചില കൂടാരങ്ങളിൽനിന്നു ചിരിയുടെ അലകളുയർന്നു. ചിലേടങ്ങളിൽനിന്ന് അടക്കംപറച്ചിലുകൾ. ദൂരെ ഏതോ കോണിൽനിന്ന് ഒരു കെട്ടിമറിച്ചിലിന്റെ പൊട്ടിച്ചിരിയും കിലുകിലാരവവും. പിന്നെ ശബ്ദങ്ങൾ കുറേശ്ശെ ഒടുങ്ങി. എല്ലാം നിശ്ശബ്ദമായി.

കണ്ണുചിമ്മുന്ന നക്ഷത്രങ്ങളോ ചന്ദ്രികയോ ഇല്ലാത്ത ക്യാമ്പായിരുന്നു അത്. കുഞ്ഞുങ്ങൾക്ക് അത് ഏറെ ആസ്വാദ്യകരമായിത്തോന്നി. അസംബ്ലിഹാൾ അവരെ സംബന്ധിച്ചിടത്തോളം തമ്പുകൾ നിറഞ്ഞ ഒരു തുറസ്സുതന്നെയായിരുന്നു.

സ്മരണ, അതിന്റെ നിലാവും നക്ഷത്രവിളക്കുകളുംകൊണ്ട് ആ രാത്രിയെ എന്നെന്നേക്കുമായി പൊതിഞ്ഞു.

ആരുമറിയാതെ ഒരു മഹാസാഹസം

ടോട്ടോചാൻ ഒരു മഹാസാഹസത്തിനൊരുമ്പെട്ടു. അത് അസംബ്ലിഹാളിലെ ക്യാമ്പിങ് കഴിഞ്ഞു രണ്ടു പകലുകൾക്കുശേഷമായിരുന്നു. അന്നേദിവസം അവൾ യാസ്വാക്കിചാനെ കാണാൻ തീരുമാനിച്ചു. അതൊരു രഹസ്യമായിരുന്നു. അവളുടെയും യാസ്വാക്കിചാന്റെയും അച്ഛനോ അമ്മയോ അറിയാത്ത രഹസ്യം. അവൾ യാസ്വാക്കിചാനെ തന്റെ മരത്തിലേക്കു ക്ഷണിച്ചിരുന്നു.

വൃക്ഷനിബിഡമായ റ്റോമോയിൽ കുട്ടികളോരോരുത്തരും ഓരോ മരം തങ്ങൾക്കു കയറുവാൻ അവകാശപ്പെട്ടതായി കണക്കാക്കിയിരുന്നു. സ്കൂളിന്റെ വെളിമ്പറമ്പിലെ ഒഴിഞ്ഞ അതിരിലായി, കുഹോൻബത്സുവിലേക്കുള്ള നടവഴി നീളുന്നിടത്തായിരുന്നു ടോട്ടോചാന്റെ മരം. കയറിപ്പറ്റാനാവാത്തവിധം വഴുക്കലുള്ള വലിയ ഒരു മരം. പക്ഷേ, അതീവസൂക്ഷ്മതയോടെ പിടിച്ചു കയറിയാൽ തറയിൽനിന്ന് ആറടി ഉയരമുള്ള ഒരു ചില്ലയിലെത്താം. കളിത്തൊട്ടിൽപോലെ വിശാലമാണ് ആ ചില്ല. ഒഴിവുസമയങ്ങളിലും ക്ലാസ് പിരിഞ്ഞശേഷമുള്ള സായാഹ്നങ്ങളിലും

ടോട്ടോചാൻ തന്റെ മരം തേടിയെത്താറുണ്ടായിരുന്നു. കവരത്തിൽ, കളിത്തൊട്ടിലിന്റെ ഉയരത്തിൽ അവളിരിക്കും; വിദൂരതയിലേക്ക് കണ്ണുംനട്ട്. ചിലപ്പോൾ ആകാശത്തേക്ക്. മറ്റു ചിലപ്പോൾ അങ്ങു താഴെ നടന്നകലുന്ന മനുഷ്യരിലേക്ക്...

കുട്ടികൾ തങ്ങൾക്കവകാശപ്പെട്ട മരത്തെ ഒരു സ്വകാര്യവസ്തുവായി കരുതിവന്നു. ഒരാൾക്ക് മറ്റൊരാളുടെ മരത്തിൽ കയറാൻ ആഗ്രഹമുണ്ടെന്നിരിക്കട്ടെ, "ഞാനും കൂടി കയറുന്നതിൽ വിരോധമുണ്ടോ?" അയാൾ താഴ്മയോടെ ഉടമസ്ഥനോട് അനുവാദം ചോദിക്കും. അങ്ങനെയാണ്.

യാസ്വാക്കിചാൻ പോളിയോ ബാധിച്ച കുട്ടിയായിരുന്നു. അവൻ മരത്തിൽ കയറാറില്ല. ആഗ്രഹിച്ചാൽ തന്നെ അവനു പരസഹായമില്ലാതെ അതു സാധ്യവുമായിരുന്നില്ല. അതുകൊണ്ടാണു തന്റെ മരത്തിലേക്ക് അവനെ ക്ഷണിക്കാൻ ടോട്ടോചാൻ തീരുമാനിച്ചത്. ആരെങ്കിലുമറിഞ്ഞാൽ സംഗതി അലങ്കോലമാവും. ഇരുവരും തങ്ങളുടെ പരിപാടി പരമരഹസ്യമാക്കിവച്ചു.

വീട്ടിൽനിന്നിറങ്ങാൻ നേരം അവൾ അമ്മയോടു പറഞ്ഞത് ദെനൻചോഫുവിലുള്ള യാസ്വാക്കിചാന്റെ വീട്ടിലേക്കു പോകുന്നുവെന്നാണ്. പറയുന്നതു കള്ളമായതുകൊണ്ട് അവൾ അമ്മയുടെ മുഖത്തേക്കു നോക്കാതിരിക്കാൻ പാടുപെട്ടു. അമ്മയുടെ ചുമലിൽ നോട്ടമുറപ്പിച്ചുകൊണ്ടാണ് അവൾ യാത്ര പറഞ്ഞത്. എന്നാൽ റോക്കിയാകട്ടെ അവളെ സ്റ്റേഷൻവരെ പിന്തുടർന്നു. പിരിയാൻനേരം ടോട്ടോചാന് അവനോടു സത്യം പറയാതിരിക്കാനായില്ല, "ഞാനേയ്, യാസ്വാക്കിചാനെ എന്റെ മരത്തില് കേറ്റാമ്പോവ്വാ."

ടോട്ടോചാൻ തീവണ്ടിപ്പാസും കഴുത്തിൽ തൂക്കി സ്കൂളിലെത്തി. വേനലവധിയിലെ വിജനമായ പൂന്തോട്ടത്തിനരികിലായി യാസ്വാക്കിചാൻ കാത്തുനിൽപ്പുണ്ടായിരുന്നു. അവന് ടോട്ടോചാനെക്കാൾ ഒരു വയസ്സേ കൂടുതലുണ്ടായിരുന്നുള്ളൂ. എന്നിട്ടും അവൻ സംസാരിക്കുമ്പോൾ കൂടുതൽ പ്രായമുള്ളതുപോലെ തോന്നിച്ചു.

യാസ്വാക്കിചാൻ അവളെ കണ്ടു. കൈകളുയർത്തി, നിവരാൻ തത്രപ്പെട്ട് മുടന്തി മുടന്തി അവൻ അവളുടെ അരികിലേക്കു വന്നു. തങ്ങൾ ചെയ്യാൻപോകുന്ന ഗൂഢകൃത്യത്തെക്കുറിച്ചുള്ള വിചാരം കൊച്ചുടോട്ടോയെ ഹരംപിടിപ്പിച്ചിരുന്നു. അവൾ അടക്കിച്ചിരിച്ചു. യാസ്വാക്കിചാന്റെ ചുണ്ടിലും ചിരിപൊട്ടി.

ഇരുവരും മരച്ചുവട്ടിലേക്കു നടന്നു. കഴിഞ്ഞ രാത്രിയിൽ ആലോചിച്ചുറപ്പിച്ചിരുന്നതുപോലെ അവൾ വാച്ചറുടെ ഷെഡ്ഡിലേക്കോടി. ഒത്ത നീളമുള്ള ഒരു ഏണി മരച്ചുവട്ടിലേക്കു വലിച്ചിഴച്ചുകൊണ്ടുവന്നു. കയറാൻ പാകത്തിൽ തായ്ത്തടിയിൽ ചാരിവച്ചു. ഏണിയുടെ അറ്റം താഴത്തെ ചില്ലയോളം എത്തുന്നുണ്ട്. അവൾ അതിലൂടെ അനായാസം കയറി.

"കൊഴപ്പോല്യ. കേറിക്കോളൂ." ഏണിയുടെ മുകൾഭാഗം സുരക്ഷിതമാംവണ്ണം അമർത്തിപ്പിടിച്ചുകൊണ്ട് അവൾ താഴേക്കു നോക്കിപ്പറഞ്ഞു.

യാസ്വാക്കിചാൻ ശ്രമമാരംഭിച്ചു. ആദ്യത്തെ പടികയറാൻപോലും അവനു കഴിഞ്ഞില്ല. അവന്റെ കൈകാലുകൾ അത്രയേറെ ദുർബലമായിരുന്നു. ഒടുവിൽ ടോട്ടോചാൻ പടികളിറങ്ങി താഴെവന്നു. യാസ്വാക്കിചാനെ പിന്നിൽനിന്നു തള്ളിക്കയറ്റാ

നുള്ള ശ്രമമായി. മെലിഞ്ഞ തീരെച്ചെറിയ കുട്ടിയായിരുന്നല്ലോ ടോട്ടോചാൻ. അതുകൊണ്ട് ഏണി ചരിയാതെ സൂക്ഷിക്കുന്നതിനിടയിൽ അവനെ ചുറ്റിപ്പിടിക്കാൻ മാത്രമേ അവൾക്കു കഴിഞ്ഞുള്ളൂ. കയറാനുള്ള ശ്രമമുപേക്ഷിച്ച് യാസ്വാക്കിചാൻ ഏണിക്കരികിൽ തലകുനിച്ചുനിന്നു. സംഗതി താൻ കരുതിയതുപോലെ അത്ര എളുപ്പമല്ലെന്ന് അവൾക്കു മനസ്സിലായത് അപ്പോൾ മാത്രമാണ്. കൊച്ചുടോട്ടോയ്ക്ക് എന്തുചെയ്യാനാവും?

യാസ്വാക്കിചാനെ തന്റെ പ്രിയപ്പെട്ട മരത്തിൽ കയറ്റണമെന്ന് അവൾ ഉത്കടമായി ആഗ്രഹിച്ചിരുന്നു. അവനും ആഗ്രഹത്തോടെ കാത്തിരിക്കുകയായിരുന്നു. അവൾ അവന്റെ മുന്നിലേക്കു നീങ്ങിനിന്നു മുഖത്തേക്കുറ്റുനോക്കി. യാസ്വാക്കിചാൻ അസ്വസ്ഥനായിരുന്നു. കിതപ്പാർന്നു തുടുത്ത കവിൾത്തടങ്ങളോടെ അവൾ അതു കണ്ടു. അവനെ സന്തോഷിപ്പിക്കാനെന്നോണം അവൾ പുഞ്ചിരിക്കാൻ ശ്രമിച്ചു. ഒന്നാലോചിച്ചശേഷം അവൾ പറഞ്ഞു, "ഉവ്വ്, ഒരു വിദ്യയ്ണ്ട്."

അവൾ വീണ്ടും വാച്ചറുടെ ഷെഡ്ഡിലേക്കോടി. കൂട്ടിയിട്ടിരിക്കുന്ന പണിയായുധങ്ങൾ ഓരോന്നായി പരിശോധിക്കാൻ തുടങ്ങി. കയറുവാൻ സഹായകരമായ മറ്റെന്തെങ്കിലുമായിരുന്നു അവളുടെ ലക്ഷ്യം. ഒടുവിൽ വീതിയുള്ള പടവുകളോടുകൂടിയ ഒരു പലകക്കോണി അവൾ കണ്ടെത്തി. തനിയെ നിവർന്നുനില്ക്കുന്ന തരത്തിലുള്ള ഒന്ന്. മറിയുമെന്നു ഭയക്കേണ്ടതില്ല.

ടോട്ടോചാൻ പലകക്കോണി പണിപ്പെട്ടു നിരക്കിക്കൊണ്ടുവന്നു. സ്വന്തം കായികശേഷിയിൽ അവൾക്കു വിസ്മയം തോന്നി. കോണി മരച്ചുവട്ടിൽ സ്ഥാപിച്ചു. കഷ്ടിച്ചു കവരത്തോളം തന്നെ എത്തുന്നുണ്ട്. അവൾക്ക് അടക്കാനാവാത്ത സന്തോഷം തോന്നി.

"പേടിക്കണ്ടാട്ടോ. ഇതു മറിയില്ല്യ," ഒരു വല്യേടത്തി മട്ടിലാണ് അവളതു പറഞ്ഞത്.

കോണിയുടെ പടവുകളിലേക്കു നോക്കിക്കൊണ്ട് യാസ്വാക്കിചാൻ വ്യാകുലതയോടെ നിന്നു. വിയർപ്പിൽ കുളിച്ചുനിൽക്കുകയാണു ടോട്ടോചാൻ. അവനും വിയർത്തൊഴുകുന്നുണ്ട്. വൃക്ഷത്തലപ്പിലേക്കു മിഴികൾ പായിച്ചുകൊണ്ട് എന്തും വരട്ടെയെന്ന മട്ടിൽ ആദ്യത്തെ മരപ്പടവിൽ അവൻ കാലെടുത്തുവച്ചു. ഏറെനേരത്തെ അധ്വാനമായിരുന്നു അത്. എങ്കിലും സമയത്തെക്കുറിച്ചുള്ള

ബോധം ഇരുവരെയും അലട്ടിയില്ല. വേനൽമാസത്തിലെ സൂര്യകിരണങ്ങൾക്ക് ചൂടേറിവന്നു. പക്ഷേ, യാസ്വാക്കിചാൻ പലകക്കോണിയുടെ മുകളിലെത്തുക എന്നതൊഴികകെ മറ്റെന്തെങ്കിലും ചിന്തിക്കുവാൻ അപ്പോൾ അവർക്കാവുമായിരുന്നില്ല. യാസ്വാക്കിചാന്റെ തൊട്ടുതാഴെ നിന്നുകൊണ്ട് ടോട്ടോചാൻ അവന്റെ ദുർബലമായ കൈകളെ മുകളിലേക്കു തള്ളും. ഇതിനിടയിൽ ഒരു ചുമട്ടുകാരിയെപ്പോലെ തലകൊണ്ട് അവന്റെ പിൻവശം ചരിഞ്ഞുപോകാതെ നിയന്ത്രിക്കും. ഓരോ പടവിലും അവർ പൊരുതുകയായിരുന്നു. യാസ്വാക്കിചാൻ അവന്റെ എല്ലാ ആരോഗ്യവും പുറത്തെടുത്തു.

ഒടുവിൽ അവർ പലകക്കോണിയുടെ മുകളിലെത്തി. "ഹൂറേയ്... ഹൂറേയ്," മുകളിൽനിന്ന് ഇരുവരും ആർപ്പിട്ടു.

പക്ഷേ, അവിടുന്നങ്ങോട്ട് സംഗതി ദുഷ്കരമായിരുന്നു. ടോട്ടോചാൻ ഒറ്റചാട്ടത്തിനു കൊമ്പിലെത്തി. പക്ഷേ, എത്ര ശ്രമിച്ചിട്ടും യാസ്വാക്കിചാനെ പലകക്കോണിയിൽനിന്നു മരക്കൊമ്പിലെത്തിക്കാൻ അവൾക്കായില്ല. കോണിയിൽ അള്ളിപ്പിടിച്ചുകൊണ്ടു തലയുയർത്തി അവൻ അവളെ നോക്കി. അതുകണ്ടപ്പോൾ ടോട്ടോചാന് പെട്ടെന്നു കരച്ചിൽ വന്നു. യാസ്വാക്കിചാനെ തന്റെ മരത്തിൽ കയറ്റാനുള്ള അവളുടെ ആഗ്രഹം അത്രയേറെ അദമ്യമായിരുന്നു. ആ ഉയർന്ന കൊമ്പത്തിരുന്നു മനോഹരമായ എല്ലാ കാഴ്ചകളും അവനു കാട്ടിക്കൊടുക്കണമെന്നുണ്ടായിരുന്നു അവൾക്ക്.

എങ്കിലും അവൾ കരഞ്ഞില്ല. പാവം യാസ്വാക്കിചാനും കരഞ്ഞാലോ? അവൾ സ്വയം നിയന്ത്രിച്ചു.

ടോട്ടോചാൻ അവന്റെ ദുർബലമായ കൈയിൽ മുറുകെപ്പിടിച്ചു. പോളിയോ ബാധിച്ചു തമ്മിൽ ഒട്ടിച്ചേർന്നു കൊലുന്നനെയുള്ള വിരലുകൾ. അവളുടേതിനെക്കാൾ നീളവും വീതിയുമുള്ളവ. ആ വിരലുകൾ ഏറെനേരം അവൾ തന്റെ ഉള്ളംകൈയിൽത്തന്നെ സൂക്ഷിച്ചു. ഒടുവിൽ അവൾ പറഞ്ഞു.

"ഒരു കാര്യം ചെയ്യാം... കെടന്നോളൂ അവിടെ. ഞാൻ ഇവിടിരുന്നോണ്ടു വലിച്ചുകേറ്റാമ്പറ്റ്വോന്ന് നോക്കാം."

അതിസാഹസികമായ ആ ദൃശ്യം ആരെങ്കിലും കണ്ടാൽ അറിയാതെ നിലവിളിച്ചുപോകുമെന്നുള്ളതു തീർച്ചയായിരുന്നു. ഉദരം

മാത്രം പലകക്കോണിയിൽ ഉറപ്പിച്ചു മരത്തിലേക്കെത്തിപ്പിടിക്കാൻ ശ്രമിക്കുന്ന യാസ്വാക്കിചാൻ; മരക്കൊമ്പിൽനിന്നുകൊണ്ട് അവനെ വലിച്ചു കയറ്റാൻ ശ്രമിക്കുന്ന ടോട്ടോചാൻ! അനിശ്ചിതത്വം നിറഞ്ഞ, ആരെയും ഭയപ്പെടുത്തുന്ന ഒരു ദൃശ്യം.

പക്ഷേ, യാസ്വാക്കിചാൻ കൂട്ടുകാരിയിൽ പൂർണമായും വിശ്വാസമർപ്പിച്ചു. ടോട്ടോചാനാകട്ടെ അവനുവേണ്ടി തന്റെ ജീവൻ പണയം വയ്ക്കുകയായിരുന്നു. തന്റെ കുഞ്ഞുകരങ്ങൾ കൊണ്ടു ചുറ്റിപ്പിടിച്ചു സർവശക്തിയുമുപയോഗിച്ചു വലിച്ച് അവൾ അവനെ മുകളിലെത്തിക്കാൻ ശ്രമിച്ചു. സമയം കടന്നുപൊയ്ക്കൊണ്ടിരുന്നു. പരന്ന ഒരു വെള്ളിമേഘത്തിന്റെ കാരുണ്യം സൂര്യന്റെ തീക്ഷ്ണമായിക്കൊണ്ടിരുന്ന കണ്ണിൽനിന്നും അവരെ മറച്ചുപിടിച്ചു.

ഒടുവിൽ യാസ്വാക്കിചാൻ മുകളിലെത്തി.

മരക്കൊമ്പിൽ അവർ മുഖത്തോടുമുഖം നോക്കിനിന്നു. വിയർപ്പിൽ കുതിർന്ന തലമുടിയൊതുക്കി, താഴ്മയോടെ തലകുമ്പിട്ട് കൊച്ചുടോട്ടോ പറഞ്ഞു, “എന്റെ മരത്തിലേക്ക് സ്വാഗതം.”

തായ്ത്തടിയിൽ ചാരിനിന്നു ലജ്ജനിറഞ്ഞ ചിരിയോടെ യാസ്വാക്കിചാൻ ചോദിച്ചു, “ഞാനും കൂടി കയറ്റന്നതിൽ വിരോധംണ്ടോ?”

മരക്കൊമ്പിൽനിന്നുള്ള വിദൂരദൃശ്യങ്ങൾ യാസ്വാക്കിചാന് പുതുമയായിരുന്നു. ജീവിതത്തിലിന്നേവരെ ഉണ്ടായിട്ടില്ലാത്ത ഒരനുഭവം.

“ഹായ്, അപ്പൊ മരത്തിക്കേറ്യാല് ഇങ്ങന്യാ ഇരിക്ക്യാ, അല്ലേ,” അവൻ നിറഞ്ഞ ആഹ്ലാദത്തോടെ പറഞ്ഞു.

ഏറെനേരം അവർ മരത്തിൽ തങ്ങി. തങ്ങൾക്കറിയാവുന്ന എല്ലാ കാര്യങ്ങളെക്കുറിച്ചും സംസാരിച്ചു.

“അമേരിക്കേലുള്ള എന്റെ ചേച്ചിടേല് ടെലിവിഷനെന്നു വിളിക്കണ ഒരു സാധനംണ്ടത്രെ!” യാസ്വാക്കിചാൻ വിസ്മയപൂർവ്വം പറഞ്ഞു.

“അദ് ജപ്പാനിലും വരൂത്രേ. അപ്പൊ നമക്ക് വീട്ടിലിര്ന്ന്. ‘സുമോ’ ഗുസ്തി കാണാമ്പറ്റുത്രേ! ചേച്യാ പറഞ്ഞേ... ചേച്ചി പറേണു അതൊരു പെട്ടിപോലെത്തെ സാധനാണ്ന്ന്. ആവോ?”

ടോട്ടോചാന് അതു വിശ്വസിക്കാനോ വിശ്വസിക്കാതിരി

ക്കാനോ കഴിഞ്ഞില്ല. യാസ്വാക്കിചാൻ ആരോഗ്യമില്ലാത്ത കുട്ടിയാണ്. അവൻ ഒരുപാടു ദൂരമൊന്നും സഞ്ചരിച്ചിട്ടുണ്ടാവില്ല. കേട്ടറിവാണ്. സർവതും വീട്ടിലിരുന്നു കാണുക! അവൻ പറയുന്നതിലെത്രത്തോളം കാര്യം കാണും? അവൾ ആലോചിച്ചു.

അവളുടെ സംശയം വളരെ ലഘുവായിരുന്നു. 'സുമോ' ഗുസ്തിക്കാർ വീട്ടിനുള്ളിലിരിക്കുന്ന ഒരു ചെറിയ പെട്ടിക്കുള്ളിൽ എങ്ങനെ കയറാനാണ്? ഗുസ്തിപിടിക്കുന്ന ആനത്തടിയന്മാർ! ഏതായാലും സംഗതി രസമുള്ളതാണെന്ന് അവൾക്കു തോന്നി.

ടെലിവിഷനെക്കുറിച്ച് ആർക്കും അറിഞ്ഞുകൂടാത്ത അക്കാലത്ത് അതിനെക്കുറിച്ച് ടോട്ടോചാനോട് ആദ്യമായി പറഞ്ഞത് യാസ്വാക്കിചാനായിരുന്നു.

ചീവീടുകൾ പാടിക്കൊണ്ടിരുന്നു. കൊച്ചുടോട്ടോയുടെ മരക്കൊമ്പത്ത് ഇരുവരും ആഹ്ലാദത്തോടെ ഒരുപാടു നേരമിരുന്നു.

അന്നായിരുന്നു യാസ്വാക്കിചാൻ ആദ്യമായും അവസാനമായും ഒരു മരത്തിൽ കയറിയത്.

പേടിയില്ലാപ്പരീക്ഷ

"കണ്ണുരുട്ടി പേടിപ്പിക്കും, അടുത്തുവന്നാൽ നാറ്റമടിക്കും, കറിവച്ചാലോ സ്വാദിഷ്ടം! എന്താണെന്നു പറഞ്ഞാട്ടെ."

ഉത്തരം എല്ലാവർക്കും അറിയാമായിരുന്നെങ്കിലും ടോട്ടോചാനും കൂട്ടുകാർക്കും ആ കടങ്കഥ ഒരുപാടിഷ്ടമായി. എത്രകേട്ടാലും മതിവരാതെ അവർ വീണ്ടും വീണ്ടും പരസ്പരം ആവശ്യപ്പെടും. "കണ്ണുരുട്ടി പേടിപ്പിക്കണെ ആ കടങ്കഥ ഒന്നൂടെ ചോയിച്ചേ."

റ്റോമോയിലെ 'പേടിയില്ലാപ്പരീക്ഷ' രസകരമായ മറ്റൊരു കടങ്കഥയ്ക്കു കാരണമായി.

"കണ്ണുരുട്ടി പേടിപ്പിക്കും, പേടിച്ചില്ലേൽ ചൊറിയിക്കും, ഒടുവിൽ കൂട്ടച്ചിരിയാകും! ആരാണെന്നു പറഞ്ഞാട്ടെ."

അസംബ്ലിഹാളിൽ കൂടാരമടിച്ച രാത്രിയിൽ മാസ്റ്റർ പ്രഖ്യാപിച്ചു:

"താമസിയാതെ, നിങ്ങടെയൊക്കെ ധൈര്യം പരീക്ഷിക്കാനുള്ള ഒരു പരീക്ഷ നടത്തുന്നുണ്ട്. അതായതു പേടിയില്ലാപ്പരീക്ഷ.

ഒരു ദിവസം പാതിരായ്ക്ക് കുഹോൻബത്സു ക്ഷേത്രത്തിൽ വച്ചായിരിക്കും. ങാ... അന്നു പ്രേതമാകാൻ താല്പര്യമുള്ളവർ കൈപൊക്കിയാട്ടെ."

കൈയുയർത്തിയ ഏഴ് ആൺകുട്ടികൾക്ക് ആ അവകാശം ലഭിച്ചു. ഒടുവിൽ നിശ്ചയിക്കപ്പെട്ട ആ വൈകുന്നേരമെത്തി. കുട്ടികൾ സ്കൂളിൽ ഒത്തുചേർന്നു. പ്രേതമാകാൻ തെരഞ്ഞെടുക്കപ്പെട്ട ആൺകുട്ടികൾ തങ്ങൾതന്നെ നിർമ്മിച്ച വിചിത്രവേഷങ്ങളും മുഖംമൂടികളുമായാണു വന്നത്. അവർ ആദ്യംതന്നെ ക്ഷേത്രപ്പറമ്പിലെ ഒളിസ്ഥലങ്ങളിലേക്കു പോയി.

"എല്ലാരേം പേടിപ്പിച്ചുകൊല്ലും ട്ടോ!" പിരിയാൻനേരം അവർ മറ്റുള്ളവരോടു പറഞ്ഞു.

ബാക്കിയുള്ളവർ മുപ്പതിലേറെയുണ്ടായിരുന്നു. അവർ അയ്യഞ്ചുപേർ വീതമുള്ള ചെറുസംഘങ്ങളായി വിഭജിക്കപ്പെട്ടു. ഓരോ സംഘവും പല സമയങ്ങളിലായാണു കുഹോൻബത്സുവിലേക്കു തിരിക്കേണ്ടത്. ക്ഷേത്രപ്പറമ്പിനെയും ശ്മശാനത്തെയും വലംവച്ചു തിരികെ സ്കൂളിലെത്തുക. ഇതായിരുന്നു പേടിയില്ലാപ്പരീക്ഷയുടെ രീതി. എന്നാൽ ആർക്കെങ്കിലും എന്തെങ്കിലും കാരണവശാൽ യാത്ര പൂർത്തിയാക്കാതെ തിരികെ വരണമെന്നു തോന്നിയാലോ. യാതൊരു പ്രശ്നവുമില്ല. മാസ്റ്റർ കുട്ടികളെ സമാധാനിപ്പിച്ചു.

ടോട്ടോചാൻ ഒരു ടോർച്ച്ലൈറ്റ് കരുതിയിട്ടുണ്ട്. "എന്റെ ടോട്ടോ നീയിതു നഷ്ടപ്പെടുത്തല്ലേ," പോരുമ്പോൾ അമ്മ പറഞ്ഞിരുന്നു.

ചില ആൺകുട്ടികൾ പൂമ്പാറ്റക്കെണികളുമായാണു വന്നത്. മറ്റൊന്നിനുമല്ല, പ്രേതങ്ങളെ പിടിക്കാൻ! കമ്പിയും കയറുമൊക്കെയായി വന്ന ചില ശൂരന്മാർ വീമ്പിളക്കിയതു തങ്ങൾ പ്രേതങ്ങളെ പിടിച്ചുകെട്ടാൻ പോകുന്നുവെന്നാണ്!

നേരം ഇരുട്ടിത്തുടങ്ങിയിരുന്നു. അവർ ചെയ്യേണ്ടതെന്തൊക്കെയാണെന്നു മാസ്റ്റർ വിസ്തരിച്ചുപറഞ്ഞു. ഞരങ്ങിയും മൂളിയും വിറയാർന്ന കാലടികളോടെ ആദ്യസംഘം റ്റോമോയുടെ പടികളിറങ്ങി. ഒടുവിൽ ടോട്ടോചാന്റെയും സംഘത്തിന്റെയും ഊഴമെത്തി.

"കുഹോൻബത്സു ക്ഷേത്രത്തിലെത്തുംവരെ പ്രേതങ്ങ

ളൊന്നും വരില്ല. ട്ടോ" മാസ്റ്റർ പറഞ്ഞു. പക്ഷേ, ടോട്ടോചാനും കൂട്ടുകാർക്കും അത്ര ഉറപ്പുപോരായിരുന്നു. സ്കൂളിൽനിന്നു ക്ഷേത്രത്തിലേക്കുള്ള വഴിയിൽവച്ചുതന്നെ അവർ ഭയന്നുവിറച്ചു. ഒരുവിധം ക്ഷേത്രകവാടത്തിലെത്തി അവിടെനിന്നു നോക്കിയാൽ ദ്വാരപാലകന്മാരെ കാണാം. ചന്ദ്രൻ മേഘങ്ങൾക്കു പുറത്തായിരുന്നിട്ടും കുറ്റാക്കുറ്റിരുട്ട്. പകൽ പ്രശാന്തവും വിശാലവുമായി കാണപ്പെടുന്ന ക്ഷേത്രപ്പറമ്പിലിപ്പോൾ, ഭീകരരൂപിയായ ഒരു പ്രേതം ഏതുനിമിഷവും മുന്നിലേക്കു ചാടിവീഴാവുന്ന കാളരാത്രി. ഭയം അവരെ മരവിപ്പിച്ചുതുടങ്ങിയിരുന്നു. ടോട്ടേചാനും കൂട്ടുകാർക്കും താങ്ങാവുന്നതിലേറെയായിരുന്നു അത്. "ഹിയ്യോ...!" ഇലകളിൽ കാറ്റുപിടിക്കുമ്പോഴുണ്ടാകുന്ന മർമരം കേട്ട് ചിലർ നിലവിളിച്ചുപോയി. ഇടയ്ക്ക് പാദം മൃദുലമായ എന്തോ ഒന്നിൽ സ്പർശിച്ചപ്പോൾ ആരോ അലമുറയിട്ടു. "എന്റമ്മോ, ഇവിടെ ദാ പ്രേതം...!" നിമിഷങ്ങൾ കഴിയുന്തോറും ധൈര്യത്തിന്റെ അവസാന കണികകൾ കൂടി അവർക്കു നഷ്ടപ്പെടുകയായിരുന്നു. ഒപ്പമുള്ള ചങ്ങാതിയുടെ മുറുകെപ്പിടിച്ചിരിക്കുന്ന വിരലുകൾപോലും പ്രേതമാണെന്ന് അവർ സംശയിച്ചുതുടങ്ങി. താനേതായാലും ശ്മശാനം വരെ പോകുന്നില്ലെന്നു ടോട്ടോചാൻ നിശ്ചയിച്ചുകഴിഞ്ഞിരുന്നു. അവിടെയായിരിക്കും ശരിയായ പ്രേതങ്ങൾ തയ്യാറായി നിൽക്കുക. 'പേടിയില്ലാപ്പരീക്ഷ'യുടെ നിയമങ്ങളനുസരിച്ചു തീർച്ചയായും തിരികെപ്പോകാവുന്നതാണ്. അവൾ തീരുമാനിച്ചു. സത്യത്തിൽ, സംഘത്തിലെ മറ്റുള്ളവരും അതേ നിമിഷംതന്നെ ആ തീരുമാനം കൈക്കൊണ്ടുകഴിഞ്ഞിരുന്നു. പിന്നെ സംശയമുണ്ടായില്ല. തങ്ങളുടെ കുഞ്ഞുകാലുകൾക്ക് കഴിയുന്നിടത്തോളം വേഗത്തിൽ ടോട്ടോചാനും കൂട്ടരും തിരിഞ്ഞോടി.

അവർ സ്കൂളിലെത്തി. തങ്ങൾക്കു മുൻപേ തിരിച്ച വീരശൂര സംഘങ്ങളെല്ലാം കാലേകൂട്ടിത്ത്ന്നെ തിരിച്ചെത്തിയിട്ടുണ്ട്. എല്ലാവരും ഭയന്നു വിളറിയിരിക്കുന്നു. ശ്മശാനംവരെ പോകാനുള്ള ഊറ്റം ആർക്കുംതന്നെയുണ്ടായില്ല.

അപ്പോഴുണ്ട് ഒരു കുട്ടി കരഞ്ഞുകൊണ്ട് ഗേറ്റു കടന്നുവരുന്നു. വെള്ളത്തുണികൊണ്ട് തല മൂടി, ഒരധ്യാപകനാൽ അനുനയിക്കപ്പെട്ടാണു വരവ്. അവൻ ഒരു പ്രേതമായിരുന്നു. ഈ നേരമത്രയും ശ്മശാനത്തിൽ വിറച്ചു പതുങ്ങിയിരിക്കുകയായിരുന്നു. ഏറെനേ

രമായിട്ടും ആരും വരാതായപ്പോൾ ഭയം കൂടിക്കൂടിവന്നു. ഒടുവിൽ പരവശപ്പെട്ട് വല്ലവിധത്തിലും പുറത്തെത്തി. കരഞ്ഞുവിളിച്ചു റോഡിൽ നിൽക്കുന്ന അവസ്ഥയിലാണു റോന്തുചുറ്റാൻ പോയ അധ്യാപകൻ അവനെ കണ്ടെത്തിയത്. അദ്ദേഹം അവനെ സന്തോഷിപ്പിക്കാൻ ശ്രമിക്കുമ്പോഴുണ്ട് രണ്ടാമത്തെ പ്രേതം നിലവിളിച്ചുകൊണ്ടുവരുന്നു. കൂടെ മറ്റൊരുവനുമുണ്ട്. ആ പ്രേതവും കരയുന്നുണ്ട്. രണ്ടു പ്രേതങ്ങളും ശ്മശാനത്തിൽ ഒളിച്ചിരിക്കുകയായിരുന്നു. ആരോ അങ്ങോട്ടേക്ക് ഓടിവരുന്ന ശബ്ദം കേട്ടു പേടിപ്പിക്കാനായി ചാടിവീണത്രേ. വെപ്രാളത്തിനിടയിൽ ഇരുവരുടെയും തലകൾ തമ്മിൽ കൂട്ടിയിടിച്ചു. ചെറിയ പരിക്കുമുണ്ട്. ചത്തുപോയാലോ എന്നു ഭയന്ന് രണ്ടുപേരും കൂടി ഇങ്ങോട്ടു വച്ചുപിടിച്ചതാണ്. എല്ലാം കൊണ്ടും നല്ല തമാശ തന്നെ. കൊടുംഭയത്തിനുശേഷമുള്ള അപാരമായ ആശ്വാസത്തിനിടയിൽ കുട്ടികൾ തലയറഞ്ഞു ചിരിച്ചു. പ്രേതങ്ങൾക്കാകട്ടെ ചിരിയും കരച്ചിലും ഒരേ സമയം വന്നു. ഇതിനിടെ ടോട്ടോചാന്റെ സഹപാഠിയായ മിഗിത തിരിച്ചെത്തി അവൻ പ്രേതത്തിന്റെ അങ്കി അണിഞ്ഞിരുന്നു. ന്യൂസ്പേപ്പർ കൊണ്ടുണ്ടാക്കിയ ഒന്ന്. ആരും ശ്മശാനത്തിലേക്കു വരാത്തതിൽ ക്ഷുഭിതനായിട്ടാണ് അവന്റെ വരവ്.

"ഞാനിത്രേം നേരം അവിടെ കാത്തുനിക്ക്കായിരുന്നു..."

കൊതുകുകടിയേറ്റ കൈകാലുകൾ പരപരാ മാന്തിക്കൊണ്ട് അവൻ പരാതി പറഞ്ഞു.

"അയ്യേ, കൊതുകുകള് പ്രേതത്തിനെ കടിക്ക്യോ!" ആരോ പറഞ്ഞു. വീണ്ടും കൂട്ടച്ചിരിയുയർന്നു.

"ഉവ്വ്, ഞാൻ പോയി ബാക്കിയുള്ള പ്രേതങ്ങളെയെല്ലാം തിരികെ കൊണ്ട്രാം. അതാ നല്ലത്." അഞ്ചാംതരത്തിലെ ക്ലാസ്ടീച്ചറായ മറുയാമ മാസ്റ്റർ പുറത്തേക്കിറങ്ങി. ബാക്കിയുള്ളവരെല്ലാം തെരുവുവിളക്കുകൾക്കു കീഴെ അഭയം പ്രാപിച്ചിരുന്നു. ഭയചകിതരായി, 'എങ്ങനെയെങ്കിലുമൊന്നു വീട്ടിലെത്തിയാൽ മതിയേ' എന്ന മട്ടിൽ നിന്നിരുന്ന എല്ലാ പ്രേതങ്ങളെയും കണ്ടുപിടിച്ച് അദ്ദേഹം സ്കൂളിലേക്കു തെളിച്ചു.

ആ രാത്രിക്കുശേഷം റ്റോമോയിലെ കുട്ടികൾ പ്രേതങ്ങളെ ഭയന്നില്ല. പ്രേതങ്ങൾ പോലും ഭയമുള്ളവരാകുമ്പോൾ പിന്നെ അവരെന്തിന് അവയെ ഭയക്കണം?

പരിശീലനമുറി

പതിഞ്ഞ കാൽവയ്പ്പുകളോടെ ടോട്ടോചാൻ നടന്നു. ഇടയ്ക്കിടെ മുഖമുയർത്തി അവളെ നോക്കിക്കൊണ്ടു പിന്നാലെ റോക്കിയും. അവൾ ഇങ്ങനെ സഞ്ചരിക്കുക സാധാരണമല്ല. തനിക്കാവുന്നത്ര വേഗത്തിൽ ഓടുക, കളഞ്ഞുപോയ എന്തെങ്കിലും തിരഞ്ഞ് അങ്ങുമിങ്ങും അലയുക, അന്യരുടെ കൃഷിയിടങ്ങളുടെയും ഉദ്യാനങ്ങളുടെയും വേലിപ്പത്തലുകൾ ഒന്നൊന്നായ് ചാടിക്കടന്നോടുക ഇതൊക്കെയാണു പതിവ്. പക്ഷേ, ഇപ്പോൾ അവരിരുവരും പോകുന്നത് അച്ഛന്റെ പരിശീലനശാലയിലേക്കാണ്; ജനാലയ്ക്കരികിൽനിന്ന് ഉള്ളിലേക്ക് ഒളിഞ്ഞുനോക്കാൻ.

.അച്ഛനും കൂട്ടരും സംഗീതപരിശീലനം നടത്തുന്ന ആ ഹാളിലെത്താൻ വീട്ടിൽനിന്ന് അഞ്ചുമിനിട്ടു നടക്കണം. വയലിനിസ്റ്റായ അച്ഛനാണു കൺസേർട്ട്മാസ്റ്റർ, അതായതു പ്രധാന വാദ്യക്കാരൻ. ടോട്ടോചാൻ ഒരിക്കൽ അച്ഛനോടൊപ്പം സംഗീതപരിപാടിക്കു പോയിട്ടുണ്ട്. അന്നു കച്ചേരിയുടെ അന്ത്യരംഗം അവളെ അത്ഭുതപ്പെടുത്തി. കൈയടി ഒടുങ്ങിയതും ശരീരമാസകലം വിയർപ്പോടെ കണ്ടക്ടർ കാഴ്ചക്കാരെ വന്ദിച്ചു. ശേഷം തന്റെ പ്രത്യേക പ്ലാറ്റ്ഫോമിൽനിന്നിറങ്ങി അച്ഛന്റെ അടുക്കലേക്കു വന്നു. അച്ഛനായിരുന്നു വയലിൻ വായിച്ചിരുന്നത്. അദ്ദേഹം അച്ഛന്റെ കൈപിടിച്ചുകുലുക്കി. അച്ഛൻ എഴുന്നേറ്റുനിന്നു. അപ്പോഴേക്കും ഓർക്കെസ്ട്രയിലെ മറ്റംഗങ്ങളും എഴുന്നേറ്റു. ടോട്ടോചാൻ ആകെ ചിന്താക്കുഴപ്പത്തിലായി.

"അവരെന്തിനാ കൈപിടിച്ചു കുലുക്കണെ?" അവൾ പിറുപിറുത്തു.

"അതേയ്, നന്നായി വായിച്ചതിന് കണ്ടക്ടർ ഓർക്കെസ്ട്രക്കാരോട് നന്ദി പറയ്കാ. എല്ലാവരോടുംള്ള നന്ദി ഒരാളുടെ കൈപിടിച്ചുകുലുക്കി അറിയിക്കും. അത്രേള്ളൂ," അമ്മ അവൾക്കു വിശദീകരിച്ചുകൊടുത്തു. അച്ഛന്റെ റിഹേഴ്സൽ ഹാളിലേക്കു പോകാൻ ടോട്ടോചാന് എന്നും ഉത്സാഹമായിരുന്നു. അവിടം സ്കൂൾ പോലെയല്ല. സ്കൂളിലാകെ കുട്ടികളാണെങ്കിൽ ഇവിടെയെല്ലാം മുതിർന്നവരാണ്. വാദ്യോപകരണങ്ങൾകൊണ്ട് മനോഹരമായി പാടുന്നവർ. ഏറ്റവും രസം കണ്ടക്ടർ റോസൻസ്റ്റോക്കിന്റെ നാവിൽനിന്നു വീഴുന്ന മുറിഞ്ഞ ജാപ്പനീസാണ്.

ജോസഫ് റോസൻസ്റ്റോക്കിനെക്കുറിച്ച് അച്ഛൻ അവൾക്കു പറഞ്ഞുകൊടുത്തിട്ടുണ്ട്. യൂറോപ്പിലെ പ്രശസ്തനായൊരു മ്യൂസിക് കണ്ടക്ടറായിരുന്നു അദ്ദേഹം. പക്ഷേ, ഹിറ്റ്ലർ എന്നൊരാൾ അവിടെ മുഴുവൻ കുഴപ്പമുണ്ടാക്കിയത്രേ. അയാളുടെ ദ്രോഹപ്രവൃത്തികൾ കാരണം പാവം റോസൻസ്റ്റോക്കിനു നാടുവിടേണ്ടിവന്നു. അലഞ്ഞുതിരിഞ്ഞ്, ഒടുവിൽ തന്റെ സംഗീതനൈപുണ്യവുമായി അദ്ദേഹം ജപ്പാനിലെത്തി. അച്ഛന് അദ്ദേഹത്തെക്കുറിച്ചു വലിയ മതിപ്പാണ്. ഹിറ്റ്ലർ ജൂതന്മാരെയാകമാനം പീഡിപ്പിക്കാൻ തുടങ്ങിയ കാലമായിരുന്നു അത്. പക്ഷേ ലോകസാഹചര്യമൊക്കെ കൊച്ചുടോട്ടോ എങ്ങനെ അറിയാനാണ്? അന്ന് അതൊക്കെ സംഭവിച്ചില്ലായിരുന്നുവെങ്കിൽ റോസൻസ്റ്റോക്ക് ഒരിക്കലും ജപ്പാനിലെത്തുകയില്ലായിരുന്നു; സംഗീതകാരൻ കൊസ്കാക് യമാദ സ്ഥാപിച്ച ഓർക്കെസ്ട്ര ഇത്രയേറെ പെട്ടെന്നു പുരോഗമിക്കുകയില്ലായിരുന്നു. ഓർക്കെസ്ട്രയുടെ ഉയർച്ചയ്ക്കു കാരണം ലോകനിലവാരമുള്ള റോസൻസ്റ്റോക്കിന്റെ കഠിനപ്രയത്നമാണ്. ഈ സംഘം, യൂറോപ്പിലെ ഒന്നാംകിട സംഘങ്ങളുടെ

നിലവാരം പുലർത്തണമെന്ന് അദ്ദേഹം നിർബന്ധം പിടിച്ചു. അതുകൊണ്ടായിരിക്കണം, ഓരോ റിഹേഴ്സലിന്റെയും അന്ത്യത്തിൽ റോസൻസ്റ്റോക്ക് തൃപ്തിവരാതെ അലറും:

"ഹൊ, ഞാനിങ്ങനെ തലയറഞ്ഞു ശ്രമിച്ചിട്ടും നിങ്ങൾക്കൊരു കുലുക്കവുമില്ലല്ലോ."

"കഴിവിന്റെ പരമാവധി ഞങ്ങൾ ശ്രമിക്കുന്നുണ്ട്, സർ," സെല്ലോ വായിക്കുന്ന ഹിദിയോ സെയ്തോ എല്ലാവരെയും പ്രതിനിധീകരിച്ചു പറയും. "തെറ്റിദ്ധരിക്കരുത്. ഞങ്ങളുടെ സങ്കേതങ്ങൾ ഇനിയും അത്ര മെച്ചപ്പെട്ടിട്ടില്ല. അല്ലാതെ മനപ്പൂർവ്വം തെറ്റുവരുത്തുന്നതല്ല," ഹിദിയോ സെയ്തോ നന്നായി ജർമൻ സംസാരിക്കും. റോസൻസ്റ്റോക്ക് വിശ്രമിക്കുകയാണെങ്കിൽ കണ്ടക്റ്റു ചെയ്യുക അദ്ദേഹമാണ്.

ഈ കൂട്ടക്കുഴപ്പത്തിനിടയിൽ ജനാലയ്ക്കൽ നിൽക്കുന്ന ടോട്ടോചാനെ ആരും ശ്രദ്ധിക്കാറില്ല. ചിലപ്പോഴാകട്ടെ റോസൻസ്റ്റോക്കിന്റെ മുഖം ചുവന്നു തുടുക്കും; ചുണ്ടുകൾ വിറയ്ക്കും. തലയിൽനിന്നു നീരാവി പുകഞ്ഞുപൊങ്ങുന്നതുപോലെ തോന്നും. അപ്പോൾ അദ്ദേഹം ജർമനിൽ എന്തൊക്കെയോ വിളിച്ചു പറയുന്നതു കേൾക്കാം. ഇത്തരം അവസരങ്ങളിലാണ് അവൾ ആ പ്രിയപ്പെട്ട ജനൽപ്പാളിക്കരികിൽനിന്നു പിൻവലിയുക. റോക്കിയോടൊപ്പം ശ്വാസമടക്കി അവൾ തറയിൽ പമ്മിയിരിക്കും. പിന്നെ, വീണ്ടുമുയരുന്ന സംഗീതവീചികൾക്കായി ചെവി വട്ടംപിടിച്ചു കാത്തിരിപ്പായി.

പക്ഷേ, മറ്റെല്ലായ്പ്പോഴും റോസൻസ്റ്റോക്ക് രസികനും നല്ലവനുമാണ്. അദ്ദേഹം ജാപ്പനീസ് സംസാരിക്കുന്നതു കേൾക്കാനാണു ബഹു രസം. അച്ഛന്റെ വായനയിൽ തൃപ്തിവന്നാൽ വിചിത്രമായ ഉച്ചാരണത്തോടെ അദ്ദേഹം തലകുലുക്കും, "നന്നായി കുറോയാനഗിസാൻ." അല്ലെങ്കിൽ പറയും, "ഗംഭീരം, ഗംഭീരം!"

ടോട്ടോചാൻ പരിശീലനമുറിക്കുള്ളിൽ ഒരിക്കൽപോലും കയറിയിട്ടില്ല. ജനലിലൂടെ എത്തിവലിഞ്ഞുനോക്കാനും ചെവി വട്ടം പിടിച്ചു പാട്ടുകേൾക്കാനുമാണ് അവൾക്കിഷ്ടം. ഇടയ്ക്കൊന്നു നിർത്തി സിഗരറ്റു പുകയ്ക്കാനായി പാട്ടുകാർ പുറത്തുവരുമ്പോഴാണു ജനാലയ്ക്കരികിൽ നിൽക്കുന്ന ടോട്ടോചാനെ അച്ഛൻകാണാറ്.

"ആഹാ, എന്റെ ടോട്സ്കി എത്തീല്ലോ!" അദ്ദേഹം പറയും.

അവളെ കാണുകയാണെങ്കിൽ റോസൻസ്റ്റോക്ക് അഭിവാദ്യം ചെയ്തുകൊണ്ട് അടുക്കലേക്കു വരും, "ഗുഡ്മോർണിങ്." അദ്ദേഹം തന്റെ മുറിജാപ്പനീസ് പ്രയോഗിക്കും. അവൾ വലിയ കുട്ടിയാണെങ്കിലും ഒരു കൈക്കുഞ്ഞിനെയെന്നപോലെ കോരിയെടുത്തു കവിളിൽ ഉമ്മ വയ്ക്കും. അപ്പോൾ നേരിയ അമ്പരപ്പു തോന്നാറുണ്ടെങ്കിലും അവൾ റോസൻസ്റ്റോക്കിനെ ഇഷ്ടപ്പെട്ടു. ആകർഷകമായിരുന്നു അദ്ദേഹത്തിന്റെ രൂപം . നേർത്ത വെള്ളിക്കാലുകളുള്ള കണ്ണട; വലിയ മൂക്ക്; അത്ര ഉയരമില്ലാത്ത ശരീരം. ഒരു കലാകാരന്റേതായ ലക്ഷണങ്ങൾ ഒറ്റനോട്ടത്തിൽത്തന്നെ വ്യക്തമാണ്.

ടോട്ടോചാൻ അച്ഛന്റെ പരിശീലനമുറിയെ സ്നേഹിച്ചു. പുറമെ പൊട്ടിപ്പൊളിഞ്ഞതെങ്കിലും പാശ്ചാത്യരീതിയിൽ സജ്ജീകരിക്കപ്പെട്ട, അച്ഛന്റെയും കൂട്ടുകാരുടെയും പരിശീലനമുറി....

അകലെ, സെൻസൊകു ജലാശയത്തിൽനിന്നു വീശിയടിക്കുന്ന കാറ്റ് ഗാനശകലങ്ങളെ ചിലപ്പോഴൊക്കെ പഴകിയ സംഗീതശാലയ്ക്കപ്പുറത്ത് ഏതോ വിദൂരസ്ഥലികളിലേക്കു വാരിയെടുത്തുകൊണ്ടുപോയി. സ്വർണ്ണനിറമുള്ള കിങ്ഗ്യോ മത്സ്യങ്ങളുമായി നടന്നകലുന്ന ഒരു മീൻകാരന്റെ ശബ്ദം പാട്ടിന്റെ ഈരടികളിൽ എപ്പോഴൊക്കെയായോ കെട്ടുപിണഞ്ഞുകിടന്നു.

കിങ്... ഗ്യോ ഓ... ഓ... കിങ്... ഗ്യോ

ചുടുനീരുറവയിലേക്കൊരു യാത്ര

അങ്ങനെ വേനലവധി അവസാനിക്കുകയായി. റ്റോമോയിലെ വിദ്യാർഥികൾ ഏറ്റവും ആകാംക്ഷയോടെ കാത്തിരിക്കാറുള്ള ആ ദിനമെത്തി. ചുടുനീരുറവയുടെ തീരത്തേക്കുള്ള ഉല്ലാസയാത്രയുടെ ദിനം. ഒരു ദിവസം സ്കൂളിൽനിന്നു വന്നപാടെ ടോട്ടോചാൻ അമ്മയോടു ചോദിച്ചു, "സ്കൂളീന്ന് എല്ലാരും പോണു ചൂടുറവ കാണാൻ. ഞാനും പോട്ടെ?" റ്റോമോയിലെ വിചിത്രമായ പരിപാ

ടികൾ ഈയിടെയായി അമ്മയെ അത്ഭുതപ്പെടുത്താറില്ലെങ്കിലും ഇത്തവണ അവർ അന്തംവിട്ടുപോയി. പ്രായമായ ആളുകൾ സംഘംചേർന്നു ചുടുനീരുറവ സന്ദർശിക്കാറുള്ളതായി അവർ കേട്ടിട്ടുണ്ട്. പക്ഷേ ഒന്നാംതരത്തിൽ പഠിക്കുന്ന ഈ പിഞ്ചുകുട്ടികൾ... ആ സംശയം നീണ്ടുനിന്നില്ല. മാസ്റ്റർ കൊടുത്തയച്ച കത്ത് അവർ ശ്രദ്ധയോടെ വായിച്ചു. എന്തുകൊണ്ടും കൊള്ളാവുന്ന ഒരു പരിപാടിയാണിത്. വായിച്ചുകഴിഞ്ഞപ്പോൾ അവർക്കു തോന്നി. മാസ്റ്ററുടെ ബുദ്ധിയെ അവർ മനസ്സുകൊണ്ട് അഭിനന്ദിച്ചു.

ഷിസുവോകായിലെ ഇസു തുരുത്തിലാണു തോയി എന്ന മനോഹരമായ കടൽത്തീരം. കടലിൽ അപൂർവമായ ആ ചുടുനീരുറവ. കുട്ടികൾക്ക് അവിടെ അനായാസം നീന്താം. ചൂടുവെള്ളത്തിൽ കുളിക്കാം. കടൽത്തീരത്തെ പള്ളിക്കൂടം മൂന്നുദിവസത്തേക്കാണ്. മൂന്നുപകലും രണ്ടുരാത്രിയും. ഒരു റ്റോമോ വിദ്യാർഥിയുടെ പിതാവിന് അവിടെയൊരു വേനൽക്കാലവസതിയുണ്ട്. ഒന്നാംതരം മുതൽ ആറാംതരംവരെയുള്ള അമ്പതുകുട്ടികൾക്കും അവിടെ ഒരുമിച്ചു തങ്ങാം. അമ്മ ഒരു പുഞ്ചിരിയോടെ അനുവാദം കൊടുത്തു.

നിശ്ചിതദിവസം, യാത്ര തിരിക്കുന്നതിനു മുമ്പായി റ്റോമോയിലെ വിദ്യാർഥികളെല്ലാം അസംബ്ലിഹാളിൽ ഒത്തുചേർന്നു. " ആദ്യം തീവണ്ടിയിലും പിന്നെ കപ്പലിലുമായിട്ടാണു യാത്ര. യാത്രയ്ക്കിടയിൽ ആരെയെങ്കിലും കാണാതാവുകയോ മറ്റോ ചെയ്താൽ വിഷമമാകും. കേട്ടൂല്ലോ? ഉവ്വ്, എന്നാൽ നമുക്കിറങ്ങാം," മാസ്റ്റർ പറഞ്ഞു.

മാസ്റ്ററുടെ വകയായി കൂടുതൽ നിർദ്ദേശങ്ങളൊന്നും തന്നെ ഉണ്ടായില്ല. ജിയുഗോകയിൽ നിന്നു ടോക്കിയോയിലേക്കുള്ള തീവണ്ടിയാത്രയിൽ കുട്ടികൾ കാട്ടിയ അച്ചടക്കം അത്ഭുതകരമായിരുന്നു. ആരും തന്നെ കമ്പാർട്ടുമെന്റിൽ അങ്ങോട്ടുമിങ്ങോട്ടും കിടന്ന് ഓടിയില്ല. കോലാഹലങ്ങളില്ല. ആകെയുള്ളത് അടുത്തിരിക്കുന്നവർ തമ്മിലുള്ള കൊച്ചുവർത്തമാനങ്ങൾ മാത്രം. ചിട്ടയോടെ വരിവരിയായി നടക്കണമെന്നോ തീവണ്ടിയിൽ അച്ചടക്കം പാലിക്കണമെന്നോ ഭക്ഷണസമയങ്ങളിൽ തറയും മറ്റും വൃത്തികേടാക്കരുതെന്നോ റ്റോമോയിലെ കുട്ടികളെ ഇന്നുവരെ ആരും ഉപദേശിച്ചിട്ടില്ല. പക്ഷേ, പള്ളിക്കൂടത്തിലെ ദൈനംദിനച

ര്യകളിലൂടെ കുട്ടികൾ അവരറിയാതെ തന്നെ പലതും മനസ്സിലാക്കിയിരുന്നു. തങ്ങളെക്കാൾ ചെറുതും ദുർബലരുമായ കുട്ടികളെ പിടിച്ചുതള്ളുക, കരയിപ്പിക്കുക തുടങ്ങിയ പ്രവൃത്തികൾ തെറ്റാണ്, ലജ്ജാകരമാണ്; നടന്നുവരുന്ന വഴി ചപ്പുചവറുകൾ കാണുകയാണെങ്കിൽ പെറുക്കിമാറ്റണം; മറ്റുള്ളവർക്കു ശല്യവും ദുഃഖവും ഉണ്ടാക്കുന്ന പ്രവൃത്തികൾ കഴിയുന്നതും ഒഴിവാക്കാൻ ശ്രമിക്കണം; എന്നിങ്ങനെ പലതും. ടോട്ടോചാന് വന്ന മാറ്റമാണ് അവിശ്വസനീയം. മാസങ്ങൾക്കു മുൻപുവരെ ക്ലാസ് സമയത്തു ജനലിലൂടെ തെരുവു പാട്ടുകാരുമായി സല്ലപിച്ച് ഏവരെയും കുഴക്കിയിരുന്ന ടോട്ടോചാൻ, റ്റോമോയിൽ എത്തിയ അന്നുമുതൽ ഒതുക്കമുള്ള ഒരു വിദ്യാർഥിനിയായി മാറിയിരിക്കുന്നു. തന്റെ സീറ്റിൽ തന്നെ ഇരുന്നു പാഠങ്ങൾ കൃത്യമായി പഠിക്കുന്നു. തീവണ്ടിയിൽ മറ്റുള്ളവരോടൊപ്പം മര്യാദക്കാരിയായി കൂടിയിരിക്കുന്ന ഈ ടോട്ടോചാനെ പഴയ പള്ളിക്കൂടത്തിലെ അധ്യാപകരെങ്ങാനും കണ്ടാലോ... "നമ്മുടെ ടോട്ടോചാനോ? ഹേയ്, അല്ലല്ല! ഇതു വേറാരോ ആണ്" എന്ന് അവർ വിസ്മയംകൊള്ളാതിരിക്കില്ല.

കുട്ടികളുടെ സ്വപ്നങ്ങളത്രയും കപ്പൽയാത്രയെക്കുറിച്ചായിരുന്നു. നുമാസുവിൽവച്ചാണ് അതു യാഥാർഥ്യമായത്. അവർ കപ്പലിൽ കയറി. വലിയൊരു കപ്പലായിരുന്നില്ല. എങ്കിലും കുട്ടികളെ അത് ആവേശംകൊള്ളിച്ചു. ഓരോന്നിൽ പിടിച്ചു തൂങ്ങിയും ഒരിടത്തു തൊട്ടുനോക്കിയും ഡെക്കിന്റെ മുക്കും മൂലയും അവർ പരിശോധിച്ചു.

കപ്പൽ നീങ്ങിത്തുടങ്ങി. കടൽപ്പാലത്തിൽ നിന്നിരുന്ന ആൾക്കൂട്ടത്തെ നോക്കി കുട്ടികൾ കൈവീശി. ഏറെദൂരം പിന്നിട്ടില്ല, അതിനു മുൻപ് മഴയാരംഭിച്ചു. ഡെക്കുപേക്ഷിച്ച് അവർക്ക് ഉള്ളിലേക്കു പോകേണ്ടിവന്നു. പൊടുന്നനെ കടൽ ഇരമ്പിമറിയാൻ തുടങ്ങി. കൊച്ചുടോട്ടോയുടെ ഉള്ളിൽ ഭയവും സങ്കടവും മൊട്ടിട്ടു. മിക്ക കുട്ടികളുടെയും മുഖം മ്ലാനമായിക്കഴിഞ്ഞിരുന്നു. അപ്പോഴേക്കും ഒരു മുതിർന്ന ആൺകുട്ടി ചാടിയെണീറ്റ് കപ്പലിന്റെ മധ്യത്തിലായി നിന്നു. എല്ലാവരുടെയും ശ്രദ്ധ അങ്ങോട്ടായി. കപ്പലിനെ നേരെ നിർത്തുന്നതിനുള്ള സ്റ്റെബിലൈസറാണു താൻ എന്ന ഭാവത്തിലാണു കക്ഷിയുടെ നിൽപ്. കപ്പൽ ആടിയുലഞ്ഞതും അവൻ "ഭൂം...!" എന്ന മൂളക്കത്തോടെ ഒരു വശത്തേക്കു

കുതിച്ചു. കപ്പൽ ചെരിയുന്നതിനനുസരിച്ചു തിരികെ എതിർവശത്തേക്ക്. "ഭൂം...!" വീണ്ടും വീണ്ടും "ഭൂ"ങ്കാരത്തോടെ ഇരുവശങ്ങളിലേയ്ക്കും. 'കടൽപ്പേടി' ബാധിച്ചു മ്ലാനമായ മുഖങ്ങളിൽ ചിരി പൊട്ടിത്തുടങ്ങി. കപ്പൽ തോയിയിലെത്തുമ്പോഴും കുട്ടികൾ വീണു ചിരിക്കുകയായിരുന്നു. എല്ലാവരും പുറത്തിറങ്ങി. കടൽപ്പേടിയും കരച്ചിലുമൊക്കെ മാറി കുട്ടികളെല്ലാം ആഹ്ലാദത്തിലായിരുന്നു. അപ്പോഴാണ് അതുവരെ ഉല്ലാസത്തിലായിരുന്ന പാവം "ഭൂ..."മിന്റെ മുഖത്തൊരു വല്ലായ്ക!

ഒരു കടൽത്തീരഗ്രാമമാണു തോയിസ്പാ; മനോഹരവും തിരക്കൊഴിഞ്ഞതും. ചുറ്റുപാടും പച്ചക്കുന്നുകൾ. അല്പനേരത്തെ വിശ്രമത്തിനു ശേഷം അധ്യാപകർ കുട്ടികളെ കടൽക്കരയിലേക്കു കൂട്ടിക്കൊണ്ടുപോയി. എല്ലാവരും നീന്തൽവസ്ത്രങ്ങൾ ധരിച്ചു. കടൽ, റ്റോമോയിലെ നീന്തൽക്കുളമല്ലല്ലോ.

കടലിലെ ചുടുനീരുറവ ഒരപൂർവ്വപ്രതിഭാസമാണ്. അതിർത്തി തിരിക്കാനാവാത്ത വിധം അതു കടലിന്റെ ബാക്കി ഭാഗങ്ങളുമായി ചേർന്നുകിടക്കുന്നു. നീരുറവയൊഴുകുന്നിടത്തു കഴുത്തോളം മുങ്ങിനിൽക്കാം. അപ്പോൾ ജലത്തിന്റെ ഇളംചൂട് നമ്മെ തഴുകി കടന്നുപോകും. വല്ലാത്തൊരനുഭൂതിയാണത്. ചുടുനീരിലെ സ്നാനം! ഉറവയ്ക്കപ്പുറത്തെ കടലിലേക്ക് പതിനഞ്ചടിയോളം ദൂരമുണ്ട്. അങ്ങോട്ടേക്കു മെല്ലെ ഊളിയിടുക. ചൂട് കുറേശ്ശെ കുറഞ്ഞുവരും. നന്നേ തണുത്തുകഴിയുമ്പോഴാണു നാം കടലിലെത്തിയെന്നറിയുക. തണുപ്പ് അധികമാവുമ്പോൾ തിരികെ ഉറവയിലേക്കു തിടുക്കത്തിൽ നീന്താം. കഴുത്തോളം വെള്ളത്തിൽനിന്നു വീണ്ടും ഒരുഷ്ണജലസ്നാനം; വീട്ടിനുള്ളിലെ ചൂടുവെള്ളം നിറച്ച ടാങ്കിലെന്നപോലെ. ഒരുകൂട്ടം പേർ കടലിന്റെ തണുപ്പിലൂടെ നീന്തിത്തുടിക്കുമ്പോൾ മറ്റൊരു പറ്റം നീരുറവയിൽ വട്ടംകൂടിനിന്നു കിതപ്പാറ്റുന്നു. ഒരു കുളിമുറിയിലെന്നപോലെ പരസ്പരം വെള്ളം കോരിയൊഴിച്ചു കലപില കൂട്ടുന്നു.

"വല്യ ആളുകളെപ്പോലെയാണല്ലോ ഇവര് ചൂടുറവയില് കുളിക്കണേ!" തോയി കടപ്പുറത്ത് ഈ കാഴ്ച കണ്ടുനിന്ന ആരൊക്കെയോ പിറുപിറുത്തു കാണണം.

അക്കാലത്തു കടൽപ്പുറം മിക്കവാറും ശൂന്യമായിരുന്നു. ആ തീരം തങ്ങളുടെ വീട്ടുമുറ്റംപോലെ സ്വന്തമെന്നു കുഞ്ഞുങ്ങൾക്കു

തോന്നിയിരിക്കണം. അപൂർവമായ ആ ചുടുനീരുറവയുടെ ആൾത്തിരക്കില്ലാത്ത വിതാനത്തിൽ അവർ ആവോളം മുഴുകി. സമുദ്രത്തിന്റെ ശീതത്തിലൂടെ ഒഴുകി. തിരികെ താമസസ്ഥലത്തെത്തിയപ്പോൾ സായാഹ്നമായിരുന്നു. ഏറെനേരം വെള്ളത്തിലായിരുന്നതിനാൽ കുട്ടികളുടെ കൈകാലുകൾ കോച്ചിവലിഞ്ഞിരുന്നു. വിരലുകളിൽ നിറയെ തുടുത്ത ചുളിവുകൾ!

കമ്പിളിപ്പുതപ്പിനടിയിൽ ചുരുണ്ടുകിടന്ന് ഓരോ രാത്രികളിലും അവർ ഊഴംവച്ചു കഥകൾ പറഞ്ഞു. എല്ലാം പ്രേതകഥകൾ.... ടോട്ടോചാന് പേടികൊണ്ടു കരച്ചിൽ വന്നു. അവൾ മാത്രമല്ല ഒന്നാംതരത്തിലെ എല്ലാവരും കരഞ്ഞു. പൊഴിയുന്ന കണ്ണുനീരിനിടയിലും അവർ ആകാംക്ഷയോടെ ചോദിക്കും, "ന്നിട്ടോ...?"

തോയിസ്പാ തീരത്തെ മൂന്നുദിനങ്ങൾ സ്കൂളിനുള്ളിലെ ക്യാമ്പുപോലെയോ പേടിയില്ലാപ്പരീക്ഷപോലെയോ ആയിരുന്നില്ല. അവിടത്തെ അനുഭവങ്ങൾ പുറംലോകത്തെ ജീവിതത്തിൽ നിന്നുള്ളവയായിരുന്നു. ഉദാഹരണത്തിന് ഊണിനുവേണ്ട പച്ചക്കറിയും മീനും വാങ്ങാൻ പോകുന്ന കാര്യമെടുക്കാം. കുട്ടികൾ തന്നെയാണ് ഊഴംവച്ചു പോവുക. പോകുന്ന വഴിക്കു ചിലപ്പോൾ ചിലർ ചോദിച്ചെന്നിരിക്കും,"കുട്ടികളേ നിങ്ങളേതു സ്കൂളിലേക്കാ?" അല്ലെങ്കിൽ, "എവിടുന്ന് വര്കാ നിങ്ങള്?" അവരോടു താഴ്മയോടെ മറുപടി പറയേണ്ടതുണ്ട്. കുട്ടികളിൽ ചിലരെ ഇതിനിടെ മരക്കൂട്ടങ്ങൾക്കിടയിൽ കാണാതായി. അവരെ തെരഞ്ഞുപിടിക്കാൻ ഒരുപാടു കഷ്ടപ്പെടേണ്ടിവന്നു. ദൂരേക്കു നീന്തിപ്പോയ ചിലർ തിരിച്ചുവരാനാവാതെ കുഴങ്ങിയത് എല്ലാവരെയും വിഷമത്തിലാക്കി. കടൽത്തീരത്തെ കുപ്പിച്ചില്ലുകളിൽ ചവിട്ടി ചിലരുടെ കാലുകൾ മുറിഞ്ഞു. ഓരോ തവണയും കുട്ടികൾ തങ്ങൾക്കാനാവും വിധം പരസ്പരം സഹായിച്ചുകൊണ്ടിരുന്നു.

മിക്ക അനുഭവങ്ങളും പക്ഷേ, കുട്ടികളെ വിസ്മയിപ്പിക്കാൻ പോന്നവയായിരുന്നു. ചുറ്റുമുള്ള കാടുകളിൽ നിർത്താതെ കരഞ്ഞുകൊണ്ടിരിക്കുന്ന ചീവീടുകൾ. അൽപമകലെയുള്ള പീടികയിൽ നിരത്തിവച്ചിരിക്കുന്ന മിഠായിഭരണികൾ. തീരത്തു തടികൾ നിരത്തിയിട്ട് വഞ്ചി പണിയുന്നതിലേർപ്പെട്ടിരിക്കുന്ന ഒരാളെ പരിചയപ്പെട്ടു. ഒരു കൂറ്റൻ വഞ്ചി അയാൾ തനിയെ ഉണ്ടാക്കുകയാണ്.

കുട്ടികൾ കാണുമ്പോൾ വഞ്ചി ഏകദേശരൂപത്തിലായിക്കഴിഞ്ഞിരുന്നു. എന്നും നേരം പുലരുമ്പോൾ ഉറക്കപ്പായയിൽനിന്ന് അവർ നേരെ കടൽപ്പുറത്തേക്കാണോടുക; വഞ്ചിയുടെ പണി ഏതുവരെയായെന്നറിയാൻ. ചീവിക്കളഞ്ഞ തടിച്ചുരുളുകളിൽനിന്നു നീളമുള്ള ഒരെണ്ണം അയാൾ കൊച്ചുടോട്ടോയ്ക്കു സമ്മാനിക്കുകയും ചെയ്തു.

"വിനോദയാത്രയുടെ ഓർമ്മയ്ക്കായി നമുക്കൊരു ഫോട്ടോ എടുക്കാം. എന്താ?" മടക്കയാത്രയാരംഭിക്കുന്നതിനുമുമ്പ് മാസ്റ്റർ പറഞ്ഞു. എല്ലാവരും ഒന്നിച്ചിരുന്ന് ഇതുവരെ ഒരു ഫോട്ടോ എടുത്തിട്ടില്ല. അതുകൊണ്ടാകാം അവർക്ക് അതൊരു പുതുമയുള്ള കാര്യമായാണു തോന്നിയത്. ഒരധ്യാപിക ക്യാമറ തയ്യാറാക്കി. എല്ലാവരും നിരന്നുനിന്നു. അപ്പോഴുണ്ട് ഒന്നുരണ്ടുപേർക്കു മൂത്രശങ്ക; ഒരുവന്റെ തുകൽ ഷൂസ് കാലുകൾ തമ്മിൽ മാറിക്കിടക്കുന്നു. തിരക്കുകളെല്ലാം കഴിഞ്ഞു ടീച്ചർ വിളിച്ചുചോദിച്ചു. "എല്ലാവരും റെഡിയായോ?" ഒന്നുരണ്ടുപേർ യഥാസ്ഥാനത്തു മലർന്നുകിടക്കുകയാണ്. ഇത്രയും നേരം ഫോട്ടോയ്ക്കു പോസുചെയ്തു കടുകിട അനങ്ങാതിരുന്ന് അവർ തളർന്നുപോയിരുന്നു. എല്ലാം കൂടി ഒരുപാടു സമയമെടുത്തു.

കുട്ടികൾ തങ്ങൾക്കിഷ്ടമുള്ള ഭാവത്തിൽ, കടലിന്റെ പശ്ചാത്തലത്തിൽ കൂട്ടംകൂടി നിൽക്കുന്ന ആ ചിത്രം, പക്ഷേ, അവരിലോരോരുത്തർക്കും അമൂല്യമായൊരു നിധിയായി മാറി. കാലമേറെക്കഴിഞ്ഞ് അതു കണ്ണിൽത്തടയുമ്പോൾ ഒഴുകിവരുന്നതു മുഴുവൻ സ്മരണകളാണ് - ഉരുവിലെ യാത്ര, ചൂടുറവയിലെ സ്നാനം, രാക്കഥകളിലെ പ്രേതം, പാവം "ഭൂം..." അങ്ങനെ എല്ലാമെല്ലാം.... ആനന്ദത്തിന്റെ ആ ആദ്യത്തെ മധ്യവേനലവധി കൊച്ചുടോട്ടോ ഒരിക്കലും മറന്നില്ല.

ടോട്ടോചാന്റെ ടോക്കിയോയിലെ വീട്ടിനു പിന്നിലൊരു കുളത്തിൽ നിറയെ സ്വർണ്ണമത്സ്യങ്ങളുണ്ടായിരുന്ന കാലമായിരുന്നു അത്, ചവറുകാരൻ ഒരു പടുകൂറ്റൻ കാളയെപ്പൂട്ടി തന്റെ ചപ്പുവണ്ടിയുമായി അതുവഴി കടന്നുപോയിരുന്ന കാലം.

യൂറിത്ത്മിക്സ് അഥവാ 'പാട്ടിനൊത്തൊരു നൃത്തം'

വേനലവധിയുടെ ദിനങ്ങൾ കഴിഞ്ഞു. അധ്യയനവർഷത്തിന്റെ രണ്ടാം പകുതി ആരംഭിക്കുകയായി (ജപ്പാനിൽ സ്കൂൾവർഷം തുടങ്ങുന്നത് ഏപ്രിൽ മാസത്തിലാണ്). അവധിക്കാലത്തെ സമാഗമങ്ങളിലൂടെ മുതിർന്ന ക്ലാസിലെ ആൺകുട്ടികളും പെൺകുട്ടികളുമടക്കം എല്ലാവരും കൊച്ചുടോട്ടോയുടെ ഇഷ്ടക്കാരായി മാറിയിരുന്നു. വളരുന്തോറും അവൾ റ്റോമോ ഗാക്വെനെ കൂടുതലിഷ്ടപ്പെടാൻ തുടങ്ങി.

മറ്റു സാധാരണ പള്ളിക്കൂടങ്ങളിലേതിൽനിന്ന് എത്ര വിഭിന്നമായിരുന്നു റ്റോമോയിലെ പഠനവേളകളും രീതികളുമെന്നതു പ്രധാനമാണ്. മാത്രമല്ല വളരെക്കൂടുതൽ സമയം സംഗീതപരിശീലനത്തിനായി വിനിയോഗിച്ചിരുന്നു. ഏറെ വൈവിധ്യമാർന്ന സംഗീതപാഠങ്ങളുണ്ട് റ്റോമോയിൽ. അതിൽ പ്രമുഖമാണ് 'യൂറിത്ത്മിക്സ്'. അതിനായി ദിവസവും ഓരോ പിരീഡ് മാറ്റിവയ്ക്കപ്പെട്ടിരുന്നു. താളബദ്ധമായ ഒരുതരം അധ്യയനസമ്പ്രദായമാണ് 'യൂറിത്ത്മിക്സ്'. സംഗീതജ്ഞനും അധ്യാപകനുമായ എമിലി ജാക്വയേ-ഡാൽക്രോസ് എന്ന സ്വിറ്റ്സർലണ്ടുകാരനാണു സവിശേഷമായ ഈ സമ്പ്രദായം വികസിപ്പിച്ചെടുത്തത്. 1904-ഓടെ അദ്ദേഹത്തിന്റെ പഠനങ്ങൾക്കു പ്രചാരം സിദ്ധിച്ചുതുടങ്ങി. തുടർന്നു യൂറോപ്പിലും അമേരിക്കയിലും ഈ താളാത്മകപഠനരീതി വളരെ പെട്ടെന്നു പ്രയോഗത്തിൽ വന്നു. അവിടങ്ങളിലെമ്പാടും 'യൂറിത്ത്മിക്സ്' ഗവേഷണപരിശീലനകേന്ദ്രങ്ങൾ സ്ഥാപിക്കപ്പെട്ടു.

ഇവിടത്തെ കഥ അതല്ല. ഡാൽക്രോസിന്റെ 'യൂറിത്ത്മിക്സ്' റ്റോമോയിലെത്തിയതെങ്ങനെ?

റ്റോമോ സ്കൂൾ തുടങ്ങുന്നതിനുമുമ്പ് സൊസൊാകു കൊബായാഷി യൂറോപ്പിലുടനീളം സഞ്ചരിച്ചു. വിദേശത്തു കുട്ടികളെ പ്രാഥമിക വിദ്യാഭ്യാസം ചെയ്യിപ്പിക്കുന്നതിനു സ്വീകരിച്ചിരുന്ന മാർഗങ്ങളെന്തെന്നു കണ്ടു മനസ്സിലാക്കുകയായിരുന്നു മാസ്റ്ററുടെ ഉദ്ദേശ്യം. ഒരുപാട് എലിമെന്ററി സ്കൂളുകൾ അദ്ദേഹം സന്ദർശിച്ചു. വിദ്യാഭ്യാസ വിചക്ഷണന്മാരുമായി സംഭാഷണങ്ങൾ നടത്തി. ഒടുവിൽ അദ്ദേഹം ഡാൽക്രോസിനെ കണ്ടുമുട്ടി. അതു പാരിസിൽ വച്ചായിരുന്നു. ഒരു മികച്ച സംഗീതരചയിതാവായിരുന്നു

ഡാൽക്രോസ്; അതിലുപരി ഒരു വിദ്യാഭ്യാസവിദഗ്ദ്ധനും.

കേവലം കർണങ്ങൾ കൊണ്ടല്ലാതെ ആത്മാവിന്റെ ആഴങ്ങളിൽ സംഗീതവീചികളെ ആവാഹിക്കാനും അനുഭവിച്ചറിയാനും കുട്ടികളെ സജ്ജരാക്കുന്നതെങ്ങനെ? അതായിരുന്നു ഡാൽക്രോസിനെ ഏറെക്കാലമായി അലട്ടിക്കൊണ്ടിരുന്ന പ്രശ്നം. നിർജ്ജീവവും വരണ്ടതുമായ വെറും സങ്കേതങ്ങളുടേതല്ല, മറിച്ചു ചടുലമായ ചലനങ്ങളുടേതാണു സംഗീതമെന്ന് അവർക്കെങ്ങനെയാണു മനസ്സിലാക്കിക്കൊടുക്കുക? പിഞ്ചുകുഞ്ഞുങ്ങളുടെ സംവേദനക്ഷമതയെ എങ്ങനെയാണു തൊട്ടുണർത്തുക? അദ്ദേഹം ഗാഢമായി ചിന്തിച്ചു.

ഓടുമ്പോഴും ഒറ്റക്കാലിൽ കൊന്നിക്കളിക്കുമ്പോഴും സ്കിപ്പിങ്ങ് റോപ്പിനുമുകളിലൂടെ നിർത്താതെ ചാടുമ്പോഴുമുള്ള കുട്ടികളുടെ പ്രത്യേകതകൾ അദ്ദേഹം സസൂക്ഷ്മം നിരീക്ഷിച്ചു. ഡാൽക്രോസിനെ ആകർഷിച്ചത് അവരുടെ സവിശേഷമായ താളമായിരുന്നു. താളനിബദ്ധമായ വ്യായാമരീതികൾ ചിട്ടപ്പെടുത്തുക എന്ന ആശയം അങ്ങനെയാണ് ആ മനസ്സിലുദിച്ചത്. അദ്ദേഹം അതിനെ 'യൂറിത്ത്മിക്സ്' എന്നു വിളിച്ചു.

കൊബായാഷി മാസ്റ്റർ ഒരുവർഷത്തോളം പാരിസിലെ ഡാൽക്രോസ് വിദ്യാലയത്തിൽ തങ്ങി. ഈ പഠനസമ്പ്രദായം സസൂക്ഷ്മം ഹൃദിസ്ഥമാക്കി. മാസ്റ്ററെ മാത്രമല്ല, പ്രഗത്ഭരായ മറ്റു പല ജപ്പാൻകാരെയും ഡാൽക്രോസിന്റെ സമ്പ്രദായം സ്വാധീനിച്ചിട്ടുണ്ട്. സംഗീതകാരൻ കൊസ്കാക് യമാദ, ജപ്പാനിലെ ആധുനികനൃത്തത്തിന്റെ പ്രയോക്താവായ ബകു ഇഷി, കബുകി നടനായ ഇചികാവ സദാൻജി-II, ആധുനികനാടകത്തിന്റെ വക്താവായ കഓറു ഒസാന്നായി, നർത്തകൻ മിഷിയോ ഇതോ തുടങ്ങിയവരെല്ലാം പല കലാരൂപങ്ങളുടെയും അടിസ്ഥാനപാഠങ്ങളായി ഡാൽക്രോസിന്റെ നിരീക്ഷണങ്ങളെ വിലയിരുത്തി. എന്നാൽ ജപ്പാനിലെ പ്രാഥമികവിദ്യാഭ്യാസരംഗത്ത് ഈ സമ്പ്രദായം ആദ്യമായി പ്രയോഗത്തിൽ വരുത്തിയത് കൊബായാഷി മാസ്റ്ററായിരുന്നു.

"എന്താണീ 'യൂറിത്ത്മിക്സ്?' എന്ന് ആരെങ്കിലും ചോദിച്ചെന്നിരിക്കട്ടെ. അദ്ദേഹം പറയും, "അതൊരു കായികകലയാണ്. ശരീരത്തിന്റെ പ്രവർത്തനങ്ങളെ ശുദ്ധീകരിച്ചെടുക്കുന്ന, ശരീ

രത്തെ ഉപയോഗിക്കുകയും നിയന്ത്രിക്കുകയും ചെയ്യുന്നതെങ്ങനെയെന്ന് ആത്മാവിനെ പഠിപ്പിക്കുന്ന, മനസ്സിനും ശരീരത്തിനും താളബോധം പകർന്നുതരുന്ന ഒരു കായികകലാരൂപം. 'യൂറിത്ത്മിക്സ്' പരിശീലിക്കുന്ന ഒരാളുടെ വ്യക്തിത്വം താളാത്മകവും ചടുലവുമാകും. താളാത്മകവ്യക്തിത്വം ബലിഷ്ഠവും മനോഹരവുമാണ്. അതു പ്രകൃതിക്ക് അനുരൂപവും പ്രകൃതിയുടെ നിയമങ്ങൾക്കനുസരണവുമാണ്.

ശരീരത്തെ താളാനുസൃതമായി ചലിപ്പിക്കുന്നതിനുള്ള അടിസ്ഥാനപാഠങ്ങളോടെയാണു ടോട്ടോചാൻ പരിശീലനം ആരംഭിച്ചത്. അസംബ്ലിഹാളിലെ ഇടുങ്ങിയ സ്റ്റേജിലായി ഒരു പിയാനോ സ്ഥാപിച്ചിട്ടുണ്ട്. മാസ്റ്റർ അതു പ്രവർത്തിപ്പിച്ചുതുടങ്ങും. കുട്ടികൾക്കു തങ്ങൾക്കിഷ്ടമുള്ളിടത്തു നിന്നുകൊണ്ട് പാട്ടിന്റെ താളത്തിനനുസരിച്ചു ചലിച്ചുതുടങ്ങാം. തോന്നിയ ദിക്കിൽ തോന്നിയപാട് സഞ്ചരിക്കാം. പക്ഷേ പരസ്പരമുള്ള കൂട്ടിയിടി ഒഴിവാക്കണം. അതുകൊണ്ടായിരിക്കണം ഒരേ ദിശയിൽത്തന്നെ ചുറ്റിസഞ്ചരിക്കാനായിരുന്നു കുട്ടികൾക്കേവർക്കും ഇഷ്ടം. താളം ഇരട്ടിക്കുകയാണെങ്കിൽ സഞ്ചാരത്തോടൊപ്പം അവർ സംഗീതസംവിധായകരുടെ മട്ടിൽ കൈകൾ ഉയർത്തുകയും താഴ്ത്തുകയും ചെയ്യും. പാദങ്ങളുടെ ചലനം ലളിതമാണ്. കാൽച്ചുവടുകൾ കനപ്പിച്ചു വയ്ക്കേണ്ടതില്ല. എന്നുവച്ചു ബാലെയിലെന്നപോലെ വിരലിന്മേൽ നടക്കണമെന്നോ ഒഴുകിനീങ്ങണമെന്നോ അല്ല അർഥം. ശരീരം പൂർണ്ണമായും അയച്ചു തളർത്തിയിടുക. പാദങ്ങളെയും വിരലുകളെയും അവയുടെ വഴിക്കു വിടുക. അതാണു മാസ്റ്ററുടെ നിർദേശം. ശരിയെന്നു തോന്നുന്ന ഏതു രീതിയിലും നടക്കാം. പക്ഷേ, അതിന്റെ സ്വാഭാവികത വളരെ പ്രധാനമാണ്. താളം മൂന്നു മാത്ര വീതമായെന്നിരിക്കട്ടെ. കുട്ടികൾ തങ്ങളുടെ കരചലനങ്ങൾ അതിനനുസരിച്ചു മാറ്റുന്നു. മുറുകുന്ന താളത്തിനനുസരിച്ചു നടത്തയുടെ വേഗത കൂട്ടുകയോ കുറയ്ക്കുകയോ ചെയ്യുന്നു. ആറാം കാലത്തിനനുസരണമായ കരചലനങ്ങൾ വരെയാണു കുട്ടികൾ പഠിക്കേണ്ടത്. അതത്ര എളുപ്പവുമല്ല. നാലാംകാലം തികച്ചും ലളിതമാണ്.

താഴേക്ക്,	വട്ടത്തി,	ലിരുപുറ,	മുയരോട്ട്
1	2	3	4

താളം അഞ്ചാം കാലത്തിലേയ്ക്കു കടന്നാലോ,

താഴേക്ക്, വട്ടത്തിൽ, മുന്നോ, ട്ടിരുപുറ, മുയരോട്ട്.

ഇനിയാണ് ആറുമാത്ര:

താഴേക്ക്, വട്ടത്തിൽ, മുന്നോട്ട്, വട്ടത്തി, ലിരുപുറ, മുയരോട്ട്.

ഇങ്ങനെയാണ്. ഓരോ അടുത്ത താളവേഗത്തിലും സംഗതി കടുപ്പമേറും. ഏറ്റവും കഠിനം മറ്റൊന്നാണ്.

"പിയാനോയിലെ കാലം മാറിയാലും ഞാൻ പറയുന്നതു വരെ നിങ്ങൾ പഴയ താളത്തിൽത്തന്നെ സഞ്ചരിക്കുക, ശ്രദ്ധിച്ച്.... ശ്രദ്ധിച്ച്..." കുരുക്കുപിടിച്ച ആ അഭ്യാസത്തിനുമുമ്പ് മാസ്റ്റർ മുന്നറിയിപ്പു തരും.

ഇരട്ടമാത്രയിൽ കുട്ടികൾ ചലിച്ചുകൊണ്ടിരിക്കുകയാണെന്നിരിക്കട്ടെ. പെട്ടെന്നു പിയാനോ മൂന്നാമത്തേതിലേക്കു പ്രവേശിക്കുന്നു. മൂന്നു താളത്തിന്റെ ഇടവേളകൾ ശ്രദ്ധിച്ചുകൊണ്ടു കുട്ടികൾ ഇരട്ടത്താളത്തിനനുസരിച്ചു സഞ്ചരിക്കണം. വലഞ്ഞതുതന്നെ. പക്ഷേ, അതു കുട്ടികളിൽ ഏകാഗ്രത വളർത്തുമെന്നാണു മാസ്റ്ററുടെ അഭിപ്രായം.

"ഉവ്വ്, ഇനി താളം മാറ്റിക്കൊള്ളൂ" ഒടുവിൽ മാസ്റ്റർ ഉച്ചത്തിൽ അനുവാദം തരും.

ഒന്നാശ്വസിച്ചുകൊണ്ട് ചലനം മൂന്നാംകാലത്തിലാക്കാനുള്ള തത്രപ്പാടാണു പിന്നെ. പക്ഷേ ആ സന്ദർഭത്തിൽ പ്രത്യേകശ്രദ്ധ ആവശ്യമുണ്ട്. ഇരട്ടത്താളത്തിൽനിന്നു മനസ്സിനെ മോചിപ്പിച്ചെടുക്കണം. പേശികൾക്കു മൂന്നു മാത്രയിലേയ്ക്കു മാറാനുള്ള സന്ദേശം ലഭിക്കണം. മാത്രമല്ല ഇതിനിടയിൽ പശ്ചാത്തലതാളം തന്നെ അടുത്തഘട്ടത്തിൽ പ്രവേശിച്ചെന്നുമിരിക്കും. പരിശീലനത്തിന്റെ ആരംഭകാലത്തു കൈയും കാലുമൊക്കെ തോന്നിയപാടായിരിക്കും ചലിക്കുക. സംഗതിയാകെ കുഴഞ്ഞാലോ, "യ്യോ, മാസ്റ്ററേ നിക്ക് നിക്ക്. ഒരു നിമിഷം" എന്നു കുട്ടികൾ മുറവിളികൂട്ടുകയാണു പതിവ്. പക്ഷേ, നിരന്തരപരിശീലനത്തിലൂടെ ചലനങ്ങൾ അടുക്കും ചിട്ടയുമുള്ളതായി മാറുന്നു. പിന്നെ കാര്യങ്ങൾ അനായാസമാണ്. മനോധർമ്മമനുസരിച്ചു വ്യത്യസ്തമായ രീതികൾ സ്വയം ആവിഷ്കരിക്കാൻകൂടി അവർ പ്രാപ്തരാകുന്നു. അതോടെ സംഗീതാത്മകചലനം അവർ ആസ്വദിച്ചു തുടങ്ങുകയായി.

സാധാരണയായി ഓരോരുത്തരും ഒറ്റയ്ക്കാണു പരിശീലിക്കുക. എന്നാൽ ചിലപ്പോൾ രണ്ടുപേർ ഒന്നിച്ചായിരിക്കും. സംഗീതം രണ്ടാംകാലത്തിലായിരിക്കുമ്പോൾ അവർക്കു വേണമെങ്കിൽ കൈകോർത്തു നീങ്ങാം, അല്ലെങ്കിൽ കണ്ണടച്ചുപിടിച്ചു നടക്കാൻ ശ്രമിക്കാം. 'യൂറിത്ത്മിക്സി'നിടിയിൽ നിരോധിക്കപ്പെട്ടിട്ടുള്ള ഒരേയൊരു കാര്യം പരസ്പരമുള്ള ചർച്ചയാണ്.

ചില ദിവസങ്ങളിൽ അധ്യാപകരക്ഷകർത്തൃസമിതിയുടെ യോഗമുണ്ടായിരിക്കും. അന്നേദിവസം അമ്മമാർക്കു ജനലിലൂടെ എത്തിവലിഞ്ഞുനോക്കി ഈ മനോഹരദൃശ്യം കാണാവുന്നതാണ്. പിയാനോയുടെ നാദവീചികൾക്കനുസരണമായി കൈകാലുകൾ അനായാസം ചലിപ്പിച്ചു കുട്ടികൾ ആഹ്ലാദത്തോടെ തുള്ളിച്ചാടി നടക്കുന്ന ഹൃദയഹാരിയായ ദൃശ്യം.

'യൂറിത്ത്മിക്സി'ന്റെ പ്രാഥമികമായ ഉദ്ദേശ്യം മനസ്സിനും ശരീരത്തിനും താളാവബോധമുണ്ടാക്കുക എന്നതാണ്. അതിലൂടെ ആത്മാവും ഭൗതികശരീരവും തമ്മിലുള്ള ലയം സാധ്യമാകുന്നു. ഈ ആത്മലയം കുട്ടികളുടെ ഭാവനാലോകത്തെ സ്പർശിച്ചുണർത്തുകയും അവരുടെ സർഗശേഷിയുടെ സീമകളെ വികസിപ്പിക്കുകയും ചെയ്യുന്നു.

അമ്മയുടെ വിരലിൽത്തൂങ്ങി ആദ്യമായി റ്റോമോയുടെ ഗേറ്റു കടന്നപ്പോൾ ചാഞ്ഞുകിടക്കുന്ന ചൂണ്ടുപലകയിലേക്കു നോക്കി കൊച്ചുടോട്ടോ ചോദിച്ചിരുന്നു, "റ്റോമോ എന്നുവച്ചാല് എന്താ അമ്മേ?"

അതെ. എന്താണീ റ്റോമോ?

'കോമ'യുടെ അതായത് അൽപവിരാമചിഹ്നത്തിന്റെ ആകൃതിയിലുള്ള ഒരു ജാപ്പനീസ് പൗരാണികചിഹ്നമാണത്; രണ്ടു 'റ്റോമോ'കൾ കൂടിച്ചേർന്ന പരമ്പരാഗതമായ ചിത്രം കൊബായാഷി മാസ്റ്റർ അതു പള്ളിക്കൂടത്തിന്റെ ചിഹ്നമായി സ്വീകരിക്കുകയായിരുന്നു. രണ്ടു റ്റോമോകളിൽ ഒന്നു കറുത്തതും മറ്റേതു വെളുത്തതുമാണ്. ഈ വൃത്തം എന്തിനെയാണു പ്രതീകവത്കരിക്കുന്നത്? കുഞ്ഞുങ്ങളുടെ മനസ്സിന്റെയും ശരീരത്തിന്റെയും സന്തുലിതമായ വളർച്ച, അവയുടെ സൂക്ഷ്മവും ഏകാഗ്രവുമായ ലയം. അതാകുന്നു മാസ്റ്ററുടെ അന്തിമലക്ഷ്യം.

'യൂറിത്ത്മിക്സ്' എത്രത്തോളം ഫലപ്രദമാണെന്നു മനസ്സി

ലാക്കിയ മാസ്റ്റർ റ്റോമോയിലെ പാഠ്യപദ്ധതിയിൽ അതുകൂടി ഉൾപ്പെടുത്തുകയായിരുന്നു. കുഞ്ഞുങ്ങളുടെ വ്യക്തിത്വം മുതിർന്നവരുടെ അനാവശ്യമായ ഇടപെടലുകൾകൊണ്ടു കൂടുതൽ മലിനമാകാതെ, നൈസർഗികമായി വളർന്നു വികസിക്കുന്നതിന് അതു സഹായകമായിരിക്കുമെന്ന് അദ്ദേഹം കണ്ടെത്തി.

സമകാലികവിദ്യാഭ്യാസം എഴുതപ്പെട്ട വാക്കുകൾക്കും എഴുതിപ്പിക്കലിനുമാണ് ഊന്നൽ കൊടുക്കുന്നതെന്ന് അദ്ദേഹം എപ്പോഴും പരാതിപ്പെട്ടിരുന്നു. അതു കുട്ടികളുടെ സഹജമായ ഇന്ദ്രിയബോധത്തെ മുരടിപ്പിക്കുന്നു. ദൈവത്തിന്റെ ആർദ്രലോലമായ ശബ്ദവുമായി, അതായതു സ്വന്തം മനസ്സിന്റെ ഉൾവിളികളുമായി, ഭാവനയുടെ ലോകത്തുവച്ചു സൂക്ഷ്മമായി സംവദിക്കുവാനുള്ള കുഞ്ഞുങ്ങളുടെ കഴിവിനെ, അവരുടെ മാത്രം കഴിവിനെ, മരവിപ്പിച്ചുകളയുന്നു. ഇതായുന്നു അദ്ദേഹത്തിന്റെ വിശ്വാസം.

കവി ബാഷോ എഴുതി:

ശ്രദ്ധിക്കൂ... ഒരു തവള
പുരാതനമായൊരു പൊയ്കയുടെ
നിശ്ശബ്ദതയിലേക്കു കുതിക്കുകയാണ്.

പക്ഷേ കുളത്തിലേക്കു ചാടുന്ന തവളച്ചാരുടെ അപൂർവദൃശ്യം ബാഷോയ്ക്കു മാത്രമുള്ളതല്ലല്ലോ. ഈ ദൃശ്യം കണ്ടിട്ടുള്ള മറ്റെത്രയോ പേർ ഭൂമിയിലുണ്ട്. കലത്തിലെ ജലം ആവിയായി തിളച്ചുപൊങ്ങുന്നതുകണ്ട് കൗതുകംപൂണ്ടു നിൽക്കാനും മരത്തിൽനിന്നൊരാപ്പിൾ താഴേക്കടർന്നു വീഴുന്നതുനോക്കി ചിന്തയിൽ മുഴുകാനും ഒരു ജയിംസ് വാട്ടിനോ ഐസക് ന്യൂട്ടനോ മാത്രമല്ല കഴിയുക. ലോകത്തിലെങ്ങുമുള്ള എത്രയോ മനുഷ്യർ യുഗാന്തരങ്ങളിലൂടെ ജിജ്ഞാസുക്കളായി ഇവയെല്ലാം കണ്ടുകൊണ്ടിരിക്കുന്നു.

“പലപ്പോഴും നാം ഭയക്കേണ്ടിയിരിക്കുന്നു,” ദൃഢമായ ശബ്ദത്തിൽ മാസ്റ്റർ പറയും, “കണ്ണുണ്ടെങ്കിലും സൗന്ദര്യമുള്ളതൊന്നും കാണുന്നില്ലെങ്കിൽ, കാതുണ്ടെങ്കിലും സംഗീതമെന്തെന്നറിയുന്നില്ലെങ്കിൽ, മനസ്സുണ്ടെങ്കിലും സത്യത്തെ മനസ്സിലാക്കാനാവുന്നില്ലെങ്കിൽ, ഹൃദയമുണ്ടെങ്കിലും വേദനകളിൽ ഉരുകാതെ എന്നെന്നേക്കുമായി അതു കല്ലിച്ചുപോകുന്നുവെങ്കിൽ നാം തീർച്ചയായും ഭയക്കേണ്ടതുണ്ട്. സൂക്ഷിക്കേണ്ടതുണ്ട്.”

നഗ്നപാദയായി തുള്ളിക്കളിക്കുമ്പോൾ, ഇസഡോറാ ഡങ്കനെപ്പോലെ താളംചവുട്ടി നടക്കുമ്പോൾ, ടോട്ടോചാൻ നിറഞ്ഞാഹ്ലാദിച്ചിരുന്നു. ഈ ‘പാട്ടിനൊത്ത നൃത്തം’ പള്ളിക്കൂടത്തിലെ ദൈനംദിനപാഠങ്ങളിലൊന്നാണെന്ന് അവളൊരിക്കലും ഓർത്തിരുന്നതേയില്ല.

“എനിക്കിതുമാത്രം മതി”

ടോട്ടോചാൻ ക്ഷേത്രത്തിൽ ഉത്സവം കാണാൻപോകുന്നത് അന്ന് ആദ്യമായിട്ടായിരുന്നു. സംഗീതത്തിന്റെയും സൗന്ദര്യത്തിന്റെയും മൂർത്തിയായ ബെന്തെൻ ദേവതയ്ക്കുവേണ്ടി നിർമിച്ചിരിക്കുന്ന ക്ഷേത്രം അവളുടെ പഴയ സ്കൂളിനടുത്താണ്. സെൻസൊകു ജലാശയത്തിന്റെ മധ്യത്തായി കാണുന്ന കൊച്ചുതുരുത്തിൽ. ഉത്സവത്തോടനുബന്ധിച്ചു വാർഷികച്ചന്തയും പ്രദർശനവും നടക്കുന്ന ദിവസമായിരുന്നു അത്. അച്ഛനോടും അമ്മയോടുമൊപ്പം തെരുവിലെ അരണ്ടവെട്ടത്തിലൂടെ കൊച്ചുടോട്ടോ നടന്നു. അവർ അമ്പലപ്പറമ്പിലെത്തിയപ്പോഴേക്കു പെട്ടെന്നു രാത്രിയാകെ വെളിച്ചത്തിൽ കുളിച്ചതുപോലെ! പറമ്പിൽ നിറയെ കൊച്ചുകൊച്ചു സ്റ്റാളു

കൾ. തല ഉള്ളിലേക്കു കടത്തി വർധിച്ച കൗതുകത്തോടെ അവൾ ഓരോ സ്റ്റാളും കണ്ടു. എങ്ങും വിചിത്രങ്ങളായ ശബ്ദങ്ങൾ, മുരൾച്ചകൾ; എരിക്കലും വറുക്കലും; തിളച്ച പാത്രങ്ങളിൽനിന്നു കിരുകിരുശബ്ദങ്ങൾ; എന്തിന്റെയൊക്കെയോ കൊതിപ്പിക്കുന്ന വാസന. "ഹായ്!" അവൾക്ക് എല്ലാം പുതുമയായിരുന്നു; വിചിത്രമായിരുന്നു.

വിവിധരീതിയിലും വർണ്ണത്തിലുമുള്ള പീപ്പികൾ; പൂച്ചക്കുട്ടികളുടെയും പട്ടിക്കുട്ടികളുടെയും പടങ്ങളുള്ളവ. ഈക്കിലിമിഠായി, പഞ്ഞിമിഠായി തുടങ്ങിയ പലതരം മിഠായികൾ. ഈറകൊണ്ടുള്ള കളിത്തോക്കുകൾ. തോക്കുകൾ വിശേഷപ്പെട്ടതാണ്. മരച്ചീനിപ്പത്തലിന്റെയും മറ്റും ഉള്ളിലുള്ള മൃദുവായ കാമ്പിന്റെ കഷണങ്ങൾ ഈ ഈറത്തോക്കിനുള്ളിൽ വച്ചശേഷം ഒന്നമർത്തിയാൽ മതി "ഠേ" എന്ന ശബ്ദത്തോടെ അതു തെറിച്ചുപോകും.

റോഡരികിലൊരിടത്തു വാളുകൾ വിഴുങ്ങുകയും ഗ്ലാസുകൾ ഭക്ഷിക്കുകയും ചെയ്യുന്ന ഒരുവൻ. വേറൊരാൾ ഒരുതരം പൊടിമരുന്നു വിൽക്കുന്നു. "നിങ്ങളുടെ മലിനമായ പാത്രങ്ങളിൽ പരിശുദ്ധമായ ഈ പൊടി പുരട്ടിനോക്കൂ, വെട്ടിവെട്ടിത്തിളങ്ങാൻ തുടങ്ങും," അയാൾ വിളിച്ചുപറയുന്നുണ്ട്. പൈസ വിഴുങ്ങും മന്ത്രമോതിരം, സൂര്യവെളിച്ചത്തിൽ തെളിയിച്ചെടുക്കും ഫോട്ടോ! വെള്ളത്തിൽ മുക്കിയാൽ വിരിയും പേപ്പർ പൂക്കൾ! അങ്ങനെയങ്ങനെ എന്തെല്ലാം വിദ്യകൾ. ഓരംപറ്റി നടക്കുന്നതിനിടയിൽ കൊച്ചു ടോട്ടോയുടെ കണ്ണുകൾ ഓടിനടക്കുകയായിരുന്നു.

"ഹായ്! നോക്ക്യേ," അവൾ പെട്ടെന്നു നിന്നു. ഒരു പെട്ടി നിറയെ ഇളം മഞ്ഞനിറത്തിലുള്ള കോഴിക്കുഞ്ഞുങ്ങൾ, ചെകിടടപ്പിക്കുന്ന 'കിയോ കിയോ' വിളികൾ.

"എനിക്കൊന്നിനെ വേണം." അമ്മയുടെ വസ്ത്രത്തിൽ അള്ളിപ്പിടിച്ചുകൊണ്ട് അവൾ ബഹളം വയ്ക്കാൻ തുടങ്ങി. "നമുക്കൊരു കോഴിക്കുഞ്ഞിനെ വാങ്ങാം, അമ്മേ."

കോഴിക്കുഞ്ഞുങ്ങൾ ടോട്ടോചാനെ കണ്ടിട്ടെന്നപോലെ കൂടുതൽ ഉച്ചത്തിൽ വിളിക്കാൻ തുടങ്ങി. ഇത്തിരിയോളം പോന്ന ശിരസ്സുയർത്തി അവ അവളെ നോക്കി. പഞ്ഞിപോലെയുള്ള കുഞ്ഞു ശരീരങ്ങളുമായി ആ കൂട്ടിനുള്ളിൽ അവ തിക്കിത്തിരക്കി.

"ആഹാ! സുന്ദരിക്കുട്ടികളാണല്ലോ!" വാത്സല്യത്തോടെ

അവൾ പെട്ടിക്കരികിൽ കുത്തിയിരുന്നു. ഇത്രയേറെ കൺകുളിർപ്പിക്കുന്ന ഒരു ദൃശ്യം താൻ മുമ്പൊന്നും കണ്ടിട്ടില്ലെന്നുതന്നെ അവൾക്കു തോന്നി.

"ഒരേ ഒരെണ്ണം." അച്ഛന്റെയും അമ്മയുടെയും മുഖത്തു നോക്കി അവൾ യാചിച്ചു. പക്ഷേ, അവളെയുംകൊണ്ട് എങ്ങനെയെങ്കിലും അവിടെനിന്നു തടിതപ്പാനായിരുന്നു അവർക്കാഗ്രഹം.

"എന്തെങ്കിലുമൊന്ന് എനിക്കു വാങ്ങിത്തരാന്ന് പോർമ്പം പറഞ്ഞൂല്ലോ- എനിക്കിതു മാത്രം മതി."

"എന്റെ പുന്നാരക്കുട്ടിയല്ലേ, ഇതു വേണ്ട," അമ്മ അനുനയത്തിൽ പറഞ്ഞു, "ഈ കോഴിക്കുഞ്ഞുങ്ങള് ഒടനേ ചാവാമ്പോവ്വാ."

"അദെങ്ങനെ?" കൊച്ചുടോട്ടോ വിതുമ്പിക്കൊണ്ടു ചോദിച്ചു.

ചാരത്തിരുന്നു മകളെ ചേർത്തുപിടിച്ചു വിൽപനക്കാരൻ കേൾക്കാത്തവിധം പതിഞ്ഞ ശബ്ദത്തിൽ അച്ഛൻ പറഞ്ഞു, "ടോട്സ്കീ, ഈ കോഴിക്കുഞ്ഞുങ്ങളേയ് നല്ല ചൊണക്കുട്ടികളാണെങ്കിലും ഒട്ടും ആരോഗ്യം ഇല്ലാത്തോരാ. ഇവര് ഒരുപാടുനാള് ജീവിക്കില്യ. ഒരെണ്ണത്തിനെ വാങ്ങിയാലേയ് അതു ചാവുമ്പോ നിനക്കു കരയാനേ പറ്റുള്ളൂ. അതുകൊണ്ടു നമുക്കിതു വേണ്ടാട്ടോ."

പക്ഷേ, ഒരു കോഴിക്കുഞ്ഞിനെ തനിക്കു വേണമെന്നു ടോട്ടോചാൻ മനസ്സിലുറപ്പിച്ചുകഴിഞ്ഞിരുന്നു. അച്ഛന്റെ വിശദീകരണം അവളെ തൃപ്തിപ്പെടുത്തിയില്ല.

"ഇല്യ, അതിനെ ചാവാൻ ഞാൻ സമ്മതിക്കില്യ. ഞാൻ നല്ലപോലെ നോക്കിവളർത്താം."

ടോട്ടോചാനെ വല്ലവിധേനയും പെട്ടിയുടെ അരികിൽനിന്ന് ഊരിക്കൊണ്ടുപോകാനായി അച്ഛന്റെയും അമ്മയുടെയും ശ്രമം. പക്ഷേ അവൾ കൊതിയോടെ കോഴിക്കുഞ്ഞുങ്ങളെത്തന്നെ ഉറ്റുനോക്കിക്കൊണ്ടുനിന്നു. 'കിയോകിയോ' വിളി കൂടുതൽ ഉച്ചത്തിലാക്കി ടോട്ടോചാനെ പ്രതീക്ഷയോടെ നോക്കുകയായിരുന്നു കോഴിക്കുഞ്ഞുങ്ങളും. ഈ ചുണക്കുട്ടികളിലൊന്നിനെ മാത്രമാണു തനിക്കു വേണ്ടത്. അവൾ കേണപേക്ഷിച്ചു, "ഒരു കോഴിക്കുഞ്ഞിനെ വാങ്ങിത്തരൂ. ഒരെണ്ണം മതി."

"എന്റെ ടോട്ടോ പിന്നീടു നീയിരുന്നു കരയാനാണ്. ഞങ്ങളിതു വാങ്ങിത്തരില്യ."

അച്ഛനുമമ്മയും വാങ്ങാൻ കൂട്ടാക്കിയില്ല. ടോട്ടോചാൻ ഉറക്കെ കരയാനാരംഭിച്ചു. അവൾക്കു വീട്ടിലേക്കു പോയാൽ മതിയെന്നായി. മൂവരും തിരിച്ചു നടന്നു. അവളുടെ കുഞ്ഞുകവിളിലൂടെ കണ്ണീർ ഒലിച്ചിറങ്ങി. തിരികെ അരണ്ട വെളിച്ചം മാത്രമുള്ള തെരുവിലെത്തിയപ്പോൾ വിമ്മിവിമ്മിക്കരഞ്ഞുകൊണ്ട് അവൾ പറഞ്ഞു, "എനിക്കിതുവരെ ഇത്രേം ഇഷ്ടം മറ്റൊന്നിനോടും തോന്നീട്ടില്യ. ഇനിയൊരിക്കലും ഒന്നിനും ഞാൻ വാശിപിടിക്കില്ല. ആ കൂട്ടത്തിൽ ഒരേയൊരു കോഴിക്കുഞ്ഞിനെ മാത്രം വാങ്ങിത്തന്നാൽ മതി."

ഒടുവിൽ അവളുടെ വാശിക്കു മുന്നിൽ അച്ഛനുമമ്മയും കീഴടങ്ങി.

പെരുമഴ തോർന്ന് എങ്ങും വെയിൽ പരന്നതുപോലെയായി. പുഞ്ചിരി കളിയാടുന്ന മുഖവുമായി ടോട്ടോചാൻ വീട്ടിലേക്കു മടങ്ങി. കൈയിൽ ചെറിയൊരു കിളിക്കൂട്. അതിനുള്ളിൽ രണ്ടു കോഴിക്കുഞ്ഞുങ്ങൾ.

പിറ്റേന്നുതന്നെ അമ്മ ആശാരിയെ വരുത്തി ഒരു കൂട് പണിയിച്ചു. അഴികളുള്ള ആ കൂട്ടിനുള്ളിൽ ഒരു ഇലക്ട്രിക് ബൾബ് ഘടിപ്പിച്ചിരുന്നു. കോഴിക്കുഞ്ഞുങ്ങൾക്കു ചൂടുപകരാനുള്ള സംവിധാനം. പകൽ മുഴുവൻ ടോട്ടോചാൻ അവയെ പരിചരിച്ചു. ഇളം മഞ്ഞപ്പൂടയുള്ള വാത്സല്യം നിറഞ്ഞ കുഞ്ഞുകോഴികൾ. പക്ഷേ, കഷ്ടമെന്നല്ലാതെ എന്തു പറയാൻ! നാലാംദിവസം അവയിലൊന്നിന്റെ ചലനം നിലച്ചു. അഞ്ചാം ദിവസം അവശേഷിച്ച ചുണക്കുട്ടിയും കഥാവശേഷയായി. കൊച്ചുടോട്ടോ അവയെ തട്ടിവിളിച്ചുനോക്കി. എന്തു ഫലം. ഒരു 'കിയോ' വിളിപോലുമുയർന്നില്ല. അവൾ കോഴിക്കുഞ്ഞുങ്ങളുണരുന്നതും കാത്തു ഒരുപാടുനേരമിരുന്നു. പക്ഷേ അവയുടെ കണ്ണുകൾ പിന്നീടൊരിക്കലും തുറന്നില്ല. സംഭവിച്ചത് അച്ഛനുമമ്മയും പറഞ്ഞതുപോലെതന്നെയായിരുന്നു. കരച്ചിൽ ഉള്ളിലടക്കിക്കൊണ്ട് അവൾ പൂന്തോട്ടത്തിലേക്കു നടന്നു. ചെടികൾക്കരികിലായി ഒരു കുഴിയെടുത്തു തന്റെ കുഞ്ഞുപക്ഷികളെ അവൾ സംസ്കരിച്ചു. മണ്ണിനുമുകളിൽ ഒരു കൊച്ചുപൂവും തിരുകിവച്ചു. കോഴിക്കുഞ്ഞുങ്ങളുടെ കൂട് ഭയാനകമാംവിധം വലുതും ഒഴിഞ്ഞതുമായി അവൾക്കു തോന്നി. കൂടിന്റെ ഏകാന്തമായൊരു കോണിൽ ഇളംമഞ്ഞനിറമുള്ളൊരു കൊച്ചുതൂവൽ

അനാഥമായി കിടന്നിരുന്നു. തന്റെ ആഹ്ലാദകരമായ വരവ് കാണുമ്പോൾ കുഞ്ഞിക്കഴുത്തുയർത്തി അവ 'കിയോകിയോ' വിളിക്കാറുള്ളതു കൊച്ചുടോട്ടോ ഓർത്തു. കരച്ചിൽ പുറത്തുകേൾക്കാതിരിക്കാനായി അവൾ ചുണ്ടുകൾ കടിച്ചുപിടിച്ചു.

ഇത്രയേറെ അടക്കാനാവാത്ത ആഗ്രഹം അവൾക്കു മുൻപൊരിക്കലുമുണ്ടായിട്ടില്ല. എത്രപെട്ടെന്നാണ് എല്ലാം കഴിഞ്ഞത്. ടോട്ടോചാന് അതു നഷ്ടബോധത്തിന്റെയും വേർപാടിന്റെയും ആദ്യാനുഭവമായിരുന്നു.

ഏറ്റവും പഴകിയ വസ്ത്രങ്ങൾ

"കുട്ടികളെ ഏറ്റവും പഴകിയ വസ്ത്രങ്ങളണിയിച്ചു സ്കൂളിലേക്കയച്ചാൽ മതി!" മാസ്റ്റർ രക്ഷാകർത്താക്കളോടു പറയും. പഴകിമുഷിഞ്ഞ വസ്ത്രങ്ങളാകുമ്പോൾ ചെളിപുരളുകയോ കീറുകയോ ഒക്കെയാകാമെന്നതായിരുന്നു അദ്ദേഹത്തിന്റെ ന്യായം. വസ്ത്രങ്ങളിൽ അഴുക്കുപുരണ്ടാൽ ശകാരം കേൾക്കേണ്ടിവരുമെന്നു കുട്ടികൾ ഭയക്കുന്നു. വസ്ത്രങ്ങൾ കീറുമോ എന്നു ശങ്കിച്ചു കളികളിൽ പങ്കെടുക്കാൻ അവർ അറയ്ക്കുന്നു. ഇത് ആരോഗ്യകരമല്ലെന്നു മാസ്റ്റർ മനസ്സിലാക്കി. റ്റോമോയ്ക്കടുത്തായി എലിമെന്ററി സ്കൂളുകളുണ്ട്. പെൺകുട്ടികൾക്കു നേവികളർ യൂണിഫോമും ആൺകുട്ടികൾക്കു നെടുങ്കൻ കോളറുള്ള ജാക്കറ്റും നിക്കറുമൊക്കെയാണ്, അവിടങ്ങളിലെ വേഷം. റ്റോമോ വിദ്യാർഥികൾ തങ്ങളുടെ സാധാരണ വസ്ത്രങ്ങളേ ഉപയോഗിച്ചിരുന്നുള്ളൂ. മാത്രമല്ല, ഉടയാടകളെക്കുറിച്ചു വിഷമിക്കാതെ തോന്നിയപാട് കുത്തിമറിഞ്ഞു കളിക്കാനും അധ്യാപകർ അവർക്ക് അനുവാദം കൊടുത്തിരുന്നു. അക്കാലത്തെ ട്രൗസറുകൾ ഇന്നത്തെ ജീൻസുകൾ പോലെ ഈടുറ്റവയായിരുന്നില്ല. റ്റോമോയിലെ ആൺകുട്ടികളുടെ ട്രൗസറുകൾ നിറയെ അവിടവിടെ തുന്നലുകൾ ഉണ്ടാവും. പെൺകുട്ടികളുടെ പാവാടയും മറ്റും കിട്ടാവുന്നതിലേറ്റവും കട്ടിയുള്ള തുണിത്തരങ്ങൾ കൊണ്ടുള്ളവയായിരുന്നു.

അന്യരുടെ തോട്ടങ്ങളുടെ കമ്പിവേലിക്കടിയിലൂടെ നുഴഞ്ഞു കയറുക, ആളൊഴിഞ്ഞ പറമ്പുകളുടെ വേലിപ്പത്തൽ പൊളിച്ചോടുക എന്നിവയാണു ടോട്ടോചാന്റെ ഇഷ്ടവിനോദങ്ങൾ. ധരിച്ചിരി

ക്കുന്ന വസ്ത്രത്തെക്കുറിച്ചു വേവലാതിപ്പെടാതിരിക്കുക എന്നത് അവൾക്കേതായാലും അനുഗ്രഹമായി മാറി. കൂർത്തമുനയുള്ള കമ്പിവേലികൾ അക്കാലത്തു സുലഭമായിരുന്നു. ചിലയിടങ്ങളിൽ മുൾക്കമ്പികൾ തറനിരപ്പോളം കണ്ടെന്നിരിക്കും. അത്തരമൊന്നിലൂടെ കടക്കണമെങ്കിൽ ഒരു നായയെപ്പോലെ കുഴികുത്തി ചുഴിഞ്ഞിറങ്ങേണ്ടതുണ്ട്. ടോട്ടോചാൻ എത്ര സൂക്ഷിച്ചാലും രക്ഷയില്ല. അവളുടെ വസ്ത്രങ്ങൾ പതിവുപോലെ കമ്പിമുനയിലുടക്കുകയും കീറുകയും ചെയ്യും. ഒരിക്കൽ ടോട്ടോചാൻ തന്റെ പതിവുവിനോദത്തിൽ ഏർപ്പെട്ടിരിക്കുകയായിരുന്നു. തീരെ നേർത്ത മസ്ലിൻ തുണികൊണ്ടുള്ള ഒരു പഴയ ഉടുപ്പായിരുന്നു അവളിട്ടിരുന്നത്. അത് അടിമുടി കീറി. പഴകിയതാണെങ്കിലും അമ്മയ്ക്കു വളരെയേറെ ഇഷ്ടപ്പെട്ട ഒരുടുപ്പായിരുന്നു. അമ്മയോട് എന്താ പറയുക? അവൾ തലപുകഞ്ഞാലോചിച്ചു. കമ്പിവേലിയിലുടക്കിയതാണെന്നു പറയാനുള്ള ചങ്കുറപ്പ് അവൾക്കുണ്ടായിരുന്നില്ല. കീറിയതു തന്റെ കുറ്റംകൊണ്ടല്ല എന്നു തോന്നിക്കുംവിധം ഒരു കള്ളക്കഥ ചമയ്ക്കാം. ഒടുവിൽ ടോട്ടോചാൻ തീരുമാനിച്ചു.

കഥ ഇങ്ങനെയാണ്:

"ഞാനേയ്, റോഡിലൂടെ നടന്നുവര്വായിരുന്നു." വീട്ടിലെത്തിയ ഉടനെ അവൾ പറയാൻ തുടങ്ങി, "എനിക്കറിയാമ്പാടില്ലാത്ത കൊറേ കുട്ട്യോള് എന്റെ പൊറകേ വന്നിട്ടേയ്, കത്തികളെടുത്ത് എറിഞ്ഞു. അങ്ങന്യാ ഇദ് മുഴുവൻ കീറ്യേ" അതു പറയുമ്പോഴും അമ്മ തുടർന്നു ചോദിച്ചേക്കാവുന്ന ചോദ്യങ്ങൾക്ക് എന്തു സമാധാനമാണു പറയുക എന്നതിനെക്കുറിച്ചു അവൾക്ക് ഒരു രൂപവുമുണ്ടായിരുന്നില്ല.

"ഹൊ, ഭയങ്കര പണിയാണല്ലോ ആ കുട്ട്യോള് കാട്ട്യേ!" അമ്മ അത്രമാത്രമേ പറഞ്ഞുള്ളൂ, ഭാഗ്യം!

ടോട്ടോചാന്റെ നെഞ്ചിടിപ്പൊന്നു കുറഞ്ഞു. ഇത്തരമൊരു സാഹചര്യത്തിൽ അവൾ നിസ്സഹായയാണെന്ന് അമ്മയ്ക്കു സ്പഷ്ടമാണല്ലോ. അമ്മയ്ക്ക് ഏറെ പ്രിയപ്പെട്ടതായിരുന്നു ആ വേഷം എന്നുവച്ച് ടോട്ടോചാൻ എന്തു ചെയ്യും? അമ്മയുടെ ഇഷ്ട വസ്ത്രം കീറരുതെന്നു തനിക്കാഗ്രഹമില്ലാഞ്ഞിട്ടാണോ? ഏതായാലും അമ്മയ്ക്കു കാര്യം മനസ്സിലായല്ലോ. അവൾക്ക് ആശ്വാസം തോന്നി.

സ്വാഭാവികമായും കത്തിയേറിന്റെ കഥ അമ്മ വിശ്വസിച്ചില്ല. മുതുകത്തു കത്തി വന്നുകൊണ്ടിരുന്നെങ്കിൽ ഉടുപ്പല്ല അവളുടെ ശരീരവും കീറിപ്പറിഞ്ഞുപോയേനെ. മാത്രമല്ല അത്തരമൊരു സംഭവത്തിന്റെ യാതൊരു പരിഭ്രമവും കൊച്ചുടോട്ടോയുടെ മുഖത്തുണ്ടായിരുന്നില്ല. കഥ ടോട്ടോചാൻ കെട്ടിച്ചമച്ചതാണെന്ന് അധികം ആലോചിക്കാതെതന്നെ അമ്മയ്ക്കു മനസ്സിലായി. പക്ഷേ, കുസൃതികൾ മറച്ചുപിടിക്കാനായി ഇത്രയും മുഴുത്ത കള്ളം കണ്ടുപിടിക്കുന്ന സ്വഭാവം അവൾക്കില്ലാത്തതാണ്. ഉടുപ്പു കീറിയതിൽ അവൾക്ക് അത്രയേറെ വിഷമം തോന്നിയിരിക്കും. അല്ലെങ്കിൽ അങ്ങനെ പറയില്ല. അമ്മ ചിന്തിച്ചു. അവർക്കു ദുഃഖം തോന്നിയില്ല. പക്ഷേ, കുറെക്കാലമായി മറ്റൊരു കാര്യം അവളോടു ചോദിച്ചറിയണമെന്ന് അവർ കരുതിയിരിക്കുകയായിരുന്നു. ഇതാണു പറ്റിയ അവസരം.

"ടോട്ടോ! നിന്റെ ഉടുപ്പുകളൊക്കെ കീറിയതു കത്തിയോ അതുപോലുള്ള മറ്റെന്തെങ്കിലുമോ വന്നുകൊണ്ടിട്ടാണല്ലോ; സമ്മതിച്ചു. എന്നാലേയ്..." അമ്മ അനുനയപൂർവ്വം ചോദിച്ചു, "എല്ലാം ദെവസോം നിന്റെയീ പാന്റീസെങ്ങന്യാ കീറ്ണേ?"

മിക്ക ദിവസങ്ങളിലും സ്കൂളിൽനിന്നു മടങ്ങിയെത്തുമ്പോൾ ടോട്ടോചാന്റെ പാന്റീസ് പൃഷ്ഠഭാഗത്തായി സാമാന്യം വിസ്താരത്തിൽ കീറിയിരിക്കും. ഇതെങ്ങനെ സംഭവിക്കുന്നു എന്ന് എത്ര ആലോചിച്ചിട്ടും അമ്മയ്ക്കു പിടികിട്ടിയിരുന്നില്ല. കുട്ടികളുടെ അടിവസ്ത്രത്തിൽ ചെളിപുരളുന്നതും അവ തേഞ്ഞുകീറുന്നതുമൊക്കെ മനസ്സിലാക്കാം. നിരങ്ങിയിറങ്ങലും പൃഷ്ഠമിടിച്ചു വീഴലുമൊക്കെ സ്കൂളിലെ വിനോദവേളയിൽ സാധാരണമാണല്ലോ. പക്ഷേ, എങ്ങനെയാണ് ഓരോ ദിവസവും പാന്റീസ് പല കഷണങ്ങളായി പറിഞ്ഞുപോവുക!

നിമിഷനേരത്തെ ആലോചനയ്ക്കുശേഷം ടോട്ടോചാൻ പറയാനാരംഭിച്ചു, "അതേയ്... ങാ! നമ്മളിപ്പോ ഒരു കമ്പിവേലീടെ അടീക്കൂടെ എഴഞ്ഞ് കേറ്കാന്നിരിക്കട്ടെ. അപ്പൊ നമ്മടെ ഉടുപ്പും പാവാടേം ഒന്നും കമ്പീലൊടക്കാതെ പറ്റില്യ. പിന്നെ തിരിച്ചെറങ്ങ്ക. അപ്പൊ പാന്റീസും കീറും. 'ക്ഷമിക്കണം, ഞാനൊന്ന് ഉള്ളിലോട്ടു കേറിക്കോട്ടേ?' എന്നു ചോദിച്ച് എഴഞ്ഞങ്ങ് കേറ്ക. തിരിച്ചെറങ്ങാന്നേരം 'അപ്പോഴേയ്, ഞാനെറങ്ങുന്നു. നമസ്കാരം'

എന്നുകൂടി പറയുക. ഉടുപ്പും പാന്റീസുമൊക്കെ കീറുംന്ന് ഒറപ്പാ! എന്താ ചെയ്ക?"

സത്യം പറഞ്ഞാൽ അമ്മയ്ക്കു കാര്യം പിടികിട്ടിയില്ല. എങ്കിലും അവർക്കു കൗതുകം തോന്നി.

"കൊള്ളാല്ലോ ടോട്ടോ!"

"പിന്നേയ്, എന്തു രസാണെന്നോ!" അവൾക്കു ഹരം കയറി.

"അമ്മ ഒന്നു കേറിനോക്ക്യേ, നല്ല തമാശയായിരിക്കും. അമ്മേടെ പാന്റീസ് കീറുകേം ചെയ്യും!"

ടോട്ടോചാൻ അത്രയേറെ ഇഷ്ടപ്പെട്ടിരുന്ന, അവളെ ഹരംപിടിപ്പിച്ചിരുന്ന ഈ 'നുഴഞ്ഞുകയറ്റം' എങ്ങനെയായിരുന്നു?

ആദ്യമായി മുൾക്കമ്പികളാൽ ചുറ്റപ്പെട്ട ഒരൊഴിഞ്ഞ പറമ്പ് കണ്ടെത്തുന്നു. വേലിയെ സമീപിച്ച് ഇപ്രകാരം ചോദിക്കണം "ക്ഷമിക്കണം, ഞാനൊന്ന് ഉള്ളിലോട്ടു കേറിക്കോട്ടേ?" ശേഷം കയറ്റം ആരംഭിക്കാൻ പറ്റിയ ഒരരിക് തെരഞ്ഞെടുത്തു തറയോടു ചേർന്ന കൂർത്ത കമ്പി സൗകര്യപൂർവ്വം മുകളിലേക്കു വളച്ചുമാറ്റുന്നു. പിന്നെ കുഴികുത്തലാണ്. കയറേണ്ട ഭാഗത്തെ മണ്ണ് തോണ്ടിമാറ്റി ശരീരം കടക്കാൻ പാകത്തിലുള്ള വിടവു തയ്യാറാക്കുന്നു. അത്രയും കഴിഞ്ഞാൽ ഇഴഞ്ഞങ്ങു കയറാം. വേലിക്കെട്ടിനുള്ളിലായിക്കഴിഞ്ഞാലോ, പിന്നെ പുറത്തേക്കാണ്. സമീപത്തുള്ള മറ്റൊരു കമ്പി വളയ്ക്കുക; കുഴികുത്തുക; "അപ്പോഴേയ്, ഞാനെറങ്ങുന്നു. നമസ്കാരം." എന്ന ഉപചാരപ്രകടനത്തോടെ പുറത്തേക്കിഴയുക. അടിവസ്ത്രം ഉൾപ്പെടെയുള്ള ഉടുതുണികൾ കമ്പിവേലിയിലുടക്കിക്കീറുന്നതെങ്ങനെയെന്ന് അമ്മയ്ക്കു വ്യക്തമായി. കയറ്റവും ഇറക്കവും കുഴികുത്തലും ഒരു തവണയല്ല. കമ്പികൾ വരിവരിയായി വളച്ചു പാമ്പിഴയും മട്ടിലുള്ള ഈ പരിപാടി ഇങ്ങനെ പലതവണ ആവർത്തിച്ചുകൊണ്ടിരിക്കും. ഉടുതുണി ഓരോ തവണയും കീറിക്കൊണ്ടുമിരിക്കും. വേലിക്കുള്ളിലേക്കും പുറത്തേക്കും വളഞ്ഞുപുളഞ്ഞ് ഒരറ്റം മുതൽ മറ്റേയറ്റംവരെ ആവർത്തിക്കുന്ന ഈ ഇഴഞ്ഞുനടപ്പ് കൊച്ചുടോട്ടോയെ ഹരംപിടിപ്പിച്ചു. അവൾ ആഹ്ലാദത്തോടെ അതിൽ മുഴുകി. അവളുടെ പാന്റീസ് കീറാതിരുന്നാലല്ലേ അത്ഭുതമുള്ളൂ!

മുതിർന്ന ഒരാൾ ഇതുപോലെ ഇഴഞ്ഞുനടന്നാൽ വിയർത്തു തളരുകയാവും ഫലം. എന്നല്ല, ഇത്തരമൊരു വിനോദം മുതിർന്ന

വരെ ഒട്ടും തന്നെ രസിപ്പിക്കുകയുമില്ല. പക്ഷേ, കുട്ടികൾക്കോ, അതിരില്ലാത്ത വിസ്മയങ്ങളാണ്. ഇതുപോലൊരു വിചിത്രവിനോദം അവരെ ഉന്മത്തരാക്കും. പാറിപ്പറന്ന തലമുടിയിലും കൊച്ചുവിരൽനഖങ്ങൾക്കിടയിലും മാത്രമല്ല, ചെവികൾക്കുള്ളിൽപ്പോലും പറ്റിപ്പിടിച്ചിരിക്കുന്ന മണ്ണും ചെളിയുമായാണു മിക്കപ്പോഴും ടോട്ടോചാന്റെ വരവ്. ഈ കോലം കാണുമ്പോൾ അമ്മയ്ക്കു വിഷമം തോന്നാതിരുന്നില്ല. പക്ഷേ, മാസ്റ്ററെ അഭിനന്ദിക്കാതിരിക്കാനും അവർക്കായില്ല. തങ്ങൾക്കു തോന്നിയപാട് അഴുക്കും ചെളിയും പറ്റിക്കാവുന്നത്ര പഴകിയ വേഷമാണു കുട്ടികൾ ധരിക്കേണ്ടത് എന്ന മാസ്റ്ററുടെ തത്വശാസ്ത്രം, കുട്ടികളെ എത്ര അഗാധമായി അദ്ദേഹം മനസ്സിലാക്കിയിരുന്നു എന്നതിന്റെ മറ്റൊരു തെളിവാണ്.

തകാഹാഷി

“ഇതാ, നിങ്ങൾക്കൊരു പുതിയ ചങ്ങാതി. പേര് തകാഹാഷി. ഒന്നാം സ്റ്റാൻഡേർഡ് തീവണ്ടിയിലാണ് ഇവൻ ചേരാൻ പോകുന്നത്.” കുട്ടികളെല്ലാം സ്കൂൾമുറ്റത്ത് ഓടിക്കളിച്ചുകൊണ്ടിരുന്ന ഒരു പ്രഭാതത്തിൽ മാസ്റ്റർ പറഞ്ഞു.

ടോട്ടോചാൻ ഉൾപ്പെടെ എല്ലാവരും പുതിയ ചങ്ങാതിയെ കാണാൻ തിരക്കിട്ടു. തൊപ്പിയൂരി ഏവരെയും വന്ദിച്ചുകൊണ്ട് അൽപം ലജ്ജയോടെ അവൻ പറഞ്ഞു, “നമസ്കാരം.”

ഒന്നാംതരത്തിൽ പഠിക്കുന്ന ടോട്ടോചാനും സഹപാഠികളും അപ്പോഴും തീരെ ചെറിയ കുട്ടികൾ തന്നെയായിരുന്നു. പക്ഷേ, ഒരാൺകുട്ടിയായിരുന്നിട്ടും അവരെക്കാൾ കൃശഗാത്രനായിരുന്നു തകാഹാഷി. കുഞ്ഞു കൈകാലുകൾ. ഇത്തിരിയോളം പോന്ന വിരലുകൾക്കിടയിൽ ഒതുക്കിപ്പിടിച്ചിരിക്കുന്ന കൊച്ചുതൊപ്പി. എങ്കിലും തോളുകൾക്കു നല്ല വീതിയുണ്ട്. അനാഥത്വം സ്ഫുരിക്കുന്ന ഒരു നോട്ടവുമായി അവൻ നിൽക്കുകയാണ്.

“നമുക്കേ ആ കുട്ട്യോട് സംസാരിച്ചാലോ,” ടോട്ടോചാൻ മിയോചാനോടും സാക്കോചാനോടും അടക്കം പറഞ്ഞു. മൂവരും തകാഹാഷിയുടെ അടുക്കലേക്കു നടന്നു. അവർ സമീപത്തെത്തിയപ്പോൾ അവൻ സൗഹൃദഭാവത്തിൽ ചിരിച്ചു; അവർ തിരിച്ചും.

വലിപ്പമുള്ള വട്ടക്കണ്ണുകളായിരുന്നു അവന്റേത്. മുഖം എന്തോ പറയാൻ വെമ്പുന്നതുപോലെ തോന്നിച്ചു.

"തീവണ്ടിയിലെ ക്ലാസുമുറി കാണണോ?" ടോട്ടോചാൻ തന്റെ സന്നദ്ധത പ്രകടിപ്പിച്ചു.

"ഉവ്വ്!" തൊപ്പി തിരികെ തലയിൽ സ്ഥാപിച്ചുകൊണ്ട് തകാഹാഷി പറഞ്ഞു.

ടോട്ടോചാൻ തിടുക്കപ്പെട്ട് ഓടുകയായിരുന്നു. തകാഹാഷിയെ തങ്ങളുടെ ക്ലാസ്റൂം കാട്ടിക്കൊടുക്കാൻ അവൾക്കു ധൃതിയായി. തീവണ്ടി മുറിയിലേക്കു ചാടിക്കയറി വാതിൽക്കൽനിന്നുകൊണ്ട് അവൾ തൊള്ളയിട്ടു, "വേഗം വാന്നേ."

തകാഹാഷി വേഗത്തിൽത്തന്നെയായിരുന്നു നടന്നിരുന്നത്. എങ്കിലും ദൂരമിനിയും ബാക്കികിടക്കുകയാണ്.

"ഞാൻ വര്ണു," വേഗംകൂട്ടാനുള്ള ശ്രമത്തിനിടയിൽ അവൻ പ്രാഞ്ചിക്കിതച്ചുകൊണ്ടു പറഞ്ഞു.

പോളിയോ ബാധിച്ച യാസ്വാക്കിചാനെപ്പോലെ മുടന്തി മുടന്തിയല്ല തകാഹാഷി നടക്കുന്നത്. എന്നിട്ടും തീവണ്ടിമുറിയിലെത്താൻ അവൻ യാസ്വാക്കിചാന്റെ അത്രയും തന്നെ സമയമെടുക്കുന്നുണ്ടെന്നു കൊച്ചുടോട്ടോയ്ക്കു ബോധ്യമായി. അവൾ ക്ഷമയോടെ വാതിൽക്കൽ കാത്തുനിന്നു. 'വേഗം വേഗം' എന്ന് ഇനിയും ധൃതിപിടിപ്പിക്കാൻ പറ്റില്ല. കാരണം തകാഹാഷി തനിക്കാവുന്നത്ര അകലത്തിൽ കാലുകൾ നീട്ടിവച്ച് ഓടുകയായിരുന്നു. ടോട്ടോചാൻ അവന്റെ കാലുകൾ ശ്രദ്ധിച്ചു. മുട്ടിൽനിന്ന് ഇരുവശങ്ങളിലേക്കും അകന്ന മട്ടിലുള്ള തീരെച്ചെറിയ കാലുകൾ. അധ്യാപകരും മറ്റു മുതിർന്നവരും പറയുന്നത് അവന്റെ ശരീരവളർച്ച നിലച്ചുപോയെന്നാണ്. ടോട്ടോചാൻ തന്നെത്തന്നെ ശ്രദ്ധിക്കുന്നത് അവൻ കണ്ടു. കൈകൾ നീട്ടിവീശി വേഗം വർദ്ധിപ്പിക്കാനായി അവന്റെ ശ്രമം. "കുട്ടിക്കു നല്ല വേഗത്തില് ഓടാനറിയാല്ലോ," തീവണ്ടിമുറിയുടെ വാതിൽക്കലെത്തിയപ്പോൾ തകാഹാഷി പറഞ്ഞു. കിതയ്ക്കാതിരിക്കാൻ ബദ്ധപ്പെട്ടുകൊണ്ട് അവൻ തുടർന്നു. "എന്റെ വീട് ഒസാക്കയിലാ."

"ങേ! ഒസാക്കയിലോ?" അടക്കാനാവാത്ത അത്ഭുതത്തോടെ അവൾ ചോദിച്ചു. ഒസാക്ക അവൾ ഒരിക്കലും കണ്ടിട്ടില്ലാത്ത സ്വപ്നനഗരമാണ്. കൊച്ചുടോട്ടോയ്ക്ക് ഒരു കുഞ്ഞമ്മാവനുണ്ട്;

അമ്മയുടെ ഇളയ സഹോദരൻ. സർവകലാശാലാ വിദ്യാർഥിയായ അമ്മാവൻ വീട്ടിൽ വരുമ്പോഴെല്ലാം ഇരുകൈകളുംകൊണ്ട് അവളുടെ കുഞ്ഞുതല പൂണ്ടടക്കംപിടിച്ച് ഇങ്ങനെ പറയും, "ഞാൻ നെനക്ക് ഒസാക്ക കാട്ടിത്തരാം ട്ടോ." പതിവുപോലെ അവളെ കഴിയുന്നത്ര മുകളിലേക്കെടുത്തുയർത്തിയശേഷം ചോദിക്കും, "ടോട്ടോ, നെനക്ക് കാണാവോ, ഒസാക്ക...?"

അതു മുതിർന്നവർക്കു പതിവുള്ള വിനോദങ്ങളിലൊന്നുമാത്രമായിരുന്നു. പക്ഷേ, ടോട്ടോചാൻ കുഞ്ഞമ്മാവനെ വിശ്വസിച്ചു. മുകളിലേക്കുയരുമ്പോൾ അവളുടെ മുഖത്തെ പേശികൾ വല്ലാതെ വലിയും. കണ്ണുകൾ വികൃതമായി മുന്നോട്ടുതള്ളും. ചെകിടു നന്നായി വേദനിക്കുകയും ചെയ്യും. പക്ഷേ, ഈ പരവേശത്തിനിടയിലും ദൂരത്തേക്കു കണ്ണുനട്ട് അവൾ ശ്രമിക്കാറുണ്ട്, ഒസാക്ക ഒരു നോക്കുകാണാൻ. പക്ഷേ, ഒരിക്കലും അവൾക്ക് അതിനു കഴിഞ്ഞില്ല. എങ്കിലും നിരാശപ്പെടാതെ, ഒരുദിവസം തനിക്കും ഒസാക്ക കാണാനാകുമെന്നു ടോട്ടോചാൻ വിശ്വസിച്ചു. ഓരോ തവണയും അമ്മാവൻ വന്നെത്തുമ്പോൾ അവൾ ആത്മവിശ്വാസത്തോടെ, പ്രതീക്ഷയോടെ ചോദിക്കും, "നിക്ക് ഒസാക്ക കാട്ടിത്തര്വോ?"

അങ്ങനെ ഒസാക്ക അവളുടെ സ്വപ്നലോകത്തിലെ നഗരമായി. തകാഹാഷി ആ സ്വപ്നനഗരത്തിൽനിന്നു വരുന്നു! "പറഞ്ഞാട്ടെ," അവൾ ചോദിച്ചു. "ഒസാക്ക എങ്ങന്യാ ഇരിക്ക്യാ?"

"ങും... ഒസാക്ക? ഉവ്വ് പറയാലോ" അവന്റെ മുഖത്ത് ആഹ്ലാദത്തിന്റെ ഒരു പുഞ്ചിരി വിടർന്നു. ശബ്ദത്തിനു തെളിമയും പക്വതയും തോന്നിച്ചു. പക്ഷേ, അപ്പോഴേക്കും ക്ലാസുകൾ ആരംഭിക്കാനുള്ള മണിമുഴങ്ങുകയായി.

"ശ്ശൊ! എന്തു കഷ്ടാന്നു നോക്കണേ." ടോട്ടോചാൻ പറഞ്ഞു. ബാഗ്കൊണ്ടു മിക്കവാറും മറഞ്ഞ തന്റെ കൊച്ചുശരീരം കുലുക്കിക്കുലുക്കി ഉന്മേഷത്തോടെ അവൻ ക്ലാസിനുള്ളിലേക്കു നടന്നു. മുൻവരിയിൽച്ചെന്ന് ഇരിപ്പുറപ്പിച്ചു. കൊച്ചുടോട്ടോയും സമയം പാഴാക്കാതെ അവന്റെ സമീപത്തുള്ള സീറ്റ് സ്വന്തമാക്കി; ആർക്കും ഇഷ്ടമുള്ളിടത്തിരിക്കാമെന്ന റ്റോമോ നിയമത്തെ ഉള്ളാലെ സ്തുതിച്ചുകൊണ്ട്. സ്വപ്നനഗരമായ ഒസാക്കയിൽനിന്നുവരുന്ന അവനെ വിട്ടുപിരിയാൻ അവൾക്കു മനസ്സുവന്നില്ല.

അങ്ങനെ ഒരു പുതിയ ചങ്ങാതികൂടി - തകാഹാഷി.

“എടുത്തുചാടുംമുമ്പ് എടം വലം നോക്കണം”

ഒരുദിവസം ടോട്ടോചാൻ പള്ളിക്കൂടംവിട്ടു മടങ്ങുകയായിരുന്നു. വീട്ടിനടുത്തെത്തിയപ്പോഴാണ് ആ അസാധാരണദൃശ്യം അവളുടെ കണ്ണിൽപ്പെട്ടത്. തെരുവോരത്തായി തരിമണലിന്റെ ഒരു കൂറ്റൻ കൂന. “ഹായ്! ഇദെങ്ങനെ?” അവൾ അതിശയിച്ചു. താൻ കിനാവു കാണുകയാണോ? കടൽക്കരയിൽനിന്ന് ഇത്ര അകലെയുള്ള സ്ഥലത്തു പഞ്ചസാരപോലെയുള്ള മണൽ. ബഹുവിശേഷം തന്നെ! ടോട്ടോചാന് ഹരംകയറി. ഒന്നുരണ്ടു ചുവടു പിന്നാക്കംവച്ച് ഒന്നു തയ്യാറെടുത്തശേഷം അവൾ മണൽക്കൂനയിലേക്കു കുതിച്ചു. കൂനയുടെ ഒത്ത നടുക്കുതന്നെ ചെന്നുവീണു. “ബ്ലൂം!” മണലായിരുന്നില്ല ഉള്ളിൽ – ചുവര് പൂശാനായി കുഴിച്ചിട്ടിരുന്ന ചാരനിറമുള്ള കുമ്മായച്ചാന്ത്! ഒരു ‘ഗുളുഗുളു‘ ശബ്ദത്തോടെ, തന്റെ സ്കൂൾബാഗും ഷൂബാഗും ഉൾപ്പെടെ കൊച്ചു ടോട്ടോ അതിലേക്കു താഴ്ന്നുപോയി. നെഞ്ചോളം പൊക്കത്തിൽ നല്ല പശിമയുള്ള ചാന്ത്. അവളിപ്പോൾ ഒരു പ്രതിമപോലുണ്ട്. ഉയർന്നുവരാൻ ശ്രമിക്കുന്തോറും കുഞ്ഞുകാലുകൾ കൂടുതൽ താഴേക്കു വഴുതി. ഷൂസ് മിക്കവാറും കാലിൽനിന്നു വേർപെട്ടു. മുഴുവനായും മുങ്ങിപ്പോകാതിരിക്കാൻ അവൾ ബദ്ധപ്പെടുകയായിരുന്നു. തീർത്തും നിസ്സഹായമായ അവസ്ഥ. വിരലുകളിൽ അമർന്നിരിക്കുന്ന ഷൂബാഗിനൊപ്പം ഇടങ്കൈ കുഴമ്പുമിശ്രിതത്തിൽ പൂർണ്ണമായി പുതഞ്ഞുപോയിരുന്നു. തരിമ്പുപോലും അനങ്ങാതെ നിൽക്കുക എന്നതൊഴികെ മറ്റൊരു മാർഗ്ഗവുമില്ല. ഇതിനിടെ അപരിചിതരായ രണ്ടു സ്ത്രീകൾ അതുവഴി വരികയായി. “ഏയ് ഒന്നു നിക്കണേ,” അവൾ തന്റെ മൃദുലശബ്ദത്തിൽ വിളിച്ചു. ഒരു കൊച്ചുകുട്ടി വെറുതെ കുസൃതികാട്ടുകയാണെന്നാണ് അവർ കരുതിയത്. ടോട്ടോചാന് ഒരു പുഞ്ചിരി സമ്മാനിച്ചു സ്ത്രീകൾ കടന്നുപോയി.

സായാഹ്നം അവസാനിക്കാറായിരുന്നു. തെരുവിൽ കുറേശ്ശെ ഇരുട്ടുവീണു തുടങ്ങി. ടോട്ടോചാനെ ഇതുവരെയും കാണാത്തതിൽ പരിഭ്രമിച്ച് അമ്മ തിരക്കിയിറങ്ങി. മണൽക്കൂനയുടെ അടുത്തെത്തിയപ്പോൾ അവർ ആ കാഴ്ച കണ്ടു. കൂനയുടെ ഒത്ത നടുക്കു കൊച്ചുടോട്ടോയുടെ കുഞ്ഞിത്തല! അവർ അന്തംവിട്ടു

പോയി. എവിടുന്നോ ഒരു നീളൻവടി സംഘടിപ്പിച്ചുകൊണ്ടുവന്നു ടോട്ടോചാനെ അവർ ഒരുവിധത്തിൽ വലിച്ചുതൂക്കിയെടുത്തു. കണ്ടയുടനേയുള്ള വെപ്രാളം കാരണം ആദ്യം കൈകൊണ്ട് അവളെ വലിച്ചെടുക്കാനായിരുന്നു ശ്രമം. ഇതിനിടയിൽ അവരുടെ ഒരു കാലും പശിമയുള്ള ചാന്തിൽ ഒട്ടിപ്പിടിക്കുമെന്ന അവസ്ഥയിലായി. ഏതായാലും ഒരുതരത്തിൽ അവളെ പുറത്തെടുത്തുവെന്നു പറഞ്ഞാൽ മതിയല്ലോ.

ടോട്ടോചാനിപ്പോൾ നരച്ച ചാന്തു പൂശി വെടിപ്പാക്കിയ ഒരു ചുമരുപോലെയുണ്ട്. "മുന്നേ ഞാൻ പറഞ്ഞിട്ടില്ലേ ടോട്ടോ," അമ്മ ഓർമിപ്പിച്ചു, "വിചിത്രായിട്ട് എന്തെങ്കിലും കണ്ടൂന്ന്വച്ച് ഒരുവട്ടം കൂടി ആലോചിക്കാണ്ട് നേരെ ചെന്ന് ചാടര്തെന്ന് ഇനിയെങ്കിലും എടുത്തുചാടുംമുമ്പ് എടംവലം നോക്കണം, കേട്ടൂല്ലോ."

'മുന്നേ' എന്ന് അമ്മ പറഞ്ഞത് ഒരിക്കൽ സ്കൂളിൽവച്ചു നടന്ന ഒരു സംഭവത്തെക്കുറിച്ചാണ്. ഊണിന്റെ ഇടവേളയിലായിരുന്നു അത്. ടോട്ടോചാൻ അസംബ്ലിഹാളിനു പിന്നിലെ ഇടനാഴിയിലൂടെ പതിവ് അലസഗമനത്തിൽ ഏർപ്പെട്ടിരിക്കുകയായിരുന്നു. വഴിയുടെ മധ്യത്തിലായി ഒരു ന്യൂസ്പേപ്പർ കിടക്കുന്നത് അവൾ കണ്ടു. 'ഇവിടുന്നു ചാടിയാൽ ആ ന്യൂസ്പേപ്പറിലെത്തുമോന്നു നോക്ക്യാലോ?' സഹജമായൊരു വികൃതി അവളുടെ തലയിലുദിക്കുകയായി. ഒന്നു പിന്നാക്കം മാറി അടിവച്ചടിവച്ചു പേപ്പറിന്റെ ഒത്ത മധ്യം ലക്ഷ്യമാക്കി അവൾ കുതികുതിച്ചു. കുറെ ഇപ്പുറത്തു വച്ച് ഉദ്ദിഷ്ടസ്ഥാനത്തേക്ക് ഉശിരൻ ഒരു ചാട്ടം. കക്കൂസ് കുഴിയുടെ കോൺക്രീറ്റ് മൂടി പൊട്ടിപ്പോയതിനാൽ ഗന്ധം പുറത്തുവരാതിരിക്കാനുള്ള ഒരു താൽക്കാലിക സംവിധാനമെന്ന നിലയിൽ സ്കൂൾ സൂക്ഷിപ്പുകാരൻ സ്ഥാപിച്ചതായിരുന്നു ആ കടലാസ്. അയാൾ മറ്റെന്തോ കാര്യത്തിനായി പോയിരിക്കുകയാണ്. നിർഭാഗ്യമെന്നല്ലാതെ എന്തു പറയാൻ. നേരെ കുഴിയിലേക്കു തന്നെയായിരുന്നു "ബ്ലൂം" ശബ്ദത്തോടെ അവൾ ചെന്നു വീണത്. ശരിക്കും അറപ്പുളവാക്കുന്ന അനുഭവം. ഏതായാലും അവളെ ഒരു പരുവത്തിൽ കഴുകിയെടുത്തു വീണ്ടും വൃത്തിയുള്ള ടോട്ടോചാൻ ആക്കിത്തീർക്കാൻ അവർക്കു കഴിഞ്ഞു; ഭാഗ്യം!

അക്കാര്യമാണ് അമ്മ സൂചിപ്പിച്ചത്. "ഇനി ഞാനിങ്ങനെ ചാടില്യ. സത്യം," ടോട്ടോചാൻ ശബ്ദം താഴ്ത്തി അമ്മയ്ക്കുറപ്പു

കൊടുത്തു. അവർക്ക് ഒരൽപം ആശ്വാസം തോന്നി. പക്ഷേ, ആ ഉറപ്പ് അത്ര പക്വമായ ഒന്നല്ലെന്ന് അവളുടെ തുടർന്നുള്ള വാക്കുകൾ അവരെ ബോധ്യപ്പെടുത്തി.

"ഒരു ന്യൂസ്പേപ്പറിന്റെ പുറത്തേക്കോ മണൽക്കൂനയിലേക്കോ ഞാനിനി ഒരിക്കലും ചാടില്യ."

ഇവ രണ്ടുമൊഴികെ മറ്റെന്തെങ്കിലുമാണു കിട്ടുന്നതെങ്കിൽ കൊച്ചുടോട്ടോ ഒരു കൂസലുമില്ലാതെ എടുത്തുചാടിയേക്കുമെന്ന് അവർക്കു മിക്കവാറും ഉറപ്പായിരുന്നു.

ഇരുവരും വീട്ടിലെത്തിയപ്പോൾ നേരം നന്നേ ഇരുട്ടിയിരുന്നു. പകലുകൾക്കു ദൈർഘ്യം കുറഞ്ഞുകുറഞ്ഞുവരികയായിരുന്നു.

"അതുകഴിഞ്ഞ്... അ്... ആ..."

റ്റോമോ ഉച്ചഭക്ഷണവേളയിലെ പരിപാടികൾ എല്ലായ്പ്പോഴും രസം പകരുന്നവയായിരുന്നു. ഇപ്പോഴിതാ ഒരു പുതിയ നേരമ്പോക്കു കൂടി.

ആദ്യം പതിവുപോലെയുള്ള പരിശോധനയാണ്. ഊണുപാത്രത്തിലെ വിഭവങ്ങളിൽ 'കടലിൽനിന്നൊരു പങ്കും മലകളിൽനിന്നൊരു പങ്കും' ഉണ്ടോ എന്നു മാസ്റ്റർ ഉറപ്പുവരുത്തുന്നു. രണ്ടു വിഭാഗത്തിലുംപെട്ട കറികളുടെ ചട്ടിയുമായി അദ്ദേഹത്തിന്റെ ഭാര്യയുമുണ്ടാവും പിന്നാലെ. ഏതെങ്കിലും ഒന്നിന്റെ കുറവുള്ള പാത്രങ്ങളുണ്ടെങ്കിൽ അതു പരിഹരിക്കുന്നു. ശേഷം പയ്യെച്ചവയ്ക്കും പാട്ട്. പാട്ടുകഴിഞ്ഞു പ്രസിദ്ധമായ ഉപചാരവാക്ക്- 'ഇറ്റാദാകിമാസു' ഇത്രയും സ്ഥിരം ചടങ്ങുകളാണ്. ഉപചാരപ്രകടനത്തിനുശേഷം ആരെങ്കിലുമൊരാൾ ഒരു ലഘുപ്രസംഗം നടത്തുക എന്നുള്ളതായിരുന്നു പുതുതായി കൂട്ടിച്ചേർക്കപ്പെട്ട പരിപാടി.

ഒരുദിവസം മാസ്റ്റർ പറഞ്ഞു, "കൂടുതൽ നന്നായി എങ്ങനെ സംസാരിക്കാമെന്നു നാമെല്ലാം പഠിക്കേണ്ടതുണ്ടെന്നു തോന്നുന്നു. ഒരു കാര്യം ചെയ്യാം. ഓരോ ദിവസവും 'ഇറ്റാദാകിമാസു' പറഞ്ഞശേഷം ഒരാൾ മധ്യത്തിലായി വന്നുനിന്ന് എന്തിനെയെങ്കിലും കുറിച്ചു സംസാരിക്കുക; ഓരോ ദിവസവും ഓരോരുത്തരായി. എങ്ങനെയുണ്ട്?"

മിക്ക കുട്ടികൾക്കും ആ പദ്ധതി ഇഷ്ടപ്പെട്ടു. ചിലർക്കു സംസാ

രിക്കാനുള്ള തങ്ങളുടെ സാമർഥ്യത്തെക്കുറിച്ചു തുലോം സംശയമായിരുന്നു. പക്ഷേ, മറ്റുള്ളവരുടെ വാചകമടി കേൾക്കാമല്ലോ. അതേതായാലും നല്ല രസമുള്ള ഏർപ്പാടായിരിക്കും. അവർ മനസ്സിൽ കരുതി. മറ്റുചിലർക്കു തങ്ങൾക്കറിവുള്ള കാര്യങ്ങളൊക്കെയങ്ങോട്ടു പറഞ്ഞു പൊടിപൊടിക്കാനുള്ള ആവേശമായിരുന്നു. തനെന്തിനെക്കുറിച്ചു പറയും? കൊച്ചുടോട്ടോയ്ക്ക് അക്കാര്യത്തിൽ ഒരു നിശ്ചയവുമുണ്ടായിരുന്നില്ല. എങ്കിലും ഒന്നു് ശ്രമിച്ചു നോക്കാൻ അവളും തയ്യാർതന്നെ. അനുകൂലാഭിപ്രായത്തിന്റെ പശ്ചാത്തലത്തിൽ പിറ്റേന്നുമുതൽ പ്രസംഗപരിപാടി ആരംഭിക്കാൻ തീരുമാനമായി.

ജാപ്പനീസ് ഭവനങ്ങളിൽ കുട്ടികളെ ഭക്ഷണസമയത്തു സംസാരിക്കാതിരിക്കാൻ പരിശീലിപ്പിക്കുകയാണു പതിവ്. പക്ഷേ, തന്റെ വിദേശാനുഭവങ്ങളിൽനിന്നു മാസ്റ്റർ പഠിച്ചതു മറ്റൊന്നാണ്. യഥേഷ്ടം സമയമെടുത്ത് ആഹാരം കഴിക്കാനും ഭക്ഷണവേള ഒരുപാടൊരുപാട് കാര്യങ്ങൾ പറഞ്ഞ് ഉണർവുറ്റതാക്കാനും അദ്ദേഹം കുട്ടികളോടു നിരന്തരം ആവശ്യപ്പെട്ടു.

മനുഷ്യരുടെ മുന്നിൽ നിവർന്നുനിന്നു വ്യക്തതയോടെ അനായാസം തങ്ങളുടെ ദൃഢമായ അഭിപ്രായങ്ങൾ പ്രകടിപ്പിക്കാനുള്ള കഴിവ് കുട്ടികളിൽ വികസിക്കേണ്ടതുണ്ടെന്നു മാസ്റ്റർ വിശ്വസിച്ചിരുന്നു. അത്തരമൊരു മാനസികവികാസത്തിനു പറ്റിയ മുഹൂർത്തം കൂടിയാണ് അദ്ദേഹം കണ്ടെത്തിയത്; ഊണുമേശയ്ക്കരികിലെ ഉണർവുറ്റ നിമിഷങ്ങൾ.

"നല്ലപോലെ പ്രസംഗിക്കുന്നതിനെക്കുറിച്ചോർത്ത് ആരും വെഷമിക്കണ്ടാ ട്ടോ." പുതിയ പദ്ധതിക്കു കുട്ടികൾ സമ്മതം മൂളിക്കഴിഞ്ഞപ്പോൾ മാസ്റ്റർ പറഞ്ഞു. "എന്നല്ല, നിങ്ങക്കിഷ്ടമുള്ള എന്തു കാര്യോം പറഞ്ഞോളൂ. ചെയ്യാനാഗ്രഹിക്കുന്ന കാര്യമോ ചെയ്തതോ എന്തുവേണെങ്കിലും. നല്ലതോ തീയതോ ഏതായാലും സമ്മതം." ടോട്ടോചാൻ അതു മനസ്സിരുത്തിക്കേട്ടു.

ഓരോ ദിവസവും സംസാരിക്കേണ്ടവരുടെ ക്രമം തയ്യാറാക്കി. അവർ പാട്ടു കഴിഞ്ഞാലുടനെ വേഗത്തിൽ ഊണുകഴിച്ചു തയ്യാറായിനിൽക്കണമെന്നും നിശ്ചയിച്ചു.

തുടക്കത്തിലേ കുട്ടികൾക്ക് ഒരു കാര്യം വ്യക്തമായി. റ്റോമോയിലെ മുഴുവൻ വിദ്യാർഥികളെയും അഭിമുഖീകരിച്ചു സംസാരിക്കുക എന്നത്, ഊണുകഴിഞ്ഞു രണ്ടോ മൂന്നോ ചങ്ങാതിമാരോടൊപ്പമിരുന്നു വെടിപറയുന്നതുപോലെ അത്ര എളുപ്പമുള്ള പണിയല്ല. നല്ല ചങ്കുറപ്പുണ്ടെങ്കിൽ മാത്രം സാധിക്കുന്ന കാര്യമാണത്. ലജ്ജാശീലരായ ചിലർക്കൊക്കെ തുടക്കത്തിൽ സങ്കോചവും പരിഭ്രമവും നിറഞ്ഞ ഒരു ചിരി പ്രദർശിപ്പിച്ചു മടങ്ങാനേ കഴിഞ്ഞുള്ളൂ. കാര്യമായി അധ്വാനിച്ച് ഒരു പ്രസംഗം മനപ്പാഠമാക്കി വന്ന ഒരാൺകുട്ടി എഴുന്നേറ്റുനിന്നപാട് പഠിച്ചതു മുഴുവൻ 'ശൂ...'. 'തവളകൾ ഓരംപറ്റിച്ചാടുന്നതെന്തുകൊണ്ട്?' എന്ന കർണ്ണസുഖമുള്ള തലക്കെട്ടുതന്നെ അവൻ പലതവണ ആവർത്തിച്ചു. പിന്നെ തപ്പിത്തപ്പി ആരംഭിച്ചു. "മഴക്കാലങ്ങളിൽ തവള... ത്... ത്... തവള..." അതിനപ്പുറം പറയാൻ എത്ര ആലോചിച്ചിട്ടും അവനു കഴിഞ്ഞില്ല. "ത്... ത്... തവള... തവള..." "ഊ... ഉവ്വ്, ഇത്രേയുള്ളൂ." പിന്നെ സദസ്സിനെ വന്ദിച്ചു തന്റെ സീറ്റിലേക്കു മടങ്ങി.

ടോട്ടോചാന്റെ അവസരം ഇനിയും വന്നെത്തിയിട്ടില്ല. പക്ഷേ, തനിക്കേറ്റവും പ്രിയപ്പെട്ട രാജകുമാരന്റെയും രാജകുമാരിയുടെയും കഥപറയാൻ അവൾ നിശ്ചയിച്ചുകഴിഞ്ഞിരുന്നു. വിശ്രമവേ

ളകളിൽ അവൾ ആവേശത്തോടെ പറയാറുള്ള ഈ കഥ കൂട്ടുകാർക്കെല്ലാം കാണാപ്പാഠമാണ്. "ഒരുപാട് പണ്ട്, ഒരിടത്തൊരിടത്തൊരു..." പലതവണ പറഞ്ഞുകഴിഞ്ഞ കഥ അവൾ വീണ്ടും വീണ്ടും പറയാൻ തുടങ്ങും. "ഇദ് കേട്ടുകേട്ട് ഞങ്ങള് മടുത്തൂല്ലോ, ടോട്ടോചാൻ," കൂട്ടുകാർ പറയും. പക്ഷേ, ഏതായാലും അവൾ ഒരു തീരുമാനമെടുത്തുകഴിഞ്ഞു. രാജകുമാരന്റെയും രാജകുമാരിയുടെയും കഥ തന്നെയാണു താൻ പറയാൻ പോകുന്നത്.

പ്രസംഗപരിപാടി പുരോഗമിച്ചുകൊണ്ടിരുന്നു. ഒരു ദിവസം സംസാരിക്കേണ്ടിയിരുന്നത് ഒരാൺകുട്ടിയാണ്.

"നിക്കൊന്നും പറയാനില്യ." അവൻ അസന്ദിഗ്ദ്ധമായി പ്രഖ്യാപിച്ചു.

ടോട്ടോചാൻ അതിശയിച്ചുപോയി. അതെങ്ങനെയാണ് ഒരാൾക്ക് ഒന്നും പറയാനില്ലാതെയാവുക? അസാധ്യം! അവൾ വിചാരിച്ചു. പക്ഷേ, അവന് ഒന്നിനെക്കുറിച്ചും സംസാരിക്കാനില്ല എന്നതു വാസ്തവമായിരുന്നു. ഒഴിഞ്ഞ ചോറ്റുപാത്രത്തിനരികിൽ കുനിഞ്ഞിരിക്കുന്ന അവന്റെ അടുക്കലേക്കു മാസ്റ്റർ നടന്നു.

“അപ്പൊ, നെനക്കൊന്നും പറയാനില്യ?” അദ്ദേഹം ചോദിച്ചു.

“ഇല്യ.”

അവൻ തന്റെ അതിസാമർഥ്യം കാണിക്കുകയായിരുന്നില്ല. എത്ര മനസ്സിരുത്തി ആലോചിച്ചിട്ടും സംസാരിക്കാനൊരു വിഷയം അവനു കണ്ടെത്താനായില്ല. തികച്ചും ആത്മാർഥമായിരുന്നു അവന്റെ പ്രശ്നം.

അവന്റെ തലപിടിച്ചുയർത്തിക്കൊണ്ടു മാസ്റ്റർ ചിരിക്കാൻ തുടങ്ങി. തന്റെ പല്ലുകൾക്കിടയിൽ വിശാലമായ വിള്ളലുകളാണെന്ന കാര്യം അദ്ദേഹം ഓർത്തില്ല.

“ഒന്നൂടെ ആലോചിച്ചുനോക്ക്യാട്ടെ. എന്തെങ്കിലും കിട്ടാതിരിക്കില്ല.”

“ഇല്യ... മാസ്റ്റർക്ക് എന്തെങ്കിലും പറഞ്ഞുതരാനാവ്വോ?” ഒരു നടുക്കത്തിലെന്നോണം അവൻ ചോദിച്ചു.

ഊണുമേശയ്ക്കരികിൽ പതുങ്ങിയിരുന്ന അവനെ മാസ്റ്റർ ഹാളിന്റെ മധ്യത്തിലേക്കു കൂട്ടിക്കൊണ്ടുപോയി.

‘ങാ, ഇനി ഒന്നൂടെ ഓർത്തുനോക്ക്യാട്ടെ” മൃദുവായ സ്വരത്തിൽ അദ്ദേഹം പറഞ്ഞു. “അതായത്, ഇന്നുരാവിലത്തെ കാര്യങ്ങളെടുക്കുക. ഒറക്കമൊണർന്നുകഴിഞ്ഞ് എന്താ ചെയ്തേ? സ്കൂളിലേക്കു പുറപ്പെടുംവരെയുള്ള വിശേഷങ്ങള് എന്തൊക്കെയാ? ങാ... ആദ്യം എന്താ ചെയ്തേ? ങും പറഞ്ഞോളൂ.”

“ആ... അ്... അദ്...” അവൻ തലചൊറിയാൻ തുടങ്ങി.

“പറഞ്ഞോളൂ.” മാസ്റ്റർ പ്രോത്സാഹിപ്പിച്ചു.

“അത് എന്നു നീ പറഞ്ഞൂല്ലോ. അപ്പൊ ഏതോ കാര്യം ഉണ്ട്. ധൈര്യായിട്ടു പറഞ്ഞോളൂ. അത്... അതിന് ശേഷം?”

“അദ്... അ്... ആ... അദ്, രാവിലെ ഒണർന്നു.” തല കൂടുതൽ ശക്തിയായി ചൊറിഞ്ഞുകൊണ്ട് അവനത്രയും പറഞ്ഞൊപ്പിച്ചു.

ടോട്ടോചാനും കൂട്ടുകാരും വിസ്മയത്തോടെയാണെങ്കിലും കാതുകൂർപ്പിച്ചിരുന്നു.

തലചൊറിച്ചിൽ നിർത്താതെ കൊച്ചു പ്രാസംഗികൻ തുടർന്നു. “അതുകഴിഞ്ഞ്... അ്... ആ...”

കൈകൾ ഡസ്കിൽ പിണച്ചുവച്ച്, പുഞ്ചിരി കളിയാടുന്ന മുഖവുമായി ക്ഷമാപൂർവ്വം അവനെത്തന്നെ ഉറ്റുനോക്കിക്കൊണ്ടിരിക്കുകയായിരുന്നു മാസ്റ്റർ. “അസ്സലായിട്ടു പറഞ്ഞൂലോ. കഴിഞ്ഞു;

ഇത്രേള്ളൂ!" ആവേശം സ്ഫുരിക്കുന്ന സ്വരത്തിൽ മാസ്റ്റർ തുടർന്നു, "രാവിലെ ഒണർന്നൂന്നു നീ പറഞ്ഞു. ഞങ്ങൾക്കെല്ലാം അതു മനസ്സിലാവുകേം ചെയ്തു. ധാരാളായി. നല്ല പ്രാസംഗികനാവാൻ കേൾക്കുന്നോരെ അതിശയിപ്പിക്കുകയോ ചിരിപ്പിക്കുകയോ വേണംന്നില്ല. ആദ്യം നെനക്ക് ഒന്നും പറയാനില്യാന്നു പറഞ്ഞു. ഇപ്പൊ പറയാമെന്നായി. മതിയല്ലോ. അതാണു പ്രധാനം."

പക്ഷേ അവൻ മതിയാക്കിയില്ല. ഇരിക്കാൻ കൂട്ടാക്കാതെ ശബ്ദമുയർത്തി അവൻ പറഞ്ഞു, "അതുകഴിഞ്ഞ്... അ്... ആ..."

കുട്ടികളെല്ലാം തലമുന്നോട്ടൊന്നു ചായ്ച്ചു ചെവിവട്ടം പിടിച്ചു.

അവൻ ഒരു ദീർഘനിശ്വാസത്തോടെ തുടർന്നു; "അതുകഴിഞ്ഞ്... അമ്മ അ്... ആ... അമ്മ പറഞ്ഞു. 'പോയി പല്ലുതേച്ചിട്ടു വാ'ന്ന്... ങും..., ഞാനൊടനെ പോയി പല്ലുതേച്ചു. ങും... മൊഖം കഴുകി..."

മാസ്റ്റർ കൈയടിച്ചഭിനന്ദിച്ചു. മറ്റുള്ളവരും അതിൽ പങ്കുചേർന്നു.

മുമ്പത്തേതിലുമുച്ചത്തിൽ അവൻ തുടർന്നു, "അതും കഴിഞ്ഞ്... അ്... ആ..."

കൈയടി പൊടുന്നനെ നിലച്ചു. ഒന്നുകൂടി മുന്നോട്ടാഞ്ഞിരുന്നു കുട്ടികൾ ശ്വാസമടക്കി ശ്രദ്ധിച്ചു.

"അതും കഴിഞ്ഞ്..." വിജയാഹ്ലാദം സ്ഫുരിക്കുന്ന ശബ്ദത്തിൽ അവൻ പറഞ്ഞവസാനിപ്പിച്ചു. "... സ്കൂളിലേക്കു പോന്നു!"

ആവേശാധിക്യത്താൽ ആവശ്യത്തിലേറെ മുന്നോട്ടാഞ്ഞു നിലതെറ്റിയ ഒരാൺകുട്ടിയുടെ തല മുന്നിലിരുന്ന ചോറ്റുപാത്രത്തിൽ ചെന്നിടിക്കുകകൂടി ചെയ്തു. ഏതായാലും എല്ലാവർക്കും പരമസന്തോഷമായി. തങ്ങളുടെ ചങ്ങാതി സംസാരിക്കാനെന്തെങ്കിലും കണ്ടെത്തിയല്ലോ.

കൊബായാഷി മാസ്റ്ററും ടോട്ടോചാനും റ്റോമോ മുഴുവനും വർധിതവീര്യത്താടെ കരഘോഷം മുഴക്കി. ഹാളിന്റെ മധ്യഭാഗത്തുതന്നെ അപ്പോഴും നിൽക്കുകയായിരുന്ന 'അതുകഴിഞ്ഞ്... അ്... ആ..." പോലും അറിയാതെ കൈയടിച്ചുപോയി. അസംബ്ലി ഹാൾ അപ്പാടെ ഒരു നീണ്ട കരഘോഷത്തിൽ മുങ്ങിപ്പോവുകയായിരുന്നു.

വളർന്നുവലുതായ ശേഷവും അന്നത്തെ കരഘോഷത്തിന്റെ ആഹ്ലാദാരവം ആ ബാലന്റെ സ്മരണകളിൽ തിരയടിച്ചുയരുന്നുണ്ടാവണം.

"ഞങ്ങള് വെറുതെ കളിക്ക്യായിരുന്നു"

ടോട്ടോചാന് ഗുരുതരമായ ഒരപകടം പിണഞ്ഞു. ഒരു വൈകുന്നേരം സ്കൂളിൽനിന്നു മടങ്ങിയെത്തിയ ശേഷമായിരുന്നു സംഭവം. അത്താഴത്തിനുമുമ്പ് ടോട്ടോചാനും റോക്കിയും 'ചെന്നായ്ക്കളി'യിൽ ഏർപ്പെട്ടിരിക്കുകയായിരുന്നു.

ഇരുവരും ഒരു മുറിയുടെ എതിർദിശകളിൽനിന്നു നേർക്കുനേരെ ഉരുണ്ടുകൊണ്ടാണു കളിയാരംഭിക്കുന്നത്. പരസ്പരം കൂട്ടിമുട്ടുന്നിടത്തുവച്ചു ഹ്രസ്വമായ ഒരു മൽപ്പിടുത്തത്തോടെ അതവസാനിക്കും. കളി അവർ പലതവണ ആവർത്തിച്ചുകൊണ്ടിരുന്നു. മടുത്തുതുടങ്ങിയപ്പോൾ കുറെക്കൂടി കടുപ്പമുള്ള ഒരു രീതി കണ്ടുപിടിച്ചാലോ എന്നായി ഇരുവരുടെയും ചിന്ത. സ്വാഭാവികമായും തീരുമാനം ടോട്ടോചാന്റേതുതന്നെയായിരുന്നു. പുതിയ നിയമം ഇപ്രകാരമാണ്– മുറിയുടെ മധ്യത്തിൽവച്ചു കൂട്ടിമുട്ടുമ്പോൾ ആരാണോ ഒരു വെറിയൻ ചെന്നായയുടെ മട്ടിൽ മറ്റേയാളുടെ പുറത്തേക്കു ചാടിവീഴുക അയാളായിരിക്കും വിജയി. ചെന്നായയെപ്പോലെ നടിക്കുക എന്നത് ജർമൻ ഷെപ്പേഡ് ഇനത്തിൽപ്പെട്ട റോക്കിക്കു വലിയ പ്രയാസമുള്ള കാര്യമൊന്നുമായിരുന്നില്ല. കാതുകൂർപ്പിച്ച്, വാ പിളർത്തി കൂർമ്പൻപല്ലുകൾ പുറത്തുകാട്ടി അങ്ങനെ നിൽക്കുക. അത്രമാത്രമേ ചെയ്യേണ്ടതുള്ളൂ. കണ്ണുകളിൽ ക്രൗര്യം വരുത്താനും അവന് എളുപ്പം സാധിക്കും. എല്ലാംകൂടി ശരിക്കും ഒരു ചെന്നായ തന്നെ. ടോട്ടോചാന് ജോലി താരതമ്യേന കൂടുതലാണ്. കൈകൾ രണ്ടും ചെന്നായച്ചെവിപോലെ തലയ്ക്കു പിന്നിൽ വിടർത്തിപ്പിടിക്കണം. വായും കണ്ണുകളും തനിക്കാവുന്നിടത്തോളം തുറന്നുപിടിച്ച്, മുരൾച്ച ശബ്ദം പുറപ്പെടുവിച്ചുകൊണ്ട് റോക്കിയെ കടിക്കാനായുന്നതായി ഭാവിക്കണം. തുടക്കത്തിൽ റോക്കി ഭംഗിയായിത്തന്നെ കളിയിൽ പങ്കെടുത്തു. അച്ചടക്കത്തോടെ നിയമങ്ങൾ അനുസരിച്ചു. പക്ഷേ, എന്തൊക്കെയായാലും അവനൊരു നായ്ക്കുട്ടിയാണല്ലോ. പോരാട്ടം മുറുകി

വന്ന ഒരു നിമിഷത്തിൽ കളി മറന്നുപോയ അവൻ ടോട്ടോചാന് കാര്യമായൊരു കടികൊടുത്തു.

പ്രായമെത്താത്ത ഒരു പട്ടിക്കുട്ടിയാണെങ്കിലും റോക്കിക്ക് ടോട്ടോചാന്റെ ഇരട്ടി വലിപ്പമുണ്ടായിരുന്നു. മൂർച്ചയുള്ള ദൃഢമായ പല്ലുകളായിരുന്നു അവന്റേത്. സംഭവിക്കുന്നതെന്തെന്ന് ടോട്ടോചാൻ അറിയുംമുമ്പ് അവളുടെ വലത്തെ ചെവി ഇറുന്നു തൂങ്ങി. ആഴമുള്ള മുറിവിൽനിന്നു കുടുകുടെ ചോരയൊഴുകാൻ തുടങ്ങി.

മകളുടെ നിലവിളികേട്ട് അടുക്കളയിൽനിന്ന് ഓടിവന്ന അമ്മ കണ്ടതു വിശാലമായ മുറിയുടെ ഒരു കോണിൽ ഇരുകൈകളും കൊണ്ടു വലത്തേച്ചെവി പൊത്തിപ്പിടിച്ചിരിക്കുന്ന ടോട്ടോചാനെയും സമീപത്തു പരിഭ്രമിച്ചുനിൽക്കുന്ന റോക്കിയെയുമാണ്. അവളുടെ ഉടുപ്പ് ചോരയിൽ കുതിർന്നിരുന്നു. പൂമുഖത്തിരുന്നു വയലിൻ വായിച്ചുകൊണ്ടിരുന്ന അച്ഛനും ബഹളംകേട്ട് ഓടിയെത്തി. അരുതാത്തതെന്തോ ചെയ്തുപോയ മട്ടിലായിരുന്നു റോക്കിയുടെ നിൽപ്പ്. വാൽ താഴ്ത്തിയിട്ട് സഹതാപം നിറഞ്ഞ കണ്ണുകളാൽ അവൻ കൂട്ടുകാരിയെത്തന്നെ ഉറ്റുനോക്കി.

അപ്പോഴും ടോട്ടോചാനെ അലട്ടിയിരുന്നത് ഒരേയൊരു കാര്യം മാത്രം. ദേഷ്യം സഹിക്കാനാവാതെ അച്ഛനുമമ്മയും റോക്കിയെ ആർക്കെങ്കിലും വിൽക്കുകയോ അടിച്ചുപുറത്താക്കുകയോ ചെയ്താലോ; താൻ പിന്നെ എന്തുചെയ്യും? അവൾക്കു സങ്കല്പിക്കാനാവുന്നതിൽവച്ച് ഏറ്റവും സങ്കടകരവും ക്രൂരവുമായ ഒരു പരിണതിയായിരുന്നു അത്. “റോക്കിയെ വഴക്കുപറേല്ലേ, റോക്കിയെ വഴക്കു പറേല്ലേ” മുറിവേറ്റ ചെവിപൊത്തിപ്പിടിച്ച് റോക്കിയുടെ ചാരത്തു തളർന്നിരുന്ന് അവൾ നിർത്താതെ യാചിച്ചു.

മകളുടെ ചെവിക്ക് എന്തുപറ്റിയെന്നതിനെക്കുറിച്ചായിരുന്നു അച്ഛന്റെയും അമ്മയുടെയും ഉത്കണ്ഠ. അവർ തിടുക്കപ്പെട്ട് അവളുടെ കൈ പിടിച്ചുമാറ്റാൻ ശ്രമിച്ചു.

“വേണ്ട, നിക്കൊന്നും പറ്റീട്ടില്യാ”. കൈമാറ്റാൻ കൂട്ടാക്കാതെ അവൾ നിലവിളിച്ചുകൊണ്ടിരുന്നു. “അവനെ ഒന്നും ചെയ്യല്ലേ, എന്റെ റോക്കിയെ ഒന്നും ചെയ്യല്ലേ...” വേദനയെക്കുറിച്ചു സത്യത്തിൽ അവളപ്പോൾ ഓർത്തതേയില്ല. മനസ്സു മുഴുവനും റോക്കിക്കെന്തു സംഭവിക്കുമെന്ന ഉത്കണ്ഠയായിരുന്നു.

ചോര അപ്പോഴും ഒലിച്ചിറങ്ങിക്കൊണ്ടിരുന്നു. റോക്കിയുടെ കടിയേറ്റാണ് അപകടംപിണഞ്ഞതെന്ന് അച്ഛനുമമ്മയും ഇതിനിടെ മനസ്സിലാക്കിക്കഴിഞ്ഞു. തങ്ങൾ റോക്കിയോടു ദേഷ്യപ്പെടില്ല. അവർ അവൾക്കു വാക്കുകൊടുത്തു. ഒടുക്കം അവൾ കൈമാറ്റാൻ തയ്യാറായി. ഇറുന്നുതുടങ്ങുന്ന അവളുടെ കാതു കണ്ട് അമ്മ നിലവിളിച്ചുപോയി. അച്ഛൻ തന്റെ പിഞ്ചോമനയെ വാരിയെടുത്ത് ഡോക്ടറുടെ അടുക്കലേക്കു കുതിച്ചു. അമ്മയും ഒപ്പം ചെന്നു. യഥാസമയം തന്നെ ആശുപത്രിയിലെത്തിയതു ഭാഗ്യം. ഇരുവർക്കും ആശ്വാസം പകർന്നുകൊണ്ട് ടോട്ടോചാന്റെ ചെവി പണ്ടിരുന്നതുപോലെ തന്നെ ശരിപ്പെടുത്തിയെടുക്കാൻ ഡോക്ടർക്കു സാധിച്ചു. റോക്കിയെ ശകാരിക്കുകയില്ലെന്നു തനിക്കു ലഭിച്ച വാക്കു പാലിക്കപ്പെടുമോ? അതുമാത്രമായിരുന്നു അപ്പോഴും അവളുടെ മനസ്സിൽ.

ഉച്ചിമുതൽ താടിവരെ നിറയെ ബാൻഡേജുമായിട്ടാണു ടോട്ടോചാൻ വീട്ടിൽ മടങ്ങിയെത്തിയത്. കണ്ടാൽ ശരിക്കുമൊരു മുയലിനെപ്പോലെ തോന്നും. നായ്ക്കുട്ടിയെ ഒന്നും ചെയ്യില്ലെന്ന് അവൾക്കു വാക്കുകൊടുത്തിരുന്നുവെങ്കിലും അവനെ ഒരു പാഠം പഠിപ്പിക്കാനായിരുന്നു അച്ഛന്റെ ഉദ്യമം. അപ്പോഴേക്ക് അമ്മ ഇടപെട്ടു. 'മോളോടു ചെയ്ത സത്യം മറക്കണ്ട' എന്നു വിലക്കുന്ന മിഴികളാൽ അവർ അദ്ദേഹത്തെ ഒന്നു തറപ്പിച്ചുനോക്കി. മനസ്സില്ലാമനസ്സോടെ അച്ഛൻ ആ ശ്രമത്തിൽനിന്നു പിന്തിരിഞ്ഞു.

തനിക്കൊന്നും പറ്റിയിട്ടില്ലെന്നും ആരും ശകാരിക്കില്ലെന്നും എത്രയും പെട്ടെന്നു റോക്കിയെ ബോധ്യപ്പെടുത്താനുള്ള വെമ്പലോടെയാണു ടോട്ടോചാൻ വീട്ടിലേക്കു ചെന്നുകയറിയത്. പക്ഷേ അവനെ അവിടെയെങ്ങും കാണാനുണ്ടായിരുന്നില്ല. അവൾ ശരിക്കും പൊട്ടിക്കരഞ്ഞുപോയത് അപ്പോൾ മാത്രമാണ്. ആശുപത്രിയിൽവച്ച് അവൾ കരഞ്ഞതേയില്ല. തന്റെ കരച്ചിൽ കേൾക്കുമ്പോൾ റോക്കിയോടുള്ള അച്ഛനമ്മമാരുടെ കോപം വർധിച്ചാലോ എന്നായിരുന്നു അവളുടെ ഭയം. പക്ഷേ ഇപ്പോൾ തുളുമ്പിവന്ന കണ്ണീരടക്കുവാൻ അവൾക്കായില്ല. ഏങ്ങിയേങ്ങിക്കരയുന്നതിനിടയിൽ അവൾ വിളിച്ചു. "റോക്കീ! റോക്കിക്കുട്ടാ! എവിട്യാ നീയ്?"

പലതവണ അവൾ കൂട്ടുകാരന്റെ പേര് നീട്ടിവിളിച്ചു. ഒടുവിൽ

കണ്ണീരിൽ കുതിർന്ന മുഖത്ത് ഒരു പുഞ്ചിരി പടർത്തിക്കൊണ്ട് സോഫയുടെ അടിയിൽനിന്നു പരിചിതമായ ആ തവിട്ടുനിറം മെല്ലെ പ്രത്യക്ഷമായി. അവൻ ടോട്ടോചാന്റെ അരികിലേക്കു നടന്നു. ബാൻഡേജിനിടയിൽനിന്നും അല്പം പുറത്തുകാണാമായിരുന്ന ഇടത്തേ ചെവി നക്കിത്തുടയ്ക്കാൻ തുടങ്ങി. തന്റെ കൊച്ചുകരങ്ങൾ റോക്കിയുടെ കഴുത്തിലൂടെ ചുറ്റിപ്പിടിച്ച് അവൾ അവന്റെ ഇരുചെവികളും മണത്തുനോക്കി. "ടോട്സ്കീ അതു നാറും ട്ടോ" എന്ന് അച്ഛൻ എപ്പോഴും പറയാറുണ്ടെങ്കിലും ചിരിപരിചിതമായ ആ ഗന്ധം അവൾക്കു വളരെയേറെ ഇഷ്ടമായിരുന്നു.

റോക്കിയും ടോട്ടോചാനും നന്നേ ക്ഷീണിതരായിരുന്നു. ഉറക്കം ഇരുവരെയും മാടിവിളിച്ചു.

വേനലറുതിയിലെ ചന്ദ്രൻ പൂന്തോട്ടത്തിനു മുകളിൽനിന്ന് അവരെത്തന്നെ സൂക്ഷിച്ചുനോക്കി; ബാൻഡേജുകൊണ്ടു പൊതിഞ്ഞ ആ പെൺകുട്ടിയെയും അവളുടെ പ്രിയപ്പെട്ട നായ്ക്കുട്ടിയെയും. ഇപ്പോൾ മുമ്പത്തേതിലും വലിയ കൂട്ടുകാരായിക്കഴിഞ്ഞ അവർ ഇനിയൊരിക്കലും 'ചെന്നായ്ക്കളി' കളിക്കാൻ ആഗ്രഹിച്ചില്ല.

നവംബറിലെ കായികമേള

നവംബറിലെ മൂന്നാമത്തെ ദിവസമാണു വാർഷിക കായികമേളയ്ക്കായി നിശ്ചയിക്കപ്പെട്ടിരുന്നത്. മാസ്റ്റർ ആ ദിവസം തെരഞ്ഞെടുത്തതു നീണ്ട ഗവേഷണങ്ങൾക്കുശേഷമായിരുന്നു. അപൂർവ്വമായി മാത്രം മഴപെയ്യുന്ന ഒരു ദിവസമാണ് ഇലപൊഴിയും നവംബറിലെ മൂന്നാംപ്രഭാതമെന്ന് അദ്ദേഹം കണ്ടെത്തി. തലേന്നു സ്കൂൾമുറ്റം അലങ്കരിക്കുമ്പോഴും മറ്റുള്ള തയ്യാറെടുപ്പുകൾ നടത്തുമ്പോഴും മഴപെയ്തേക്കുമോ എന്നു കുട്ടികൾ ഭയന്നു. പക്ഷേ, അതുണ്ടായില്ല. കാലാവസ്ഥയെ സംബന്ധിച്ച വിവരങ്ങൾ ശേഖരിക്കുന്നതിൽ മാസ്റ്റർക്കു പ്രത്യേക വൈഭവമുണ്ടായിരുന്നിരിക്കണം. അല്ലെങ്കിൽ ഒരു പക്ഷേ, സൂര്യനെയും മഴക്കാറുകളെയും നോക്കി അദ്ദേഹമങ്ങു തീരുമാനിച്ചതാവാനും മതി. എന്തായാലും ഏതോ നിഗൂഢവിസ്മയമെന്നപോലെ റ്റോമോയിലെ കായികമേള മുടക്കുവാനായി ഒരു നവംബർ മൂന്നിനും മഴ വന്നില്ല.

മറ്റെന്തിനുമെന്നപോലെ റ്റോമോയിലെ കായികമേളയ്ക്കുമുണ്ടായിരുന്നു ഒരപൂർവ്വത. ഇതര എലിമെന്ററി സ്കൂളുകളിലേതിനു തുല്യമായ രണ്ടേ രണ്ടു മത്സരയിനങ്ങൾ വടംവലി, മൂന്നുകാലിൽ ഓട്ടം എന്നിവ മാത്രമായിരുന്നു. മറ്റുള്ളവയെല്ലാം മാസ്റ്ററുടെ കണ്ടുപിടുത്തങ്ങളാണ്. വിപുലവും സൂക്ഷ്മവുമായ കായികസാമഗ്രികളുടെയൊന്നും ആവശ്യമില്ലാത്തവ. സ്കൂളിൽനിന്നുതന്നെ ലഭ്യമായ സാധാരണസൗകര്യങ്ങളുടെ സഹായത്തോടെ രൂപപ്പെടുത്തിയ ഇനങ്ങൾ.

ഉദാഹരണത്തിന് മീൻവായയിലൂടെയുള്ള ഓട്ടമെടുക്കാം. മേയ്മാസത്തിലെ ശിശുദിനമേളയ്ക്കായി ധ്രുവപ്രദേശങ്ങളിൽനിന്നു വരുത്തുന്ന കൂറ്റൻ എടുപ്പുകളുണ്ട്. മത്സ്യാകൃതിയിലുള്ള കുഴലിന്റെ രൂപത്തിൽ കട്ടിയേറിയ തുണികൊണ്ടു നിർമ്മിച്ചു ചായംതേച്ചു മോടിപിടിപ്പിച്ചിട്ടുള്ള ഈ എടുപ്പുകൾ അക്കാലത്തു സുലഭമാണ്. ഇവയെ സ്കൂൾമൈതാനത്തിന്റെ മധ്യത്തിലായി സ്ഥാപിക്കുന്നു. മണിയടി കേൾക്കുന്നതും കുട്ടികൾ ഈ 'കരിമീൻ എടുപ്പു'കളെ ലക്ഷ്യമാക്കി ഓട്ടമാരംഭിക്കും. വായിലൂടെ ഉള്ളിൽ പ്രവേശിച്ചു വാലറ്റത്തൂടെ തിരിച്ചിറങ്ങണം. തിരികെ സ്റ്റാർട്ടിങ്പോയിന്റിലെത്തുമ്പോൾ 'മീൻവായിലൂടോട്ടം' അവസാനിക്കുന്നു. റ്റോമോയിൽ ആകെ മൂന്നു 'മത്സ്യ'ങ്ങളേ ഉണ്ടായിരുന്നുള്ളൂ. ഒന്നു ചുവപ്പ്, ബാക്കി രണ്ടെണ്ണം നീല. അതുകൊണ്ട് മൂന്നുപേർക്കുമാത്രമേ ഒരു സമയം മത്സരത്തിൽ പങ്കെടുക്കാൻ കഴിയുമായിരുന്നുള്ളൂ. സംഗതി ലളിതമാണെന്ന് ഒറ്റനോട്ടത്തിൽ തോന്നാം. പക്ഷേ, അത്ര എളുപ്പമുള്ളതല്ല. മത്സ്യത്തിന്റെ ഉദരം ദൈർഘ്യമേറിയതും ഇരുട്ടു നിറഞ്ഞതുമാണ്. ദിഗ്ഭ്രമം പിടിപെടാൻ വളരെ സമയമൊന്നും വേണ്ട. ടോട്ടോചാനുൾപ്പെടെ പല കുട്ടികളും വഴിതെറ്റി മീനിന്റെ വായിലൂടെ തന്നെ പുറത്തിറങ്ങാൻ തുടങ്ങി. അബദ്ധം പിണഞ്ഞെന്നു മനസ്സിലായപ്പോൾ തിരക്കിട്ട് വീണ്ടും ഉള്ളിലേക്കോടുകയേ നിവൃത്തിയുണ്ടായിരുന്നുള്ളൂ. കാഴ്ചക്കാർക്കു ഭയങ്കരരസം പകരുന്ന ഇനമാണ് ഈ 'മീൻവായിലൂടോട്ടം'. കുട്ടികൾ മുന്നിലേക്കും പിന്നിലേക്കും പരതിനടക്കുമ്പോൾ കരിമീൻ തടിയൻ ജീവനുള്ളതുപോലെ അങ്ങോട്ടുമിങ്ങോട്ടും ഇളകിയാടാൻ തുടങ്ങും.

'അമ്മയെ പിടിക്കാനോട്ടം' മറ്റൊരിനമാണ്. ചാരിയുറപ്പിച്ചിരി

ക്കുന്ന ഒരേണിയെ ലക്ഷ്യമാക്കിയാണ് ഓട്ടം ആരംഭിക്കേണ്ടത്. ഏണിയുടെ പടവുകൾക്കിടയിലൂടെ ഇഴഞ്ഞിഴഞ്ഞു കയറാനേ പാടുള്ളൂ. മുകളിൽ തൂക്കിയിട്ടിരിക്കുന്ന തൊട്ടിയിൽ ഒരു കുറിപ്പ് അടക്കംചെയ്ത കവറുണ്ടായിരിക്കും. അതെടുത്തു പൊട്ടിച്ചു വായിക്കുക. ഉദാഹരണത്തിന് "സാക്കോചാന്റെ അമ്മ" എന്നാണു കുറിപ്പെന്നിരിക്കട്ടെ. കാണികൾക്കിടയിൽനിന്ന് അവരെ കണ്ടുപിടിക്കുകയാണ് അടുത്ത ജോലി. കണ്ടുകിട്ടിയാലുടൻ അവരെയും കൊണ്ട് ഫിനിഷിങ് ലൈനിലേക്കു പായുക. സംഗതി നിസ്സാരമല്ല. ഒരു പൂച്ചയുടെ വിരുതോടെ പലകകൾക്കിടയിലൂടെ നൂഴ്ന്നുകയറണം. ഒന്നുപതറിയാൽ പൃഷ്ഠം ഉളുക്കിപ്പിടിച്ചതുതന്നെ. ഇനിയുമുണ്ട് കടമ്പകൾ. സാക്കോച്ചാന്റെ അമ്മ ഏതാണെന്നു നല്ല തിട്ടമുള്ള ഒരാളുടെ കുറിപ്പിൽ ചിലപ്പോൾ "മിസ് ഒകുവിന്റെ ചേച്ചി"യെന്നോ "ശ്രീമാൻ ത്സുവിന്റെ അമ്മ"യെന്നോ "ശ്രീമതി കുനിനോറിയുടെ മക"നെന്നോ ഒക്കെയായിരിക്കും എഴുതിയിരിക്കുക. ഈ വ്യക്തിയെ അയാൾ മുമ്പൊന്നും കണ്ടിട്ടുണ്ടായിരിക്കുകയില്ല. ഇത്തരം അവസരങ്ങളിൽ കാണികൾക്കിടയിലേക്കു ചെന്നു തൊള്ളകീറി വിളിക്കണം. "മിസ് ഒകുവിന്റെ ചേച്ചീ"; ഇത്തിരി ചൊടിയും ചുണയുമൊക്കെ വേണം ഇതിന്. സ്വന്തം അമ്മയുടെ പേരെഴുതിയ കുറിപ്പുതന്നെ കിട്ടുന്ന ചില ഭാഗ്യവാന്മാരുണ്ട്. "അമ്മേ, അമ്മേ വേഗം വന്നാട്ടെ" അവർ ഏണിയിൽനിന്നും ചാടിയിറങ്ങി വിളിച്ചുകൂവും. അമ്മയെ പിടിക്കാനോട്ടത്തിൽ കാഴ്ചക്കാരും ശ്രദ്ധാപൂർവ്വം സഹകരിക്കണം. തങ്ങളുടെ പേര് വിളിച്ചേക്കുമെന്നു മുന്നറിയിപ്പൊന്നും ആർക്കുമുണ്ടായിരിക്കില്ല. പായയിൽനിന്നും ബഞ്ചിൽനിന്നുമൊക്കെ ചാടിയെണീറ്റ് ഏതെങ്കിലുമൊരു റ്റോമോ വിദ്യാർഥി തങ്ങളെ കാത്തുനിൽക്കുന്നിടത്തേക്ക് ആവുന്നത്ര വേഗത്തിൽ ഓടിയെത്താനും ആ കുട്ടിയോടൊപ്പം കൈകോർത്തുപിടിച്ച് ഫിനിഷിങ് പോയിന്റിലേക്കു കുതിക്കാനും ഏതൊരാളും എപ്പോഴും തയ്യാറായിരിക്കണം. അതിനാൽ ഏതെങ്കിലുമൊരു കുട്ടി തങ്ങളെ സമീപിക്കുന്നതു കാണുമ്പോൾ ആരെയാണോ വിളിക്കുന്നതെന്ന ഉത്കണ്ഠയോടെ വലിയ പത്രാസുകാരായ അച്ഛന്മാർപോലും ശ്വാസമടക്കി കാതു കൂർപ്പിച്ചിരിപ്പായിരിക്കും. അലസമായി സൊറ പറഞ്ഞിരിക്കാനോ അതുമിതും കൊറിച്ചിരിക്കാനോ അവസരമുണ്ടായിരു

ന്നില്ല. മത്സരയിനങ്ങളിൽ കുട്ടികളുടെ അത്രയും തന്നെ പങ്കാളിത്തമുണ്ട് മുതിർന്നവർക്കും.

വടംവലിമത്സരത്തിൽ കൊബായാഷി മാസ്റ്ററും മറ്റധ്യാപകരും കുട്ടികളോടൊപ്പം കൂടും; വടം ആഞ്ഞുവലിച്ച് 'ഹേയ് ഹോ... ഹേയ്... ഹോ...' എന്ന ആർപ്പുവിളിയുമായി. വടംവലിയിൽ പങ്കെടുക്കാനാവാത്ത യാസ്വാക്കിചാനെപ്പോലുള്ള വികലാംഗരായ കുട്ടികൾ മത്സരം നിയന്ത്രിക്കുന്ന ചുമതല ഏറ്റെടുക്കും. വിജയികളെ നിർണ്ണയിക്കാനായി അവർ വടത്തിന്റെ മധ്യത്തിലുള്ള കൈലേസിൽ കണ്ണുംനട്ട് അങ്ങനെ നിൽക്കും.

സ്കൂളിലെ മുഴുവൻ പേരും പങ്കെടുക്കുന്ന റിലേ ഓട്ടവും റ്റോമോയിൽ വ്യത്യസ്തമാണ്. ആരും ദീർഘദൂരം ഓടേണ്ടതില്ല. അസംബ്ലിഹാളിലേക്കു നയിക്കുന്ന അർധവൃത്താകാരമായ കോൺക്രീറ്റ് പടവുകളിലൂടെ മുകളിലേക്കും തിരിച്ചു താഴേയ്ക്കും ഓടിയാൽ ഒരാളുടെ ഊഴമവസാനിച്ചു. ഒറ്റനോട്ടത്തിൽ തികച്ചും നിസ്സാരമെന്നു തോന്നാം. പക്ഷേ പടവുകൾ അസാധാരണമാം വിധം നേർത്തതും ഇടുങ്ങിയതുമാണ്. മാത്രമല്ല ഓരോ കാൽവയ്പിലും ഒന്നിലേറെ പടികൾ ചാടിക്കടക്കാൻ അനുവദിക്കപ്പെട്ടിട്ടില്ല. നീളക്കൂടുതലുള്ളവരോ മുറംപോലെ പരന്ന കാലുകളുള്ളവരോ ആണെങ്കിൽ വെള്ളംകുടിച്ചതുതന്നെ. വിശ്രമവേളകളിൽ കുട്ടികൾ അശ്രദ്ധരായി ചാടിമറിഞ്ഞുനടക്കാറുള്ള സുപരിചിതമായ ആ പടവുകൾക്കു കായികമേളയുടെ അന്നു കൈവരുന്ന അപൂർവ്വ വിശുദ്ധി വല്ലാത്തൊരു തമാശയാണ്. ഏറ്റവും മുകളിലത്തേതും കൂടി കൂട്ടിയാൽ ആകെ എട്ടാണു പടവുകൾ. ആവേശം നിറഞ്ഞ ആർപ്പുവിളികളോടെ അവർ കയറുകയും ഇറങ്ങുകയും ചെയ്തുകൊണ്ടിരിക്കും. അകലെനിന്നു നോക്കുന്ന ഒരാൾക്കു പ്രതിരൂപങ്ങൾ കലങ്ങിമറിയുന്ന ഒരു കാലിഡോസ്കോപ്പിലെന്നപോലെയാണ് ആ മനോഹരദൃശ്യം അനുഭവപ്പെടുക.

ടോട്ടോചാന്റെയും ഒന്നാംതരത്തിലെ മറ്റുകൂട്ടുകാരുടെയും പ്രഥമകായികമേളയായിരുന്നു അത്. മാസ്റ്റർ പ്രതീക്ഷിച്ചതുപോലെതന്നെ അവർക്കത് ആസ്വാദ്യകരമായിത്തീരുകയും ചെയ്തു. വിവിധനിറത്തിലുള്ള കൊടിതോരണങ്ങൾ; വർണ്ണക്കടലാസിൽ കുട്ടികൾ തലേന്നു തീർത്ത നക്ഷത്രങ്ങൾ; ആവേശമുണർത്തിക്കൊണ്ട് ഗ്രാമഫോൺ റെക്കോർഡറുകളിൽനിന്നുതിരുന്ന

മാർച്ചിംഗ് സോംഗുകൾ. എല്ലാംകൊണ്ടും ഒരുത്സവത്തിന്റെ പ്രതീതിയായിരുന്നു.

നേവി ബ്ലൂ നിറത്തിലുള്ള നിക്കറും വെളുത്ത ഉടുപ്പുമായിരുന്നു ടോട്ടോചാന്റെ വേഷം. പക്ഷേ, അവൾക്കിഷ്ടം കായികതാരങ്ങളുടെ പ്രത്യേകതരം ഷോർട്സ് ധരിക്കാനായിരുന്നു. കുറെക്കാലമായി അവൾ ആ ആഗ്രഹം മനസ്സിൽ സൂക്ഷിക്കുകയാണ്. ഒരിക്കൽ സ്കൂൾ സമയം കഴിഞ്ഞു കൊബായാഷി മാസ്റ്റർ കിന്റർഗാർട്ടൺ അധ്യാപകരെ യൂറിത്ത്മിക്സ് പരിശീലിപ്പിക്കുന്നത് കൊച്ചു ടോട്ടോ കാണാനിടയായി. ചില വനിതാ അധ്യാപകർ അണിഞ്ഞിരുന്ന അത്‌ലറ്റിക് വേഷം അവളെ വല്ലാതെ ആകർഷിച്ചു. ആ സ്ത്രീകൾ മെല്ലെ ചുവടുവയ്ക്കാൻ തുടങ്ങുന്നതിനനുസരിച്ച് ഷോർട്ട്സിനു താഴെയായി, അവരുടെ കീഴ്ത്തുടകൾ സ്ത്രീസഹജമായ ചാരുതയോടെ ഓളംവെട്ടുന്നു. ധൃതിപിടിച്ചു വീട്ടിലെത്തിയ ടോട്ടോചാൻ തന്റെ ഷോർട്ട്സെടുത്തണിഞ്ഞു താളംചവിട്ടാൻ തുടങ്ങി. പക്ഷേ അവളുടെ കുഞ്ഞുകാലുകൾ അൽപം പോലും ഉലഞ്ഞില്ല. പലതവണ ശ്രമിച്ചു പരാജയപ്പെട്ടപ്പോൾ അവൾ ഒരു നിഗമനത്തിലെത്തി, "അദ് അവരുടെ ട്രൗസറിന്റെ വേലയായിരിക്കും!" അവരുടെ അപൂർവ്വവസ്ത്രത്തെക്കുറിച്ചു കൊച്ചുടോട്ടോ അമ്മയോടു ചോദിച്ചു. കായികതാരങ്ങൾ ധരിക്കുന്ന അത്‌ലറ്റിക് ബ്ലൂമേഴ്സ് ആണ് അവയെന്നായിരുന്നു അമ്മയുടെ വിശദീകരണം. "സ്കൂളിലെ കായികദിനത്തിനേയ് എനിക്കും അത്‌ലറ്റിക് ബ്ലൂമേഴ്സ് വേണം ട്ടോ' അമ്മയോട് അവൾ തറപ്പിച്ചുപറഞ്ഞു. പക്ഷേ എന്തു ചെയ്യാനാണ്? അവളുടെ വലിപ്പത്തിനുള്ള അത്തരമൊന്ന് എത്ര അന്വേഷിച്ചിട്ടും കിട്ടിയില്ല. അങ്ങനെയാണ് ഓളംവെട്ടൽ സംവിധാനമില്ലാത്ത തന്റെ 'സാദാ' ഷോർട്ട്സ് തന്നെ അന്നേദിവസം അവൾക്കണിയേണ്ടിവന്നത്.

കായികമേളയിൽ ഏവരെയും അതിശയിപ്പിക്കുന്ന ചിലതു സംഭവിച്ചു. ഇത്തിരിയോളം പോന്ന കൈകാലുകളുടെ ഉടമയായ തകാഹാഷി എല്ലാ ഇനത്തിലും ഒന്നാമതെത്തി. അത് അവിശ്വസനീയമായിരുന്നു. മറ്റുള്ളവർ കരിമീൻതടിയന്റെ വയറ്റിൽക്കിടന്നു നട്ടംതിരിയുമ്പോഴുണ്ട് തകാഹാഷി നൊടിനേരംകൊണ്ടു പുറത്തെത്തുകയായി. കൂടെയുള്ളവർ ഏണിപ്പലകകൾക്കിടയിലെ നൂഴ്ന്നുകയറ്റം ആരംഭിച്ചതേയുള്ളൂ. അവനതാ തിരിച്ചിറങ്ങി

ഏതാനും വാര പിന്നിട്ടുകഴിഞ്ഞിരിക്കുന്നു. അസംബ്ലിമന്ദിരത്തിന്റെ പടവുകളിൽ റിലേ ഓട്ടക്കാർ ഓരോ ചുവടിൽ ഓരോപടി എന്ന നിയമം പാലിക്കാൻ പാടുപെടുകയായിരുന്നു. തന്റെ കുരുടിച്ച കാലുകൾ ഒരു കുതിരയെപ്പോലെ മുന്നോട്ടു ചലിപ്പിച്ചുകൊണ്ട് മിന്നൽവേഗത്തിൽ തകാഹാഷി അവരെക്കടന്നു മുകളിലേക്കുപോയി. സിനിമയിലെ ദ്രുതചലനദൃശ്യങ്ങളിലെന്നപോലെ അടുത്ത നിമിഷത്തിൽ താഴേക്ക്.

"ഈ തകാഹാഷിയെ ഒന്നു തോൽപിക്കാൻ ഞങ്ങള് നന്നേ നോക്കി,ട്ടോ. ങൂഹും, പറ്റില്ല്യ!" ഏവർക്കും ഒരേ അഭിപ്രായമായിരുന്നു.

അവനെ തോൽപ്പിക്കാനുള്ള വാശിയോടെ മറ്റു കുട്ടികൾ തങ്ങളുടെ കഴിവിന്റെ പരമാവധി അധ്വാനിച്ചു. അധ്വാനം മിച്ചം! ഓരോ തവണയും വിജയം അവനുതന്നെ. ടോട്ടോചാനും കഠിനമായി ശ്രമിക്കാതിരുന്നില്ല. പക്ഷേ അവൾക്കൊരിക്കലും അവനെ പരാജയപ്പെടുത്താനായില്ല. വെറുതെ നീട്ടിപ്പിടിച്ചുള്ള ഓട്ടമായിരുന്നെങ്കിൽ അവനെ പിന്നിലാക്കാൻ അവർക്കൊക്കെ കഴിയും. പക്ഷേ കടമ്പകൾ കടക്കേണ്ട ഒരിനത്തിൽ അവർ അടിയറവു പറയുകയേ നിവൃത്തിയുള്ളൂ.

ഒരു വീരനായകന്റെ അഭിമാനത്തോടെയും സന്തോഷത്തോടെയുമാണ് തകാഹാഷി സമ്മാനങ്ങൾ സ്വീകരിക്കാനെത്തിയത്. എല്ലാറ്റിനും ഒന്നാമനായതിനാൽ ഒന്നിനു പിന്നാലെ ഒന്നായി സമ്മാനങ്ങൾ വാങ്ങിക്കൊണ്ടിരുന്ന അവനെ മറ്റു കുട്ടികൾ അസൂയയോടെ നോക്കി.

"നോക്കിക്കോളൂ, തകാഹാഷിയെ ഞാൻ തോൽപ്പിക്കും. അടുത്ത കൊല്ലാവട്ടെ," ഓരോരുത്തരും സ്വയം പറഞ്ഞു. പക്ഷേ, പിന്നീടുള്ള കൊല്ലങ്ങളിലും കായികദിനത്തിലെ സൂപ്പർസ്റ്റാർ തകാഹാഷിയല്ലാതെ മറ്റാരുമായിരുന്നില്ല.

സമ്മാനവിതരണത്തിലുമുണ്ട് മാസ്റ്ററുടേതായ സവിശേഷരീതികൾ. ഒന്നാംസമ്മാനം ഒരു തടിയൻ നാട്ടുചേന അല്ലെങ്കിൽ മത്തങ്ങ. രണ്ടാംസമ്മാനം രണ്ട് ഉരുളക്കിഴങ്ങ്. മൂന്നാംസമ്മാനം ഒരു പിടി ചീര- ഇങ്ങനെയൊക്കെയാണ്. കുറച്ചു വലുതാവുംവരെ ടോട്ടോചാൻ ധരിച്ചിരുന്നത് എല്ലാ സ്കൂളുകളിലും കായികദിന

ത്തിന് സമ്മാനം ഇതേമാതിരി പച്ചക്കറിയിനങ്ങൾ തന്നെയായിരിക്കുമെന്നാണ്.

അക്കാലത്തു മിക്ക സ്കൂളുകളിലും നടപ്പിലിരുന്ന സമ്മാനങ്ങൾ നോട്ടുബുക്ക്, പെൻസിൽ, റബ്ബർ തുടങ്ങിയവയൊക്കെയാണ്. റ്റോമോ വിദ്യാർഥികൾക്ക് അക്കാര്യം അജ്ഞാതമായിരുന്നെങ്കിലും പച്ചക്കറിസമ്മാനത്തോട് അവർക്കത്ര തൃപ്തിതോന്നിയില്ല. ടോട്ടോചാന്റെ കാര്യംതന്നെയെടുക്കാം. അവൾക്കു കുറെ ഉരുളക്കിഴങ്ങുകളും ഉള്ളിയും ചീരയുമൊക്കെ കിട്ടി. "അയ്യേ, തീവണ്ടീല് ഇതുംകൊണ്ട് എങ്ങന്യാ കേറ്ക?" അവളാകെ ആശയക്കുഴപ്പത്തിലായി. കുറെയധികം സമ്മാനങ്ങൾ മറ്റുപലതിന്റെയും പേരിൽ വിതരണംചെയ്യപ്പെട്ടിരുന്നു. ചുരുക്കത്തിൽ വൈകുന്നേരമായപ്പോൾ എന്തെങ്കിലുമൊക്കെ പച്ചക്കറിയിനങ്ങൾ ലഭിക്കാത്ത റ്റോമോ വിദ്യാർഥികളില്ലെന്നായി. അവർ അതും ചുമന്ന് അങ്ങനെ മിഴിച്ചു നിന്നു. ഇതും കൊണ്ടെങ്ങനെ വീട്ടിലേക്കുപോകും? കുട്ടികൾ പരസ്പരം ചോദിച്ചു. വീട്ടിൽനിന്ന് അമ്മ പച്ചക്കറി വാങ്ങാനയച്ചതാണെന്നേ കാണുന്നവർ കരുതൂ. എങ്കിലും സ്കൂളിൽനിന്നു ചേനയും ചേമ്പും ചീരയുമൊക്കെ ചുമന്നുകൊണ്ടു വീട്ടിലേക്കു പോകുന്നതിലെ വൈചിത്ര്യവുമായി അവർക്കു പൊരുത്തപ്പെടാനായില്ല.

ഒരു തടിയൻകുട്ടി തനിക്കു കിട്ടിയ കാബേജുമായി അന്തംവിട്ടുനിൽക്കുകയാണ്. "ഈ വല്യ കാബേജുംകൊണ്ട് ഞാനെങ്ങന്യാ...?" അവൻമുറുമുറുത്തു. "ഞാനിദ് എവിട്യേലും വലിച്ചെറിയാമ്പോണു."

മാസ്റ്റർ പരാതികളെക്കുറിച്ചു കേട്ടു. ചേനയും ചീരയും പടവലങ്ങയുമൊക്കെ പേറിനിൽക്കുന്ന കുട്ടികളുടെ സമീപത്തേക്കു ചെന്നു.

"ഉം എന്താ എല്ലാരുടേം മുഖത്തൊരുവാട്ടം? ഇതൊന്നും വേണ്ടേ?" ചെറുചിരിയോടെ അദ്ദേഹം തുടർന്നു. "വീട്ടില് കൊണ്ടുചെന്ന് അമ്മയുടെ കയ്യീ കൊടുക്ക്ക. ഇന്നുരാത്രി അത്താഴത്തിന് ഇതൊക്കെകറിവച്ചു തരാൻ പറയ്ക. ഈ പച്ചക്കറികളേയ്, നിങ്ങള് സ്വയം സമ്പാദിച്ചതാ. വീട്ടിലെല്ലാവരുടേം ഭക്ഷണത്തിനുള്ള വക നിങ്ങളൊറ്റയ്ക്ക് അധ്വാനിച്ചുണ്ടാക്കിയിരിക്കുന്നു!

നോക്ക്, അതൊരു വല്യ കാര്യല്ലേ? അല്പം സ്വാദു കൂടുതലുണ്ടാകുംന്ന് ഞാൻ ഒറപ്പുതരാം."

അതെ, അതു സത്യമായിരുന്നു. ടോട്ടോചാൻ ഇന്നേവരെ അത്താഴത്തിനെന്തെങ്കിലും സ്വന്തമായി സമ്പാദിച്ചിട്ടില്ല. ഇത് ആദ്യത്തെ അനുഭവമാണ്.

"ഹായ് ഞാനമ്മയോടു പറയൂല്ലോ, ഉരുക്കിഴങ്ങ് വരട്ടി നല്ല രുചീള്ള തോരൻ വച്ചുതരാൻ! ങും... പിന്നെ..." ടോട്ടോചാൻ മാസ്റ്ററെ നോക്കിക്കൊണ്ടു തുടർന്നു. "പിന്നെ ഉള്ളികൊണ്ട്... ങും...? അതേയ്, അതെന്താ ചെയ്യേണ്ടതെന്ന് ഞാൻ തീരുമാനിച്ചിട്ടില്യാ ട്ടോ."

ഇതിനിടെ തങ്ങൾക്കു വേണ്ട വിഭവങ്ങളെക്കുറിച്ചു മറ്റു കുട്ടികളും ചിന്തിക്കാൾ തുടങ്ങിയിരുന്നു. ഏവരും പദ്ധതികൾ മാസ്റ്റർക്കു വിശദീകരിച്ചുകൊടുത്തു. അദ്ദേഹം എല്ലാം സശ്രദ്ധം കേട്ടു.

"കൊള്ളാം! എന്താ ചെയ്യേണ്ടതെന്ന് ഇപ്പൊ നിങ്ങൾക്കു മനസ്സിലായല്ലോ' ആഹ്ലാദംകൊണ്ട് അദ്ദേഹത്തിന്റെ മാംസളമായ കവിളുകൾ തുടുത്തിരുന്നു. ഇങ്ങനെയായിരിക്കണം അദ്ദേഹം ചിന്തിച്ചത്- കുട്ടികളും അവരുടെ വീട്ടുകാരും ഈ പച്ചക്കറി കഴിച്ചുകൊണ്ട് കായികദിനത്തിലെ മുഹൂർത്തങ്ങളെക്കുറിച്ചു സംസാരിക്കുമെങ്കിൽ എത്ര നന്നായിരുന്നേനെ.

സംശയമില്ല; ഒന്നാം സമ്മാനങ്ങൾകൊണ്ടു നിറഞ്ഞ തീൻമേശയ്ക്കരികിലെ തകാഹാഷിയെക്കുറിച്ചായിരിക്കണം അദ്ദേഹം കൂടുതൽ ആലോചിച്ചത്. ജേതാവായി മറ്റുള്ളവരുടെ മുന്നിൽ നിന്ന ആ മുഹൂർത്തത്തിലെ അഭിമാനാഹ്ലാദങ്ങൾ അവനിപ്പോൾ ഓർക്കുന്നുണ്ടാവണം. ആ ഓർമ്മ, താനിനി വളരില്ലെന്ന ദയവില്ലാത്ത യാഥാർഥ്യം സൃഷ്ടിക്കുന്ന കൊടിയ അപകർഷത്തിൽ നിന്ന് അവനെ അല്പമെങ്കിലും കരകയറ്റിയിരിക്കണം- ഇതൊക്കെയാണോ മാസ്റ്റർ പ്രത്യാശിച്ചിരിക്കുക? ഒരു പക്ഷേ, ആർക്കറിയാം, തകാഹാഷിയുടെ വിജയത്തിനുവേണ്ടിത്തന്നെ ഏകപക്ഷീയമായി അദ്ദേഹം കണ്ടുപിടിച്ചവയാവാം റ്റോമോ ശൈലിയിലുള്ള ആ പ്രത്യേക ഇനങ്ങൾ.

പ്രിയപ്പെട്ട കവി ഇസ്സാ

മാസ്റ്ററെ 'ഇസ്സാ കൊബായാഷി' എന്നു വിളിക്കാനായിരുന്നു കുട്ടികൾക്കിഷ്ടം. അദ്ദേഹത്തോടുള്ള സ്നേഹം ഈരടികളാക്കി.

ഇസ്സാ കൊബായാഷി മാസ്റ്റർ
നമ്മുടെ വയസ്സൻ മാസ്റ്റർ
മൊട്ടത്തലയൻ മാസ്റ്റർ! – എന്നിങ്ങനെ

കുട്ടികൾക്കറിയാം, കൊബയാഷി എന്നതു മാസ്റ്ററുടെ കുടുംബപ്പേരാണ്. പത്തൊമ്പതാം നൂറ്റാണ്ടിൽ ജീവിച്ചിരുന്ന വിഖ്യാതനായ ഹൈക്കു കവി ഇസ്സാ കൊബായാഷിയുടെ അതേ പേര്. ഇസ്സായുടെ ഹൈക്കു ശകലങ്ങൾ മാസ്റ്റർക്കു ഹരമായിരുന്നു. കൂടെക്കൂടെ അദ്ദേഹം അവ ഉദ്ധരിക്കും. ആ ശകലങ്ങൾ കേട്ടുകേട്ട് ഇസ്സാ കൊബായാഷി കുട്ടികൾക്കു സുപരിചിതനായിത്തീർന്നു. പ്രിയപ്പെട്ട ചങ്ങാതിയായിത്തീർന്നു. തങ്ങളുടെ ഹെഡ്മാസ്റ്ററായ സൊസാകു കൊബായാഷിയെപ്പോലെ.

ഇസ്സാ എല്ലായ്പ്പോഴും സത്യങ്ങൾ മാത്രം പറഞ്ഞു. ജീവിതത്തിലെ ലളിതമായ കാര്യങ്ങളായിരുന്നു അദ്ദേഹത്തിന്റെ വിഷയം. ആ ലാളിത്യത്തെ മാസ്റ്റർ സ്നേഹിച്ചു. ആയിരക്കണക്കിനു ഹൈക്കു കവികളുണ്ടായിരുന്ന അക്കാലത്ത് ആർക്കും അനുകരിക്കാനാവാത്തവിധം തന്റേതായ ഒരു ഹൈക്കു കാവ്യലോകം ഇസ്സാ സൃഷ്ടിച്ചു. മിക്കപ്പോഴും ശിശുസഹജമായ സാരള്യം വന്നുനിറയുന്ന ആ ഈരടികളോടുള്ള ആദരവുമൂലം അവസരം കിട്ടുമ്പോഴെല്ലാം മാസ്റ്റർ അവ റ്റോമോയിലെ കുട്ടികളെ പഠിപ്പിച്ചു. പലതും അവർക്കു കാണാപ്പാഠമായിരുന്നു.

ഊർക്കിലിത്തവളേ,
കീഴടങ്ങേണ്ട നീ
'ഇസ്സാ' നിൽപ്പുണ്ടു നിൻചാരെ!

പാറിപ്പറക്കുന്ന കുരുവികളേ,
വഴിതരൂ വഴിതരൂ നിങ്ങൾ!
യാഗക്കുതിരയ്ക്കു കുതികുതിക്കാൻ
വഴിതരൂ വഴിതരൂ നിങ്ങൾ!

വിട്ടയച്ചേയ്ക്കുകീ പ്രാണിയെ, നീ–

കയ്യിട്ടടിച്ചതു കാലിട്ടടിച്ചത്
കരുണയ്ക്കിരക്കുന്നു പാവം!

ഒരിക്കൽ ഒരു ഹൈക്കു ശകലം മാസ്റ്റർ ഈണത്തിലാക്കി. അത് എല്ലാവരും ചേർന്നു പാടി.

എന്നോടു കൂടി കളിക്കാൻ പോരിക... കുഞ്ഞിക്കുരുവികളേ.....

നിങ്ങൾ... അമ്മയില്ലാത്തോ, രനാഥരല്ലേ....

പാഠ്യപദ്ധതിയിൽ ഒരിനമല്ലാതിരുന്നിട്ടുകൂടി മാസ്റ്റർ പതിവായി ഹൈക്കു ക്ലാസ്സുകൾക്കു വേണ്ടി സമയം കണ്ടെത്തിയിരുന്നു.

കൊച്ചുടോട്ടോയും ജീവിതത്തിലാദ്യമായി ഒരു ഹൈക്കു ചമച്ചു. ഒരു ചിത്രകഥാപരമ്പരയിലെ തന്റെ ഇഷ്ടകഥാപാത്രമായ നോരാകുറോ എന്ന നായയെക്കുറിച്ചായിരുന്നു അത്. തെരുവിൽ അലഞ്ഞുനടന്നിരുന്ന ഈ കറുമ്പൻ നായ ബഹുസാമർഥ്യക്കാരനാണ്. അവൻ രഹസ്യമായി സൈന്യത്തിൽ ചേരുകയും ക്രമേണ, കീഴ്‌വഴക്കങ്ങളെല്ലാം തെറ്റിച്ച് ഉദ്യോഗക്കയറ്റം നേടി പ്രസിദ്ധനാവുകയും ചെയ്തുവത്രെ! കുട്ടികൾക്കുള്ള ഒരു പ്രസിദ്ധീകരണത്തിലായിരുന്നു ഈ വീരസാഹസികകഥ വന്നുകൊണ്ടിരുന്നത്.

കറമ്പൻനായയെ പട്ടാളത്തീന്ന്
പിരിച്ചുവിട്ടല്ലോ!
പിരിച്ചുവിട്ടപ്പം കടൽ കടന്നവൻ
കറങ്ങാമ്പോയല്ലോ!

ടോട്ടോചാന്റെ ഹൈക്കുകേട്ട് മാസ്റ്റർ പറഞ്ഞു, “കൊള്ളാം പക്ഷേ, സത്യായിട്ടുള്ള കാര്യങ്ങളെക്കുറിച്ച് ഹൈക്കു ഉണ്ടാക്കാൻ ശ്രമിക്കണം; നീ ആലോചിക്കാറുള്ള നിന്റെ മനസ്സിലുള്ള കാര്യങ്ങളെക്കുറിച്ച്.”

അവളുടേതു ശരിയായ അർഥത്തിലുള്ള ഒരു ഹൈക്കു അല്ല

എന്നതു നേര്. പക്ഷേ, ആ പ്രായത്തിൽ അവളിൽ മതിപ്പുളവാക്കിയ കാര്യങ്ങളെന്തൊക്കെയെന്ന് അതു ശരിക്കും വ്യക്തമാക്കുന്നുണ്ട്. മാമൂലനുസരിച്ചുള്ള 5–7–5 അക്ഷരക്രമത്തിലല്ല അവൾ ഹൈക്കു രചിച്ചത്. പക്ഷേ, അവൾ നോക്കിയപ്പോൾ ഇസ്സായുടെ 'പാറിപ്പറക്കുന്ന കുരുവികൾ' പതിവു വൃത്തത്തിലല്ല. അതിന്റെ ക്രമം 5–8–6 ആണ്. പിന്നെന്താ തനിക്കും തോന്നിയ താളത്തിൽ എഴുതിയാൽ? 5–7–7– അവളങ്ങു തീരുമാനിച്ചു.

കുഹോൻബത്സുവിലേക്കുള്ള യാത്രകൾക്കിടയിലോ അസംബ്ലി ഹാളിൽത്തന്നെ ഒത്തുകൂടിയിരുന്നു നേരംപോക്കുന്ന മഴക്കാലങ്ങളിലോ ഒക്കെയും, റ്റോമോ സ്കൂളിന്റെ ഇസ്സാ ആയ കൊബായാഷി മാസ്റ്റർ കുട്ടികളോട് ഹൈക്കുശകലങ്ങളെക്കുറിച്ചു പറഞ്ഞുകൊണ്ടിരിക്കും. ജീവിതത്തെയും പ്രകൃതിയെയും കുറിച്ചുള്ള തന്റെ ചിന്തകൾ അവതരിപ്പിക്കുന്നതിനുപോലും ഹൈക്കുവാണ് അദ്ദേഹം ഉപയോഗിക്കാറ്.

ഒരുപക്ഷേ ചില ശകലങ്ങൾ പ്രിയപ്പെട്ട ഇസ്സാ, റ്റോമോയ്ക്കു വേണ്ടിത്തന്നെ എഴുതിയവയായിരിക്കണം. നോക്കൂ:

മഞ്ഞുരുകിമറഞ്ഞൂ, പി–
ന്നെത്ര പൊടുന്നനെ
കുഞ്ഞുങ്ങൾനാട്ടിൻപുറമാകെ നിറഞ്ഞൂ!

അത്ഭുതനാണയം

ജീവിതത്തിലാദ്യമായി ടോട്ടോചാന് പൈസ കളഞ്ഞുകിട്ടി. സ്കൂളിൽനിന്നു വീട്ടിലേക്കുള്ള തീവണ്ടിയാത്രയ്ക്കിടയിലായിരുന്നു സംഭവം. ജിയുഗോകയിൽനിന്നു പതിവുപോലെ അവൾ ഒയ്മാചി ട്രെയിനിൽ കയറി. അടുത്ത സ്റ്റേഷനായ മിദോരിഗോകയിൽ എത്തുന്നതിനുമുമ്പായി വല്ലാത്ത ഒരു വളവുണ്ട്. അവിടമെത്തുമ്പോൾ കാതടപ്പിക്കുന്ന ശബ്ദത്തോടെ ട്രെയിൻ ഒന്ന് ആടിയുലയും. തെന്നിവീഴാതിരിക്കാൻ കാൽ നന്നായി തറയിലുറപ്പിച്ചായിരിക്കും ടോട്ടോചാൻ നിൽക്കുക. തീവണ്ടിയുടെ പിൻഭാഗത്തായി വലതുവശത്തെ വാതിലിനരുകിലാണ് അവളുടെ പതിവുസ്ഥാനം; വാതിലനഭിമുഖമായി പുറത്തെ കാഴ്ചകൾ കാണാൻ പാകത്തിൽ. അവൾക്കിറങ്ങേണ്ട പ്ലാറ്റ്ഫോം വലതുവശത്താണ്.

മാത്രമല്ല പിന്നിലെ ആ വാതിലിൽക്കൂടി ഇറങ്ങിയാൽ തൊട്ടടുത്താണ് സ്റ്റേഷൻകവാടം.

അന്നേദിവസവും തീവണ്ടി ചാഞ്ഞുലഞ്ഞു കടകട ശബ്ദത്തോടെ വളവുകടക്കുകയായിരുന്നു. പെട്ടെന്നു തന്റെ പാദങ്ങൾക്കരികിലായി നാണയത്തുട്ടുപോലെ എന്തോ ഒന്നു ടോട്ടോ ചാൻ കണ്ടു. മുമ്പൊരിക്കൽ ഇതുപോലെ നാണയമെന്നു കരുതി തറയിൽനിന്നെടുത്തത് ഒരു ബട്ടണായിരുന്നു. അക്കാര്യമോർത്തപ്പോൾ ഇത്തരവണ നന്നായി നോക്കി ഉറപ്പുവരുത്തേണ്ടതുണ്ടെന്ന് അവൾ നിശ്ചയിച്ചു. ട്രെയിനിന്റെ ഗതി നേരെയായി. തല താഴേക്കു കുനിച്ച്, പാദങ്ങൾക്കരികിലായി കണ്ണു നന്നായുറപ്പിച്ച് അവൾ ശ്രദ്ധിച്ചു. ഉറപ്പായും അതൊരു നാണയം തന്നെ– അഞ്ചു സെന്നിന്റെ ഒരു തുട്ട്. അടുത്തുനിൽക്കുന്ന ആരുടെയെങ്കിലും കൈയിൽനിന്നു വീണതായിരിക്കും. അവൾ നിമിഷനേരം ആലോചനയിൽ മുഴുകി. തീവണ്ടി ഒരുവശംകൊണ്ടു ചരിഞ്ഞപ്പോൾ തന്റെ ചാരത്തേക്ക് ഉരുണ്ടുവന്നതാകാം. പക്ഷേ, എങ്ങനെ? ടോട്ടോചാന്റെ അടുക്കലൊന്നും ആരും ഉണ്ടായിരുന്നില്ലല്ലോ.

ഇനി ഇപ്പോ എന്താ ചെയ്ക? അവളാകെ ആശയക്കുഴപ്പത്തിലായി. പണം കളഞ്ഞുകിട്ടിയാൽ പോലീസിലേൽപ്പിക്കണമെന്ന് ആരോ പറഞ്ഞുതന്നിട്ടുള്ള കാര്യം അവളോർത്തു. പക്ഷേ, തീവണ്ടിക്കുള്ളിലെവിടെ പോലീസിരിക്കുന്നു?

അപ്പോഴേയ്ക്കും വാതിൽ തുറന്നു ടിക്കറ്റ് കണ്ടക്ടർ ടോട്ടോചാന്റെ ബോഗിയിലെത്തി. അവൾ പെട്ടെന്നുള്ള ഒരു നീക്കത്തോടെ നാണയം തന്റെ വലതുകാൽപ്പാദത്തിനു കീഴിലാക്കി. അങ്ങനെ ചെയ്യാൻ തന്നെ പ്രേരിപ്പിച്ചതെന്തെന്ന് അവൾക്കു നിശ്ചയമുണ്ടായിരുന്നില്ല. പരിചയക്കാരനായ കണ്ടക്ടർ കൊച്ചുടോട്ടോയെ കണ്ട് ഒരു ചിരി പാസ്സാക്കി. പക്ഷേ, കാൽക്കീഴിലെ നാണയത്തെക്കുറിച്ചുള്ള കുറ്റബോധം കൊണ്ട് ആത്മാർഥമായ ഒരു ചിരി തിരിച്ചുസമ്മാനിക്കാൻ അവൾക്കു കഴിഞ്ഞില്ല. നന്നേ കഷ്ടപ്പെട്ട് ഒന്നു ചിരിച്ചെന്നു വരുത്തി. അപ്പോഴേക്കു തീവണ്ടി അവൾക്കിറങ്ങേണ്ടതിനു തൊട്ടുമുൻപുള്ള സ്റ്റേഷനായ ഔകായാമയിൽ എത്തിയിരുന്നു. ഇടതുവശത്തെ വാതിലാണു തുറന്നത്. പതിവിലുമേറെ ആളുകൾ തള്ളിക്കയറി. ഉന്തും തള്ളുമൊക്കെ കിട്ടിയെങ്കിലും വലതുകാൽ നിർദ്ദിഷ്ടസ്ഥാനത്തുനിന്നു ചലിപ്പിക്കാൻ

അവൾക്കുദ്ദേശ്യമുണ്ടായിരുന്നില്ല. കൊച്ചുടോട്ടോ കടുകിടെ അനങ്ങാതെ വിഷണ്ണമായൊരു മുഖഭാവത്തോടെ അങ്ങനെ നിന്നു. ആ നിൽപ്പിൽനിന്ന് അവൾ ആലോചിക്കാൻ തുടങ്ങി. ഇനി എന്താണു ചെയ്ക? വേണമെങ്കിൽ ഇറങ്ങാൻനേരം നാണയമെടുത്ത് ഒരു പോലീസുകാരനെ ഏൽപ്പിക്കാം. പക്ഷേ... മറ്റൊരു ചിന്ത അവളെ അലട്ടി. കാൽക്കീഴിൽനിന്നു നാണയമെടുക്കുന്നതു മുതിർന്ന ആരെങ്കിലും കണ്ടാലോ? താനൊരു കള്ളിയാണെന്ന് അവർ ധരിക്കും. മുതിർന്നവരെ സംബന്ധിച്ച് അഞ്ചുസെൻ ഒരു വലിയ തുകയൊന്നുമായിരുന്നില്ലെങ്കിലും കൊച്ചുടോട്ടോയുടെ കൊച്ചുലോകത്തിൽ അതു വളരെ വലുതായിരുന്നു. എന്നല്ല, അക്കാലത്ത് അത്രയും പണംകൊണ്ട് ഒരു കവർ നിറയെ കാരമലോ ഒരു വലിയ ചോക്കലേറ്റോ ഒക്കെ കിട്ടുകയും ചെയ്യും. കാൽക്കീഴിലെ അഞ്ചുസെൻ നാണയം അവളെ നന്നേ വിഷമിപ്പിക്കുകതന്നെ ചെയ്തു.

'ഉവ്വ്, അദ് തന്ന്യാ വിദ്യ!' അവൾ സ്വയം പറഞ്ഞു, 'ശ്ശോ, പൈസ കയ്യീന്നു വീണൂല്ലോ, എനിക്കത് എടുക്കണം എന്നങ്ങ് ഒറക്കെപ്പറയ്ക. അപ്പൊ എല്ലാവരും വിചാരിക്കും പൈസ എന്റ്യാന്ന്!'

പൊടുന്നനെ മറ്റൊരു പ്രശ്നം കടന്നുവന്നു. 'ഞാനങ്ങനെ പറയ്മ്പൊ, എല്ലാരും എന്നെത്തന്നെ നോക്കും, ഒറപ്പാ. അപ്പൊ ആരേലും 'അത് എന്റ്യാ'ന്ന് പറഞ്ഞാലോ. യ്യോ അന്നേരം ഞാനെന്താ ചെയ്ക?'

ടോട്ടോചാൻ പല വഴികളും ആലോചിച്ചു. ഒടുവിൽ തീരുമാനിച്ചു– തനിക്കിറങ്ങാനുള്ള സ്റ്റേഷനടുക്കുമ്പോൾ ഷൂലേസ് കെട്ടാനെന്ന ഭാവത്തിൽ കുനിയുക, നാണയം പരമരഹസ്യമായി കൈക്കലാക്കുക. ആ പദ്ധതി ഏതായാലും വിജയത്തിലെത്തി. കൈയിൽ മുറുകെപ്പിടിച്ച അഞ്ചുസെൻ നാണയവുമായി പ്ലാറ്റ്ഫോമിന്റെ പടികളിറങ്ങുമ്പോൾ അവളാകെ വിയർത്തിരുന്നു. ഒരുപാടു ദൂരെയാണ് പോലീസ് സ്റ്റേഷൻ. അവിടെച്ചെന്നു പൈസ ഏൽപ്പിക്കാമെന്നു വിചാരിച്ചാൽ വീട്ടിലെത്താൻ വൈകും. തന്നെക്കാണാഞ്ഞ് അമ്മ വിഷമിക്കുകയും ചെയ്യും പ്ലാറ്റ്ഫോമിന്റെ പടികളിറങ്ങുമ്പോൾ അവൾ ചുഴിഞ്ഞാലോചിച്ചു.

"ഞാനിതു രഹസ്യായി ഒരിടത്തു കൊണ്ടുവയ്ക്കും" അവൾ ഒരുറച്ച തീരുമാനത്തിലെത്തി. "എന്നിട്ട് നാളെ സ്കൂളില് കൊണ്ടുചെന്ന് ഇതെന്താ ചെയ്യേണ്ടേന്ന് എല്ലാരോടും ചോദിക്കും. ഒന്നു

ല്ലെങ്കിലും എല്ലാരേം കാണിക്കെങ്കിലും ചെയ്യാലോ! ആർക്കും ഇതുപോലെ കിട്ടീട്ടൊണ്ടാവില്യ ഒരു നാണയം!”

പക്ഷേ, എവിടെയാണ് ഇതൊന്നൊളിച്ചുവയ്ക്കുക? അവൾക്കൊരു രൂപവുമുണ്ടായിരുന്നില്ല. വീട്ടിൽ കൊണ്ടു ചെന്നാൽ ‘ടോട്ടോചാൻ നെനക്കിതെവിട്ന്ന് കിട്ടി?’ എന്നോ മറ്റോ അമ്മ ചോദിച്ചേക്കും. വേണ്ട, മറ്റെവിടെയെങ്കിലും ഒളിപ്പിക്കാം.

ടോട്ടോചാൻ സ്റ്റേഷനു സമീപമുള്ള പൊന്തയിലേക്കു നൂഴ്ന്നു കയറി. അവിടെ നിന്നാൽ അവളെ ആർക്കും കാണാനാവില്ല. മാത്ര മല്ല ആരും അങ്ങനെ കടന്നുചെല്ലാനിടയില്ലാത്ത സ്ഥലവുമാണ്. തീർത്തും സുരക്ഷിതം. അവൾ മരക്കമ്പുകൊണ്ട് ഒരു കൊച്ചുകുഴി യെടുത്ത് അമൂല്യമായ ആ അഞ്ചുസെൻ നാണയം അതിൽ നിക്ഷേ പിച്ചു. കുഴി മണ്ണിട്ടുമൂടി. വിചിത്രാകൃതിയിലുള്ള ഒരു കല്ല് സംഘടി പ്പിച്ചു തന്റെ രഹസ്യസ്ഥാനത്ത് അടയാളമായി സ്ഥാപിക്കുകയും ചെയ്തു. ശേഷം മിന്നൽവേഗത്തിൽ വീട്ടിലേക്കോടി.

“ഒറങ്ങാൻ നേരായി കുട്ടീ” എന്ന് അമ്മ ഓർമിപ്പിക്കുവോളം റ്റോമോ വിശേഷങ്ങളിൽ മുഴുകിയിരിക്കാറുള്ള ടോട്ടോചാൻ പക്ഷേ, അന്നുരാത്രി കൂടുതൽ സംസാരിച്ചില്ല. പതിവിലും നേരത്തെ ഉറക്കമായി. വളരെ ഗൗരവപ്പെട്ട എന്തോ കാര്യം തനിക്കു ചെയ്യേണ്ടതുണ്ടല്ലോ എന്നാലോചിച്ചുകൊണ്ടാണു പുലർച്ചയ്ക്ക് അവളുണർന്നത്. പെട്ടെന്നു രഹസ്യനിധിയുടെ കാര്യം ഓർമവന്നു. അവൾക്കു പെരുത്ത സന്തോഷം തോന്നി.

പതിവിലും നേരത്തേ വീട്ടിൽനിന്നിറങ്ങി റോക്കിയും ടോട്ടോ ചാനും കുറ്റിക്കാട്ടിലെ രഹസ്യസ്ഥാനത്തേക്കു കുതികുതിച്ചു.

‘ഹായ് ഇവ്ടെത്തന്നെ! ഇവ്ടെത്തന്നെ!’

കല്ലടയാളം തലേന്നു വച്ചതുപോലെതന്നെയുണ്ട്.

“ഞാനേയ്, നെനക്ക് രസംള്ള ഒരു കാര്യം കാണിച്ചുതരാം ട്ടോ” കല്ലെടുത്തുമാറ്റി ശ്രദ്ധയോടെ അവിടം കുഴിച്ചുകൊണ്ട് അവൾ റോക്കിക്കുട്ടനോടു പറഞ്ഞു. പക്ഷേ, കുഴിച്ചിട്ടും കുഴിച്ചിട്ടും നാണയം മാത്രം കാണാനില്ല. എന്തത്ഭുതം, അഞ്ചുസെൻ നാണയം അപ്രത്യക്ഷമായിരിക്കുന്നു! അവൾക്കു മുമ്പൊരി ക്കലും ഇത്രയേറെ അമ്പരപ്പു തോന്നിയിട്ടില്ല. താൻ അതൊളിപ്പി ക്കുന്നതു മറ്റാരെങ്കിലും കണ്ടുവോ? അതോ കല്ല് നീങ്ങിപ്പോയതാ ണോ? അവൾ ചുറ്റുപാടും കുഴിച്ചുനോക്കി. തന്റെ അഞ്ചുസെൻ

നിധി മാത്രമില്ല. റ്റോമോയിലെ കൂട്ടുകാരെ തനിക്കതു കാണിക്കാൻ കഴിഞ്ഞില്ലല്ലോ. അതോർത്തപ്പോൾ അവൾക്കു നിരാശ തോന്നി; നിരാശയിലേറെ ആശ്ചര്യവും. നാണയം കാണാതായതെങ്ങനെ? ആ നിഗൂഢരഹസ്യം അവൾക്കു പിടികിട്ടിയതേയില്ല.

അതിനുശേഷം അതുവഴി കടന്നുപോകുമ്പോഴെല്ലാം കൊച്ചു ടോട്ടാ പൊന്തയുടെ ഉള്ളിലേക്കു വലിഞ്ഞുകയറും. അവിടം കുഴിച്ചുനോക്കും. പക്ഷേ പിന്നീടൊരിക്കലും അപ്രത്യക്ഷമായ ആ അഞ്ചുസെൻ അവൾക്കു കണ്ടെത്താനായില്ല.

"ചെലപ്പോ കുഴിയാന തിന്നുകാണും!" അവൾ വിചാരിക്കും. "സ്വപ്നത്തിലായിരിക്ക്വോ ഞാനദ് കുഴിച്ചിട്ടേ?" വീണ്ടും വീണ്ടും അവൾ കാരണങ്ങളന്വേഷിക്കും. "ഓ...! നാണയം ഒളിപ്പിക്കുമ്പൊ ദൈവം കണ്ട്ട്ട്ണ്ടാവും!"

എത്രയൊക്കെ ചിന്തിച്ചുനോക്കിയിട്ടും അവൾക്കതു വല്ലാത്തൊരു വിസ്മയമായി തുടർന്നു പിന്നീടൊരിക്കലും ടോട്ടോചാൻ അതു മറന്നില്ല. അത്രയേറെ ദുരൂഹമായിരുന്നു, അപൂർവ്വമായിരുന്നു, ആ നാണയത്തിന്റെ തിരോധാനം.

കൈകൾകൊണ്ടു സംസാരിക്കുന്ന വിദ്യ

ഒരുച്ചനേരത്ത് ജിയുഗോക സ്റ്റേഷന്റെ ടിക്കറ്റ്ഗേറ്റിൽവച്ചാണ് ടോട്ടോചാൻ ആ കാഴ്ച കണ്ടത്. അവളെക്കാൾ അൽപംകൂടി മുതിർന്ന ചില കുട്ടികൾ- രണ്ടാണും ഒരു പെണ്ണും- 'കല്ലും കത്രികയും കടലാസും' കളിക്കുന്നതുപോലെ വട്ടംകൂടി നിൽക്കുകയാണ്. കളിയിൽ പതിവുള്ളതിനെക്കാൾ കൂടുതൽ ആംഗ്യങ്ങൾ അവർ കാട്ടുന്നുണ്ടെന്ന് അവൾക്കു തോന്നി. ഏതായാലും കാണാൻ നല്ല ചന്തം. വിചിത്രമായ ആ കളി കുറച്ചുകൂടി വ്യക്തമായി കാണാനുള്ള കൗതുകത്തോടെ അവൾ അവരുടെ സമീപത്തേക്കു നടന്നു. ഒരുതരി ശബ്ദംപോലുമുണ്ടാക്കാതെ അവർ സംഭാഷണത്തിൽ ഏർപ്പെട്ടിരിക്കുകയാണ്. വളരെ അടുത്തു നിന്നു ശ്രദ്ധിച്ചപ്പോൾ മാത്രമേ അവൾക്കതു മനസ്സിലായുള്ളൂ. ഒരു കുട്ടി ആദ്യം കുറെ കൈമുദ്രകൾ തുരുതുരാന്നു കാണിക്കും. അതു ശ്രദ്ധിച്ചുനിൽക്കുന്ന രണ്ടാമൻ തുടർന്നു വേറെ കുറെ മുദ്രകൾ കാണിക്കുകയായി. പിന്നെ മൂന്നാമത്തെ ആളും. ശേഷം മൂവരും

ചേർന്ന് ഇളകിയിളകിച്ചിരിക്കുന്നു. ചിരിക്കുമ്പോഴും കാര്യമായ ശബ്ദമൊന്നുമില്ലെന്നതാണ് ഏറ്റവും രസം. ഒരു കാര്യം വ്യക്തം- അവർ എന്തൊക്കെയോ പറഞ്ഞുരസിക്കുന്നുണ്ട്. അൽപനേരം അവരെ ശ്രദ്ധാപൂർവ്വം നിരീക്ഷിച്ചശേഷം കൊച്ചുടോട്ടോ ഒരു നിഗമനത്തിലെത്തി. അവർ തങ്ങളുടെ കൈകൾകൊണ്ടു സംസാരിക്കുകയാണ്.

"ഹായ്, എനിക്കും കൈകൊണ്ടു സംസാരിക്കാൻ കഴിഞ്ഞെങ്കിൽ!" തെല്ലൊരസൂയയോടെ അവൾ ആഗ്രഹിച്ചു. ചെന്ന് അവരോടൊപ്പം കൂടിയാലെന്തെന്നും അവളാലോചിക്കാതിരുന്നില്ല. പക്ഷേ, എങ്ങനെ? അവരോട് എങ്ങനെയാണു കൈകൊണ്ടു സംസാരിക്കുക? മാത്രമല്ല, റ്റോമോ വിദ്യാർഥികളല്ലാത്ത അവർ അപരിചിതയായ അവളോടു തട്ടിക്കറിയാലോ? ആഗ്രഹം ഉള്ളിലടക്കി, ആംഗ്യഭാഷക്കാർ ടോക്കിയോ പ്ലാറ്റ്ഫോമിലേക്കു നടന്നകലുന്നതുവരെ അവരെത്തന്നെ സകൗതുകം ശ്രദ്ധിച്ച് ടോട്ടോചാൻ നിന്നു.

"കണ്ടോളൂ, ഒരു ദെവസം ഞാനും ഈ വിദ്യ പഠിക്കും; കൈകൊണ്ട് ആള്കളോടു സംസാരിക്കണ വിദ്യ." അവൾ നിശ്ചയിച്ചു.

പക്ഷേ, മനുഷ്യരിൽ സംസാരശേഷിയില്ലാത്തവരുണ്ടെന്നോ തന്റെ ട്രെയിൻ ചെന്നുനിൽക്കുന്ന അങ്ങേയറ്റത്തെ സ്റ്റേഷനായ ഓയ്മാചിയിൽ ഒരു അന്ധ-ബധിരവിദ്യാലയമുണ്ടെന്നോ അവിടേക്കാണ് ആ മൂന്നുകുട്ടികളും പോകുന്നതെന്നോ അവൾക്കറിവുണ്ടായിരുന്നില്ല.

ടോട്ടോചാനെ ആകർഷിച്ചത് ഇത്രമാത്രം - തിളക്കമാർന്ന കണ്ണുകൾ കൊണ്ടു വിരലിന്റെ ചലനങ്ങൾ വായിച്ചെടുക്കുന്ന ആ രീതി. അതെത്ര മനോഹരമാണ്! അവൾ വിചാരിച്ചു. എന്നെങ്കിലുമൊരിക്കൽ തനിക്കവരോടു ചങ്ങാത്തം കൂടണമെന്ന് അവൾ ഉള്ളുകൊണ്ട് ആഗ്രഹിച്ചു.

നാൽപ്പത്തേഴംഗ ചാവേർ സൈന്യം

കൊബായാഷി മാസ്റ്ററുടെ അധ്യയനസമ്പ്രദായം അദ്വിതീയമാണെന്നിരിക്കിലും, യൂറോപ്പിലും മറ്റു വിദേശരാജ്യങ്ങളിലുംനിന്നു ലഭിച്ച ആശയങ്ങൾ സാമാന്യം ഉയർന്ന അളവിൽത്തന്നെ അദ്ദേഹ

ത്തിൽ സ്വാധീനംചെലുത്തിയിരുന്നു. റ്റോമോയിൽ നടപ്പിലിരുന്ന യൂറിത്ത്മിക്സ് തന്നെ ഒന്നാമത്തെ ഉദാഹരണം. ഭക്ഷണസമയത്തെ ആചാരമര്യാദകളും പതിവുസായാഹ്നസവാരികളും ഈ സ്വാധീനത്തിന്റെ ഫലമാണ്. ഊണിനു മുമ്പുള്ള 'പയ്യെച്ചവയ്ക്കും പാട്ടി'നുമുണ്ട് ആംഗലേയത്തിലെ 'റോ, റോ, റോ യുവർ ബോട്ടി'ന്റെ സ്വാധീനം.

എന്നാൽ പലരീതിയിലും കോബായാഷി മാസ്റ്ററുടെ എതിർപതിപ്പാണു മറുയാമ മാസ്റ്റർ. അദ്ദേഹമാണു ഹെഡ്മാസ്റ്ററുടെ വലംകൈ. സാധാരണ സ്കൂളുകളിലേതുപോലെ പറഞ്ഞാൽ വൈസ്പ്രിൻസിപ്പൽ. 'വട്ടക്കുന്ന്' എന്നർഥം വരുന്ന പേരുപോലെ തന്നെ ഒരു സമ്പൂർണഗോളമായിരുന്നു അദ്ദേഹത്തിന്റെ തല. പിന്നിൽ ചെവിയുടെ നിരപ്പിലായി നരയൻമുടിയുടെ ഒരു അവ്യക്തരേഖയൊഴിച്ചാൽ ആ തലയിലെങ്ങും ഒരു രോമംപോലുമില്ല.

ചുവന്നുതുടുത്ത കവിളുകളും വിശാലമായൊരു വട്ടക്കണ്ണടയും. കാഴ്ചയിൽ മാത്രമല്ല കാര്യത്തിലുമുണ്ടായിരുന്നു ഇരുവർക്കും തമ്മിൽ വ്യത്യാസങ്ങൾ. മറുയാമ മാസ്റ്റർ ചൈനീസ് ശൈലിയിലുള്ള ക്ലാസിക്കൽ പദ്യങ്ങൾ ഭക്തിരസം കവിയുന്ന സ്വരത്തിൽ നീട്ടിപ്പാടും.

ഒരു ഡിസംബർ പതിനാലിന് രാവിലെ അദ്ദേഹം മുഴുവൻ വിദ്യാർഥികളോടുമായി പ്രഖ്യാപിച്ചു, "ഏതാണ്ടു രണ്ടര നൂറ്റാണ്ടു മുമ്പ് നാൽപ്പത്തേഴംഗ ചാവേർ സൈന്യം തങ്ങളുടെ മഹത്തായ പ്രതികാരം നിറവേറ്റിയ ദിനമാകുന്നു ഇന്ന്. ആയതിനാൽ അവരുടെ ശവകുടീരങ്ങളിൽ ആദരാഞ്ജലികളർപ്പിക്കാനായി ഇന്നേ ദിവസം നാം സെങ്ഗാക്യുജി ക്ഷേത്രത്തിലേക്കു പോകുന്നു. വിവരം നിങ്ങളുടെ രക്ഷാകർത്താക്കളെ അറിയിച്ചുകഴിഞ്ഞു."

മറുയാമ മാസ്റ്ററുടെ പരിപാടിയെ ഹെഡ്മാസ്റ്റർ എതിർത്തില്ല. കൊബായാഷിമാസ്റ്റർ എങ്ങനെയാണിതിനെ വീക്ഷിക്കുന്നതെന്നു രക്ഷകർത്താക്കൾക്കു നിശ്ചയമുണ്ടായിരുന്നില്ല. പക്ഷേ, ഒന്നറിയാം. എതിർക്കാത്ത സ്ഥിതിക്ക് അദ്ദേഹത്തിനു സമ്മതമായിരിക്കും. ഏതായാലും ചാവേർവീരന്മാരായ നാൽപ്പത്തേഴുപേരുടെ ശവകുടീരങ്ങൾ സന്ദർശിക്കുക എന്ന ആശയം കുട്ടികൾക്ക് ആവേശകരംതന്നെയായിരുന്നു.

പുറപ്പെടുംമുമ്പ് മറുയാമമാസ്റ്റർ കുട്ടികൾക്ക് ആ കഥ പറഞ്ഞുകൊടുത്തു. പുകൾപെറ്റ നാൽപ്പത്തേഴംഗ ചാവേർസംഘത്തിന്റെ കഥ. അസാനോ തമ്പുരാന്റെ വിശ്വസ്തരും ധീരന്മാരുമായ ആ അനുയായികൾ, ക്രൂരമായ പീഡനങ്ങൾക്കിരയായി മരണംവരിച്ച തങ്ങളുടെ യജമാനനുവേണ്ടി പ്രതികാരംചെയ്യാൻ രണ്ടുവർഷത്തോളം തക്കംപാർത്തിരുന്നുവത്രെ. കൂട്ടത്തിൽ നാൽപ്പത്തിയേഴുപേരെക്കൂടാതെ ഒരാൾ കൂടിയുണ്ടായിരുന്നു. അതീവ ധൈര്യശാലിയായ റിയീ അമനോയ എന്ന വ്യാപാരി. പടയാളികൾക്ക് ആവശ്യമായ ആയുധങ്ങൾ വിതരണംചെയ്തത് അദ്ദേഹമായിരുന്നു. ഒടുവിൽ ശക്തനായ ഷോഗൺ പടത്തലവരുടെ ഉദ്യോഗസ്ഥന്മാരാൽ പിടിക്കപ്പെട്ടപ്പോൾ അദ്ദേഹം പ്രഖ്യാപിച്ചു. "ഞാൻ റിയീ അമനോയ; ഒരു പുരുഷനാകുന്നു." ഒരു രഹസ്യവും പുറത്തുവിട്ടില്ല. കുറ്റസമ്മതത്തിനു മുതിർന്നില്ല. ഒരൊറ്റ വാചകം മാത്രം, "ഞാൻ റിയീ അമനോയ; ഒരു പുരുഷനാകുന്നു."

കഥയുടെ കൂടുതൽ ഭാഗങ്ങളും കുട്ടികൾക്കു മനസ്സിലായില്ല. എങ്കിലും അവർക്ക് ആവേശമായിരുന്നു. അന്നത്തെ ക്ലാസുകൾ കളഞ്ഞു ദൂരേക്കൊരു യാത്ര. അതും കുഹോൻബത്സു ക്ഷേത്രത്തെക്കാൾ അകലെയുള്ള ഒരിടത്തേക്ക്! കാൽനടയായുള്ള യാത്ര. രസകരമായ ഭക്ഷണവേളകൾ.

ഹെഡ്മാസ്റ്ററോടും മറ്റധ്യാപകരോടും യാത്രപറഞ്ഞ്, മറുയാമ മാസ്റ്റർ മുന്നിലും അമ്പത് റ്റോമോ വിദ്യാർഥികൾ പിന്നിലുമായി, അവർ പുറപ്പെട്ടു. കുട്ടികളുടെ നീണ്ട നിരയിൽ അവിടവിടെയായി ചിലർ അട്ടഹസിക്കുന്നുണ്ടായിരുന്നു. "ഞാൻ റിയീ അമനോയ; ഒരു പുരുഷനാകുന്നു." പെൺകുട്ടികളും ഉജ്ജ്വലമായ ആ പ്രഖ്യാപനം ആവർത്തിച്ചു. അതു വഴിയാത്രക്കാർക്കു തിരിഞ്ഞുനിന്നു ചിരിക്കാനുള്ള വക നൽകി. സെങ്ഗാക്യുജിയിലേക്ക് ഏഴു മൈലോളം ദൂരമുണ്ട്. പക്ഷേ മോട്ടോർവാഹനങ്ങൾ വിരളം. ഡിസംബറിലെ ആകാശമാണെങ്കിലോ മേഘരഹിതമായി പരന്നുകിടക്കുന്നു. പക്ഷേ, ദൂരമത്രയും കുട്ടികൾ അനായാസം താണ്ടി. " ഞാൻ റിയീ അമനോയ; ഒരു പുരുഷനാകുന്നു." എന്നു നിർത്താതെ ഗർജ്ജിച്ചുകൊണ്ടിരുന്ന അവർക്കു ദൂരം ഒരു പ്രശ്നമേ ആയിരുന്നില്ല.

സെങ്ഗാക്യുജിയിൽ എത്തിയതും മറുയാമ മാസ്റ്റർ ഓരോരുത്തർക്കും ഓരോ ചന്ദനത്തിരിയും ഏതാനും പുഷ്പങ്ങളും നൽകി. ചെറിയ ഒരു ക്ഷേത്രം. കുഹോൻബത്സുവിനെക്കാൾ ചെറുത്. പക്ഷേ, ചുറ്റും നിരനിരയായി ധാരാളം കല്ലറകൾ. തിരിയും പൂക്കളുമർപ്പിക്കുന്ന മുഹൂർത്തത്തിൽ ടോട്ടോചാന്റെ മനസ്സ് ഭക്ത്യാദരങ്ങളാൽ നിറഞ്ഞു. നാൽപ്പത്തേഴംഗ ചാവേർസൈന്യത്തിന്റെ വീരസ്മരണകൊണ്ടു പരിപാവനമായ സ്ഥലമല്ലേ! അവളോർത്തു. മറുയാമമാസ്റ്ററെ അനുകരിച്ചു തലകുനിച്ചു മിണ്ടാതെ നിന്നു. സാന്ദ്രമായൊരു മൗനം കുട്ടികളെയാകെ മൂടി. ഇത്രയേറെ നിശബ്ദത റ്റോമോവിദ്യാർഥികൾക്ക് അപരിചിതമായിരുന്നു. കല്ലറകൾക്കുമുകളിൽ കത്തിനിന്ന ചന്ദനത്തിരികളിൽനിന്നു പുകപടലം കുമിഞ്ഞുയർന്നു. ഒരുപാടൊരുപാടു നേരം അതു വായുവിൽ ചിത്രങ്ങൾ വരച്ചുകൊണ്ടിരുന്നു; വിചിത്രങ്ങളായ ഒരുപാടു ചിത്രങ്ങൾ.

അതിൽപിന്നീട്, ചന്ദനത്തിരിയുടെ രൂക്ഷഗന്ധമുയരുമ്പോ

ഴെല്ലാം കുട്ടികൾ മറുയാമ മാസ്റ്ററെയും ധീരനായ റിയീ അമനോയ യെയും ഓർത്തു. ആ ഗന്ധം അവർക്കു നിശബ്ദതയുടെ ഗന്ധമാ യിത്തീർന്നു.

നാൽപ്പത്തേഴംഗ ചാവേർ സൈന്യത്തെക്കുറിച്ചുള്ള എല്ലാ കാര്യങ്ങളും കുട്ടികൾക്കു മനസ്സിലായിക്കാണാനിടയില്ല. പക്ഷേ, ഒന്നുണ്ട്. ആ ധീരപുരുഷന്മാരെക്കുറിച്ച് ഇത്രയേറെ അഭിമാന ത്തോടെ സംസാരിക്കുന്ന മറുയാമ മാസ്റ്ററോട്, ഹെഡ്മാസ്റ്ററോ ടുള്ള അത്രയും തന്നെ അടുപ്പവും ആദരവും മറ്റൊരുതരത്തിലാ ണെങ്കിലും കുട്ടികൾക്കു തോന്നി.

വട്ടക്കണ്ണടയുടെ തടിച്ച ചില്ലുകൾക്കുള്ളിൽനിന്നു തെളി വാർന്നുനിൽക്കുന്ന ആ കൊച്ചുകണ്ണുകളെയും പൊണ്ണൻശരീരവു മായി എപ്പോഴും പിണങ്ങിനിൽക്കുന്ന ആ മൃദുലശബ്ദത്തെയും ടോട്ടോചാൻ വല്ലാതെകണ്ടു സ്നേഹിച്ചു.

“മസ്ഓാവ്-ചാൻ”

വീട്ടിൽനിന്നു സ്റ്റേഷനിലേക്കും തിരിച്ചുമുള്ള പതിവുയാത്രയിൽ ടോട്ടോചാന് കൊറിയക്കാർ താമസിക്കുന്ന ഒരു ചേരിപ്രദേശത്തി നരികിലൂടെ കടന്നുപോകേണ്ടതുണ്ട്. കൊറിയക്കാരാണ് അക്കൂട്ട രെന്ന കാര്യം കൊച്ചുടോട്ടോയ്ക്ക് അജ്ഞാതമായിരുന്നു. ഒന്നു മാത്രം അവൾക്കറിയാം. അവിടെ ഒരു സ്ത്രീയുണ്ട്; എപ്പോഴും തന്റെ മകനെ തിരഞ്ഞുകൊണ്ടിരിക്കുന്ന ഒരു സ്ത്രീ. അവരുടെ രൂപം തന്നെ അസാധാരണമായി തോന്നിയിരുന്നു, അവൾക്ക്. സാമാന്യത്തിലേറെ കൊഴുത്ത ശരീരം. നടുക്കുനിന്നു വകഞ്ഞെ ടുത്തു താഴേക്കു പിന്നിയിട്ടിരിക്കുന്ന തലമുടി. അവർ ധരിക്കാ റുള്ള റബ്ബർഷൂസിന്റെ അഗ്രം ചുണ്ടൻവള്ളങ്ങളുടേതുപോലെ കൂർത്തിരിക്കും. നീളൻപാവാടയും വിസ്താരമുള്ള ബ്ലൗസിനു താഴെ ചുറ്റിക്കെട്ടിയ റിബ്ബണുമാണു പതിവുവേഷം. അവർ എല്ലാ യ്പ്പോഴും “മസ്ഓാ...വ്-ചാ...ൻ” എന്ന പരിഭ്രാന്തമായ നിലവിളി യോടെ തന്റെ മകനെ തിരഞ്ഞുകൊണ്ടേയിരിക്കും. സാധാരണ ഏവരും ഉച്ചരിക്കാറുള്ളതുപോലെ “മസാഓചാൻ” എന്നു വിളിക്കു ന്നതിനുപകരം സ്വരാരോഹണത്തിലെന്നപോലെ “മസ്ഓാ...വ്-

ചാാ...ൻ" എന്നാണ് അവർ നീട്ടിവിളിക്കുക. ഉച്ചസ്ഥായിയിൽ ഇടറിയുയരുന്ന ചാൻ എന്ന വിളി ഒരു ദീനരോദനംപോലെ ടോട്ടോചാനു തോന്നി. അതവളെ എപ്പോഴും സങ്കടപ്പെടുത്തി.

ഒയ്മാചി റെയിൽപ്പാതയുടെ വശത്തു കാണുന്ന ഒരിടുങ്ങിയ ചിറയിലാണ് മസാഓചാന്റെ ചേരി. മ്സാഒചാനെ ടോട്ടോചാന് അറിയാം. അവളെക്കാൾ അൽപം വലിയ കുട്ടിയാണവൻ. ഏതു സ്കൂളിലാണ് അവൻ പഠിക്കുന്നതെന്നു നിശ്ചയമല്ലെങ്കിലും രണ്ടാം സ്റ്റാൻഡേർഡിലായിരിക്കുമെന്ന് അവളൂഹിച്ചു. ഒതുക്കമില്ലാത്ത തലമുടി അശ്രദ്ധമായുലച്ച് അവൻ നടന്നുപോകും. സന്തതസഹചാരിയായി ഒരു നായയുമുണ്ടാകും. ഒരു ദിവസം ടോട്ടേചാൻ ചിറയുടെ ചാരത്തൂടെ വീട്ടിലേക്കു നടക്കുകയായിരുന്നു. മസാഒചാനുണ്ട് ചിറയുടെ മുകൾത്തട്ടിൽ നിൽക്കുന്നു. കാലുകൾ കവച്ചുവച്ചു കൈകൾ ഇടുപ്പിൽ തിരുകി ഒരു കവലച്ചട്ടമ്പിമട്ടിൽ.

"എടീ കൊറിയക്കാരി!" അവൻ ടോട്ടോചാനെ നോക്കി ഗർജിച്ചു.

വ്രണിതവും വെറുപ്പുനിറഞ്ഞതുമായിരുന്നു അവന്റെ ശബ്ദം. ടോട്ടോചാൻ ആകെ ഭയന്നുപോയി. അവനു നീരസം തോന്നത്തക്കവിധത്തിൽ ഒന്നുംതന്നെ അവൾ ഇതേവരെ ചെയ്തിട്ടില്ലെന്നതോ പോകട്ടെ അവനോടു സംസാരിച്ചിട്ടുപോലുമില്ല. പരിഭ്രമത്തോടെ അവൾ നടന്നുനീങ്ങി.

'മസാഒചാൻ എന്നെ കൊറിയക്കാരീന്ന് വിളിച്ചു," വീട്ടിലെത്തിയ ഉടൻ തന്നെ അവൾ അമ്മയോടു പറഞ്ഞു.

അതുകേട്ടതും അവരുടെ മുഖം മ്ലാനമായി. അമ്മയുടെ കണ്ണുകൾ നിറയുന്നത് ടോട്ടോചാൻ കണ്ടു. താൻ പറഞ്ഞതിൽ എന്തോ പന്തികേടുണ്ടെന്ന് അവൾക്കു തോന്നി. അമ്മയ്ക്കു കണ്ണീരടക്കാൻ കഴിഞ്ഞില്ല.

"പാവം കുട്ടി..." തൊണ്ടയിടറിക്കൊണ്ട് അവർ പറഞ്ഞു. "ആളുകളെല്ലാം അവനെ എടാ കൊറിയക്കാരാന്ന് വിളിക്കും. എന്നും കേട്ടുകേട്ട് അതെന്തോ ചീത്തവാക്കാന്ന് അവനു തോന്നീട്ട്ണ്ടാവും. കൊച്ചുകുട്ട്യല്ലേ, അവനറീല്യ അതിന്റെ അർഥം എന്താന്ന്. 'മണ്ടച്ചാരേ'ന്നൊക്കെ വിളിച്ച് ആൾക്കാർ ശകാരിക്കാറില്ലേ, അതുപോലായിരിക്കും അവൻ ധരിച്ചിരിക്ക്യ. എല്ലാരും അവനെ കൊറി

യക്കാരാന്ന് വിളിച്ചു പരിഹസിക്കുമ്പൊ അവനും തിരിച്ച് ആരേങ്കിലും അങ്ങനെ വിളിക്കണംന്ന് തോന്നീട്ട്ണ്ടാവും, ടോട്ടോ, അതാ അവൻ നിന്നെ അങ്ങനെ വിളിച്ചേ. പാവം കുട്ടി... ആവോ, ആൾക്കാർക്ക് എന്തിനാ ഇത്ര ക്രൂരത?" അമ്മ നെടുവീർപ്പിട്ടു.

കണ്ണുതുടച്ചുകൊണ്ട് പതിഞ്ഞസ്വരത്തിൽ അവർ തുടർന്നു. "ടോട്ടോ നീ ജനിച്ചത് ഇവിടെ ജപ്പാനിലാ. മസാഒചാൻ കൊറിയ എന്നു പേരുള്ള മറ്റൊരു നാട്ടിലും. പക്ഷേ നിന്നെപ്പോലെതന്നെ അവനും ഒരു കൊച്ചുകുട്ട്യാ. എല്ലാ മനുഷ്യരും ഒരുപോലാ, കരളേ. അതുകൊണ്ട് 'ഒരാൾ ജപ്പാൻകാരനാണ്, മറ്റേയാൾ കൊറിയേന്നു വന്നതാണ്' എന്നമട്ടിൽ എന്റെ പുന്നാരക്കുട്ടി ആരേം കാണാമ്പാടില്യാ, ട്ടോ. മസാഒചാൻ പാവാ. അവനോടു സ്നേഹത്തോടെ പെരുമാറണം, നീയ്. ഹൊ, എന്ത് കഷ്ടാണ്! കൊറിയക്കാരായിപ്പോയോണ്ടു മാത്രം ചിലര് മോശക്കാരാവുക! എന്റെ കുട്ടിയെങ്കിലും അങ്ങനെ ധരിക്കരുത്."

ടോട്ടോചാന് മനസ്സിലാക്കാൻ പ്രയാസമുള്ള കാര്യങ്ങളാണ് അമ്മ പറഞ്ഞതത്രയും. എങ്കിലും അവൾക്കാകെക്കൂടി ഒരു കാര്യം വ്യക്തമായി. കാരണംകൂടാതെയുള്ള ആളുകളുടെ ശകാരംകേട്ട് നിത്യവും വേദനിക്കുന്ന ഒരു പാവം കുട്ടിയാണ് മസാഒചാൻ. അതുകൊണ്ടാവണം അവന്റെ അമ്മ ഇത്രയേറെ പരിഭ്രമിച്ചു മുഴുവൻസമയവും മകനെ തിരക്കിനടക്കുന്നത്. പിറ്റേന്ന്, "മസ്ഓ... വ്... ചാൻ" എന്ന് കാതടപ്പിക്കുന്ന ആ ദീനവിലാപം കേട്ട്, അവനിപ്പോൾ എവിടെയായിരിക്കുമോ ആവോ എന്നാശ്ചര്യപ്പെട്ട്, ചിറയ്ക്കരികിലെ നിരത്തു കടക്കുമ്പോൾ ടോട്ടോചാൻ ഒന്നു തീരുമാനിച്ചിരുന്നു. താൻ ഒരു കൊറിയക്കാരിയല്ലെന്നിരിക്കിലും മസാഒചാൻ വീണ്ടുമങ്ങനെ വിളിച്ചാൽ താനിങ്ങനെ മറുപടി പറയും. "നമ്മളെല്ലാരും കുട്ടികളാ. ല്ലാരും ഒര്പോലാ!" മാത്രവുമല്ല, അവനെ തന്റെ കൂട്ടുകാരനാക്കുകയും ചെയ്യും.

മസാഒചാന്റെ അമ്മയുടെ നിലവിളി എല്ലായിപ്പോഴും വെറുപ്പിലും ഉത്കണ്ഠയിലും കുതിർന്നു വിവശമായിരുന്നു. മുഴക്കത്തോടെ ഒരു തീവണ്ടി കടന്നുവന്നു മുക്കിക്കൊല്ലുവോളം അത് അന്തരീക്ഷത്തിൽ അലയടിച്ചുകൊണ്ടിരിക്കും.

"മസ്ഓാ... വ്... ചാാൻ!"

ദുഃഖപൂരിതവും അസ്വസ്ഥവുമായ ഉച്ചസ്ഥായിലേക്കുയർന്ന്

ഇടറിവീഴുന്ന ആ ശബ്ദം ഒരു തവണയെങ്കിലും കേട്ടവർ പിന്നീടൊരിക്കലും അതു മറക്കില്ല.

പന്നിവാല്

അന്നുവരേക്കും ടോട്ടോചാന് രണ്ടു വലിയ ആഗ്രഹങ്ങളാണുണ്ടായിരുന്നത്. ഒന്ന്, അത്‌ലറ്റിക് ബ്ലൂമേഴ്സ് ധരിക്കുക; രണ്ട്, തലമുടിയിൽ പന്നിവാല് പിന്നിയിടുക. തീവണ്ടിയിൽവച്ച് മുതിർന്ന വിദ്യാർഥിനികളെ കാണുമ്പോൾ, അവരുടെ നീളത്തിൽ പിന്നിയിട്ട ഭംഗിയുള്ള തലമുടി അവൾ കൊതിയോടെ നോക്കാറുണ്ട്. തനിക്കും അതേ മാതിരി മുടി കെട്ടിയിടണം. അവൾ നിശ്ചയിച്ചു. ക്ലാസിലെ മറ്റു പെൺകുട്ടികളിൽനിന്നു വ്യത്യസ്തമായി ടോട്ടോചാൻ മുടി നീട്ടി വളർത്തിയിരുന്നു. തലയുടെ ഒരുവശത്തേക്കു മാറ്റി വകുപ്പെടുത്തു കോതിയൊതുക്കിയ മുടി റിബ്ബൺ കൊണ്ടു കെട്ടിയിടും. ആ രീതി അമ്മയ്ക്കിഷ്ടമായിരുന്നു. മുടി വളർത്തിയെടുക്കേണ്ടത് അവളുടെയും ആവശ്യമാണ്. പന്നിവാല് പിന്നിയിടേണ്ടതല്ലേ!

അങ്ങനെ ഒരു ദിവസം ആ സ്വപ്നം യാഥാർഥ്യമായി. അമ്മ അവളുടെ കൊച്ചുതലയിൽ പന്നിവാല് പിന്നിക്കൊടുത്തു; രണ്ടു കുഞ്ഞു പന്നിവാലുകൾ. വാലിൻതുമ്പുകൾ റബ്ബർബാന്റിട്ടു സുരക്ഷിതമാക്കി. റിബ്ബണുകൾകൊണ്ട് അലങ്കരിച്ചു. പക്ഷേ, കണ്ണാടിയിൽ നോക്കിയപ്പോഴാണ് അവൾക്കൊരു സത്യം മനസ്സിലായത്. മുതിർന്ന കുട്ടികളുടേതിൽനിന്നു വ്യത്യസ്തമായി തന്റെ പിന്നൽ തീരെ നേർത്തതും കുറിയതുമാണ്. ശരിക്കുമൊരു പന്നിയുടെ വാലു പോലെതന്നെയുണ്ട്. എന്തെങ്കിലുമാട്ടെ; അവൾ റോക്കിയുടെ അരികിലേക്കോടി അവനു കാണാനായി തന്റെ 'വാലു'കൾ അഭിമാനത്തോടെ ഉയർത്തിപ്പിടിച്ച് അവൾ നിന്നു. റോക്കി ഒന്നോ രണ്ടോ തവണ മിഴിച്ചുനോക്കി.

"നിന്റെ മുടീം ഞാൻ പിന്നിത്തരാം ട്ടോ", അവൾ പറഞ്ഞു.

പിന്നൽ അഴിഞ്ഞുപോയാലോ എന്നു കരുതി, തീവണ്ടിയിൽ കയറുമ്പോൾ അവൾ തല ആവുന്നിടത്തോളം നിവർത്തി ഒരു നിശ്ചലവസ്തു പോലെ സൂക്ഷിച്ചു. "എത്ര ഭംഗിയുള്ള പിന്നല്" എന്നാരെങ്കിലും പറഞ്ഞിരുന്നെങ്കിൽ! ട്രെയിനിലിരിക്കുമ്പോൾ

അവൾ പ്രതീക്ഷാപൂർവ്വം സങ്കല്പിച്ചുനോക്കി "ഹായ്, എന്തുരസായിരിക്കും!" പക്ഷേ അതുണ്ടായില്ല. ആരും അതേക്കുറിച്ചു ചോദിച്ചില്ല. ഏതായാലും സ്കൂളിലെത്തിയതും മിയോചാൻ, സാക്കോചാൻ, കിയ്കോ ഓകി എന്നിവർ അത്ഭുതത്തോടെ അവളുടെ ചുറ്റും കൂടി. "അമ്പോ! പന്നിവാല്!" അവർ ഒന്നിച്ചുപറഞ്ഞു. കൊച്ചുടോട്ടോയ്ക്കു പരമസംതൃപ്തിയായി. "വേണെങ്കിൽ പതിയെ തൊട്ടുനോക്കിക്കോളൂ" അവൾ അവർക്ക് അനുവാദം കൊടുത്തു.

ആൺകുട്ടികളെ അതേതായാലും പെട്ടെന്നാകർഷിച്ചില്ല. പക്ഷേ ഊണുകഴിഞ്ഞുള്ള ഇടവേളയിൽ യാദൃച്ഛികമായി അതു സംഭവിച്ചു. "അയ്യടാ! ടോട്ടോചാന്റെ പുത്തൻ ഹെയർസ്റ്റൈൽ കണ്ടോ!" അവളുടെ ക്ലാസിൽത്തന്നെയുള്ള ഒയെ ഉച്ചത്തിൽ വിളിച്ചുകൂവി.

"ഇതാണ് പന്നിവാല്" ടോട്ടോചാൻ അഭിമാനപൂർവ്വം പ്രസ്താവിച്ചു. ആൺകുട്ടികളിലൊരാൾ അതു ശ്രദ്ധിച്ചതിൽ അവൾക്ക് ആഹ്ലാദം തോന്നി.

ഇതിനിടയിൽ ഇരുകൈകളുയർത്തി അവളുടെ ഞാന്നുകിടക്കുന്ന പന്നിവാലിനു മുകളിൽ പിടിമുറുക്കിക്കൊണ്ട് ഒയെ പറഞ്ഞു. "നല്ല ക്ഷീണം. ഇത്തിരിനേരം ഇതേല് തൂങ്ങിക്കെടക്കാന്നു തോന്ന്ണു. ടർ-ർ... ഇദ് ട്രെയിനിന്റെ കൈപ്പിടിയെക്കാൾ സ്റ്റൈലായിട്ടുണ്ടല്ലോ!" പക്ഷേ കുഴപ്പം അവിടെ തീർന്നില്ല.

ഊർക്കിൽ പോലുള്ള ടോട്ടോചാന്റെ ഇരട്ടിവലിപ്പമുണ്ട്. ഒയെയ്ക്ക്. എന്നുമാത്രമല്ല ക്ലാസ്സിലെ ഏറ്റവും തടിയൻ കുട്ടി അവനായിരുന്നു. മുടിക്കെട്ടിൽ അവന്റെ കൈകൾ മുറുകിയതും നിലതെറ്റി അവൾ 'ഠപോ'ന്ന് ചന്തിയിടിച്ചു വീണതും ഒന്നിച്ചുകഴിഞ്ഞു. കൈപ്പിടിയെന്നു പറഞ്ഞു ചങ്കുരുകിപ്പോകുംവണ്ണം കളിയാക്കിയതുതന്നെ അവൾക്കധികമായിരുന്നു. പോരാഞ്ഞിട്ട് നിഷ്കരുണം തറയിൽ തള്ളിയിടുകയും ചെയ്തിരിക്കുന്നു. വീണുകിടക്കുന്ന അവളെ, കായികമേളയിലെ വടംവലിയിലെന്നപോലെ "ഏല... ഐലസാ" വിളിയോടെ ഒയെ പന്നിവാലിൽ പിടിച്ചുയർത്താൻ കൂടി തുടങ്ങിയപ്പോൾ ടോട്ടോചാൻ ഉറക്കെ കരഞ്ഞുപോയി.

ടോട്ടോചാനെ സംബന്ധിച്ചിടത്തോളം പന്നിവാല് മുതിർന്ന പെൺകുട്ടിയുടെ അംഗീകൃതലക്ഷണമായിരുന്നു. അതുള്ളതി

നാൽ എല്ലാവരും തന്നോടു ഭവ്യതയോടെ പെരുമാറുമെന്ന് അവൾ പ്രതീക്ഷിച്ചു. കരഞ്ഞുകൊണ്ട് അവൾ മാസ്റ്ററുടെ മുറിയിലേക്കോടി. ഗദ്ഗദത്തോടെയുള്ള മുട്ടൽകേട്ട് മാസ്റ്റർ വാതിൽ തുറന്നു. പതിവുപോലെ ഇടുപ്പിൽ കൈകളൂന്നി അദ്ദേഹം മെല്ലെ കുനിഞ്ഞു. ഇപ്പോൾ ഇരുവരുടെയും കൺകോണുകൾ ഒരേ നിരപ്പിലായി.

"ഉം... എന്തുപറ്റി?" അദ്ദേഹം ചോദിച്ചു.

"ഒയെ, 'ഏലാ ഐലെസാ' പാടിക്കൊണ്ട് ഇദ് പിടിച്ചുവലിച്ചു." പന്നിവാല് യഥാസ്ഥാനത്തുതന്നെയുണ്ടെന്നു തപ്പിനോക്കി ഉറപ്പുവരുത്തിയശേഷം അവൾ പറഞ്ഞു.

മാസ്റ്റർ അവളുടെ തലമുടിയിലേക്കു നോക്കി. കണ്ണീരണിഞ്ഞ മുഖത്തിനു തികച്ചും അനുചിതമായ അവളുടെ പന്നിവാല് ചുറുചുറുക്കോടെ ആടിക്കളിക്കുന്നുണ്ടായിരുന്നു. മാസ്റ്റർ ഇരുന്നു; അഭിമുഖമായുള്ള കസേരയിൽ ടോട്ടോചാനും. അദ്ദേഹം പതിവുപോലെ തന്റെ പല്ലില്ലാത്ത മോണകാട്ടി ചിരിച്ചു.

"കരയണ്ടാട്ടോ," അദ്ദേഹം പറഞ്ഞു "നിന്റെ മുടി മനോഹരായിട്ടുണ്ട്."

"മാസ്റ്റർക്ക് ഇഷ്ടായോ?" ലജ്ജയോടെയെങ്കിലും കണ്ണീർ വീണു വിവർണമായ മുഖം മെല്ലെയുയർത്തി അവൾ ചോദിച്ചു.

"പിന്നേയ്! ഉഗ്രനായിട്ടൊണ്ട്," അദ്ദേഹം പറഞ്ഞു.

ടോട്ടോചാൻ കരച്ചിൽ നിർത്തി. അവൾ കസേരയിൽനിന്നു ചാടിയിറങ്ങി. എന്നിട്ടു പറഞ്ഞു, "ഒയെ ഇനി 'ഏലാ ഐലസാ' പാടിയാപ്പോലും ഞാൻ കരയില്ല്യ."

മന്ദസ്മിതം നിറഞ്ഞ സമ്മതഭാവത്തിൽ മാസ്റ്റർ തലകുലുക്കി. ടോട്ടോചാന്റെ മുഖത്തും വിടർന്നു, ഒരു പുഞ്ചിരി. പ്രസന്നമായ ആ മുഖം പന്നിവാലിനു നന്നേ ചേർന്നു. മാസ്റ്ററെ തലകുനിച്ചു വന്ദിച്ച ശേഷം അവൾ കൂട്ടുകാരോടൊപ്പം ചേരാനായി തിരികെ മൈതാനത്തിലേക്കോടി.

തലചൊറിഞ്ഞുകൊണ്ടു മുന്നിൽ നിൽക്കുന്ന ഒയെയെക്കാണുമ്പോൾ താൻ കരഞ്ഞ കാര്യംതന്നെ അവൾ മറന്നുപോയിരുന്നു.

"മുടി പിടിച്ചുവലിച്ചതിന് ഞാൻ ക്ഷമചോദിക്കുന്നു." മുഴക്കമുള്ള മ്ലാനമായ ശബ്ദത്തിൽ ഒയെ പറഞ്ഞു. "മാസ്റ്റർ എന്നെ ശകാരിച്ചു. പെൺകുട്ടികളോടു ഹൃദ്യമായി പെരുമാറണംന്നു പറഞ്ഞു.

അവരോടു മര്യാദകേടു കാണിക്കാമ്പാടില്ലെന്നും അവരെ സംരക്ഷിക്കണമെന്നും പറഞ്ഞു."

ടോട്ടോചാന് ഒരളവോളം അമ്പരപ്പാണുണ്ടായത്. പെൺകുട്ടികളോടു ഹൃദ്യമായി പെരുമാറണമെന്ന് ആരെങ്കിലും പറയുന്നത് അവൾ ഇതിനുമുമ്പു കേട്ടിട്ടില്ല. ആൺകുട്ടികൾക്കായിരിക്കും എല്ലായ്പ്പോഴും പ്രാമുഖ്യം. ഒരുപാടു കുട്ടികളുള്ളതായി തനിക്കറിയാവുന്ന കുടുംബങ്ങളിലെല്ലാം ആൺകുട്ടികളാണു പ്രധാനികൾ. ഊണിനായാലും ലഘുഭക്ഷണവേളകളിലായാലും ആദ്യം വിളമ്പുക അവർക്കായിരിക്കും. ചില അമ്മമാർ പെൺകുട്ടികൾ സംസാരിക്കുമ്പോൾ ശാസിക്കുന്നതു കേൾക്കാം. "നിർത്ത്, നിന്റെ ചെലപ്പ്. പെൺകുട്ട്യോളെ കണ്ടാ മതി; കേക്കണ്ടാ..."

അതൊക്കെയിരിക്കട്ടെ. മാസ്റ്റർ ഒയെയോടു പറഞ്ഞിരിക്കുന്നു. പെൺകുട്ടികളെ സംരക്ഷിക്കണമെന്ന്. സംരക്ഷിക്കുകയോ? ടോട്ടോചാന് വിചിത്രമായി തോന്നി. എങ്കിലും അതവൾക്കിഷ്ടപ്പെട്ടു. സംരക്ഷിക്കപ്പെടുക! ഹായ്, കൊള്ളാം!

ഒയെയ്ക്ക് അതൊരാഘാതമായിരുന്നു. പെൺകുട്ടികളോടു മര്യാദയോടെ, സ്നേഹത്തോടെ പെരുമാറാത്തതിനു ശാസിക്കപ്പെടുക; ബഹുകേമം തന്നെ! മാത്രമല്ല അന്ന് ആദ്യമായിട്ടായിരുന്നു മാസ്റ്ററിൽനിന്ന് അവൻ ശകാരത്തിന്റെ ഭാഷ കേട്ടത്. ആ ദിനം അവനൊരിക്കലും മറന്നില്ല; റ്റോമോയിൽവച്ച് മാസ്റ്റർ അവനെ ആദ്യമായും അവസാനമായും ശകാരിച്ച ദിനം.

"താങ്ക്യു"

പുതുവർഷത്തിലെ ഒഴിവുകാലം വന്നെത്തി. ഇത്തവണ വേനലവധിയിലേതുപോലെ കുട്ടികൾ സ്കൂളിൽ ഒത്തുചേർന്നില്ല. അവധി മുഴുവനായിത്തന്നെ അവർ വീട്ടുകാരോടൊപ്പം ചെലവഴിച്ചു.

"ഞാൻ കിയൂഷുവിലെ എന്റെ അപ്പൂപ്പന്റെ അടുത്തായിരിക്കും പുതുവർഷത്തില്," മിഗിത എല്ലാവരോടും പറഞ്ഞു. ശാസ്ത്രപരീക്ഷണങ്ങളിൽ കമ്പംകേറി നടക്കുന്ന തായ്ചാന് ആഗ്രഹം മറ്റൊന്നായിരുന്നു. "ഞാൻ വല്യേട്ടനോടൊപ്പം ഒരു ഫിസിക്സ് ലാബറട്ടറി കാണാമ്പോവും," കാത്തിരുന്ന ആ യാത്രയെക്കുറിച്ച് അവൻ മനക്കോട്ടകൾ കെട്ടി. "റ്റാറ്റാ, ഇനീം... സ്കൂള് തുറക്കുമ്പോ...." പര

സ്പരം യാത്രചോദിച്ചു തങ്ങളുടെ പദ്ധതികൾ മറ്റുള്ളവർക്കു വിശദീകരിച്ചുകൊടുത്ത് ഓരോരുത്തരും പിരിഞ്ഞു.

ടോട്ടോചാൻ പോയത് സ്കീയിങ്ങിനാണ്; അച്ഛനോടും അമ്മയോടുമൊപ്പം. ഓർക്കെസ്ട്രയിൽ കണ്ടക്ടറും സെല്ലോ വായിക്കുന്ന ആളുമായ, അച്ഛന്റെ സുഹൃത്ത് ഹിദിയോ സെയ്തോയ്ക്ക് ഷിഗാ മലമ്പ്രദേശത്തു മനോഹരമായ ഒരു വീടുണ്ട്. എല്ലാ ശിശിരത്തിലും അവർ അവിടെപ്പോയി അദ്ദേഹത്തോടൊപ്പം താമസിക്കും. അങ്ങനെ കിന്റർഗാർട്ടൻ ക്ലാസിലായിരിക്കുമ്പോഴേ ടോട്ടോചാൻ സ്കീയിങ്ങ് പരിശീലിച്ചു തുടങ്ങിയിരുന്നു.

കുതിരകൾ വലിക്കുന്ന ഹിമശകടത്തിൽ കയറിയാണ് റെയിൽവേ സ്റ്റേഷനിൽ നിന്നു സ്കീയിങ്ങിനുള്ള മലയോരകേന്ദ്രത്തിലേക്കു പോകേണ്ടത്. മനോഹരമാണ് അവിടം. വെളുവെളുത്ത ഹിമപ്പരപ്പ്. സ്കീലിഫ്റ്റിനോ മറ്റെന്തിനെങ്കിലുമോ ക്ഷതമേൽപ്പിക്കാനാകാത്തവിധം ഉറപ്പുള്ളത്. പക്ഷേ, ചരിഞ്ഞ പ്രതലത്തിൽ അവിടവിടെയായി മരക്കുറ്റികളുണ്ടാവും. അവിടെ, സെയ്തോയ്ക്കുള്ളതുപോലെയൊരു വീട് സ്വന്തമായില്ലാത്തവർക്കു ചെന്നാൽ താമസിക്കാനായി ജാപ്പനീസ് മട്ടിലുള്ള ഒരേയൊരു സത്രവും പാശ്ചാത്യരീതിയിലുള്ള മറ്റൊരു ഹോട്ടലും മാത്രമാണുള്ളതെന്ന് അമ്മ അവൾക്കു പറഞ്ഞുകൊടുത്തു. എന്നിട്ടും ധാരാളം വിദേശികൾ അവിടെയെത്താറുണ്ടത്രെ.

ടോട്ടോചാനെ സംബന്ധിച്ചിടത്തോളം ഈ വർഷം മുമ്പത്തേതിൽനിന്നു വ്യത്യസ്തമായിരുന്നു. ഇപ്പോളവൾ എലിമെന്ററി സ്കൂളിലെ ഒന്നാംസ്റ്റാൻഡേർഡ് വിദ്യാർഥിനിയാണെന്നു മാത്രമല്ല അൽപാൽപം ഇംഗ്ലീഷിന്റെ കഷണങ്ങളുമൊക്കെയുണ്ട് കൈയിൽ. 'താങ്ക്യു' പറയേണ്ടവിധം അവൾ വശമാക്കിക്കഴിഞ്ഞു. അച്ഛനാണതു പഠിപ്പിച്ചത്.

സ്കീയിങ്ങിന് വിദേശികൾ ഒട്ടുവളരെപ്പേരുണ്ടാവും. ഹിമപ്പരപ്പിൽ സ്കീ അണിഞ്ഞുനിൽക്കുന്ന കൊച്ചുടോട്ടോയെ കടന്നുപോകുമ്പോഴെല്ലാം അവളെ നോക്കി എന്തെങ്കിലും കളിവാക്കു പറയാൻ അവർ മറക്കാറില്ല. "ദാ ഒരു സുന്ദരിക്കുട്ടി!" എന്നോ മറ്റോ ആയിരിക്കും മിക്കപ്പോഴും അവർ പറയുക. അല്ലെങ്കിൽ അതുപോലെ മറ്റെന്തെങ്കിലും. എന്തുതന്നെയായാലും ടോട്ടോചാന് അതൊന്നും മനസ്സിലാകാറില്ല. മനസ്സിലായാൽത്തന്നെയും തിരി

ച്ചെന്തെങ്കിലും പറയാനുള്ള കഴിവ് കഴിഞ്ഞവർഷം വരെയും അവൾക്കു തീരെയില്ലായിരുന്നു. പക്ഷേ ഇത്തവണ ഒരു പ്രത്യേക ശൈലിയിൽ തലയാട്ടിക്കൊണ്ട് അവൾ പറയാൻ ശ്രമിച്ചു, 'താങ്ക്യു.'

അതോടെ വിദേശീയരിൽ നിന്നു കൂടുതൽ ഹൃദ്യമായ പുഞ്ചിരി അവൾക്കു ലഭിക്കാൻ തുടങ്ങി. അവരുമായി അൽപാൽപം കുശലപ്രശ്നം നടത്താൻ അവൾക്കു കഴിയുമെന്നായി. ചിലപ്പോൾ ഒരു സ്ത്രീ അവളെ വാരിയെടുത്തു കവിളിൽ ചേർത്ത് ഉമ്മവയ്ക്കും. മറ്റു ചിലപ്പോൾ ഒരു സുന്ദരപുരുഷൻ അവളെ ആശ്ലേഷിച്ചു കടന്നുപോകും 'താങ്ക്യു' എന്നു മാത്രം പറഞ്ഞാൽ നല്ലവരായ ചങ്ങാതിമാരെ കിട്ടുക! അതേതായാലും കൊള്ളാം. കൊച്ചുടോട്ടോ വിചാരിച്ചു.

ഒരു ദിവസം സുമുഖനായ ഒരു യുവസന്ദർശകൻ ടോട്ടോ ചാന്റെ അടുക്കലേക്കു വന്നു. വാക്കുകൾക്കുപരി അംഗവിക്ഷേപങ്ങൾ വഴി അയാൾ അവളെ ക്ഷണിച്ചു. "സുന്ദരിക്കുട്ടീ, എന്റെ സ്കീസിന്റെ മുന്നിലിരുന്നു പറക്കാൻ വരുന്നോ?" അച്ഛൻ അവൾക്കനുവാദം നൽകി.

'താങ്ക്യു,' ക്ഷണം സ്വീകരിച്ചുകൊണ്ട് ടോട്ടോചാൻ പറഞ്ഞു. അയാൾ സ്കീകൾ അടുപ്പിച്ചുവച്ച് അവളെ കാലുകൾക്കിടയിലായി ഇരുത്തി. അവൾ കാൽമുട്ടുകൾ ഒതുക്കിപ്പിടിച്ചു പറ്റിച്ചേർന്നിരുന്നു. ഷിഗാ മലമ്പ്രദേശത്തു നീണ്ടുപരന്നുകിടക്കുന്ന മഞ്ഞിൻചെരുവിന്റെ ഭംഗിയിലൂടെ കൊച്ചുടോട്ടോയെയും കൊണ്ട് അയാൾ തെന്നിനീങ്ങി; കാറ്റിന്റെ കൈകളിലെന്നപോലെ. വായു അവളുടെ കാതുകളിൽ വന്നലച്ചു ചൂളംകുത്തി കടന്നുപോയി. മുന്നോട്ടു മറിഞ്ഞുപോകാതിരിക്കാൻ അവൾ കാൽമുട്ടുകൾ ഇറുക്കിപ്പിടിച്ചു. നെഞ്ചിടിപ്പിന്റെ വേഗം വല്ലാതെ വർധിച്ചുവെങ്കിലും ഹരംപിടിപ്പിക്കുന്നതായിരുന്നു ആ സഞ്ചാരം. അവർ അവസാനിപ്പിച്ചതും കണ്ടുനിന്നവർ അനുമോദനപൂർവ്വം കൈയടിച്ചു. സ്കീയിൽനിന്നിറങ്ങി കാണികളുടെ നേരെ തിരിഞ്ഞു ടോട്ടോചാൻ തലതാഴ്ത്തി വന്ദിച്ചു. 'താങ്ക്യു' അവൾ പറഞ്ഞു. കൂടുതൽ ഉച്ചത്തിൽ കരഘോഷം മുഴങ്ങി.

ഷ്നീഡർ എന്നായിരുന്നു അയാളുടെ പേര്. വെള്ളികൊണ്ടുള്ള സ്കീപോളുകളിൽ തെന്നിനീങ്ങുന്ന ആ ചെറുപ്പക്കാരൻ

ലോകപ്രസിദ്ധനായൊരു സ്കീയറാണെന്ന് അവൾക്കു മനസ്സിലാകാൻ കാലം പിന്നെയുമൊരുപാടു കഴിയേണ്ടിയിരുന്നു. എങ്കിലും അന്നേദിവസം അവൾക്കയാളെ ഇഷ്ടമായി. എന്തായിരുന്നു അവളുടെ ഇഷ്ടത്തിനു കാരണം? മലഞ്ചെരിവിലെ സാഹസികമായ യാത്രകഴിഞ്ഞു തിരിച്ചെത്തിയ ഇരുവരെയും കാണികൾ കൈയടിച്ച് അഭിനന്ദിച്ചപ്പോൾ മഞ്ഞിൻപരപ്പിൽ കുന്തിച്ചിരുന്നു കൊച്ചു ടോട്ടോയുടെ കൈപിടിച്ചുയർത്തി ഒരു സുപ്രധാന വ്യക്തിയോടെന്നോണം അയാൾ പറഞ്ഞു "താങ്ക്യു!" കൊച്ചുകുട്ടിയായല്ല, ഒരാദരണീയ വനിതയായാണ് അവളെ അയാൾ കണക്കാക്കിയത്.

അഭിനന്ദിക്കാനായി അയാൾ കുനിഞ്ഞപ്പോൾ അവളുടെ ഹൃദയം മന്ത്രിച്ചു. "എന്തു നല്ല ആൾ!" അയാൾക്കപ്പുറം വിദൂരങ്ങളിൽ ഹിമഭൂമികൾ പരന്നുകിടന്നിരുന്നു; അനശ്വരമെന്നോണം, അവിസ്മരണീയമെന്നോണം....

തീവണ്ടി ലൈബ്രറി

ശിശിരത്തിലെ അവധിക്കാലം കഴിഞ്ഞു സ്കൂളിൽ തിരികെയെത്തിയപ്പോഴാണു വിസ്മയകരമായ ആ പുതിയ ദൃശ്യം കുട്ടികളുടെ കണ്ണിൽപ്പെട്ടത്. ആർപ്പുവിളികളോടെ അവർ തങ്ങളുടെ കണ്ടെത്തൽ ആഘോഷിച്ചു. ക്ലാസ്റൂം തീവണ്ടിനിരകൾക്കെതിരെയായി അസംബ്ലിഹാളിനു മുന്നിലെ ഉദ്യാനത്തോടു ചേർന്നുകിടന്നിരുന്ന പുത്തൻ തീവണ്ടിമുറി, അവരുടെ അഭാവത്തിൽ ഒരു ലൈബ്രറിയായി മാറിയിരിക്കുന്നു. സ്കൂൾവാച്ചറായ റിയോചാൻ വളരെ കഷ്ടപ്പെട്ട് രാവും പകലും അധ്വാനിച്ചതിന്റെ ഫലമായിരുന്നു അത്. സകലപണികളുമറിയാവുന്ന റിയോചാനെ എല്ലാവരും ബഹുമാനിച്ചിരുന്നു. കോച്ചിനുള്ളിൽ അയാൾ ധാരാളം അലമാരകൾ സ്ഥാപിച്ചു. അവയൊക്കെയും പലതരത്തിലും നിറത്തിലുമുള്ള പുസ്തകങ്ങളെക്കൊണ്ടു നിറഞ്ഞിരുന്നു. ചുറ്റിലും കുട്ടികൾക്കിരുന്നു വായിക്കാൻ പാകത്തിൽ ഡസ്കുകളും കസേരകളും സജ്ജീകരിച്ചിരുന്നു.

"ഇതാണ് നിങ്ങടെ ലൈബ്രറി" മാസ്റ്റർ പറഞ്ഞു. "ഇതിലേതു പുസ്തകവും ആർക്കുവേണമെങ്കിലും വായിക്കാം. ചില പുസ്തകങ്ങൾ ചില ക്ലാസുകളിലുള്ളവർക്കു മാത്രമെന്ന മട്ടിലുള്ള നിബന്ധ

നകളൊന്നുമില്ല. ഇഷ്ടമുള്ളപ്പോഴെല്ലാം ഇവിടെ വരാം. ഏതെങ്കിലും പുസ്തകം വീട്ടിൽ കൊണ്ടുപോകണമെന്നുണ്ടെങ്കിൽ അങ്ങനെയാകാം. പക്ഷേ വായിച്ചുകഴിഞ്ഞാൽ ഉറപ്പായും തിരികെയെത്തിക്കണം. കൂടാതെ മറ്റുള്ളവർകൂടി വായിച്ചിരിക്കേണ്ടത് എന്നു നിങ്ങൾക്കു തോന്നുന്ന പുസ്തകങ്ങൾ കൈവശമുണ്ടെങ്കിൽ അവയും സ്കൂളിലേക്കു കൊണ്ടുവരുന്നതു നന്ന്. എല്ലാറ്റിലുമുപരി കഴിയുന്നത്ര കൂടുതൽ വായിക്കുക."

"ഇന്ന് ആദ്യത്തെ ക്ലാസ് ലൈബ്രറിക്ലാസ്," കുട്ടികൾ ഒന്നോടെ ആവശ്യപ്പെട്ടു.

"ശരി," ആവേശഭരിതരായ കുട്ടികളെ നോക്കി നിറഞ്ഞ പുഞ്ചിരിയോടെ അദ്ദേഹം പറഞ്ഞു, "നിങ്ങൾക്കിഷ്ടം അതാണെങ്കിൽ ആകാല്ലോ."

പറഞ്ഞുതീർന്നില്ല അതിനുമുൻപുതന്നെ റ്റോമോ വിദ്യാർഥികളൊന്നടങ്കം - അമ്പതുകുട്ടികളും - തീവണ്ടിലൈബ്രറിയിലേക്കു തള്ളിക്കയറി. അടക്കാനാവാത്ത കൗതുകത്തോടെ അവർ തങ്ങൾക്കിഷ്ടപ്പെട്ട പുസ്തകങ്ങൾ തേടിപ്പിടിച്ചെടുത്തു. ഒരിരിപ്പിടം കണ്ടെത്തി വായിക്കാനുള്ള ശ്രമമായി. പക്ഷേ, പകുതിയോളം പേർക്കേ ഇരിക്കാൻ കസേര ലഭിച്ചുള്ളൂ. മറ്റുള്ളവർ നിൽക്കേണ്ടിവന്നു. ഇപ്പോൾ അതു ശരിക്കുമൊരു തീവണ്ടിപോലെ തോന്നിച്ചു ആളുകൾ നിന്നുകൊണ്ടു പുസ്തകം വായിക്കുന്ന തിക്കും തിരക്കുമേറിയ ഒരു തീവണ്ടി. കാണുന്നവർക്കു കൗതുകം പകരുന്ന ദൃശ്യം.

കുട്ടികൾ നിറഞ്ഞാസ്വദിച്ചു. അനായാസം വായിക്കാനുള്ള കഴിവ് ടോട്ടോചാൻ ഇനിയും കരസ്ഥമാക്കിയിട്ടില്ലായിരുന്നതിനാൽ കൂടുതൽ രസകരമെന്നു തോന്നിയ പടമുള്ള ഒരു പുസ്തകം അവൾ തെരഞ്ഞെടുത്തു. എല്ലാവരും പുസ്തകത്താളുകളിലേക്ക് ആണ്ടിറങ്ങിയതും തീവണ്ടിമുറി പെട്ടെന്നു നിശ്ശബ്ദമായി. പക്ഷേ,

അതു നീണ്ടുനിന്നില്ല. അവിടവിടെ ഉയർന്ന ശബ്ദങ്ങളാൽ പെട്ടെന്നുതന്നെ കുരുങ്ങി ആ മൗനം ഭഞ്ജിക്കപ്പെട്ടു. ചിലർ ഖണ്ഡികകൾ ഉച്ചത്തിൽ വായിക്കാൻ തുടങ്ങി. ചിലർ തങ്ങൾക്കറിഞ്ഞുകൂടാത്ത കഥാപാത്രങ്ങളെയും വാക്കുകളെയും കുറിച്ചു മറ്റുള്ളവരോടു സംശയം ചോദിച്ചു. മറ്റു ചിലർക്കാവേശം പുസ്തകങ്ങൾ പരസ്പരം വച്ചു മാറാനായിരുന്നു. തീവണ്ടിമുറിയാകെ പൊട്ടിച്ചിരിയാൽ മുഖരിതമായി. ഒരു കുട്ടി 'പടം വരയ്ക്കാൻ പാട്ടുകൾ' എന്ന പുസ്തകം വായിക്കുകയാണ്. ഒരു രേഖാചിത്രത്തെക്കുറിച്ചുള്ള ഈരടികൾ ഉച്ചത്തിൽ ചൊല്ലിക്കൊണ്ട് അതു വരകളിലാക്കാനുള്ള ശ്രമത്തിലായിരുന്നു അവൻ.

വട്ടമൊരെണ്ണം പുള്ളിയൊരെണ്ണം; വട്ടമൊരെണ്ണം പുള്ളിയൊരെണ്ണം

മൂക്കിനു നെടുകേ കുറുകേ വരകൾ; പിന്നൊരു വട്ടോം പുള്ളീം

മുമ്മൂന്നെണ്ണം വീതം രോമം മൂന്നുവശത്തും വേണം; പിന്നെ

കണ്ണിമയ്ക്കും വേഗത്തിൽ 'ക' വരച്ചുനോക്ക്യാൽ തടിച്ചി ഹാസ്ഫ്രോ!

'ക' പോലെയൊരക്ഷരത്തിന്റെ മധ്യഭാഗത്താണു മുഖം. അതിനുള്ളിൽ മൂന്നു ചെറിയ വട്ടങ്ങളും നെടുകെയും കുറുകെയും ഈരണ്ടു വരകളും. മുഖത്തിന്റെ മൂന്നുവശങ്ങളിലുമായി മുമ്മൂന്നു വീതം രോമങ്ങൾ. അവയെ ചുറ്റി 'ക'യുടെ പുറംചുറ്റുകളായ മൂന്ന് അർധവൃത്തങ്ങൾ. കണ്ണിമയ്ക്കും വേഗത്തിൽ വേണം അവ വരയ്ക്കാൻ. വരകൾ കൃത്യമായാൽ, പഴഞ്ചൻമട്ടിൽ മുടികെട്ടിവച്ച ഒരു തടിച്ചുരുണ്ട സ്ത്രീയുടെ രസകരമായ മുഖം കിട്ടും.

തങ്ങളുടെ വിഷയങ്ങൾ യഥേഷ്ടം കൈകാര്യം ചെയ്യാൻ സ്വാതന്ത്ര്യമുണ്ടായിരുന്ന റ്റോമോയിൽ, മറ്റുള്ളവരുടെ പ്രവൃത്തികൾ തന്നെ ശല്യപ്പെടുത്തുന്നു എന്ന് ഒരാൾക്കു തോന്നുന്നതുതന്നെ നാണക്കേടായി കരുതിവന്നു. ചുറ്റും നടക്കുന്നതൊന്നും ശ്രദ്ധിക്കാതെ, ഏകാഗ്രതയോടെ സ്വന്തം ജോലികളിൽ മുഴുകാൻ അവർ പരിശീലിക്കപ്പെട്ടിരുന്നു. അതിനാൽ പടംവരപ്പിനൊപ്പം പാടിക്കൊണ്ടിരുന്ന കുട്ടിയെ ആരും ശ്രദ്ധിച്ചതേയില്ല. ഒന്നോ രണ്ടോ പേർ മാത്രം ഒപ്പം കൂടി. മറ്റെല്ലാവരും തങ്ങളുടെ പുസ്തകങ്ങളിൽത്തന്നെ ലയിച്ചിരുന്നു.

ഒരു നാടോടിക്കഥയോ മറ്റോ ആയിരുന്നു ടോട്ടോചാൻ വായിച്ചത്. അത് ഒരു ധനികന്റെ മകളെക്കുറിച്ചായിരുന്നു. ഇടതടവില്ലാതെ കീഴ്ശ്വാസവും ഏമ്പക്കവും വിട്ടുകൊണ്ടിരിക്കുന്ന ശീലമുള്ളതിനാൽ അവൾക്ക് ഒരു വരനെ കിട്ടാതെ മാതാപിതാക്കൾ നന്നേ വിഷമിച്ചു. ഏറെ അധ്വാനത്തിനുശേഷം അവർ ചെക്കനെ കണ്ടുപിടിച്ചു. പക്ഷേ, വിവാഹദിവസം രാത്രി ആകെ പരിഭ്രമിച്ചവശയായ അവൾ പതിവിലും വലിയ ഒരെണ്ണം, അന്നുവരേയ്ക്കും ഉണ്ടായിട്ടില്ലാത്തവിധം കൂറ്റൻ ഒരെണ്ണം പുറത്തേക്കു വിട്ടു. ശക്തിയേറിയ കാറ്റ് അവളുടെ പുതുമണവാളനെ പൊക്കിയെടുത്തു വട്ടം ചുറ്റിക്കാൻ തുടങ്ങി. അവൻ മണിയറയ്ക്കുള്ളിൽ ഏഴും പിന്നെയൊരരയും തവണ പ്രദക്ഷിണംവച്ചു ബോധരഹിതനായി നിലം പതിച്ചു. ആ പാവം മണവാളന്റെ, മുറിക്കുള്ളിൽ പറന്നുനടക്കുന്ന അവസ്ഥയിലുള്ള അസ്സല് ഒരു ചിത്രവുമുണ്ടായിരുന്നു; ചിരിപ്പിച്ചു കൊല്ലുന്ന ഒരു ചിത്രം. പുസ്തകത്തിനേതായാലും തുടർന്ന് ആവശ്യക്കാർ കൂടി.

ചാളയടുക്കിയതുപോലെ റ്റോമോ വിദ്യാർഥികൾ മുഴുവനുമുണ്ട് തീവണ്ടിമുറിയിൽ. ജനാലകളിലൂടെ ചിതറിവീണ പ്രഭാതസൂര്യന്റെ തെളിമയിലിരുന്ന് അവർ ആർത്തിയോടെ പുസ്തകങ്ങൾ കരളുന്നു. ആ കാഴ്ച കണ്ട് കൊബായാഷി മാസ്റ്ററുടെ മനസ്സ് നിറഞ്ഞുതുളുമ്പിയിരിക്കണം; തീർച്ച.

ആ പകൽ മുഴുവനും കുട്ടികൾ ലൈബ്രറിയിൽത്തന്നെ ചെലവഴിച്ചു.

തുടർന്നങ്ങോട്ട് പുറത്തിറങ്ങാനാവാത്ത മഴക്കാലങ്ങളിലും മറ്റു പല പല മുഹൂർത്തങ്ങളിലും അവിടം അവർക്കു പ്രിയപ്പെട്ട സമാഗമസ്ഥാനമായി മാറി.

“ലൈബ്രറിക്കടുത്ത് ഒരു കുളിമുറി പണിഞ്ഞാലോന്നു വിചാരിക്ക്യാ” ഒരു ദിവസം മാസ്റ്റർ പറഞ്ഞു.

കാരണം മറ്റൊന്നുമായിരുന്നില്ല. തങ്ങളുടെ പുസ്തകങ്ങളിൽ ലയിച്ചിരിക്കുന്ന കുട്ടികൾ മൂത്രശങ്ക കലശലായാലും അടക്കിപ്പിടിച്ചിരുന്നു വായന തുടരും. അവസാനനിമിഷത്തിലായിരിക്കും അടിവയർ അമർത്തിപ്പിടിച്ചു വെപ്രാളപ്പെട്ട് അവർ അസംബ്ലിഹാളിനോടു ചേർന്നുള്ള മൂത്രപ്പുരയിലേക്കു പായുക!

മനുഷ്യന്റെ വാല്

ഒരു ദിവസം സ്കൂൾവിട്ട് വീട്ടിലേക്കു മടങ്ങാൻ തുടങ്ങുകയായിരുന്നു ടോട്ടോചാൻ. അപ്പോഴുണ്ട് ഒയെ ഓടിക്കിതച്ചു വരുന്നു. അടുത്തെത്തിയതും അടക്കിപ്പിടിച്ച സ്വരത്തിൽ അവൻ പറഞ്ഞു. "മാസ്റ്റർ ആരെയോ വഴക്കു പറേണു."

"ങേ, എവ്ടെ?" ടോട്ടോചാന് ധൃതിയായി.

അത്തരമൊരു സംഭവത്തെക്കുറിച്ച് അവൾ മുമ്പ് കേട്ടിട്ടുണ്ടായിരുന്നില്ല. മാസ്റ്റർക്കു ദേഷ്യം വരിക! ടോട്ടോചാൻ അമ്പരന്നുപോയി. ഒയെയുടെ മുഖത്തും അമ്പരപ്പ് ദൃശ്യമായിരുന്നു. അവന്റെ ഓടിക്കിതച്ചുള്ള ആ വരവ് തന്നെയും പതിവുള്ളതല്ല.

"അടുക്കളേല്." ഭംഗിയുള്ള കണ്ണുകൾ മലർക്കെ തുറന്ന് ഒയെ പറഞ്ഞു.

"ഉവ്വോ? വാ പോയിനോക്കാം."

അവൾ ഒയെയുടെ കയ്യിൽ പിടിച്ചുവലിച്ചു മാസ്റ്ററുടെ വീട് ലക്ഷ്യമാക്കി ഓടി. അസംബ്ലി ഹാളിനോടു ചേർന്നാണ് മാസ്റ്ററുടെ വീട്. സ്കൂൾ മൈതാനത്തിലേക്കു തുറക്കുന്ന പിൻവശത്തെ വാതിലിനടുത്തായി വരും അടുക്കള. മുമ്പ് കക്കൂസ്കുഴിയിൽ വീണപ്പോൾ ടോട്ടോചാനെ തേച്ചുകുളിപ്പിക്കാനായി ബാത്ത്റൂമിലേക്കു തൂക്കിയെടുത്തുകൊണ്ടുപോയത് ഈ അടുക്കളയിലൂടെയാണ്. ഊണിന് അധികമായി വിതരണം ചെയ്യേണ്ട 'കടലിൽ നിന്നും മലകളിൽ നിന്നുമുള്ള' വിഭവങ്ങൾ പതിവായി തയ്യാറാക്കപ്പെടുന്നതും മാസ്റ്ററുടെ അടുക്കളപ്പുരയിൽത്തന്നെ.

കാൽവിരലുകൾമാത്രം നിലത്തൂന്നി ഇരുവരും അടുക്കളയുടെ ഭാഗത്തേക്കു പമ്മിപ്പമ്മി നീങ്ങുകയായിരുന്നു.

"ങ് ഹും. തകാഹാഷിയോട് അവനൊരു വാലുണ്ടോന്നു തെരക്ക്ക! ഇത്ര വെളിവില്ലാത്തൊരു ചോദ്യം അവനോടു ചോദിക്കാൻ ടീച്ചർക്കെങ്ങനെ തോന്നി?"

അടഞ്ഞ വാതിലിലൂടെ മാസ്റ്ററുടെ അരിശംനിറഞ്ഞ ശബ്ദം കൊച്ചുടോട്ടോയും കൂട്ടുകാരൻ ഒയെയും കേട്ടു.

അവരുടെ ക്ലാസ്ടീച്ചറെയാണ് മാസ്റ്റർ ശാസിക്കുന്നത്.

"ഞാനതു കളിയായി പറഞ്ഞതാണ്," ടീച്ചറുടെ കുറ്റബോധം നിറഞ്ഞ ശബ്ദം ഉയർന്നുകേട്ടു. "ആ ഒരു നിമിഷത്തിൽ വളരെ യാദൃച്ഛികമായിട്ടാണു ഞാനവനെ ശ്രദ്ധിച്ചത്. അവന്റെ ചുറുചു

റുക്കു കണ്ടപ്പൊ പെട്ടെന്നൊരു തമാശ തോന്നി..."

"പക്ഷേ, നിങ്ങൾക്കാ തമാശയുടെ ഗൗരവം മനസ്സിലാവുന്നില്ലേ? തകാഹാഷിയുടെ കാര്യത്തിൽ ഞാൻ എന്തുമാത്രം കരുതലുകളാ എടുത്തിട്ടുള്ളതെന്നറിയാമോ. ഹൊ! അതൊക്കെ നിങ്ങളെ മനസ്സിലാക്കിക്കാൻ ഞാനിനി എന്താ ചെയ്യേണ്ടേ?"

അന്നുരാവിലത്തെ സംഭവം ടോട്ടോചാന് ഓർമ്മവന്നു. മനുഷ്യർ യഥാർഥത്തിൽ വാലുള്ളവരാണ് എന്ന കാര്യം ടീച്ചർ വിശദീകരിക്കുകയായിരുന്നു. കുട്ടികൾക്ക് അതൊരു പെരുത്ത തമാശയായി തോന്നി. 'പരിണാമസിദ്ധാന്തത്തിന് ഒരു മുഖവുര' തുടങ്ങിയ തരം തലക്കെട്ടുകൾകൊണ്ടു വിഷയഗൗരവം വരുത്തി കുട്ടികളെ വിരട്ടാതെ സരസമായ ഒരു ശൈലിയിലാണ് ടീച്ചർ പരിണാമകഥ പറഞ്ഞത്. കുട്ടികൾക്കേതായാലും സംഗതി നന്നായി ബോധിച്ചു. "അപ്പൂപ്പന്മാരുടെ വാലിന്റെ ബാക്കി ഒരൽപം നമുക്കെല്ലാമുണ്ട്. അതിന്റെ പേരാണ് കോക്സൈക്സ്" ടീച്ചർ പറഞ്ഞു. ആ വിചിത്രവിശേഷം കേട്ടതും കുട്ടികളോരോരുത്തരും അമ്പരപ്പോടെ അന്വേഷിക്കാൻ തുടങ്ങി. തന്റേത് എവിടെയാണെന്ന്. പിന്നെ താമസമുണ്ടായില്ല. തീവണ്ടിമുറി ശബ്ദായമാനമായി. ഒടുവിൽ തമാശമട്ടിൽ ടീച്ചർ പറഞ്ഞു, "ചെലപ്പോ ഇക്കൂട്ടത്തിലാർക്കെങ്കിലും അപ്പൂപ്പന്മാരുടേതുപോലെ മുഴുത്ത ഒരു വാല് കാണും! ങ്ഹാ. തകാഹാഷി എന്തു പറയുന്നു. ഒരെണ്ണംണ്ടോ?"

തകാഹാഷി ചാടിയെണീറ്റ് ഉറച്ച നിഷേധഭാവത്തിൽ തലയാട്ടി. "ഇല്യ, എനിക്കു വാലില്യ." സുദൃഢമായ ശബ്ദത്തിൽ അവൻ പറഞ്ഞു.

ടോട്ടോചാനു കാര്യം വ്യക്തമായി. രാവിലത്തെ സംഭവത്തെക്കുറിച്ചാണ് മാസ്റ്റർ സംസാരിക്കുന്നത്. ഇരുവരും വാതിലിനു പിന്നിൽ കാതോർത്തു നിന്നു.

"വാലുണ്ടോ എന്നുള്ള ചോദ്യം തകാഹാഷിയെ വേദനിപ്പിച്ചേക്കുമെന്നു നിങ്ങളാലോചിക്കാത്തതെന്തേ?" ഇപ്പോൾ അദ്ദേഹത്തിന്റെ ശബ്ദം കോപത്തെക്കാളേറേ ദുഃഖംകൊണ്ടു വിങ്ങിയിരുന്നു.

ടീച്ചറുടെ മറുപടി കുട്ടികൾക്കു കേൾക്കാൻ കഴിയുമായിരുന്നില്ല. വാലിന്റെ കാര്യത്തിൽ മാസ്റ്റർ ഇത്രയേറെ കോപിഷ്ഠനാകുന്നതെന്തിനാണ്? കൊച്ചുടോട്ടോയ്ക്ക് എത്ര ആലോചിച്ചിട്ടും പിടി

കിട്ടിയില്ല. "നിനക്കൊരു വാലുണ്ടോ ടോട്ടോ" എന്നോ മറ്റോ മാസ്റ്റർ ചോദിക്കുന്നത് അവൾക്കിഷ്ടമാണ്.

അവൾ തീർച്ചയായും ഒരു തകരാറുമില്ലാത്ത കുട്ടിയാണ്. അത്തരമൊരു ചോദ്യം അവൾക്കു പ്രശ്നമേയല്ല. പക്ഷേ, തകാഹാഷിയുടെ കാര്യം അങ്ങനെയല്ല. അവന്റെ വളർച്ച നിലച്ചിരിക്കുന്നു. അവനത് അറിയുകയും ചെയ്യാം. അതുകൊണ്ടാണു കായികദിനത്തിൽ തകാഹാഷിക്ക് അനായാസം പങ്കെടുക്കാൻ പാകത്തിനുള്ള ഇനങ്ങൾ മാസ്റ്റർ കണ്ടുപിടിച്ചത്. വസ്ത്രമൊന്നും ധരിക്കാതെതന്നെ കുളത്തിലിറങ്ങി നീന്തിത്തുടിക്കാൻ അദ്ദേഹം കുട്ടികളെ അനുവദിക്കാറുണ്ട്. അത് തകാഹാഷിയെപ്പോലുള്ളവരിൽ സ്വന്തം പിരിമിതിയെക്കുറിച്ചുള്ള ബോധം ഇല്ലാതാവാൻ സഹായിക്കുമെന്ന് അദ്ദേഹത്തിനറിയാം. തകാഹാഷിയെയും യാസ്വാക്കിചാനെയും പോലെയുള്ള വികലാംഗരായ കുട്ടികൾക്കുവേണ്ടി മാസ്റ്റർ തനിക്കാവുന്നതെല്ലാം ചെയ്തു. അവരിൽ വികസിക്കാനിടയുള്ള അപകർഷബോധത്തെ മാറ്റിയെടുക്കാനും എല്ലാ ശാരീരിക മാനസികവിഷമങ്ങളിൽനിന്നും അവരെ കരകയറ്റി ആഹ്ലാദചിത്തരാക്കാനും അദ്ദേഹം നന്നേ യത്നിച്ചു. ചുറുചുറുക്കോടെയിരുന്നു എന്ന ഒറ്റക്കാരണംകൊണ്ട് തകാഹാഷിയോടു വാലുണ്ടോ എന്നു തിരക്കാനുള്ള വിവരക്കേട് ഒരാൾക്ക് എങ്ങനെയുണ്ടാകുന്നു എന്നു മാസ്റ്റർക്കു പിടികിട്ടിയില്ല. അദ്ദേഹത്തിന്റെ അടിയുറച്ച ധാരണകൾക്കും വിശാലമായ അറിവിനും അന്യമായ ഒരു സംഗതിയായിരുന്നു അത്.

ടീച്ചർ ആലോചനാശൂന്യമായി അതു ചോദിക്കുമ്പോൾ പതിവു സന്ദർശനത്തിനെത്തിയ മാസ്റ്റർ ക്ലാസ്സിന്റെ പിൻഭാഗത്തു നിൽക്കുകയായിരുന്നു.

അടുക്കളവാതിൽക്കൽ മറഞ്ഞുനിന്നു ടീച്ചറുടെ ഇടറുന്ന ശബ്ദംകൊച്ചുടോട്ടോ കേട്ടു. "ഞാൻചെയ്തതുകടുത്ത തെറ്റായിപ്പോയി" അവർ ശരിക്കും കരയുകയായിരുന്നു. "തകാഹാഷിയോടു ഞാൻ മാപ്പുപറയട്ടെ. മാസ്റ്റർ?"

മാസ്റ്റർ ഒന്നും പറഞ്ഞില്ല. ചില്ലുവാതിലിലൂടെ കൊച്ചുടോട്ടോയ്ക്ക് അദ്ദേഹത്തെ കാണാനാവുമായിരുന്നില്ല. പക്ഷേ, ആ ഒരു നിമിഷത്തിൽ മാസ്റ്ററുടെ അടുക്കലെത്താൻ അവൾ നന്നേ ആഗ്രഹിച്ചു. അവൾക്കറിയാമായിരുന്നില്ല, ഈ നടക്കുന്നതൊക്കെ

എന്തിനെച്ചൊല്ലിയാണെന്ന്. പക്ഷേ, എങ്ങനെയോ ഒന്നവൾ മനസ്സിലാക്കി; മുമ്പത്തേതിലും സ്പഷ്ടമായിത്തന്നെ മനസ്സിലാക്കി- മാസ്റ്റർ തങ്ങളുടെ ചങ്ങാതിയാണ്. ഒയെയ്ക്കും അതുതന്നെയാകും തോന്നിയിരിക്കുക.

ക്ലാസ്ടീച്ചറെ മാസ്റ്റർ ശകാരിച്ച രീതി ടോട്ടോചാൻ ഒരിക്കലും മറന്നില്ല. മറ്റുള്ളവർകൂടി കേൾക്കത്തക്കരീതിയിൽ അധ്യാപകരുടെ മുറിയിൽവച്ച് അതുചെയ്യാതെ മാസ്റ്റർ തന്റെ വീടിന്റെ അടുക്കളയിലേക്ക് അവരെ കൂട്ടിക്കൊണ്ടുപോയി. അദ്ദേഹം ശരിക്കും അദ്ധ്യാപകൻ തന്നെയായിരുന്നുവെന്ന്, ആ വാക്കിന്റെ ഏറ്റവും ഉന്നതമായ അർഥത്തിൽത്തന്നെ അദ്ദേഹം അതായിരുന്നുവെന്ന്, ആ സംഭവം തെളിയിച്ചു; ടോട്ടോചാന് അന്നതു മനസ്സിലായില്ലെങ്കിലും ആ മുഴങ്ങുന്ന ശബ്ദവും അദ്ദേഹത്തിന്റെ വാക്കുകളും എല്ലാക്കാലത്തേക്കുമായി അവളുടെ ഹൃദയത്തിൽ പച്ചപിടിച്ചു കിടന്നു.

വസന്തത്തിന്റെ വരവായി. ടോട്ടോചാന് റ്റോമോ ഗാകുഎനിലെ രണ്ടാമത്തെ വസന്തകാലം; പുതിയൊരു സ്കൂൾ വർഷത്തിന്റെ ആരംഭം.

വീണ്ടും വസന്തം; അവളുടെ രണ്ടാംവർഷം

സ്കൂൾ മൈതാനത്തിലെ മരങ്ങളിലൊക്കെയും തളിരുകൾ പൊട്ടി. തിരക്കിട്ടു വിരിഞ്ഞ പൂക്കളെക്കൊണ്ട് പൂച്ചെടികളും പുൽപ്പരപ്പും നിറഞ്ഞു. ക്രോക്കസുകളും കോളാമ്പിപ്പൂക്കളും ബഹുവർണപ്പൂക്കളായ പാൻസികളും ഒന്നിനുപുറകെ ഒന്നായി തല പുറത്തേക്കിട്ട് റ്റോമോയിലെ കുഞ്ഞുങ്ങളോടു ചോദിച്ചു, “എന്തെല്ലാം കൂട്ടുകാരേ വിശേഷങ്ങൾ?” മൂരിനിവരുമ്പോഴെന്നപോലെ ചീലാന്തിമരങ്ങൾ തങ്ങളുടെ ചില്ലകൾ ആകാശത്തേക്കു നീട്ടി. പാകമെത്തിയ ചെറിയ നാമ്പുകൾ ഇളങ്കാറ്റുകളിൽ വിറപൂണ്ടുനിന്നു; പൊട്ടിവിരിഞ്ഞുനിറയാനുള്ള വെമ്പലോടെ.

നീന്തൽകുളത്തോടു ചേർന്നു കാണുന്ന ചതുരാകൃതിയിലുള്ള ഇടുങ്ങിയ ജലശുദ്ധീകരണ അറയിലെ അന്തേവാസികളായ സ്വർണമത്സ്യങ്ങൾക്കൊപ്പം കറുത്തു തുറുകണ്ണന്മാരും നീന്തിത്തുടിക്കാൻ തുടങ്ങി.

എല്ലാം തിളക്കമാർന്നതും ശുദ്ധവും ചൈതന്യഭരിതവുമായ കാലം. അതു വസന്തർത്തുവാണെന്ന് ആരും പറയാതെ തന്നെ വ്യക്തമായിരുന്നു.

അമ്മയുടെ വിരലിൽ തൂങ്ങി ടോട്ടോചാൻ ആദ്യമായി റ്റോമോഗാക്വെനിലെത്തിയതു കൃത്യം ഒരു വർഷംമുമ്പായിരുന്നു. അന്നു വളരുന്ന വാതിൽ അവളെ ഒരുപാട് അത്ഭുതപ്പെടുത്തുകയും തീവണ്ടിപ്പള്ളിക്കൂടം അവൾക്ക് ഉൾപ്പുളകം പകരുകയും ചെയ്തു. അന്നവൾ തുള്ളിച്ചാടി. ആ ആദ്യദിനത്തിൽത്തന്നെ അവൾ മനസ്സിലാക്കി, ഹെഡ്മാസ്റ്ററായ സൊസാകു കൊബായാഷി തന്റെ ചങ്ങാതിയാണെന്ന്. ഇപ്പോൾ ടോട്ടോചാനും കൂട്ടരും രണ്ടാം സ്റ്റാൻഡേർഡിലായിരിക്കുന്നു. അവർ നിറഞ്ഞാഹ്ലാദിച്ചു. പുത്തൻകൂട്ടുകാരായ ഒന്നാംതരത്തിലെ കുട്ടികളാകട്ടെ, ടോട്ടോചാനും കൂട്ടുകാരും ഒരു വർഷംമുമ്പ് ചെയ്തതുപോലെ വിസ്മയത്തോടെ എമ്പാടും കണ്ണോടിച്ചുകൊണ്ടിരുന്നു.

ടോട്ടോചാനെ സംബന്ധിച്ചിടത്തോളം സംഭവബഹുലമായിരുന്നു ആ വർഷം. ഓരോ അടുത്ത പ്രഭാതത്തെയും അവൾ ആകാംക്ഷയോടെ കാത്തിരുന്നു. തെരുവുപാട്ടുകാരെ അവൾ ഇപ്പോഴും ഇഷ്ടപ്പെട്ടു. പക്ഷേ, മറ്റു പലതും ഇഷ്ടപ്പെടാൻ അവൾ പഠിച്ചുകഴിഞ്ഞിരുന്നു; തനിക്കു ചുറ്റുമുള്ള പലപല കാര്യങ്ങളും. ഒരു പൊതുശല്യമെന്ന കാരണത്താൽ പള്ളിക്കൂടത്തിൽനിന്നു പുറത്താക്കപ്പെട്ട വികൃതിക്കുട്ടി അങ്ങനെ ടോമോയ്ക്ക് അനുയോജ്യമായ ഒരു വിദ്യാർഥിനിയായി വളർന്നു.

റ്റോമോയിലെ വിദ്യാഭ്യാസത്തെക്കുറിച്ചു ചില രക്ഷാകർത്താക്കൾക്ക് ആശങ്കയുണ്ടായിരുന്നു. ടോട്ടോചാന്റെ അച്ഛനമ്മമാർ പോലും റ്റോമോയിലെ രീതികൾ കണ്ട് നെറ്റിചുളിച്ചുപോയ സന്ദർഭങ്ങളുണ്ടായിട്ടുണ്ട്. തങ്ങൾ പ്രത്യക്ഷത്തിൽ കണ്ട ചില കാര്യങ്ങളുടെ മാത്രം അടിസ്ഥാനത്തിൽ ഉപരിപ്ലവമായി കൊബായാഷി മാസ്റ്ററുടെ വിദ്യാഭ്യാസസമ്പ്രദായത്തെ സമീപിച്ചവരും സംശയാലുക്കളുമായ രക്ഷാകർത്താക്കളിൽ ചിലർ തങ്ങളുടെ മക്കളെ അവിടേക്ക് അയച്ചുപോയതോർത്തു വിലപിക്കുകകൂടി ചെയ്തു. അവർ കുട്ടികളെ മറ്റെവിടെയെങ്കിലും ചേർക്കാനുള്ള തത്രപ്പാടിലായി. റ്റോമോയിൽനിന്നു പോകാൻ പക്ഷേ, കുട്ടികൾ ഇഷ്ടപ്പെട്ടില്ല. അവർ കരഞ്ഞു. ഭാഗ്യത്തിന് ടോട്ടോചാന്റെ ക്ലാസ്സിൽ

നിന്ന് ആരും പിരിഞ്ഞുപോയില്ല. മൂന്നാം ക്ലാസിൽ നിന്ന് ഒരാൺകുട്ടി പോയി. തന്റെ നിരാശയും പ്രതിഷേധവും പ്രകടിപ്പിക്കാനെന്നോണം മാസ്റ്ററുടെ മുതുകത്തു മുഷ്ടിചുരുട്ടി ഇടിക്കുമ്പോൾ അവന്റെ കവിളിലൂടെ കണ്ണീരിന്റെ ചാലുകൾ അണപൊട്ടിയൊഴുകുന്നുണ്ടായിരുന്നു. മുട്ടിലെ ചിരങ്ങുകൾ അടർന്നിട്ടുകൂടി അവൻ കാലിട്ടടിച്ചുകൊണ്ടിരുന്നു. മാസ്റ്ററും കരഞ്ഞുപോയി. അദ്ദേഹത്തിന്റെ കണ്ണുകൾ ചുവന്നുകലങ്ങി. ഒടുവിൽ മാതാപിതാക്കൾ അവനെ റ്റോമോയിൽനിന്ന് എന്നെന്നേക്കുമായി കൊണ്ടുപോയി. കണ്ണിൽനിന്നു മറയുംവരെ അവൻ ഇടയ്ക്കിടെ തിരിഞ്ഞുനിന്നു. ഏങ്ങിയേങ്ങി കൈവീശി.

ദുഃഖകരമായ അത്തരം മുഹൂർത്തങ്ങൾ ഏതായാലും അധികമൊന്നുമുണ്ടായില്ല. ടോട്ടോചാൻ ഇപ്പോൾ രണ്ടാംക്ലാസിലായി. കൂടുതൽ കൂടുതൽ ദൈനംദിന വിസ്മയങ്ങൾക്കായി, ആഹ്ലാദത്തിന്റെ നിമിഷങ്ങൾക്കായി അവൾ കാത്തിരുന്നു.

അപ്പോഴേക്കു ടോട്ടോചാന്റെ സ്കൂൾബാഗ് അവളുടെ ചുമലിനോടു നന്നേ ഇണങ്ങിച്ചേർന്നുകഴിഞ്ഞിരുന്നു.

അരയന്നപ്പൊയ്ക

അങ്ങനെയിരിക്കെ ഒരുനാൾ ടോട്ടോചാൻ അച്ഛനോടൊപ്പം ഹിബിയ ഹാളിൽ ബാലെ നൃത്തം കാണാൻ പോയി. 'അരയന്നപ്പൊയ്ക' എന്ന ആ നൃത്തശില്പം ഒരു ഒന്നാംകിട സംഘത്തിന്റേതായിരുന്നു. പശ്ചാത്തലത്തിൽ വയലിൻ സോളോ വായിച്ചത് അച്ഛനാണ്. അന്നവൾ ബാലെ ആദ്യമായി കാണുകയായിരുന്നു. വെട്ടിത്തിളങ്ങുന്ന കിരീടമണിഞ്ഞു വായുവിലൂടെ അനായാസം തെന്നിനീങ്ങുന്ന അരയന്നറാണി അഴകുറ്റ ഒരു യഥാർഥ അരയന്നമെന്നുതന്നെ ടോട്ടോചാനു തോന്നി. ആ അരയന്നസുന്ദരിയുമായി അനുരാഗത്തിലായ രാജകുമാരൻ മറ്റുള്ള അരയന്നങ്ങളെയെല്ലാം തിരസ്കരിച്ച് അവളെ സ്നേഹിച്ചു. ഒടുവിൽ അവരിരുവരും ചേർന്നു പ്രേമപൂർവ്വം നൃത്തംചെയ്യുന്നതോടെയാണു കഥ അവസാനിക്കുന്നത്. ശിൽപം മാത്രമല്ല സംഗീതവും ടോട്ടോചാന് ഒരുപാടിഷ്ടമായി. വീട്ടിലെത്തിയശേഷവും അവളുടെ മനസ്സുനിറയെ 'അരയന്നപ്പൊയ്ക'യായിരുന്നു. പിറ്റേന്ന് ഉറക്കമുണർന്ന ഉടനെ

മുടിപോലും ചീകിയൊതുക്കാതെ അവൾ അടുക്കളയിൽ ജോലി ത്തിരക്കിലായിരുന്ന അമ്മയുടെ അടുക്കലെത്തി.

"ഞാനേയ്, ചാരപ്പണിക്കും പോണില്യ, തെരുവില് പാട്ടുപാ ടാനും പോണില്യ, ടിക്കറ്റ് വിക്കാനും പോണില്യ." അവൾ പറ ഞ്ഞു. "ബാലെ പഠിച്ച് അരയന്നപ്പൊയ്കേല് ചേരാമ്പോവ്വാ!"

"ഉവ്വുവ്വ്," അമ്മ അത്ഭുതമൊന്നും പ്രകടിപ്പിച്ചില്ല.

ബാലെ കാണുന്നത് ആദ്യമായിട്ടായിരുന്നെങ്കിലും, മനോഹ രമായി നൃത്തം ചെയ്യുന്ന ഇസഡോറാ ഡങ്കൺ എന്ന അമേരിക്ക ക്കാരിയെക്കുറിച്ച് ടോട്ടോചാൻ കൊബായാഷി മാസ്റ്ററിൽ നിന്നു കേട്ടറിഞ്ഞിട്ടുണ്ട്. മാസ്റ്ററെപ്പോലെ ഇസഡോറാ ഡങ്കണും ഡാൽക്രോസിന്റെ രീതികളാൽ സ്വാധീനിക്കപ്പെട്ടിരുന്നു. തന്റെ ആരാധനാപാത്രമായ മാസ്റ്റർക്ക് ഇഷ്ടമായിരുന്നതുകൊണ്ട് ഇസ ഡോറാ ഡങ്കണെ അവളും ഇഷ്ടപ്പെട്ടു. അവരുടെ നൃത്തം അവൾ കണ്ടിട്ടില്ല. പക്ഷേ, തനിക്കവരെ നന്നായി അറിയാമെന്ന മട്ടായി രുന്നു ടോട്ടോചാന്റേത്. അങ്ങനെ, ഒരു നർത്തകിയാവുകയാണ് ഏറ്റവും മഹത്തായ കാര്യമെന്ന് അവൾ തീരുമാനിച്ചു.

റ്റോമോയിൽ യൂറിത്ത്മിക്സ് പഠിപ്പിക്കാൻ വരാറുള്ള മാസ്റ്റ റുടെ ഒരു സുഹൃത്ത് അടുത്തൊരിടത്തു നൃത്തപരിശീലനകേന്ദ്രം നടത്തുന്നുണ്ട്. അമ്മ അവിടെ സ്കൂൾസമയം കഴിഞ്ഞു ടോട്ടോ ചാനെ നൃത്തം പഠിപ്പിക്കാനുള്ള ഏർപ്പാടുണ്ടാക്കി. "അത് ചെയ്യ് ടോട്ടോ. ഇതു ചെയ്യ് ടോട്ടോ" എന്നൊന്നും അമ്മ അവളെ നിർബ ന്ധിക്കാറില്ല. അവൾ എന്തിലെങ്കിലും സ്വമേധയാ താൽപര്യം കാട്ടിയാൽ അവർ അനുവാദം കൊടുക്കും. കൂടുതൽ ചോദ്യങ്ങ ളൊന്നുമുണ്ടായിരിക്കില്ല. അവർ തന്നെ മുൻകൈയെടുത്ത് അതി നുള്ള സൗകര്യം ചെയ്തുകൊടുക്കുകയാണു പതിവ്.

'അരയന്നപ്പൊയ്ക'യിൽ തനിക്ക് ആടാനാവുന്ന ദിനം കിനാ വുകണ്ട് കൊച്ചുടോട്ടോ നൃത്തപാഠങ്ങൾ പരിശീലിക്കാൻ തുട ങ്ങി. പക്ഷേ, പരിശീലനകേന്ദ്രത്തിലെ അധ്യാപകന് തന്റേതായ വ്യത്യസ്തരീതികളുണ്ടായിരുന്നു. റ്റോമോയിലേതുപോലുള്ള യൂറിത്ത്മിക്സ് പാഠങ്ങൾ കൂടാതെ പിയാനോ സംഗീതത്തിനും വായ്ത്താരികൾക്കുമൊപ്പം ചിട്ടയായി ചുവടുവയ്ക്കേണ്ടതെങ്ങ നെയെന്ന് അദ്ദേഹം കുട്ടികളെ പഠിപ്പിച്ചു. ചില പ്രസിദ്ധമായ ശീലു കൾ അദ്ദേഹം ആവർത്തിച്ചാവർത്തിച്ച് ഉപയോഗിക്കും. ഉദാഹര

ണത്തിന് ഫ്യൂജി മലകയറുന്ന തീർത്ഥാടകർ ഉരുവിടാറുള്ള 'അഴ ലെല്ലാം കഴുകിയെൻ മനം തെളിക്ക; മാമലതൻ മേൽമുടിയിൽ മരു വുന്നോനെ!' എന്ന പ്രാർഥനയും മറ്റും. അദ്ദേഹം താളമിട്ട് പാടും; 'മാമലതൻ മേൽമുടിയിൽ മരുവുന്നോനെ...' കുട്ടികൾ അതിനനു സരിച്ചു നൃത്തം ചെയ്തുകൊണ്ടിരിക്കെ പൊടുന്നനെ അദ്ദേഹം അലറും, "പോസ്." അതുകേട്ടാലുടൻ കുട്ടികൾ സ്വാഭാവികമായും ഒരു ആകൃതി കൈക്കൊണ്ട് നിശ്ചലരായി നിന്നുകൊള്ളണം. ഒപ്പം അദ്ദേഹവും നിശ്ചലസ്ഥായിയിലാവും. ചിലപ്പോൾ 'സ്വർഗ്ഗത്തി ലേക്കു കൺമിഴിച്ച്' അ്... ആ... എന്ന ആർത്തനാദത്തോടെ; മറ്റുചി ലപ്പോൾ 'അകം ഞെരിയും തൻതല കൈകളാൽ താങ്ങി'യിരി ക്കുന്ന ഒരു ദുഃഖിതനെപ്പോലെ.

അവൾക്കേതായാലും ഈ 'മാമലതൻ മേൽമുടിയിൽ മരുവു ന്നോനെ'യും 'സ്വർഗ്ഗത്തിലേയ്ക്കു കൺമിഴിച്ചുള്ള ആർത്തനാദ വു'മൊന്നും ഇഷ്ടമായില്ല. ടോട്ടോചാൻ മനസ്സിൽ താലോലിച്ചു കൊണ്ടുനടന്നതു മറ്റൊന്നായിരുന്നു; വെട്ടിത്തിളങ്ങുന്ന കിരീ ടവും ഞൊറികളുള്ള വെളുത്ത ഉടയാടകളുമണിഞ്ഞ അരയന്നസു ന്ദരി! അവളുടെ സ്വപ്നം നിറയെ ആ രൂപം മാത്രം.

ഒരു ദിവസം ടോട്ടോചാൻ ധൈര്യമവലംബിച്ചുകൊണ്ട് നൃത്താധ്യാപകന്റെ സമീപം ചെന്നുനിന്നു. പുരുഷനാണെങ്കിലും അദ്ദേഹം തന്റെ ചുരുളൻ മുടി സ്ത്രീകളുടേതുപോലെ നെറ്റിയി ലേക്കു വെട്ടിയിറക്കിയിരുന്നു. കൈകൾ ഹംസത്തിന്റെ ചിറകുക ളെന്നമട്ടിൽ വിടർത്തിപ്പിടിച്ചു മെല്ലെ ഇളക്കിക്കൊണ്ട് ടോട്ടോ ചാൻ ചോദിച്ചു:

"ഇതുപോലെ ഒന്ന് എപ്പഴേലും പഠിപ്പിക്ക്വോ?"

വലിയ വട്ടക്കണ്ണുകളും വളഞ്ഞുപിരിഞ്ഞ മൂക്കുമുള്ള സുന്ദര നായ നൃത്താധ്യാപകൻ ഒരു മന്ദഹാസത്തോടെ പറഞ്ഞു:

"ഇവിടെ നാം അത്തരം നൃത്തം പരിശീലിക്കില്ല."

അതോടെ ടോട്ടോചാൻ നൃത്തപഠനം നിർത്തി. വാസ്തവ ത്തിൽ ബാലെ ഷൂ ധരിക്കാതെ വെറുംകാലിൽ പറക്കുന്നതും നാട കീയമായ 'പോസു'കൾ സ്വയം ആലോചിച്ചുണ്ടാക്കിയെടുക്കു ന്നതും അവൾക്കിഷ്ടമായിരുന്നു. എന്നിരിക്കിലും ആ മിന്നിത്തിള ങ്ങുന്ന കുഞ്ഞുകിരീടം അവൾ ഒരുപാടു കൊതിച്ചു!

"'അരയന്നപ്പൊയ്ക' മനോഹരം തന്നെ," അധ്യാപകൻ പറ

ഞ്ഞു. "പക്ഷേ ടോട്ടോചാൻ, നിന്റെ സ്വന്തം ഭാവനയ്ക്കനുസരിച്ചു നൃത്തംചെയ്യാനുള്ള താൽപര്യം നിനക്കുണ്ടാക്കിത്തരാനാണ് എനിക്കിഷ്ടം."

ആരായിരുന്നു ആ നൃത്താധ്യാപകനെന്ന് ഏറെക്കാലം കഴിയുംമുമ്പുതന്നെ ടോട്ടോചാൻ മനസ്സിലാക്കി– ബകു ഇഷി; പ്രസിദ്ധനായ നൃത്താചാര്യൻ. 'ഫ്രീബാലെ' ജപ്പാൻകാർക്കു പരിചയപ്പെടുത്തിക്കൊടുത്തു എന്നതു മാത്രമല്ല അദ്ദേഹത്തിന്റെ പ്രസക്തി. ആ പ്രദേശത്തിന് 'സ്വാതന്ത്ര്യത്തിന്റെ മലനിര' എന്ന അർഥത്തിൽ ജിയുഗോക എന്ന പേരുനൽകിയതും ബകു ഇഷിയായിരുന്നു. എല്ലാറ്റിനുമുപരി അദ്ദേഹത്തിന് പ്രായം അമ്പതു വയസ്സ്; കൊച്ചു ടോട്ടോയെ സ്വതന്ത്രവും സ്വച്ഛവുമായി നൃത്തമാടുന്നതിലെ ആനന്ദമെന്തെന്നു പഠിപ്പിക്കാൻ ശ്രമിച്ച ആ കാലത്ത്!

കൃഷിമാഷ്

"ഇതാണു നിങ്ങളുടെ ഇന്നത്തെ മാഷ്. അദ്ദേഹം എല്ലാം നേരിട്ട് ചെയ്തുകാണിച്ചു പഠിപ്പിക്കാമ്പോവ്വാ" മാസ്റ്റർ പുതിയ അധ്യാപകനെ പരിചയപ്പെടുത്തി. ടോട്ടോചാൻ പുത്തൻമാഷെ ശ്രദ്ധാപൂർവ്വം നോക്കിക്കണ്ടു. ഒരു അധ്യാപകനു ചേർന്ന മട്ടിലേ അല്ല അദ്ദേഹത്തിന്റെ വസ്ത്രധാരണം. ഒറ്റനോട്ടത്തിൽത്തന്നെ അതു വ്യക്തമായിരുന്നു. ബനിയനുമുകളിൽ മുഷിഞ്ഞ മുറിക്കയ്യൻ ഷർട്ട്. നെക്ടൈയുടെ സ്ഥാനത്തു കഴുത്തിലൂടെ ചുറ്റിയിട്ടിരിക്കുന്ന ഒരു തോർത്ത്. കാലിനോടു പറ്റിച്ചേർന്ന നരയൻ നീല ട്രൗസർ അവിടവിടെയായി കീറിയിട്ടുണ്ട്. ഷൂസിനു പകരം അദ്ദേഹം ധരിച്ചിരുന്നതു പണിക്കാരുടേതുപോലെ അടിവശത്ത് റബ്ബർ പതിപ്പിച്ച ഇടുങ്ങിയ നാടൻകാലുറകളാണ്. തലയിൽ തീർത്തും പഴകിപ്പൊളിഞ്ഞ ഒരു വൈക്കോൽതൊപ്പിയും.

കുട്ടികളെല്ലാം കുഹോൻബത്സു ക്ഷേത്രത്തിനടുത്തുള്ള കുളക്കരയിൽ കൂട്ടംകൂടി നിൽക്കുകയായിരുന്നു.

"ഈ മാഷെ മുമ്പ് കണ്ടിട്ടുണ്ടല്ലോ," ഒന്നുകൂടി ശ്രദ്ധിച്ചുനോക്കിയപ്പോൾ കൊച്ചുടോട്ടോയ്ക്കു സംശയമായി. "പക്ഷേ, എവിടെവച്ച്?" അവൾ അത്ഭുതപ്പെട്ടു. വെയിലേറ്റു കരിവാളിച്ചു ചുളിവുകൾ വീണ മുഖം. അരയിൽ ബെൽറ്റുപോലെ മുറുക്കിക്കെട്ടിയിരി

ക്കുന്ന ചരടും അതിൽ ഞാന്നുകിടക്കുന്ന നീളൻ പുകക്കുഴലും. എല്ലാം മുമ്പെവിടെയോ കണ്ടിട്ടുള്ളതുപോലെ.

"ങാ!" പൊടുന്നനെ അവൾക്കോർമവന്നു.

"നീർച്ചാലിനടുത്ത പാടത്തില് കൃഷിപ്പണി ചെയ്യണ ആള ല്ലേ?" ഉത്സാഹപൂർവ്വം അവൾ ചോദിച്ചു.

"ഉവ്വുവ്വ്," മുഖംചുളിച്ച്, പല്ലു പുറത്തുകാട്ടി ചിരിച്ചുകൊണ്ട് 'അധ്യാപകൻ' പറഞ്ഞു. 'കുഹോൻബത്സുവിലേക്കു നടക്കാനെ റങ്ങുമ്പോഴൊക്കെ നിങ്ങള് അതു വഴിയാ പൂവ്വാറ് ല്ലേ... നെറയെ കടുകിൻപൂക്കളുള്ള പാടംല്ലേ, അത് എന്റെ പാടാ."

"ഹായ്, അപ്പൊ നിങ്ങള് ഞങ്ങടെ ഇന്നത്തെ മാഷാവാമ്പോ ണൂ!" തെല്ലമ്പരപ്പോടെ കുട്ടികൾ ആർത്തുവിളിച്ചു.

"ഏയ്, അല്ല... ല്ല...!" കൈ നിഷേധഭാവത്തിൽ ചലിപ്പിച്ച് തെല്ല് ജാള്യതയോടെ അദ്ദേഹം പറഞ്ഞു, "ഞാൻ മാഷൊന്നുല്ല. ഒരു വെറും കൃഷിക്കാരൻ. പിന്നെ, ങ്ങടെ ഹെഡ് മാസ്റ്റർ വിളിച്ച തോണ്ടു വന്നു. അത്രേള്ളൂ."

"അല്ലല്ല, ഇദ്ദേഹമാണു നിങ്ങളുടെ കൃഷി അധ്യാപകൻ," തൊട്ടടുത്തുതന്നെയുണ്ടായിരുന്ന മാസ്റ്റർ പറഞ്ഞു. "വയലില് കൃഷിയിറക്കുന്നതെങ്ങനെയെന്നു നിങ്ങളെ പഠിപ്പിക്കാംന്ന് ഇദ്ദേഹം അനുകമ്പാപൂർവ്വം സമ്മതിച്ചു. അതായത്, റൊട്ടിയുണ്ടാ ക്കുന്നതു പഠിപ്പിക്കാൻ ഒരു റൊട്ടിക്കാരനെത്തന്നെ കിട്ട്കാന്നു വിചാരിക്യാ. അതുപോലെ." മാസ്റ്റർ അധ്യാപകനോടായി പറ ഞ്ഞു, "നമുക്കു തൊടങ്ങാം. എന്താ ചെയ്യേണ്ടേന്ന് കുട്ട്യോൾക്കു പറഞ്ഞുകൊട്ത്തോളൂ."

ഒരു സാധാരണ എലിമെന്ററിസ്കൂളിലാണെങ്കിൽ, ആരാ യാലും എന്തു വിഷയമായാലും കുട്ടികളെ പഠിപ്പിക്കാൻ അധ്യാപ നയോഗ്യതകൾ ഉണ്ടായേ മതിയാവൂ. പക്ഷേ, കൊബായാഷി മാസ്റ്റർ ഇത്തരം കാര്യങ്ങൾ ആലോചിച്ചു തലപുണ്ണാക്കാറില്ല. കാര്യങ്ങൾ നേരിട്ടുകണ്ടു പഠിക്കുന്നതാണു കുട്ടികളെ സംബന്ധി ച്ചിടത്തോളം പ്രധാനമെന്ന് അദ്ദേഹം കരുതി.

"അപ്പൊ, തൊടങ്ങാം, ല്ലേ..." കൃഷി പഠിപ്പിക്കും മാഷ് കുട്ടിക ളോടായി പറഞ്ഞു.

പാടംപണിക്കായി അവർ ഒത്തുകൂടിയ കുഹോൻബത്സു കുളക്കരയിലെ ആ പ്രദേശത്തിനു സവിശേഷമായൊരു കുളിർമ

യുണ്ടായിരുന്നു. തടാകത്തിനു മുകളിൽ വൃക്ഷത്തലപ്പുകൾ തണൽവീശിനിൽക്കുന്ന പ്രശാന്തമായ ഒരിടം. കൈക്കോട്ട്, മൺകോരി തുടങ്ങി കുട്ടികൾക്കാവശ്യമായ പണിയായുധങ്ങൾ ശേഖരിച്ചുവയ്ക്കാനായി തീവണ്ടിമുറിയുടെ ഒരു കഷണം മാസ്റ്റർ നേരത്തേതന്നെ അവിടെ സ്ഥാപിച്ചിരുന്നു. കൃഷിക്കായി തെരഞ്ഞെടുത്ത ഭൂമിയുടെ ഒത്തമധ്യത്ത് ആ കുഞ്ഞുതീവണ്ടി നിശ്ചലം കിടന്നു.

കൃഷിമാഷിന്റെ നിർദേശപ്രകാരം കുട്ടികൾ തീവണ്ടിമുറിക്കുള്ളിൽ കയറി കൈക്കോട്ടുകളും മറ്റും പുറത്തെടുത്തു. ആദ്യം കളപറിക്കലാണ്. അവർ ജോലിയാരംഭിച്ചു. കളകളെ സംബന്ധിച്ച എല്ലാ കാര്യങ്ങളും മാഷ് കുട്ടികൾക്കു പറഞ്ഞുകൊടുത്തു. അവയുടെ കരുത്തിനെപ്പറ്റി; ചില കളകൾ വിളകളെക്കാൾ തഴച്ചുവളർന്നു സൂര്യനിൽനിന്ന് അവയെ മറച്ചുപിടിക്കുന്നതിനെപ്പറ്റി; അവ എങ്ങനെ അപകടകാരികളായ കീടങ്ങൾക്ക് ഒന്നാന്തരം ഒളിത്താവളങ്ങളാകുന്നു എന്നതിനെപ്പറ്റി; മണ്ണിലെ പോഷകമൂല്യങ്ങളെല്ലാം തിന്നുതീർത്ത് അവ എങ്ങനെ വിളകൾക്ക് ഉപദ്രവകാരികളായിത്തീരുന്നുവെന്നതിനെപ്പറ്റി.... അങ്ങനെയങ്ങനെ അദ്ദേഹം ഓരോന്നോരോന്നായി പഠിപ്പിച്ചു. സംസാരിക്കുന്നതിനിടയിൽ ഒരിക്കൽപ്പോലും അദ്ദേഹം കളപറിക്കൽ നിർത്തിയില്ല. കുട്ടികളും ആ രീതി പിന്തുടർന്നു. തുടർന്നു നിലം കിളച്ചു മറിക്കേണ്ടതെങ്ങനെയെന്നു മാഷ് അവർക്കു കാട്ടിക്കൊടുത്തു. ഉഴവുചാലുകൾ കീറുന്ന രീതി, രാസവളം തളിക്കേണ്ട രീതി തുടങ്ങി പാടത്തു കൃഷിചെയ്യുന്നതിന് അറിഞ്ഞിരിക്കേണ്ട എല്ലാ കാര്യങ്ങളും ക്രമത്തിൽ അദ്ദേഹം വിശദീകരിച്ചു. ഒപ്പം അവയൊക്കെയും ചെയ്തുകാണിക്കുകയും ചെയ്തു.

ഒരു കുഞ്ഞുപാമ്പ് തല പുറത്തേക്കിട്ടു. മുതിർന്ന കുട്ടികളിലൊരാളായ താചാൻ നിന്നിരുന്നതിന് തൊട്ടടുത്ത്. കൃഷിക്കാരൻ മാഷ് അവനെ സമാശ്വസിപ്പിച്ചു. "പേടിക്കേണ്ടാട്ടോ, ഇവിടുള്ള പാമ്പുകൾക്ക് വെഷംല്യ. നമ്മള് അങ്ങോട്ട് ഉപദ്രവിക്കാതിരുന്നാല് അതൊന്നും ചെയ്യില്യ."

പാടത്തു കൃഷിയിറക്കാൻ പഠിപ്പിക്കുന്നതിനിടയിൽ രസകരമായ പലതും അദ്ദേഹം അവർക്കു പറഞ്ഞുകൊടുത്തു. കീടങ്ങളെക്കുറിച്ച്, പക്ഷികളെയും പൂമ്പാറ്റകളെയും കുറിച്ച്, പിന്നെ കാലാവ

സ്ഥാഭേദങ്ങളെക്കുറിച്ച്; എല്ലാമെല്ലാം. സ്വന്തം അനുഭവത്തിലൂടെ കണ്ടെത്തിയതൊക്കെയും കുട്ടികൾക്കു പകർന്നുകൊടുക്കുമ്പോൾ, കാതൽപോലുള്ള, തഴമ്പിച്ച ആ കൈകൾ അവയുടെ സാക്ഷ്യപത്രങ്ങളായി തിളങ്ങി.

കൃഷിക്കാരൻമാഷിന്റെ സഹായത്തോടെ ഞാറുനടീൽ പൂർത്തിയാക്കിയ നിമിഷങ്ങളിൽ കുട്ടികൾ വിയർത്തൊലിക്കുന്നുണ്ടായിരുന്നു. ഒന്നുരണ്ട് ഉഴവുചാലുകൾ ലേശം വളഞ്ഞുപോയി. അതാഴിച്ചാൽ ഏതു രീതിയിലും കുറ്റമറ്റതായിരുന്നു അവരുടെ വിരൽപ്പാടുകൾ വീണ പുത്തൻപാടം.

അന്നുമുതൽ ആ കർഷകനെ റ്റോമോവിദ്യാർഥികൾ തങ്ങളുടെ ഹൃദയത്തിന്റെ ഔന്നത്യങ്ങളിൽ പ്രതിഷ്ഠിച്ചു. അദ്ദേഹത്തെ കാണുമ്പോഴെല്ലാം ദൂരെവച്ചാണെങ്കിൽപ്പോലും അവർ ആർത്തുവിളിക്കും, "ദേ നമ്മുടെ കൃഷിമാഷ് പോണു!" 'മാഷാ'കട്ടെ തന്റെ കൈവശം ബാക്കിവരുന്ന വളവും മറ്റും കുട്ടികളുടെ പാടത്തു കൊണ്ടുവന്നു വിതറും. അങ്ങനെ അവരുടെ ധാന്യച്ചെടികൾ തഴച്ചുവളരാൻ തുടങ്ങി. കുട്ടികളിലാരെങ്കിലുമൊരാൾ ദിവസേന പാടം സന്ദർശിച്ചു വിവരങ്ങൾ മാസ്റ്ററെയും മറ്റുള്ളവരെയും അറിയിക്കും. സ്വന്തം കൈകളാൽ വിതച്ച വിത്തുകൾ നാമ്പെടുക്കുമ്പോൾ അതു കണ്ടുനിൽക്കുന്ന മനുഷ്യന്റെ വിസ്മയാഹ്ലാദങ്ങളെന്തെന്നു കുട്ടികൾ അനുഭവിച്ചറിഞ്ഞു. രണ്ടോ മൂന്നോ പേർ ഒത്തുചേരുന്നിടത്തെല്ലാം അവരുടെ ചർച്ച തങ്ങളുടെ പാടത്തിന്റെ പുരോഗതിയിലേക്കു തിരിയുക ഒരു പതിവായി മാറി.

ലോകത്തിന്റെ വിവിധ കോണുകളിൽ അതിദാരുണമായതു പലതും സംഭവിക്കാൻ തുടങ്ങുകയായിരുന്നു. പക്ഷേ, റ്റോമോയിലെ കുഞ്ഞുങ്ങൾ അവരുടെ ഇത്തിരിയോളം പോന്ന പാടത്തെക്കുറിച്ചാലോചിച്ചു. അവർക്കുമേൽ അപ്പോഴും ശാന്തിയുടെയും സമാധാനത്തിന്റെയും ഹൃദ്യമായ ഒരാവരണം വീണുകിടന്നിരുന്നു.

തുറന്ന പാചകശാല

ഒരു ദിവസം പള്ളിക്കൂടം വിട്ടതും ടോട്ടോചാൻ ആരോടും ഒരക്ഷരമുരിയാടാതെ, യാത്രചോദിക്കുകകൂടി ചെയ്യാതെ ജിയുഗോക

സ്റ്റേഷനിലേക്കു വച്ചുപിടിച്ചു. "ഇടിവെട്ടിമലയിടുക്കിൽ തുറന്ന പാചകശാല, ഇടിവെട്ടിമലയിടുക്കിൽ തുറന്ന പാചകശാല..." സ്വയമെന്നോണം അവൾ പിറുപിറുത്തുകൊണ്ടിരുന്നു.

അത് ഒരു കൊച്ചുകുട്ടിയുടെ നാവിനു താങ്ങാനാവാത്ത പ്രയോഗം തന്നെ; സംശയമില്ല. പക്ഷേ, ചിത്രകഥാപരമ്പരകളിലൊന്നായ റക്യൂഗോക്കഥയിലെ, കിണറ്റിൽ വീണ് ആളറിയാതെ മുങ്ങിച്ചത്ത അ കഥാപാത്രത്തിന്റെ നെടുനീളൻപേരിനോളം കുഴപ്പംപിടിച്ചതല്ല. ഏതായാലും ടോട്ടോചാന് അത് അതീവശ്രദ്ധയോടെ ഉരുവിടുകയേ നിവൃത്തിയുള്ളൂ. ഇതിനിടയിലെങ്ങാനും ആരെങ്കിലും അടുത്തുവന്നു 'ജുഗെമു-ജുഗെമു...' എന്നാരംഭിക്കുന്ന ആ പ്രസിദ്ധമായ നെടുങ്കൻപേരെങ്ങാനും പറയാൻ തുടങ്ങിയാലോ, 'ഇടിവെട്ടിമലയിടുക്ക്' അപ്പടി മറന്നതുതന്നെ. എന്തിന്, ചെളിക്കുണ്ടുകൾ ചാടിക്കടക്കുമ്പോൾ പതിവുപോലെ, "ഒന്നു ചാടിക്കോട്ടെ" എന്നു പറഞ്ഞാൽപ്പോലും സംഗതി കുഴയും. അവൾക്കു വേറെ നിർവ്വാഹമുണ്ടായിരുന്നില്ല. അതു നിരന്തരം ഉരുവിട്ടുകൊണ്ടിരിക്കാൻ തന്നെ അവൾ തീരുമാനിച്ചു. "ഇടിവെട്ടിമലയിടുക്കിൽ തുറന്ന പാചകശാല, ഇടിവെട്ടിമലയിടുക്കിൽ..." ഭാഗ്യത്തിന് തീവണ്ടിയിൽ ആരും അവളോടു സൊറ പറയാനെത്തിയില്ല. രസകരമായ മറ്റെന്തെങ്കിലും കണ്ണിൽപ്പെടാതിരിക്കാൻ അവളും ശ്രദ്ധിച്ചു. അതുകൊണ്ടേതായാലും തന്റെ സ്റ്റേഷനെത്തിയപ്പോൾ പുതിയ കൗതുകങ്ങളൊന്നുമില്ലാതെ തന്നെ ടോട്ടോചാൻ പുറത്തിറങ്ങി. പക്ഷേ, സ്റ്റേഷന്റെ പടികടക്കാൻ തുടങ്ങുമ്പോഴുണ്ട് അതാ അവൾക്കു പരിചയമുള്ള ഒരു റെയിൽവേ ജീവനക്കാരൻ എതിരെ വരുന്നു. "ഹലോ ഇന്നു നേരത്തെയാണല്ലേ," അയാൾ ചോദിച്ചു. മറുപടി പറയാൻ തുടങ്ങിയതാണ്. പക്ഷേ, സംഗതി വീണ്ടും കുഴപ്പത്തിലാകുമെന്നു മനസ്സിലാക്കി അവൾ സ്വയം നിയന്ത്രിച്ചു. അയാൾക്കു കൈവീശി യാത്ര പറഞ്ഞുകൊണ്ടു വീട്ടിലേക്കോടി.

ഗേറ്റുകടന്നതും തൊണ്ടുപൊട്ടുമാറുച്ചത്തിൽ അവൾ അമ്മയെ വിവരമറിയിച്ചു. "ഇടിവെട്ടിമലയിടുക്കിൽ തുറന്ന പാചകശാല!" ജൂഡോക്കാരുടെ പോർവിളിയോ നാൽപ്പത്തേഴംഗ ചാവേർസൈന്യത്തിന്റെ ആക്രമണമോ ആണു മകൾ അനുകരിക്കുന്നതെന്നായിരുന്നു അമ്മ ആദ്യം കരുതിയത്. അടുത്ത നിമിഷ

ത്തിൽത്തന്നെ അവർക്കു കാര്യം പിടികിട്ടി. ജിയുഗോക യിൽനിന്നു മൂന്നു സ്റ്റേഷൻ അപ്പുറത്തുള്ള തൊദോരോകി റെയിൽവേ സ്റ്റേഷനടുത്തായി പ്രകൃതിരമണീയമായ ഒരു പ്രദേശ മുണ്ട്. അവിടമാണു തൊദോരോ കി കിയ്കോകു അഥവാ ഇടിവെ ട്ടിമലയിടുക്ക്. ഒരു വെള്ളച്ചാട്ടവും നീർച്ചാലും പച്ചിലക്കാടുകളും ചേർന്നു ചാരുതയാർന്ന അവിടം പഴയ ടോക്കിയോ നഗരത്തിലെ പ്രസിദ്ധിയാർജ്ജിച്ച പ്രദേശങ്ങളിലൊന്നാണ്. അവിടെ, തുറന്ന പാചകശാല, അതായത്, കുട്ടികൾ അവിടെ തുറന്ന പുൽമേട്ടിലി രുന്നു പാചകം ചെയ്യാൻ പോകുന്നു എന്നർഥം. ഇത്രയും കടുത്ത ഒരു പ്രയോഗം കുട്ടികളെ എങ്ങനെയാണാവോ പഠിപ്പിക്കുക? അമ്മ അത്ഭുതപ്പെട്ടു. പക്ഷേ, കുഞ്ഞുങ്ങളുടെ കുതൂഹലത്തിന് എന്തും ലളിതമായി മനസ്സിലാക്കാനാവുമെന്നു തെളിയിച്ചു കൊണ്ട് ടോട്ടോചാൻ അതു ഹൃദിസ്ഥമാക്കിക്കഴിഞ്ഞിരുന്നു.

കുഴപ്പംപിടിച്ച ആ വാക്യത്തിന്റെ കുരുക്കിൽനിന്നു മോചനം കിട്ടിയതിലുള്ള സന്തോഷത്തോടെ പരിപാടിയുടെ വിശദാംശ ങ്ങൾ ഓരോന്നായി ടോട്ടോചാൻ അമ്മയെ വിവരിച്ചു കേൾപ്പിച്ചു. വരുന്ന വെള്ളിയാഴ്ച പ്രഭാതത്തിൽ കുട്ടികളെല്ലാം സ്കൂളിൽ ഒത്തുചേരും. ഒരു ചോറ്റുപാത്രം, സൂപ്പ് ഒഴിക്കാനുള്ള കിണ്ണം, ചോപ്പ്സ്റ്റിക്കുകൾ (ജപ്പാൻ, ചൈന, കൊറിയ തുടങ്ങിയ സ്ഥലങ്ങ ളിൽ ഭക്ഷണം കഴിക്കാനുപയോഗിക്കുന്ന ഒരുതരം കോൽ), ഒരു നാഴി അരി- ഇത്രയും കൊണ്ടുചെല്ലണം. പന്നിസൂപ്പുണ്ടാക്കാനും പദ്ധതിയുണ്ട്. അതുകൊണ്ട് കുറച്ചു പന്നിയിറച്ചിയും പച്ചക്കറി കളും കൂടിവേണം. പിന്നെ ഇടയ്ക്കു ലഘുഭക്ഷണമോ മറ്റോ വേണമെന്നുണ്ടെങ്കിൽ അതും കരുതാവുന്നതാണ്.

“ങാ! പിന്നെ പാചകം ചെയ്തുകഴിയുമ്പൊ രണ്ടുപാത്രോം നെറഞ്ഞുകവിയുംന്ന് മാസ്റ്റർ പ്രത്യേകം പറഞ്ഞു ട്ടോ!” അവൾ വിട്ടുപോയൊരു കാര്യംകൂടി ഓർമിപ്പിച്ചു.

തുടർന്നുള്ള ഏതാനും ദിവസങ്ങളിൽ ടോട്ടോചാൻ അടുക്കള യിൽ അമ്മയെ ചുറ്റിപ്പറ്റി നിൽക്കാൻ തുടങ്ങി. അമ്മ കറിക്കത്തി കൈകാര്യം ചെയ്യുന്നത്, ചട്ടിയും കലവും ഉപയോഗിക്കുന്നത്, അരി കഴുകി അടുപ്പത്തിടുന്നത്, എല്ലാം സസൂക്ഷ്മം നിരീക്ഷിച്ചു. അമ്മയുടെ അടുക്കളപ്പണി കണ്ടുനിൽക്കാൻ നല്ല രസമായിരുന്നു. പക്ഷേ, അവളെ കൂടുതൽ ആകർഷിച്ചതു മറ്റൊന്നാണ്. തിള

യ്ക്കുന്ന പാത്രത്തിന്റെ മൂടിയോ മറ്റോ വലിച്ചെടുക്കുമ്പോൾ ഒരു പ്രത്യേകശൈലിയിൽ അമ്മ പറയും. "ശ്ശോ, എന്തൊരു ചൂട്!" എന്നിട്ട് തിടുക്കത്തിൽ തള്ളവിരലും ചൂണ്ടുവിരലും ചെവിമടക്കിയിലേയ്ക്കു തിരുകും.

"അതേയ്, ചെവീടെ മടക്ക് നന്നേ തണുത്താ..." അമ്മ വിശദീകരിച്ചു.

കൈവലിച്ചെടുക്കുന്ന ആകർഷകമായ ആ ശൈലി അമ്മയുടെ പ്രായത്തിന്റെയും അടുക്കളപ്പണിയിലെ തഴക്കത്തിന്റെയും സവിശേഷലക്ഷണമായി ടോട്ടോചാൻ കരുതി. അവൾ സ്വയം മന്ത്രിച്ചു. "ഇടിവെട്ടി മലയിടുക്കിലെ തൊറന്ന പാചകശാലേല് ഞാനും ഇതേമാതിരി ചെയ്യും, തീർച്ച!"

അങ്ങനെ കാത്തുകാത്തിരുന്ന വെള്ളിയാഴ്ച വന്നെത്തി. ട്രെയിനിൽനിന്നിറങ്ങി കാൽനടയായി അവർ ഇടിവെട്ടിമലയിടുക്കിലെത്തി. മാസ്റ്റർ പച്ചിലക്കാടുകളുടെ തണലിൽ കൂട്ടംകൂടി നിന്ന കുട്ടികളുടെ എണ്ണമെടുത്തു. വൃക്ഷത്തലപ്പുകളിലൂടെ അരിച്ചിറങ്ങിയ ഇളംവെയിലിൽ അവരുടെ കുഞ്ഞുമുഖങ്ങൾ തുടുത്തു. തടിച്ചുവീർത്ത മാറാപ്പുകളുമായി മാസ്റ്ററുടെ വാക്കുകൾക്കു കാതോർത്തു കുട്ടികൾ നിന്നു. അങ്ങുദൂരെ, മലയിടുക്കിൽനിന്നു ചിതറിവീഴുന്ന വിശ്രുതമായ ജലപാതത്തിന്റെ ഹുങ്കാരശബ്ദം അവരുടെ നിശ്ശബ്ദതക്കു നേർത്തൊരു താളഭംഗി പകർന്നുകൊണ്ടിരുന്നു.

'ങാ, ഇനി നമുക്കാരംഭിക്കാം" മാസ്റ്റർ പറഞ്ഞു. "ആദ്യം എല്ലാരും കൊച്ചുകൊച്ചുസംഘങ്ങളായി തിരിയണം. എന്നിട്ട് അടുപ്പുകൂട്ടിത്തുടങ്ങാം. ചുടുകല്ലുകൾ നാം കൊണ്ടുവന്നിട്ടുണ്ട്. കുറച്ചുപേർക്കു അരികഴുകി തയ്യാറാക്കിവയ്ക്കാം. ദാ ഇവിടെ അടുത്തുതന്നെയാണു നീർച്ചാൽ. ങും... പിന്നെ പന്നിസൂപ്പുണ്ടാക്കൽ. അത് ഏറ്റവും അവസാനം. എന്താ നമുക്കു തുടങ്ങാം."

'കല്ല് കത്രിക കടലാസ്' പ്രയോഗിച്ചു കുട്ടികൾ സംഘം തിരിഞ്ഞു. അവർ അമ്പതുപേരേ ഉണ്ടായിരുന്നുള്ളുവെങ്കിലും ആറുഗ്രൂപ്പുകളായിത്തിരിയാൻ പ്രയാസമുണ്ടായില്ല. കുഴികൾ കുഴിച്ചു ചുറ്റും ഇഷ്ടികയടുക്കി. പാത്രം താങ്ങിനിർത്തുന്ന നേർത്ത കമ്പികൾ കുറുകെ സ്ഥാപിച്ചു. ഒരറ്റത്ത് ആ ജോലികൾ നടക്കുമ്പോൾ മറ്റൊരു സംഘം വിറകുശേഖരിക്കാനായി കാട്ടിലേക്കു കയറി. ഇനിയുമൊരു കൂട്ടർ കഴുകാനുള്ള അരിയുമെടുത്തു നീർച്ചാലിന്റെ കരയിലേക്കു പോയി. ഓരോ പ്രവൃത്തിയും കുട്ടികൾ സ്വയം ഏറ്റെടുക്കുകയായിരുന്നു. പച്ചക്കറി മുഴുവൻ താൻ അരിഞ്ഞുകൊള്ളാമെന്നു ടോട്ടോചാൻ സമ്മതിച്ചു. പന്നിസൂപ്പിന്റെ ചുമതലയും അവൾക്കുതന്നെ. അവളെക്കാൾ രണ്ടുവർഷം മൂപ്പുള്ള ഒരാൺകുട്ടിയും പച്ചക്കറിനുറുക്കാൻ ഒപ്പംകൂടി. പക്ഷേ, അവൻ മുറിച്ചിട്ട കഷണങ്ങൾ ആവശ്യത്തിലേറെ വലിയവയോ തീരെ ചെറിയവയോ ആയിരുന്നു. അതു ജോലി ഇരട്ടിയാക്കി. കാര്യമെന്തൊക്കെയായാലും അർപ്പണബുദ്ധിയോടെ അധ്വാനിക്കുന്നുണ്ടായിരുന്നു അവൻ. അവന്റെ മൂക്കിൻതുഞ്ചത്തു പൊടിഞ്ഞ സ്വേദകണങ്ങൾ വെയിലിൽ വെട്ടിത്തിളങ്ങി. ടോട്ടോചാനാകട്ടെ അമ്മയെ

അനുകരിച്ചു വഴുതനങ്ങ, ഉരുളക്കിഴങ്ങ്, ഉള്ളി, കാബേജ് തുടങ്ങി കുട്ടികൾ കൊണ്ടുവന്ന പച്ചക്കറിയിനങ്ങൾ മുഴുവനും ശരിയായ വലിപ്പത്തിൽ അരിഞ്ഞിട്ടുകൊണ്ടിരുന്നു. കുറച്ച് അച്ചാറ് അവൾ സ്വകാര്യമായി ഉണ്ടാക്കുകയും ചെയ്തു. വഴുതനയും വെള്ളരിക്കയും നേരിയ കഷണങ്ങളാക്കി അവയിൽ ഉപ്പ് തളിച്ചു നന്നായി ഇളക്കിയെടുത്ത രസികൻ അച്ചാറ്. ജോലിക്കിടയിൽ അബദ്ധങ്ങൾ കാട്ടിയ ചില വലിയ കുട്ടികൾക്കു അവളുടെ വക ചില്ലറ ഉപദേശങ്ങളുമുണ്ടായിരുന്നു. താൻ ശരിക്കുമൊരു വീട്ടമ്മയായിക്കഴിഞ്ഞു എന്നുതന്നെ കൊച്ചുടോട്ടോ വിചാരിച്ചു. അവളുണ്ടാക്കിയ അച്ചാറാകട്ടെ എല്ലാവരിലും വലിയ മതിപ്പുളവാക്കി.

“ഞാനേയ്, അച്ചാറ് ഒന്ന് ശ്രമിച്ചുനോക്കീന്നേള്ളു, ട്ടോ” അവൾ വിനയപുരസ്സരം പ്രഖ്യാപിച്ചു.

പന്നിസൂപ്പിൽ മസാലയും മറ്റു വാസനപ്പൊടികളും ചേർക്കാൻ നേരം എല്ലാവരുടെയും മൂക്കുകൾ തനിയെ വിടർന്നു. “ഹയ്യാ!” “ഹാ...!” “ശ്ശ്... ശ്...” ഭ്രമം നിറഞ്ഞ അപശബ്ദങ്ങൾ വിവിധ കോണുകളിൽനിന്നുയർന്നു; ഒപ്പം നീണ്ടുനിൽക്കുന്ന പൊട്ടിച്ചിരികളും. ആ കോലാഹലത്തിൽ പങ്കുചേർന്ന്, പച്ചിലച്ചാർത്തിലിരുന്ന കിളികൾകൂടി കലപില കൂട്ടി. ഓരോ സൂപ്പുകലങ്ങളിൽനിന്നും കൊതിപ്പിക്കുന്ന മണം ഒഴുകിപ്പരന്നു. അടുപ്പിൽക്കിടന്ന് എന്തെങ്കിലും വേകുന്നത് അവരിലാരും തന്നെ അന്നേവരെ നോക്കിനിന്നിട്ടില്ല. തീയുടെ ചൂട് നിയന്ത്രിക്കേണ്ടതെങ്ങനെയെന്ന് അവർക്കറിവുണ്ടായിരുന്നില്ല. മുന്നിലെ തീൻമേശയിൽ വിളമ്പിവച്ചിരിക്കുന്നതെടുത്തു ഭക്ഷിക്കുക; അത്രമാത്രമേ അവർ പരിചയിച്ചിട്ടുള്ളു. തുറന്ന പാചകശാല അവർക്കു പകർന്നുകൊടുത്തതു പുതിയ അറിവുകളാണ്. ആഹാരം സ്വയമുണ്ടാക്കുന്നതിലെ ആഹ്ലാദം, അതിന്റെ കിതപ്പും തളർച്ചയും, പാചകത്തിനിടയിൽ ഓരോ ചേരുവകൾക്കും വന്നുചേരുന്ന വിസ്മയകരമായ മാറ്റങ്ങൾ - എല്ലാ അർഥത്തിലും അത് ആവേശകരമായ ഒരു പുത്തൻ അനുഭവമായിരുന്നു.

എല്ലാ ഇഷ്ടികയടുപ്പുകളിലും വിഭവങ്ങൾ തയ്യാറായിക്കഴിഞ്ഞു. പുൽപ്പരപ്പിൽ എല്ലാവർക്കും വട്ടംകൂടിയിരിക്കാൻ പാകത്തിൽ ഒരിടം മാസ്റ്റർ കണ്ടെത്തി. ഓരോ സംഘത്തിന്റെയും അടുപ്പിനുമുന്നിലായി ഓരോ കലം ചോറും ഓരോ കലം സൂപ്പുമുണ്ടാ

യിരുന്നു. അവ, ഊണിനൊരുക്കിയ സ്ഥലത്തേക്കു കൊണ്ടുപോകാൻ തുടങ്ങിയപ്പോഴാണു താൻ മുന്നേ മനസ്സിലുറപ്പിച്ചിരുന്ന ഒരു കാര്യം ടോട്ടോചാൻ ഓർത്തത്. അമ്മയുടെ ചൂടുനോക്കൽ വിദ്യ! അതൊന്ന് അഭിനയിച്ചുകാണിച്ചശേഷമേ അവൾ തന്റെ സംഘത്തിന്റെ വിഭവങ്ങൾ കൊണ്ടുപോകാൻ അനുവദിച്ചുള്ളൂ. മൂടി വലിച്ചെടുത്തുകൊണ്ട് അവൾ പ്രകടമായ കൃത്രിമത്വത്തോടെ പ്രഖ്യാപിച്ചു. "ശ്ശോ, എന്തൊരു ചൂട്!" ശേഷം ഇരുകൈയിലെയും വിരലുകൾ ചെവിമടക്കുകളിൽ തിരുകി. ടോട്ടോചാന് തൃപ്തിയായി. അവൾ പറഞ്ഞു, "ഇനി കൊണ്ടുപോവ്വാം!" ഒടുവിൽ മുറപ്രകാരം ആ കലവും ഭക്ഷണസ്ഥലത്തേക്കു മാറ്റി. എന്താണു സംഭവിക്കുന്നതെന്ന് അത്ഭുതപ്പെട്ട് കുട്ടികൾ അവിടെ വട്ടംകൂടിയിരിക്കുകയായിരുന്നു. മറ്റാരിലും അത്ര മതിപ്പുളവാക്കിയില്ലെങ്കിലും ടോട്ടോചാന് തന്റെ പ്രകടനത്തിൽ നിഷ്കപടമായ സംതൃപ്തി തോന്നി. മുന്നിലിരിക്കുന്ന ചോറ്റുപാത്രത്തിലും തിളയ്ക്കുന്ന സൂപ്പുപാത്രത്തിലുമായിരുന്നു എല്ലാവരുടെയും കണ്ണുകൾ. കുട്ടികൾ വിശന്നുവലഞ്ഞിരുന്നു. പക്ഷേ, ആ വിഭവങ്ങളെല്ലാം അവർ സ്വയമുണ്ടാക്കിയതാണ് എന്നതാകുന്നു പ്രഥമവും പ്രധാനവുമായ കാര്യം!

റ്റോമോയിലെ അമ്പതു കുട്ടികളും ഒന്നിച്ചു പാടി.

"ചവച്ചരച്ചിറക്കിടാം കഴിച്ചിടുന്നതൊക്കെയും..."

'ഞാൻ വിനയപൂർവ്വം ഇതിൽ പങ്കുചേരുന്നു' എന്ന 'ഇറ്റാദാകിമാസു' ഉരുവിട്ടശേഷം പച്ചിലക്കാടിനു നടുവിൽ എല്ലാം ശാന്തമായി. ദൂരെ വിശ്രുതമായ ജലപാതം വീണുതകരുന്ന മുഴക്കം മാത്രം.

"നേരായിട്ടും നീയൊരു നല്ല കുട്ട്യാ"

"ദാ നോക്ക്, നേരായിട്ടും നീയൊരു നല്ല കുട്ട്യാ"

ടോട്ടോചാനെ കാണുമ്പോഴെല്ലാം മാസ്റ്റർ ഈ വാക്കുകൾ ആവർത്തിക്കും. ഓരോ തവണയും അവൾ ചിരിക്കും. തുള്ളിച്ചാടിക്കൊണ്ടു പറയും. "ഉവ്വ്, ഞാൻ നല്ല കുട്ട്യാ" അങ്ങനെതന്നെ അവൾ വിശ്വസിക്കുകയും ചെയ്തു.

സംശയമില്ല, പലതുകൊണ്ടും ഒരു നല്ല കുട്ടിയായിരുന്നു ടോട്ടോചാൻ. എല്ലാവരോടും കാരുണ്യത്തോടെ പെരുമാറും;

പ്രത്യേകിച്ചും വികലാംഗരായ കുട്ടുകാരോട്. അവൾ അവർക്കു വേണ്ടി ന്യായവാദം നടത്തും. മറ്റു പള്ളിക്കൂടങ്ങളിലെ കുട്ടികൾ അവരോടു ക്രൂരമായി പെരുമാറിയാൽ, തന്റെ കരച്ചിലിലാണു സംഗതി അവസാനിക്കുന്നതെങ്കിൽക്കൂടി, അവൾ അവരോടു ശണ്ഠകൂടാൻചെല്ലും. മുറിവേറ്റജന്തുക്കളോടും അവൾക്ക് അനുകമ്പയാണ്. അവയെ തനിക്കാവുംവിധം പരിചരിക്കും. ഇതൊക്കെയാണെങ്കിലും, അസാധാരണമെന്നു തനിക്കു തോന്നുന്ന എന്തിന്റെയെങ്കിലും പിന്നാലെ തീവ്രമായ ജിജ്ഞാസയോടെ ഇറങ്ങിത്തിരിച്ച്, അവൾ ചെന്നുവീഴാറുള്ള കുഴപ്പങ്ങളുടെ എണ്ണം വിരലിലെണ്ണാവുന്നതല്ല. അത് അധ്യാപകരെ തുടർച്ചയായി അമ്പരപ്പിച്ചുകൊണ്ടിരുന്നു.

രാവിലെ അസംബ്ലിയിലേക്കു വരിവരിയായി നീങ്ങുന്ന വേളയിൽ തന്റെ പന്നിവാല് ഇരുകൈകളുംകൊണ്ട് പിൻവശത്തേക്കു വലിച്ചുരസിക്കുക തുടങ്ങി എന്തെങ്കിലുമൊക്കെ അവൾ എല്ലായ്പ്പോഴും ആവർത്തിച്ചുകൊണ്ടിരിക്കും. ഒരിക്കൽ ടോട്ടോചാൻ ഒരു രഹസ്യവാതിൽ കണ്ടെത്തി. അന്നു ക്ലാസ്മുറി അടിച്ചുവാരാനുള്ള അവളുടെ ഊഴമായിരുന്നു. അവളുടെ സൂക്ഷ്മനേത്രങ്ങൾ തറയിൽ ഒരു രഹസ്യവാതിലിന്റെ മൂടിയിൽ ചെന്നു തറഞ്ഞു. അതു വലിച്ചുതുറന്നു ചവറുകൾ മുഴുവനും അവൾ ആ ദ്വാരത്തിലേക്കു നിക്ഷേപിച്ചു. ശരിക്കുമൊരു ട്രെയിനായിരുന്നകാലത്ത് അതിന്റെ യന്ത്രസംവിധാനം പരിശോധിക്കാനുള്ള സജ്ജീകരണമായിരുന്നു യഥാർഥത്തിൽ ആ വാതിൽ. അതു തിരികെ അടയ്ക്കാൻ അവൾക്കു കഴിഞ്ഞില്ല. മറ്റുള്ളവർക്കും അതുണ്ടാക്കിയ തലവേദന ചില്ലറയൊന്നുമല്ല. ഇനി മറ്റൊരു സംഭവം നോക്കൂ. ഇറച്ചി കൊളുത്തിൽ തൂങ്ങിക്കിടക്കുന്നതെങ്ങനെയെന്ന് ആരോ അവൾക്കു വിവരിച്ചുകൊടുത്തു. അവൾ നേരെച്ചെന്ന് എക്സർസൈസ് ബാറിന്റെ ഉയരത്തിലേക്കു വലിഞ്ഞുകയറി ഒറ്റക്കൈയിൽ കീഴ്പ്പോട്ടു ഞാന്നുകിടപ്പായി. ഒടുവിൽ അതുവഴി കടന്നുപോയ ഒരു അധ്യാപകൻ ആ കാഴ്ച കണ്ട് കാര്യമെന്താണെന്നു തിരക്കി. “ഇന്നേയ്, ഞാനെറച്ചിയാ, കടേല് തൂങ്ങിക്കെടക്ക്ണ എറച്ചി!” ശബ്ദമൊന്നുയർത്തി അതു പറഞ്ഞതും പിടിവിട്ട് പൊത്തോന്നു താഴെ! ഭയംകൊണ്ട് അവളുടെ ചങ്കു പറിഞ്ഞുപോയി. പിന്നീട് ആ പകൽ മുഴുവനും ഒരക്ഷരം ഉരിയാടാൻ അവൾക്കു

കഴിഞ്ഞില്ല. ഇനിയുമുണ്ട് ഒരുപാട് സാഹസങ്ങൾ കക്കൂസുകുഴിയിൽ ചാടിയതുപോലെ ഒരുപാടൊരുപാട്.

ഇത്തരം അബദ്ധങ്ങൾ അന്തമില്ലാതെ ആവർത്തിക്കുകയും ശരീരം മുറിയുകയും ചതയുകയും ചെയ്തിട്ടും മാസ്റ്റർ അവളുടെ അച്ഛനമ്മമാരെ വിളിച്ചുവരുത്തിയില്ല. മറ്റു കുട്ടികളുടെ കാര്യത്തിലും ഇതേ സമീപനംതന്നെയായിരുന്നു അദ്ദേഹത്തിന്റേത്. പ്രശ്നങ്ങൾ എല്ലായ്പ്പോഴും മാസ്റ്റർക്കും കുട്ടികൾക്കുമിടയിൽ പരിഹരിക്കപ്പെട്ടു. ടോട്ടോചാന്റെ ആദ്യദിനത്തിൽ അവൾ വിളമ്പിയ വിശേഷങ്ങൾക്കു കാതുകൊടുത്തു നാലുമണിക്കൂറോളം ഒരേ ഇരിപ്പിരുന്ന ആ മട്ടുണ്ടല്ലോ, അതുതന്നെയാണ് റ്റോമോവിദ്യാർഥികൾക്കിടയിൽ ഏതു പ്രശ്നത്തിലും അദ്ദേഹം പിന്തുടർന്നത്. പ്രശ്നക്കാരനായ കുട്ടിക്കു പറയാനുള്ളതു മുഴുവനും അദ്ദേഹം എല്ലായ്പ്പോഴും ശ്രദ്ധിച്ചുകേട്ടു; അവരുടെ ന്യായവാദങ്ങളുൾപ്പെടെ എല്ലാം. ഒരുവൾ അല്ലെങ്കിൽ ഒരുവൻ ചെയ്തതു തെറ്റാണെന്ന് അന്തിമമായി വെളിപ്പെട്ടാൽ മാസ്റ്റർ പറയും, "മാപ്പ് പറയ്."

ടോട്ടോചാന്റെ കാര്യത്തിലാകട്ടെ അധ്യാപകർ, മറ്റു കുട്ടികളുടെ രക്ഷകർത്താക്കൾ എന്നിവരിൽനിന്നെല്ലാം അനേകം പരാതികളും ആശങ്കകളും സ്വാഭാവികമായും മാസ്റ്ററുടെ ചെവിയിലെത്തി. അതിനാൽ അവസരം കിട്ടുമ്പോഴെല്ലാം അദ്ദേഹം വാത്സല്യത്തോടെ അവളോടു പറയും, "ദാ നോക്ക്, നേരായിട്ടും നീയൊരു നല്ല കുട്ട്യാ" "നേരായിട്ടും" എന്ന പദം സവിശേഷമായ ഒരു ഊന്നൽ കൊടുത്തുകൊണ്ടാണ് അദ്ദേഹം ഉച്ചരിക്കാറ്. അതു കേട്ടുനിൽക്കുന്ന ഒരാൾക്ക് അതിന്റെ പൊരുൾ മനസ്സിലാവുക തന്നെ ചെയ്യും.

അവളെ എന്തു മനസ്സിലാക്കിക്കാനാണ് മാസ്റ്റർ അതിയായി ആഗ്രഹിച്ചത്? ഇങ്ങനെയെന്തോ ആയിരിക്കണം, "പല കാരണങ്ങളാലും ചിലരൊക്കെ ധരിച്ചേക്കാം, നീയൊരു നല്ല കുട്ടിയല്ലെന്ന്. പക്ഷേ ടോട്ടോചാൻ, യഥാർഥത്തിൽ നീയൊരു വികൃതിക്കുട്ടിയാണോ? അല്ല. നിന്റെ സ്വഭാവത്തിനു നല്ല വശങ്ങളാണു കൂടുതൽ. അതെനിക്കു നന്നായി അറിയാം." ഹൊ! അതെല്ലാം വർഷങ്ങൾക്കുമുമ്പായിരുന്നു. ഒരുപാടൊരുപാടു വർഷങ്ങൾക്കു മുമ്പ്. യഥാർഥത്തിൽ അദ്ദേഹം എന്താണുദ്ദേശിച്ചതെന്ന്

അവൾക്കു മനസ്സിലാകുന്നതിനും ഒരുപാടു മുമ്പ്. സൊസൊകു കൊബായാഷി എന്ന ഹെഡ്മാസ്റ്ററുടെ ശരിയായ അർഥം അന്ന വൾക്ക് അവ്യക്തമായിരുന്നിരിക്കാം. എങ്കിലെന്ത്? അന്നേ അവ ളുടെ മനസ്സിന്റെ ആഴങ്ങളിൽ 'ഞാൻ നല്ല കുട്ടിയാണ്' എന്ന ആത്മ വിശ്വാസത്തിന്റെ വേരുകൾ അദ്ദേഹം നട്ടുപിടിപ്പിച്ചു. ചില തോന്ന്യാസങ്ങളിൽ മുഴുകിയിരിക്കുമ്പോൾപോലും മാസ്റ്ററുടെ വാക്കുകൾ അവളുടെ ഹൃദയത്തിൽ കിടന്നു മുഴങ്ങി. പലപ്പോഴും തന്റെ കുരുത്തംകെട്ട ചെയ്തികൾക്കു തിരിച്ചടിയുണ്ടാകുമ്പോൾ അവൾ നെഞ്ചിൽ കൈവച്ചുവിളിച്ചു, "എന്റീശ്വരാ!"

അവളുടെ റ്റോമോ ജീവിതത്തിലുടനീളം കൊബായാഷി മാ സ്റ്റർ അത് ആവർത്തിച്ചുകൊണ്ടിരുന്നു. ടോട്ടോചാന്റെ വരുംകാല വർഷങ്ങളുടെയാകെ ഗതി നിർണയിച്ച മർമസ്പർശിയായ ആ വാക്കുകൾ–

"ടോട്ടോചാൻ, നേരായിട്ടും നീയൊരു നല്ല കുട്ട്യാ"

അവന്റെ മണവാട്ടി

ടോട്ടോചാൻ അന്നു വളരെ ദുഃഖിതയായിരുന്നു.

അവളിപ്പോൾ മൂന്നാം ക്ലാസിലാണ്. കൂർമ്മബുദ്ധിയും ഫിസി ക്സിൽ മിടുമിടുക്കനുമായ തായ്ചാനെ അവൾ ഒരുപാട് ഇഷ്ടപ്പെ ട്ടു. അവനായിരുന്നു ടോട്ടോചാന് കിത്സുനെ– അതായതു കുറു ക്കൻ – എന്നതിന്റെ ഇംഗ്ലീഷ് വാക്കു പഠിപ്പിച്ചുകൊടുത്തത്.

"ടോട്ടോചാൻ, നെനക്കറിയ്യോ," അവൻ ചോദിച്ചു "കിത്സു നെയ്ക്ക് ഇംഗ്ലീഷിൽ എന്താ പറയ്ക?"

"ആ..." അവൾ കൈമലർത്തി.

"ഫോക്സ്!"

"ഫോക്സ്?" അവൾ ആശ്ചര്യപ്പെട്ടു

ആ ദിവസം മുഴുവൻ ആ പുതിയ വാക്കുണ്ടാക്കുന്ന ശബ്ദ ത്തിന്റെ സുഖത്തിലായിരുന്നു ടോട്ടോചാൻ. അതിനുശേഷം തന്റെ തീവണ്ടി ക്ലാസിലെത്തിയാലുടൻ അവൾ ചെയ്തിരുന്ന ആദ്യജോലി തായ്ചാന്റെ പെട്ടിയിലുള്ള പെൻസിലുകളെല്ലാം തന്റെ കുഞ്ഞുകത്തികൊണ്ട് ഏറ്റവും മനോഹരമായി മുനകൂർപ്പി ക്കുക എന്നതായിരുന്നു. സ്വന്തം പെൻസിലുകളെ അവൾ കാര്യമാ

ക്കിയതേയില്ല. അവയുടെ അഗ്രങ്ങൾ അത്യാവശ്യത്തിനു കടിച്ചു ശരിപ്പെടുത്തി.

ഇങ്ങനെയൊക്കെയായിട്ടും തായ്ചാൻ അവളോടു പരുക്കൻ മട്ടിൽ പെരുമാറി. ഊണിന്റെ ഇടവേളയിലാണ് അതു സംഭവിച്ചത്. ടോട്ടോചാൻ അസംബ്ലിഹാളിനു പിന്നിലെ കുപ്രസിദ്ധമായ കക്കൂസുകുഴിയുടെ പരിസരത്തു പതിവുസവാരിയിൽ ഏർപ്പെട്ടിരിക്കുകയായിരുന്നു.

"ഏയ് ടോട്ടോചാൻ"

ധാർഷ്ട്യം നിറഞ്ഞ ആ ശബ്ദംകേട്ട് അവൾ ഞെട്ടിത്തിരിഞ്ഞു. അത് തായ്ചാനായിരുന്നു. "വലുതാവുമ്പൊ ഞാൻ നിന്നെ കല്യാണം കഴിക്കില്യ. നീയിനി എത്ര കെഞ്ചിയാലും ശരി, എനിക്കു നിന്നെ വേണ്ട." ഒറ്റശ്വാസത്തിൽ ഇത്രയും പറഞ്ഞു കണ്ണുകൾ തറയിലുറപ്പിച്ചു സഗൗരവം അവൻ നടന്നകന്നു.

ടോട്ടോചാൻ സ്തംഭിച്ചുനിന്നുപോയി. അവനും അവന്റെ വലിയ തലയും കാഴ്ചയിൽനിന്നു മറയുംവരെ അവൾ അവിടെത്തന്നെ നിന്നു. ആ തല നിറയെ അവൾ ഒരുപാടു ബഹുമാനിക്കുന്ന ബുദ്ധിയാണ്. ശരീരത്തെക്കാൾ വളരെ കൂടുതൽ വലിപ്പം തോന്നിക്കുന്ന ആ പെരുംതല കാരണമാണു കുട്ടികൾ അവന് 'വിഷമഭിന്നം' എന്നു കളിപ്പേരിട്ടത്.

കൈകൾ പോക്കറ്റിൽ തിരുകി ചിന്താമഗ്നയായി കൊച്ചു ടോട്ടോ നിന്നു. അവനെ ഉപദ്രവിക്കുക എന്ന ലക്ഷ്യത്തോടെ എന്തെങ്കിലും താൻ ചെയ്തുവോ? ഇല്ല, അങ്ങനെയൊന്ന് അവളുടെ ഓർമ്മയിലെങ്ങുമില്ല. കടുത്ത നിരാശയോടെ സംഭവിച്ചതൊക്കെയും അവൾ തന്റെ കൂട്ടുകാരി മിയോചാനെ അറിയിച്ചു. മുഴുവൻ ശ്രദ്ധിച്ചുകേട്ടശേഷം മുതിർന്ന ഒരാളുടെ ഭാവത്തിൽ മിയോചാൻ പറഞ്ഞു. "അതേയ്, വെറുതെയല്ല അവൻ പെണങ്ങിയെ; കാരണംണ്ട്. ഇന്ന് സുമോ ഗുസ്തീല്, നീ അവനെ റിങ്ങിന് പൊറത്തേക്ക് തൂക്കിയെടുത്തെറിഞ്ഞില്ലേ, ങ്ഹാ... അതാ. അല്ല! അതിലിപ്പോന്താ ഒരതിശയം. ആ പെരുത്തുവീർത്ത തലേം കൊണ്ട് റിങ്ങിന് പൊറത്തല്ലാതെ പിന്നെവിട്യാ ചെന്നുവീഴാൻ പറ്റ്ക? പക്ഷേ, അവനിപ്പഴും നിന്നോടു ഭയങ്കര ദേഷ്യം...!"

ഖേദത്തോടെ ടോട്ടോചാൻ ഓർത്തു. അതെ, അതുതന്നെയാണു കാര്യം. എന്തൊരപരാധമാണു താൻ ചെയ്തത്. ഉള്ളുകൊണ്ട് ഒരുപാടിഷ്ടപ്പെട്ടിരുന്ന തായ്ചാനെ, ദിവസവും അവന്റെ പെൻസിലുകൾ ശ്രദ്ധയോടെ മുനകൂർപ്പിച്ചുകൊടുക്കാറുള്ള താൻ ഗുസ്തിയിൽ തോൽപ്പിക്കുക. എന്തുവലിയ തെറ്റാണത്. ഏതു ദുർവിചാരമാണു തന്നെക്കൊണ്ട് ആ ഹീനകൃത്യം ചെയ്യിച്ചത്? പക്ഷേ, വളരെ വൈകിപ്പോയിരുന്നു. ദുഃഖിച്ചതുകൊണ്ടു ഫലമില്ല. അവൾക്കിനി ഒരിക്കലും അവന്റെ മണവാട്ടിയാകാൻ കഴിയില്ല.

"സാരംല്യ, ഞാൻ പഴേപോലെ ഇനീം അവന്റെ പെൻസിലുകൾ മുനകൂർപ്പിച്ചുകൊണ്ടിരിക്കും" അവൾ തീരുമാനിച്ചു. "എന്തൊക്കെയായാലും എനിക്കവനെ ഇഷ്ടംല്ലേ."

"പൊളിഞ്ഞുപഴകിയ പള്ളിക്കൂടം"

എലിമെന്ററി സ്കൂൾ വിദ്യാർഥികൾക്കിടയിൽ പ്രചരിച്ചിരുന്ന ഒരു ശീലുണ്ടായിരുന്നു; പ്രാസമൊപ്പിച്ചുള്ള ഒരു ഈരടി. പഴയ സ്കൂളിൽവച്ചു കൂട്ടുകാരോടൊപ്പം ടോട്ടോചാനും അതു പാടിനടന്നിട്ടുണ്ട്.

വൈകുന്നേരം ഗേറ്റു കടക്കാൻനേരം മുഖംതിരിച്ചു ചുമലുകൾക്കു മുകളിലൂടെ സ്കൂളിന്റെ പൂമുഖം കണ്ടുകൊണ്ട് കുട്ടികൾ ഒന്നിച്ചുപാടും.

പുറമെ കണ്ടാൽ അകമാത്സു
ഒരു പൊളിഞ്ഞുപഴകിയ പള്ളിക്കൂടം;
കതകു തുറന്നൊന്നകത്തുചെന്നാൽ
എന്തൊരു കേമൻ പള്ളിക്കൂടം!

ചിലപ്പോൾ, അതുവഴി കടന്നുപോകുന്ന മറ്റു പള്ളിക്കൂടങ്ങളിലെ കുട്ടികളും അകമാത്സു സ്കൂളിനെ ചൂണ്ടി ഇങ്ങനെ സ്തുതിക്കും.

പുറമെ കണ്ടാൽ ഈ അകമാത്സു
എന്തൊരു കേമൻ പള്ളിക്കൂടം
കതകുതുറന്നൊന്നകത്തുചെന്നാൽ
പൊളിഞ്ഞുപഴകിയ പള്ളിക്കൂടം

കൂക്കുവിളികളോടെയായിരിക്കും അവരുടെ സ്തുതിഗാനം അവസാനിക്കുക.

ഒരു പള്ളിക്കൂടം പൊളിഞ്ഞുപഴകിയതാണോ പകിട്ടേറിയതാണോ എന്നു പ്രസ്താവിക്കുന്ന ആദ്യവരി, കെട്ടിടം പഴയതോ പുതിയതോ എന്നതിനെ ആശ്രയിച്ചിരിക്കുന്നു. രണ്ടാമത്തെ വരിയാണു പരമപ്രധാനം. സ്കൂളിന്റെ ഉള്ള് എങ്ങനെയാണെന്നു തീരുമാനിക്കുന്നത് ആ ഭാഗമാണ്. അതുകൊണ്ട് ഒരു പള്ളിക്കൂടം പൊളിഞ്ഞുപഴകിയതാണെന്ന് ആദ്യവരിയിൽ പറഞ്ഞാൽ കാര്യമാക്കേണ്ടതില്ല. അകം ഏതുമാതിരി എന്നുള്ളതാണു യഥാർഥപ്രശ്നം. കുറഞ്ഞത് അഞ്ചോ ആറോ കുട്ടികളെങ്കിലും ഒത്തുചേർന്നായിരിക്കും ഈ വികടസ്തുതി ആലപിക്കാറ്.

ഒരപരാഹ്നത്തിൽ സ്കൂൾസമയം കഴിഞ്ഞു റ്റോമോവിദ്യാർഥികൾ പതിവുപോലെ കളിച്ചുകൊണ്ടു നിൽക്കുകയായിരുന്നു. സായാഹ്നമണി മുഴങ്ങുന്നതുവരെ അവർക്കങ്ങനെ മൈതാനത്തിൽ തുടരാം. അവിടെ എന്തുചെയ്തും സമയം പോക്കാം. തങ്ങൾക്കിഷ്ടമായതിലെല്ലാം സ്വതന്ത്രമായി മുഴുകാൻ കുട്ടികൾക്കു ധാരാളം സമയം ലഭിക്കണമെന്നു മാസ്റ്റർ കരുതി. അതുകൊണ്ട് ക്ലാസ് കഴിഞ്ഞുള്ള ഈ വിശ്രമവേള മറ്റ് എലിമെന്ററിസ്കൂളുകളിലേതിനെക്കാൾ ദൈർഘ്യമേറിയതായിരുന്നു, റ്റോമോയിൽ.

മൈതാനം പതിവുപോലെ സജീവമായിരുന്നു. ചില കുട്ടികൾ പന്തുകളിയിൽ ഏർപ്പെട്ടിരിക്കുന്നു. കുറേപേർ ഇരുമ്പുകമ്പി

കൾക്കിടയിലും ചവറ്റുകുട്ടയിലുമൊക്കെ കുത്തിമറിഞ്ഞു ശരീരം മുഴുവൻ വൃത്തികേടാക്കുന്നു. ചെടികൾക്കിടയിൽ മറഞ്ഞുനിന്നു പൂക്കളെ പരിചരിക്കുകയായിരുന്നു ചിലർ. ഏതാനും ചില മുതിർന്ന പെൺകുട്ടികൾ കൽപ്പടവുകളിലിരുന്നു വെറുതെ ചില യ്ക്കുക മാത്രം ചെയ്തു. മറ്റു ചിലർ മരത്തിൽ അള്ളിപ്പിടിച്ചു കയറി. കുട്ടികൾ യഥേഷ്ടം തങ്ങളുടെ കൂതൂഹലങ്ങളിലായിരുന്നു. കൂട്ട ത്തിൽ തായ്ചാനെപ്പോലുള്ള ചിലരുണ്ട്. അവർ ക്ലാസ്റൂമിനു പിന്നിൽ ഫിസിക്സ് സംബന്ധമായ പരീക്ഷണങ്ങൾ നടത്തു കയും പരീക്ഷണനാളിയിൽ ഓരോന്നു തിളപ്പിക്കുകയും മറ്റും ചെയ്തുകൊണ്ടിരുന്നു. ചിലർ ലൈബ്രറിയിൽ ഗാഢമായ വായന യിലാണ്. ജന്തുക്കളുടെ ഇഷ്ടക്കാരനായ അമാദേര എവിടുന്നോ പിടിച്ചുകൊണ്ടുവന്ന ഒരു നാടൻപൂച്ചയെ മലർത്തിക്കിടത്തി ചെവിയുടെ ഉൾവശം ചികഞ്ഞു സൂക്ഷ്മപരിശോധന നടത്തുക യായിരുന്നു. അങ്ങനെ ഓരോരുത്തരും അവരവർക്കു തോന്നുംമ ട്ടിൽ ആനന്ദിച്ചുകൊണ്ടിരുന്നു. പൊടുന്നനെ സ്കൂൾവളപ്പിനു പുറത്ത് അത്യുച്ചത്തിൽ ഒരു പാട്ടുയർന്നു.

പുറമെ കണ്ടാൽ റ്റോമോസ്കൂളൊരു
പൊളിഞ്ഞുപഴകിയ പള്ളിക്കൂടം
കതകുതുറന്നൊന്നകത്തുചെന്നാൽ
അതിലും പഴകിയ പള്ളിക്കൂടം!

"ഹൊ! ഇതു കുറെ കടുപ്പം തന്നെ," ടോട്ടോചാൻ വിചാരിച്ചു. അവൾ ഗേറ്റിനടുത്തായിരുന്നു. ഗേറ്റ് എന്നാൽ ശരിക്കുള്ള ഗേറ്റല്ല; 'പോസ്റ്റിന്റത്രേം വളര്ണ വാതിൽ'. ഏതായാലും ആ ശബ്ദ ഘോഷം അവൾ വ്യക്തമായി കേട്ടു. എന്തൊരു തോന്ന്യാസമാണു പാടുന്നത്. സങ്കല്പിച്ചുനോക്കൂ. റ്റോമോ പുറമെ നോക്ക്യാലും അകത്തുചെന്നാലും പഴകിപ്പൊളിഞ്ഞതാണത്രെ! അവൾക്കു കലികയറി. മറ്റുള്ള കുട്ടികൾക്കും രോഷം അടക്കാനായില്ല. അവരും ഗേറ്റിനടുത്തേക്കു പാഞ്ഞെത്തി. അതു മറ്റൊരു സ്കൂളിലെ ആൺകുട്ടികളായിരുന്നു. 'പൊളിഞ്ഞുപഴകിയ പള്ളി ക്കൂടം' എന്ന് ആവർത്തിച്ചുപറഞ്ഞുകൊണ്ട് കൂക്കുവിളികളോടെ അവർ ഓടിമറഞ്ഞു.

ക്രോധം നിയന്ത്രിക്കാനാവാതെ ടോട്ടോചാൻ ഒറ്റയ്ക്ക് അവ രുടെ പിന്നാലെ പാഞ്ഞു. പക്ഷേ, ആ അധികപ്രസംഗികൾക്കു

വേഗത വളരെ കൂടുതലായിരുന്നു. കണ്ണടച്ചുതുറക്കുംമുമ്പ് അവർ അടുത്തൊരിടവഴിയിലേക്കു കയറി അപ്രത്യക്ഷരായി. അവശേഷിച്ച സങ്കടവുമായി അവൾ തിരികെ സ്കൂളിലേക്കു നടന്നു. നടക്കുന്നതിനിടയിൽ ഇങ്ങനെ പാടി:

ഏറ്റവും കേമം റ്റോമോ ഗാകൈൻ
നമ്മൾ പഠിക്കും റ്റോമോ ഗാകൈൻ!

ഒന്നുരണ്ടടി നടന്നശേഷം അവൾ കൂട്ടിച്ചേർത്തു:

പൊറമേ നോക്ക്യാലും അകമേ നോക്ക്യാലും
ഏറ്റോം ഏറ്റോം ഏറ്റോം കേമം!

കൊള്ളാം. നല്ല പാട്ട്. ടോട്ടോചാൻ വിചാരിച്ചു. അവൾക്കല്പം ആശ്വാസം തോന്നി. വേലിയുടെ സമീപംനിന്നു മറ്റൊരു സ്കൂളിലെ വിദ്യാർഥിയാണെന്ന നാട്യത്തിൽ അവൾ തൊണ്ടയുയർത്തിപ്പാടി. ഏവരും അതുകേട്ടു.

ഏറ്റവും കേമം റ്റോമോ ഗാകൈൻ
നമ്മൾ പഠിക്കും റ്റോമോ ഗാകൈൻ!
പൊറമേ നോക്ക്യാലും അകമേ നോക്ക്യാലും
ഏറ്റോം ഏറ്റോം ഏറ്റോം കേമം!

ആരുടെ ശബ്ദമാണതെന്നു സ്കൂൾവളപ്പിൽനിന്നിരുന്ന കുട്ടികൾക്ക് ആദ്യം പിടികിട്ടിയില്ല. ടോട്ടോചാനാണെന്നു മനസ്സിലായതും അവർ റോഡിലേക്കിറങ്ങി ഒപ്പം ചേരുകയായി. ഒടുവിൽ കൈകൾ പരസ്പരം കോർത്ത് ഉറക്കെപ്പാടിക്കൊണ്ട്, സ്കൂളിനെ വലംവച്ചുകിടക്കുന്ന റോഡിലൂടെ അവർ നടന്നു. ആത്മപ്രഹർഷത്തിന്റെ ആ വേളയിൽ ശബ്ദത്തെക്കാളേറെ അവരുടെ ഹൃദയങ്ങൾക്കായിരുന്നു ഒരുമ; ആ യാഥാർഥ്യം അന്നവർ മനസ്സിലാക്കിയില്ലെങ്കിലും. കുട്ടികൾ തങ്ങളുടെ പള്ളിക്കൂടത്തിനു ചുറ്റും പലതവണ നടന്നു. അതിന്റെ ആത്മാവിലേക്ക് ഒരുപാട് ആണ്ടിറങ്ങി.

ഏറ്റവും കേമം റ്റോമോ ഗാകൈൻ
നമ്മൾ പഠിക്കും റ്റോമോ ഗാകൈൻ!
പൊറമേ നോക്ക്യാലും അകമേ നോക്ക്യാലും
ഏറ്റോം ഏറ്റോം ഏറ്റോം കേമം!

തന്റെ മുറിയിലിരുന്ന് എല്ലാം ശ്രദ്ധിക്കുന്ന മാസ്റ്റർക്ക് ആ പുത്തൻ സ്തുതി ഗാനം നൽകിയിരിക്കാവുന്ന ആഹ്ലാദമെന്തെന്നു കുട്ടികളറിഞ്ഞതേയില്ല.

ഇത്തരമൊരു മുഹൂർത്തം അധ്യാപനവൃത്തിയിൽ ഏർപ്പെട്ടിരിക്കുന്ന ഏതൊരാളെയും സന്തോഷിപ്പിക്കും. പക്ഷേ, കുട്ടികളെക്കുറിച്ചു സത്യസന്ധമായി ചിന്തിക്കുന്ന ഒരധ്യാപകന് പള്ളിക്കൂടം നടത്തുകയെന്നതു യാതനകളുടെ ഒരു ദൈനംദിനപരമ്പരതന്നെയായിരിക്കെ, എല്ലാറ്റിലും അസാധാരണത്വമുള്ള റ്റോമോപോലൊരു സ്കൂളിന്റെ കാര്യത്തിൽ പ്രശ്നങ്ങൾ വളരെയേറെ സങ്കീർണമായിരിക്കും. കൂടുതൽ യാഥാസ്ഥിതികമായ വിദ്യാഭ്യാസസമ്പ്രദായം പിന്തുടർന്നുവരുന്നവരുടെ വിമർശനങ്ങളിൽ നിന്ന് അക്കാലത്ത് റ്റോമോ രക്ഷപ്പെട്ടിരുന്നുമില്ല.

ഇത്തരമൊരു സാഹചര്യത്തിൽ കുട്ടികൾക്കു നൽകാനാവുമായിരുന്ന ഏറ്റവും ഹൃദ്യമായ ഗുരുദക്ഷിണയായിരുന്നു ആ ഈരടികൾ.

ഏറ്റവും കേമം റ്റോമോ ഗാകെൻ
നമ്മൾ പഠിക്കും റ്റോമോ ഗാകെൻ!
പൊറമേ നോക്ക്യാലും അകമേ നോക്ക്യാലും
ഏറ്റോം ഏറ്റോം ഏറ്റോം കേമം!

അന്നു റ്റോമോയിലെ സായാഹ്നമണി മുഴങ്ങിയതു പതിവിലും താമസിച്ചായിരുന്നു.

വിലപ്പെട്ട റിബ്ബൺ

ഒരു ദിവസം ഉച്ചയ്ക്ക് ഊണുകഴിഞ്ഞു പതിവ് ഊരുചുറ്റലിനിറങ്ങാൻ തുടങ്ങിയതേയുള്ളൂ ടോട്ടോചാൻ. അപ്പോഴാണ് അസംബ്ലി ഹാളിനുമുന്നിൽവച്ചു മാസ്റ്ററെ അവൾ കണ്ടുമുട്ടിയത്. ഭക്ഷണവേളയിൽ അദ്ദേഹത്തെ കണ്ടിരുന്നു. പക്ഷേ, പരസ്പരം കണ്ടുമുട്ടി എന്നു പറയാനാവില്ല. എന്നാൽ ഇപ്പോൾ അദ്ദേഹം പുഞ്ചിരിച്ചുകൊണ്ട് എതിരെ വരികയാണ്. അതുകൊണ്ട് ഇത്തവണത്തേതു മുഖാമുഖമുള്ള കൂടിക്കാഴ്ച തന്നെ.

"ങാ! ടോട്ടോചാൻ, നിന്നെ കണ്ടതു നന്നായി," മാസ്റ്റർ പറഞ്ഞു. "ഞാനേയ് നിന്നോടൊരു കാര്യം തെരക്കണംന്ന് വിചാരിച്ചിരിക്ക്യായിരുന്നു."

"ഉവ്വോ!" വിശേഷപ്പെട്ട വിവരങ്ങൾ വല്ലതും മാസ്റ്റർക്കു നൽകാനായേക്കുമെന്ന വിചാരം അവളെ സന്തോഷിപ്പിച്ചു.

"എന്താ അറിയേണ്ടേ?" അവൾ ആവേശപൂർവ്വം ചോദിച്ചു.

"ആ റിബ്ബൺ നിനക്കെവിടുന്നാ കിട്ട്യേ?" തലയിൽ നെടുകെ വളച്ചുകെട്ടിയിരുന്ന റിബ്ബണിൽ നോക്കിക്കൊണ്ട് അദ്ദേഹം തിരക്കി.

ഇതുകേട്ടപ്പോൾ ടോട്ടോചാന്റെ മുഖത്തു വിടർന്നതിലേറെ സന്തോഷം ഇനി ഉണ്ടാവുക വയ്യ. ഒരു ദിവസം മുമ്പു മാത്രമാണ് അവൾ ആ റിബ്ബൺ ധരിക്കാൻ തുടങ്ങിയത്. അവൾ സ്വയം നേടിയെടുത്ത റിബ്ബൺ. ടോട്ടോചാൻ അൽപംകൂടി അടുത്തേക്കു നീങ്ങിനിന്നു. റിബ്ബൺ മാസ്റ്റർക്കിപ്പോൾ വ്യക്തമായിക്കാണാം.

"ഇതേയ്, എന്റെ അമ്മായീടെ പഴേ സ്കൂൾയൂണിഫോമിലിരുന്നതാ," അഭിമാനപൂർവ്വം അവൾ പറഞ്ഞു. "ഷെൽഫില് വയ്ക്കാന്നേരം ഞാൻ കണ്ടുപിടിച്ചു. എന്നോട് എടുത്തോളാൻ പറഞ്ഞു. പിന്നെ... അമ്മായി പറഞ്ഞൂല്ലോ. ഞാൻ എല്ലാം ശ്രദ്ധിച്ചു നോക്കണെ കുട്ട്യാന്ന്."

"ഓ! അങ്ങനെയാണല്ലേ..." എന്തോ ഗാഢമായി ആലോചിച്ചുകൊണ്ടു മാസ്റ്റർ പറഞ്ഞു.

റിബ്ബണിനെക്കുറിച്ചു ടോട്ടോചാൻ വലിയ അഭിമാനത്തിലായിരുന്നു. താൻ അമ്മായിയെ കാണാൻ പോയത് എങ്ങനെയാണെന്നും അവർ വസ്ത്രങ്ങൾ ഉണക്കിയെടുക്കുന്നതു ഭാഗ്യത്തിനു താൻ കാണാനിടയായതെങ്ങനെയെന്നുമൊക്കെ അവൾ വിസ്തരിച്ചു പറഞ്ഞു. വസ്ത്രങ്ങളുടെ കൂട്ടത്തിൽ കരിഞ്ചുവപ്പു ഞൊറികളുള്ള, പഴയ മട്ടിൽ നീട്ടിത്തുന്നിയ ഒരു പാവാടയുണ്ടായിരുന്നു. അമ്മായി പള്ളിക്കൂടത്തിൽ പഠിക്കുമ്പോൾ ധരിച്ചിരുന്നതാണത്രെ. അത് അയയിൽനിന്ന് എടുത്തുകൊണ്ടുപോകാൻനേരം ഭംഗിയുള്ള എന്തോ ഒന്നു ഞാന്നുകിടക്കുന്നത് ടോട്ടോചാന്റെ കണ്ണിൽപ്പെട്ടു.

"അതെന്താ", ആ തൂങ്ങിക്കെടക്ക്ണേ?" നിമിഷനേരത്തേക്ക് അമ്മായി മൗനമവലംബിച്ചു. പാവാടയുടെ പിന്നരക്കെട്ടിൽ ബന്ധിച്ചിരിക്കുന്ന ഒരു നാടയായിരുന്നു അത്; പിന്നീട്, അവളുടെ തലയിലെ റിബ്ബണായി മാറിയ ഭംഗിയുള്ള ആ 'എന്തോ ഒന്ന്'.

"ഇത് അരയിൽ ചുറ്റിക്കെട്ടിയാൽ നല്ല അഴകാ." അവർ പറഞ്ഞു. "ഹോ! പണ്ട് എന്റെ കുട്ടിക്കാലത്തു കൈകൊണ്ടു തുന്നിയ ഒരു തൂവാലയോ ഒരു നീളൻ റിബ്ബണോ അരയിൽ തിരുകാൻ ആശിക്കാത്ത ആരുമുണ്ടായിരുന്നില്ല."

കൊതിയോടെ ഉറ്റുനോക്കുകയായിരുന്നു, ടോട്ടോചാൻ. അഴകുറ്റ ആ അരപ്പട്ടയിൽത്തന്നെ തങ്ങിനിന്ന കുഞ്ഞുക്കണ്ണുകൾ അമ്മായിയെ ആർദ്രചിത്തയാക്കി. അവർ പറഞ്ഞു, "ഇത് നെനക്ക് തരാംട്ടോ. ഞാനേതായാലും ഇതിനി അണിയാമ്പോണില്യ."

അവർ ഒരു കത്രികയെടുത്തുകൊണ്ടുവന്നു നാട പാവാടയിൽനിന്നു മുറിച്ചെടുത്തു ടോട്ടോചാനു സമ്മാനിച്ചു. അങ്ങനെയാണ് അവൾക്കതു കിട്ടിയത്; മുന്തിയതരം പട്ടുകൊണ്ടുള്ള ചന്തമുറ്റ റിബ്ബൺ. വിസ്താരമേറിയ അതിന്റെ പ്രതലത്തിൽ പനിനീർപ്പൂക്കളുടെയും മറ്റും ചിത്രങ്ങൾ ചാരുതയോടെ തുന്നിച്ചേർത്തിരുന്നു. അതുകൊണ്ടുള്ള, പരന്ന വഴക്കമില്ലാത്ത വളച്ചുകെട്ടിന് കൊച്ചുടോട്ടോയുടെ തലയോളം വലിപ്പം തോന്നിച്ചു. പട്ടുതുണി വിദേശത്തുനിന്നു കൊണ്ടുവന്നതാണത്രെ.

സംസാരിച്ചുകൊണ്ടിരിക്കെ ടോട്ടോചാൻ ഇടയ്ക്കിടെ തല ചൊറിയുന്നുണ്ടായിരുന്നു. അതിനാൽ റിബ്ബണുണ്ടാക്കുന്ന കിരുകിരു ശബ്ദം മാസ്റ്റർ വ്യക്തമായി കേട്ടു. കഥ മുഴുവൻ കേട്ടുകഴിഞ്ഞപ്പോൾ നേരിയ മ്ലാനത മാസ്റ്ററുടെ മുഖത്തു വന്നു പരക്കുകയായി.

"അപ്പോ, അതാണു കാര്യം," അദ്ദേഹം പറഞ്ഞു, "ഇന്നലെയുണ്ടല്ലോ മിയോചാൻ പറേണു, അവൾക്കു നിന്റേതുപോലൊരു റിബ്ബൺ വേണംന്ന്. ഞാൻ ഈ ജിയുഗോകയിലുള്ള റിബ്ബൺ കടകളെല്ലാം കേറിയെറങ്ങി. പക്ഷേ, ഇത്തരമൊന്ന് ഒരിടത്തും ഇല്യ. ഹും.... ഇതപ്പോ പുറംനാട്ടീന്നുള്ളതാണെന്ന് ചുരുക്കം..."

ആ സന്ദർഭത്തിൽ അദ്ദേഹത്തിന്റെ മുഖം ഹെഡ്മാസ്റ്ററുടേതായിരുന്നില്ല; മറിച്ച്, മകളുടെ ശാഠ്യത്തിൽപ്പെട്ട് കുഴങ്ങുന്ന ഒരു പാവം പിതാവിന്റേത്.

"ടോട്ടോചാൻ, ദയവുചെയ്തു നീ സ്കൂളിൽ ആ റിബ്ബൺ ധരിക്കുന്നത് ഒഴിവാക്കാമോ? എനിക്കതു വല്യ ഉപകരമായിരിക്കും. നോക്ക്, ഇല്ലെങ്കിൽ മിയോചാൻ എന്നെ ദെവസോം ശല്യംചെയ്തോണ്ടിരിക്കും. പിന്നെ, നെനക്ക് പൂർണ്ണസമ്മതാണെങ്കി മതിട്ടോ!"

കൈകൾ പിണച്ചുവച്ച് അവൾ അൽപനേരം ആലോചിച്ചുനിന്നു. ശേഷം ഒറ്റശ്വാസത്തിൽ പറഞ്ഞു. "ഉവ്വ് സമ്മതം. ഇനി ഈ റിബ്ബൺ സ്കൂളില് കെട്ടില്യ."

"വളരെ നന്ദി," മാസ്റ്റർ നെടുവീർപ്പിട്ടു.

അവൾക്കു ദുഃഖമുണ്ടായിരുന്നു. പക്ഷേ, മാസ്റ്റർ കുഴപ്പത്തിൽപ്പെട്ടിരിക്കുകയാണ്. അതുകൊണ്ട് അവളങ്ങു സമ്മതിച്ചു. മാത്രമല്ല, തങ്ങളുടെ ആരാധനാപാത്രമായ മാസ്റ്റർ റിബ്ബൺ ഷോപ്പുകൾ മുഴുവൻ കയറിയിറങ്ങേണ്ടിവരുന്നതിനെക്കുറിച്ചു ചിന്തിച്ചപ്പോൾ അവൾക്കു വിഷമംതോന്നി. ഇതായിരുന്നു റ്റോമോയിലെ രീതി. ബോധപൂർവ്വമല്ലാതെതന്നെ എല്ലാവരും പ്രശ്നങ്ങൾ പരസ്പരം മനസ്സിലാക്കുകയും സഹായിക്കുകയും ചെയ്തു. പ്രായഭേദമെന്യേ റ്റോമോയിൽ അതൊരു ശീലമായി, സ്വാഭാവികമായ ഒരു കടമയായി.

പിറ്റേന്നുരാവിലെ ടോട്ടോചാൻ സ്കൂളിൽപോയശേഷം അമ്മ മുറി വൃത്തിയാക്കാനായി ചെന്നപ്പോഴുണ്ട് അവളുടെ 'ടെഡിബിയറി'ന്റെ (പഞ്ഞികൊണ്ടുള്ള കരടിരൂപം) കഴുത്തിൽ ആ അഴകുറ്റ റിബ്ബൺ തൂങ്ങിക്കിടക്കുന്നു. ആവേശപൂർവ്വം അണിഞ്ഞുനടന്ന റിബ്ബൺ ഇത്രപെട്ടെന്ന് അവൾ ഉപേക്ഷിച്ചതെന്തേ? അവർ ആശ്ചര്യപ്പെട്ടു. ഓർക്കാപ്പുറത്ത് ഇത്ര മോടിയായി അണിഞ്ഞൊരുങ്ങിയത് ടെഡിക്കരടിയെ വല്ലാതെ അമ്പരപ്പിച്ചിരിക്കുന്നതായി അവർക്കു തോന്നി.

മുറിവേറ്റവരെ കാണാൻപോയ കഥ

ടോട്ടോചാൻ ജീവിതത്തിലാദ്യമായി മുറിവേറ്റ സൈനികരെ ചികിത്സിക്കുന്ന ഒരാശുപത്രി സന്ദർശിച്ചു; വിവിധ എലിമെന്ററിസ്കൂളിൽനിന്നുള്ള മുപ്പതോളം അപരിചിതരായ കുട്ടികളോടൊപ്പം. അതു ദേശീയതലത്തിൽ സംഘടിപ്പിക്കപ്പെട്ട ഒരു പുതിയ പരിപാടിയായിരുന്നു. ഓരോ സ്കൂളും രണ്ടോ മൂന്നോ കുട്ടികളെ വീതം അയയ്ക്കണമെന്നാണു നിയമം. പക്ഷേ, റ്റോമോപോലെയുള്ള ചെറിയ പള്ളിക്കൂടങ്ങളിൽനിന്ന് ഒരാൾ മതി. പങ്കെടുക്കുന്ന സ്കൂളിലൊന്നിലെ ഒരു ടീച്ചർ സന്ദർശകസംഘത്തെ നയിക്കാനുണ്ടാകും.

റ്റോമോയുടെ പ്രതിനിധി ടോട്ടോചാനായിരുന്നു.

ഒപ്പമുള്ള അധ്യാപികയെ അവൾക്കു പരിചയമില്ല. കണ്ണട ധരിച്ച ഒരു മെലിഞ്ഞ സ്ത്രീ. അവർ കുട്ടികളെ ഒരു വാർഡിലേക്കു നയിച്ചു. അവിടെ വെള്ള പൈജാമ ധരിച്ച പതിനഞ്ചോളം പട്ടാള

ക്കാർ. ചിലർ കിടക്കയിലാണ്. മറ്റു ചിലർ മെല്ലെ നടക്കുന്നു. മുറിവേറ്റ പട്ടാളക്കാർ എങ്ങനെയിരിക്കുമെന്ന കലശലായ ഉത്കണ്ഠയുണ്ടായിരുന്നു കൊച്ചുടോട്ടോയ്ക്ക്. പക്ഷേ, കുഴപ്പമില്ല. ചുരുക്കം ചിലരുടെ തല ബാൻഡേജുകൊണ്ടു പൊതിഞ്ഞിരുന്നെങ്കിലും, പട്ടാളക്കാർ ചിരിക്കുകയും ആഹ്ലാദത്തോടെ കൈവീശുകയും ചെയ്യുന്നുണ്ട്. അവൾക്ക് ആശ്വാസം തോന്നി.

ടീച്ചർ കുട്ടികളെ വാർഡിന്റെ ഒത്ത മധ്യത്തിലായി നിരത്തി നിർത്തി. ശേഷം പട്ടാളക്കാരെ അഭിസംബോധചെയ്തു പറഞ്ഞു.

"ധീരയോദ്ധാക്കളേ, ഞങ്ങൾ നിങ്ങളെ സന്ദർശിക്കാനാണു വന്നത്" കുട്ടികളെല്ലാം തലകുനിച്ചു വന്ദിച്ചു. ടീച്ചർ തുടർന്നു. "ഇന്ന്, അതായത് മേയ് അഞ്ച് ബാലദിനമായതിനാൽ ഞങ്ങൾ പ്രസിദ്ധമായ 'മത്സ്യപതാക വിജയിക്കട്ടെ' ആലപിക്കാമെന്നു കരുതുന്നു."

അവർ ഒരു കണ്ടക്ടറുടെ മട്ടിൽ കൈകൾ മുകളിലേക്കുയർത്തി സസൂക്ഷ്മം താളമിട്ടുകൊണ്ടു പറഞ്ഞു. "റെഡി വൺ... ടു... ത്രീ..." പരസ്പരമറിഞ്ഞുകൂടാത്തവരെങ്കിലും, പിഴയ്ക്കാത്ത താളത്തോടെ ഏകസ്വരത്തിൽ കുട്ടികൾ പാടാനാരംഭിച്ചു.

"മേൽക്കൂരകൾ തൻ കടലുകൾക്കപ്പുറം
മേഘജാലങ്ങൾ തൻ കടലുകൾക്കപ്പുറം..."

ഇങ്ങനെയൊന്നു ടോട്ടോചാൻ ആദ്യമായി കേൾക്കുകയാണ്. ഇത്തരം ഗാനങ്ങൾ റ്റോമോയിൽ പഠിപ്പിക്കാറില്ല. ടോട്ടോചാൻ എന്തു ചെയ്യും? അവൾ അടുത്തുകണ്ട ഒരു കിടക്കയുടെ അരികുപറ്റി ഇരുന്നു. ആ കട്ടിലിന്റെ തലയ്ക്കൽ, ആർദ്രമായ മുഖഭാവത്തോടെ കുട്ടികളെ ശ്രദ്ധിച്ചുകൊണ്ട് പരിക്കേറ്റ ഒരു സൈനികൻ ചാരിയിരുപ്പുണ്ടായിരുന്നു. പാട്ടുകേട്ട് അയാളുടെ മുഖം വിലക്ഷണമായി. 'മത്സ്യപതാക വിജയിക്കട്ടെ' അവസാനിച്ചതും വടിവൊത്ത ശബ്ദത്തിൽ ടീച്ചർ പ്രഖ്യാപിച്ചു. "അടുത്തതായി ആലപിക്കപ്പെടുന്നത് 'ബൊമ്മ മഹോത്സവം" ടോട്ടോചാനൊഴികെയുള്ള എല്ലാവരും ഒന്നിച്ചുപാടി, അതിമനോഹരമായ ശബ്ദത്തിൽ.

"ദീപങ്ങളെല്ലാം കൊളുത്തുവാൻ ഞങ്ങൾക്ക്
ദേവ, വരം തന്നനുഗ്രഹിക്ക..."

ടോട്ടോചാന് പാട്ടുകേട്ടു മിഴിച്ചിരിക്കുകയേ നിവൃത്തിയുണ്ടായിരുന്നുള്ളൂ.

ആലാപനം അവസാനിച്ചു. ആതിഥേയരുടെ കൈയടി മുഴങ്ങി. മന്ദസ്മിതത്തോടെ ടീച്ചർ പറഞ്ഞു "ഇനി 'പെൺകുതിരയും കിടാവു'മായാലോ? ശരി തുടങ്ങിക്കോളൂ. വൺ... ടു... ത്രീ..."

അതും ടോട്ടോചാനു വശമുണ്ടായിരുന്നില്ല. കുട്ടികൾ 'പെൺകുതിരയും കിടാവും' പതിവുപോലെ തന്നെ ഭംഗിയായി പാടിയവസാനിപ്പിച്ചു. ഈ നേരമത്രയും തന്റെ ചാരത്തിരിക്കുന്ന ടോട്ടോചാനെ ആ പട്ടാളക്കാരൻ ശ്രദ്ധിക്കുകയായിരുന്നു. അവളുടെ നെറുകയിൽ മൃദുവായി തലോടിക്കൊണ്ട് അയാൾ ചോദിച്ചു. "കുട്ടിയെന്താ പാടാത്തേ?"

അവൾക്കു വല്ലാത്ത കുറ്റബോധം തോന്നി. സൈനികരെ സന്ദർശിക്കാൻ വന്നിട്ട് അവരെ ഒരു പാട്ടുപോലും പാടിക്കേൾപ്പിക്കാതിരിക്കുക. അതു തെറ്റല്ലേ? അവൾ ധൈര്യപൂർവ്വം പറഞ്ഞു "ഉവ്വ് എനിക്കറിയാവുന്ന ഒരു പാട്ടുണ്ട്. അതു പാടാം."

നിശ്ചയിക്കപ്പെട്ട പരിപാടിയിൽ പെടാത്ത ഒരിനം അരങ്ങേറുകയായിരുന്നു.

"ഏതു പാട്ടാണു പാടാൻ പോകുന്നത്?" ടീച്ചർ ചോദിച്ചു. പക്ഷേ, അപ്പോഴേക്കു പാട്ടിന്റെ മുന്നോടിയായി നീണ്ട ഒരു ശ്വാസം ഉള്ളിലേക്കെടുത്ത് ടോട്ടോചാൻ തയ്യാറായിക്കഴിഞ്ഞിരുന്നു.

താൻ റ്റോമോയുടെ പ്രതിനിധിയല്ലേ? റ്റോമോയിൽ ഏറ്റവും പ്രചാരമുള്ള പാട്ടുതന്നെയാകാം. അവൾ തീരുമാനിച്ചു. മറ്റൊരു ദീർഘശ്വാസത്തോടെ ടോട്ടോചാൻ പാടാനാരംഭിച്ചു.

"ചവച്ചരച്ചിറക്കിടാം
കഴിച്ചിടുന്നതൊക്കെയും..."

പാട്ടുകേട്ട് ചില കുട്ടികൾക്കു ചിരിപൊട്ടി. ചിലർ പരസ്പരം മുറുമുറുത്തു. 'ഇദ് ഏതാ പാട്ട്? കേട്ടിട്ടില്യാലോ." ടീച്ചർ താളമിടാനുള്ള ശ്രമമായി. പക്ഷേ അവർക്കും സംഗതിയാകെ കുഴഞ്ഞിരുന്നു. പാതി ഉയർന്ന അവസ്ഥയിൽ അവരുടെ കൈകൾ ആകാശത്തിൽത്തന്നെ അങ്ങനെ നിന്നു. എല്ലാംകൊണ്ടും വല്ലാതെ അമ്പരന്നുപോയെങ്കിലും തനിക്കു നന്നെന്നു തോന്നിയമട്ടിൽ കൊച്ചു ടോട്ടോ പാടി.

"ചവച്ചരച്ചുമെല്ലവേ
ഇറച്ചിചോറുമീൻകറീം!"

പാട്ട് പൂർത്തിയാക്കി സദസ്യരെ തലകുനിച്ചു വന്ദിച്ചശേഷം

മുഖം മെല്ലെയുയർത്തുമ്പോഴാണു താനിരുന്ന കിടക്കയുടെ തലയ്ക്കൽ അവളുടെ നോട്ടം ചെന്നുതടഞ്ഞത്. ആ സൈനികന്റെ കണ്ണുകൾ നിറഞ്ഞൊഴുകുന്നു. ടോട്ടോചാൻ ആകെ വിളറിപ്പോയി. താൻ അരുതാത്തതെന്തോ ചെയ്തിരിക്കുന്നു എന്നുതന്നെ അവൾ ധരിച്ചു. അച്ഛനെക്കാൾ അൽപംകൂടി പ്രായം തോന്നിക്കുന്ന ആ മനുഷ്യൻ കൈകളുയർത്തി വീണ്ടും അവളുടെ നെറുകയിൽ സ്പർശിച്ചുകൊണ്ടു പറഞ്ഞു. "നന്നായി കുഞ്ഞേ, നിനക്കു നന്ദി!"

അനിയന്ത്രിതമായി ഒഴുകുന്ന ദുഃഖത്തോടെ അയാൾ അവളുടെ നെറുകയിൽ തലോടിക്കൊണ്ടിരുന്നു. അയാളെ സന്തോഷിപ്പിക്കാനെന്നോണം ചുറുചുറുക്കുള്ള ശബ്ദത്തിൽ ടീച്ചർ പറഞ്ഞു. "ഇനി നാം 'ഖണ്ഡികാരചന'കൾ വായിക്കുന്നതു നന്നായിരിക്കും. ധീരസേനാനികൾക്കുവേണ്ടി പ്രത്യേകം എഴുതിയ ഖണ്ഡികകൾ വായിച്ചുകൊള്ളൂ."

കുട്ടികൾ ഓരോരുത്തരായി അത്യുച്ചത്തിൽ ഖണ്ഡികവായന ആരംഭിച്ചു. ടോട്ടോചാൻ തന്റെ പ്രിയപ്പെട്ട സൈനികനെ തന്നെ ഉറ്റുനോക്കി. ആ മുഖം തുടുത്തിരുന്നു. കണ്ണുകൾ ചുവന്നിരുന്നു. എന്നിട്ടും അയാൾ ചിരിച്ചു. ടോട്ടോചാനും തിരികെ പുഞ്ചിരിച്ചു. അവൾ തന്നോടുതന്നെ മന്ത്രിച്ചു. "ചിരിച്ചല്ലോ, എനിക്കു സന്തോഷായി!"

എന്തിനായിരുന്നു ആ മനുഷ്യൻ കരഞ്ഞത്? അയാൾക്കു മാത്രമേ അതറിയൂ. ഒരു പക്ഷേ, ടോട്ടോചാനെപ്പോലെ മിടുക്കിയായ ഒരു മകൾ അയാൾക്കുണ്ടായിരിക്കാം. അതല്ലെങ്കിലിനി, നിഷ്കളങ്കമായ ആത്മസംതൃപ്തിയോടെ തനിക്കാവുംവിധം അവൾ പാടിയത് അയാളെ സ്പർശിച്ചിരിക്കാം. അതുമല്ലെങ്കിൽ ഒരു പക്ഷേ, യുദ്ധമുന്നണിയിലെ അനുഭവങ്ങൾ, വരാൻപോകുന്ന കൊടുംപട്ടിണിയെക്കുറിച്ച് അയാളെ ഓർമിപ്പിച്ചുകാണും; എല്ലാം ചവച്ചരച്ചു കഴിക്കണമെന്നു പാടുന്ന ഈ കുഞ്ഞിന് കഴിക്കാൻ ഒന്നുമില്ലാതെയാകുന്ന ആ കാലം വരികയാണല്ലോ എന്ന ചിന്ത അയാളെ വേദനിപ്പിച്ചിരിക്കാം. എല്ലാറ്റിനുമുപരി, കാരുണ്യരഹിതവും ഭീതിദവുമായ ദുരന്തങ്ങൾ എട്ടുംപൊട്ടും തിരിയാത്ത ഈ പൈതങ്ങളെ അധികം താമസിയാതെതന്നെ വിഴുങ്ങിക്കളയുമെന്ന കാര്യം ആ മനുഷ്യൻ ഒരു പക്ഷേ, മുന്നേ മനസ്സിലാക്കിയിട്ടുമുണ്ടാവാം.

പസഫിക്കിൽ യുദ്ധത്തിന്റെ കപ്പലുകൾ മുന്നേറുകയായിരുന്നു. പക്ഷേ, ഒന്നുമറിയാത്ത കുട്ടികൾ, തങ്ങൾ രചിച്ച ഖണ്ഡികകൾ ആഘോഷപൂർവ്വം വായിച്ചുകൊണ്ടിരുന്നു.

ആരോഗ്യവൽക്കം

കഴുത്തിൽ ഞാന്നുകിടക്കുന്ന റെയിൽവേപാസ് ഉയർത്തിക്കാട്ടി, തന്റെ ഇഷ്ടക്കാരനായിമാറിക്കഴിഞ്ഞ ടിക്കറ്റ്കളക്ടറെ അഭിവാദ്യം ചെയ്തുകൊണ്ട് പതിവുപോലെ ജിയുഗോക സ്റ്റേഷന്റെ ഗേറ്റു കടക്കുകയായിരുന്നു ടോട്ടോചാൻ.

തികച്ചും കൗതുകകരമായ ഒരു ദൃശ്യം അവളുടെ കണ്ണിൽപ്പെട്ടു. തെരുവോരത്തായി, മരപ്പട്ടകൾപോലെ തോന്നിക്കുന്ന എന്തോ ഒന്ന് അട്ടിയായി നിരത്തിയിട്ടിരിക്കുന്നു. അതിനു പിന്നിലായി വിരിച്ച ഒരു പായയിൽ കാലുകൾ പിണച്ചിരിക്കുന്ന ഒരു ചെറുപ്പക്കാരൻ. "ബഹുമാന്യജനങ്ങളേ, ഒരു നിമിഷം നിൽക്കൂ, ഈ വാക്കുകൾ സശ്രദ്ധം ശ്രവിക്കൂ." അയാൾ നിർത്താതെ സംസാരിച്ചുകൊണ്ടിരിക്കുകയാണ്. അഞ്ചാറു വഴിപോക്കർ കൗതുകപൂർവ്വം ചുറ്റും കൂടിയിട്ടുണ്ട്. അവരോടൊപ്പം കൂടിയാലോ? ആലോചനയോടെ ടോട്ടോചാൻ ഒന്നുനിന്നു. അതു കണ്ടിട്ടായിരിക്കണം അയാൾ ആവേശപൂർവ്വം പറഞ്ഞുതുടങ്ങി, "നോക്കൂ, നമുക്കേറ്റവും പ്രധാനപ്പെട്ടതെന്തെന്നാൽ നമ്മുടെ ആരോഗ്യമാകുന്നു. ഏഴരവെളുപ്പിന് ഉറക്കപ്പായയിൽനിന്നു മൂരിനിവർന്നെഴുന്നേൽക്കുമ്പോൾ തന്നെ നിങ്ങൾക്കു നിങ്ങളുടെ ആരോഗ്യസ്ഥിതിയെന്തെന്ന് അറിയണമോ? എങ്കിൽ ഈയൊരു തുണ്ട് മരപ്പട്ടയോടു ചോദിക്കൂ. മണിമണിയായി നിങ്ങളോടതു പറഞ്ഞുതരും, നിങ്ങൾ ആരോഗ്യവാനാണോ അല്ലയോ എന്ന്. അതേ വിശേഷപ്പെട്ട 'ആരോഗ്യവൽക്കം'! എന്നും പ്രഭാതത്തിൽ ഒരു കഷണം ആരോഗ്യവൽക്കം വായ്ക്കുള്ളിലിട്ട് ചവയ്ക്കുക മാത്രം ചെയ്യുക. ചവയ്ക്കുമ്പോൾ ചവർപ്പു തോന്നുന്നുവെങ്കിൽ, ജാഗ്രത! നിങ്ങളുടെ ആരോഗ്യത്തിനു സാരമായ എന്തോ തകരാറുണ്ട്. ചവർപ്പില്ലെങ്കിലോ തീർച്ചയായും നിങ്ങൾ ആരോഗ്യവാനാകുന്നു; ഒരു രോഗവുമില്ലാത്ത സമ്പൂർണാരോഗ്യവാൻ. നോക്കൂ, ഈ മരപ്പട്ടയ്ക്ക്, നിങ്ങളൊരു രോഗിയാണോ അല്ലയോ എന്നു വ്യക്തമായിപ്പറയുന്ന ഈ അമൂ

ല്യമായ ആരോഗ്യവൽക്കത്തിന് വെറും ഇരുപതു സെൻ മാത്രം!"

കൂട്ടംകൂടി നിൽക്കുന്നവരിൽ ഒരു മെലിഞ്ഞ മദ്ധ്യവയസ്കനെ നോക്കി അയാൾ തുടർന്നു, "താങ്കൾക്കു വേണമെങ്കിൽ ഒരു കഷണം ചവച്ചുനോക്കാവുന്നതാണ്. എന്തു പറയുന്നു?"

മദ്ധ്യവയസ്കൻ അയാൾ വച്ചുനീട്ടിയ മരപ്പട്ട ധൃതഗതിയിൽ വാങ്ങി മുൻവശത്തെ പല്ലുകൾക്കിടയിൽവച്ച് ഒന്നു കടിച്ചു. അയാളാകെ പരിഭ്രമിച്ചിരുന്നു. മുഖമൊന്നു കോട്ടി വിറപൂണ്ട സ്വരത്തിൽ അയാൾ പറഞ്ഞു.

"ഒര്... ലേശം ചവർപ്പ്... ഉവ്വ്, ഒരു ലേശം..."

വിടർന്ന കണ്ണുകളോടെ ചെറുപ്പക്കാരൻ ചാടിയെണീറ്റു, "താങ്കൾ ഏതോ രോഗത്തിന്റെ പിടിയിലാണ്. സൂക്ഷിക്കേണ്ടതുണ്ട്." ചിന്താഗ്രസ്തമായ മുഖഭാവത്തോടെ അയാൾ തുടർന്നു "പക്ഷേ, തീർച്ചയായും വിഷമിക്കേണ്ടതില്ല. ഒരു നേരിയ ചവർപ്പു മാത്രമാണു തോന്നിയിരിക്കുന്നത്, ആണല്ലോ? അതായത്, രോഗം ഗുരുതരാവസ്ഥയിലൊന്നുമല്ലെന്നു വ്യക്തം. ഇനി ആ നിൽക്കുന്ന വല്യമ്മ എന്തുപറയുന്നു? സധൈര്യം മുന്നോട്ടുവന്ന് ഒന്നു പരീക്ഷിച്ചുനോക്കാമല്ലോ."

അവർ ചന്തയിൽനിന്നോ മറ്റോ വരികയാണ്. കൈയിൽ ഒരു വീർത്തസഞ്ചിയുമുണ്ട്. മുഴുത്ത ഒരു കഷണം മരപ്പട്ട മടികൂടാതെ വാങ്ങിവായിലിട്ട് അവർ 'കറുമുറെ'ന്നു ചവച്ചു. "ഹേയ്, ഒരു കയ്പൂല്ല!" അവർ സസന്തോഷം പ്രഖ്യാപിച്ചു.

"പൂർണാരോഗ്യവതിയായ നിങ്ങൾക്കു അഭിനന്ദനങ്ങൾ."

ശബ്ദം ഒന്നുകൂടി കനപ്പിച്ച് അയാൾ തുടർന്നു. "വെറും ഇരുപതു സെൻ മാത്രം. ഇരുപതേ ഇരുപതു സെൻ. എല്ലാ പ്രഭാതങ്ങളിലും മുടങ്ങാതെ നിങ്ങളുടെ ആരോഗ്യാവസ്ഥയറിയിക്കുന്ന 'ആരോഗ്യവൽക്കം' ചെലവ് ഏറ്റവും തുച്ഛം. ലഭിക്കുന്നതോ നിങ്ങളുടെ ആരോഗ്യരഹസ്യം. തികച്ചും ലാഭകരം!"

ചാരനിറമുള്ള ആ മരത്തൊലി ഒന്നു രുചിച്ചുനോക്കാൻ ടോട്ടോചാനും ആഗ്രഹം തോന്നി. പക്ഷേ, അവൾ നാണിച്ചുനിന്നു. ഒടുവിൽ ധൈര്യം സംഭരിച്ചു ചോദിച്ചത് ഇത്രമാത്രം. "സ്കൂളുവിടുമ്പൊ ഇറ്ടെത്തന്നെ കാണ്വോ?"

"തീർച്ചയായും കാണും." മന്ദഹസിച്ചുകൊണ്ട് അയാൾ പറഞ്ഞു.

ബാഗ് പതിവുപോലെ പിന്നിലുലഞ്ഞു ടോട്ടോചാൻ ഓടിമറഞ്ഞു. അധികം താമസിക്കാൻ അവളിഷ്ടപ്പെട്ടില്ല. ക്ലാസ് തുടങ്ങും മുമ്പ് ചെയ്യേണ്ട ചില കാര്യങ്ങൾ അവൾ മനസ്സിലുറപ്പിച്ചു. തീവണ്ടി മുറിയിലേക്കു കൊച്ചുടോട്ടോ കാലെടുത്തുവച്ചത് ഒരു ചോദ്യത്തോടെയായിരുന്നു.

"ആരേലും എനിക്ക് ഇരുപതു സെൻ കടംതരോ?"

ഒരു കാരമൽ ചോക്ലേറ്റിന് പത്തുസെന്നേ ഉള്ളൂ വില. ഇരുപതു സെൻ യഥാർഥത്തിൽ ഒരു വലിയ തുകയൊന്നുമില്ല. പക്ഷേ ആരുടെ കൈവശവും അതുണ്ടായിരുന്നില്ല.

"ഞാനേയ് വീട്ടില് ചോയ്ച്ചുനോക്ക്യാലോ?" മിയോചാൻ പറഞ്ഞു.

മിയോചാൻ ഹെഡ്മാസ്റ്ററുടെ മകളാണല്ലോ. അത്തരം സന്ദർഭങ്ങളിൽ അതേതായാലും ഒരു സൗകര്യം തന്നെ. അസംബ്ലിഹാളിനോടു ചേർന്നാണ് മിയോചാന്റെ വീട്. അതായത് അച്ഛനമ്മമാർ സ്കൂളിൽത്തന്നെ താമസിക്കുന്നു എന്നർഥം.

"അച്ഛൻ തരാന്നു പറഞ്ഞു, ട്ടോ" - അവൾ ഉച്ചഭക്ഷണസമയത്ത് ടോട്ടോചാനെ അറിയിച്ചു. "പക്ഷേ, എന്തിനാ പണംന്ന് പറഞ്ഞാലേ തരൂ."

ടോട്ടോചാൻ നേരെ ഓഫീസിലെത്തി.

"ഓ! ടോട്ടോചാൻ. നെനക്ക് ഇരുപതു സെൻ വേണം ല്ലേ?"

കണ്ണട മെല്ലെ ഊരിക്കൊണ്ട് അദ്ദേഹം ചോദിച്ചു. "അതുകൊണ്ട് എന്തുചെയ്യാനാ?"

"ആരോഗ്യംണ്ടോ ഇല്ലേന്നു പറേണ ഒര് മരപ്പട്ടയുണ്ട്. അദ് വാങ്ങാനാ" ഉത്തരം വളരെ പെട്ടെന്നായിരുന്നു. മാസ്റ്റർക്കു കൗതുകമായി.

"ങാഹാ! അതെവിട്യാ വാങ്ങാൻ കിട്ട്ണേ?"

"സ്റ്റേഷന് മുന്നില്." മുമ്പത്തേതിലും ഇരട്ടിവേഗത്തിൽ അവൾ അറിയിച്ചു.

"ങാ, ഉവ്വുവ്വ്," തലകുലുക്കിക്കൊണ്ട് മാസ്റ്റർ പറഞ്ഞു. "ഒരെണ്ണം വാങ്ങിക്കോളൂ. പക്ഷേ, എനിക്കും ഒരൽപം കൊണ്ട്രാൻ മറക്കരുത്ട്ടോ."

ഷർട്ടിന്റെ കീശയിൽനിന്ന് അദ്ദേഹം പേഴ്സ് പുറത്തെടുത്തു. ഇരുപതുസെൻ ടോട്ടോചാന്റെ ഉള്ളംകൈയിൽ വച്ചുകൊടുത്തു.

"വളരെ നന്ദി മാസ്റ്റർ" കൊച്ചുടോട്ടോ പറഞ്ഞു. "അമ്മയോട് വാങ്ങീട്ട് തിര്യെ തരാം ട്ടോ. ബുക്ക് വാങ്ങാൻ എപ്പഴും അമ്മ പൈസ തരാറുണ്ട്. എന്നാലേയ്, മറ്റെന്തെങ്കിലും വേണേല് നേരത്തേ പറയ ണംന്നാ... പക്ഷേ, ഇദ് ആരോഗ്യം കാട്ട്ണ മരപ്പട്ടയാ, ങാ! എല്ലാർക്കും ആവശ്യംള്ള സാധനായോണ്ട് അമ്മ ഒന്നും പറയില്യ, ഒറപ്പാ."

സ്കൂൾവിട്ടതും കൈയിൽ മുറുകെപ്പിടിച്ച ഇരുപതുസെൻ തുട്ടുമായി അവൾ റെയിൽവേസ്റ്റേഷനിലേക്കു കുതിച്ചു. 'ആരോഗ്യവൽക്കം' വ്യാപാരി അവിടെത്തന്നെയുണ്ടായിരുന്നു. തന്റെ ഉൽപ്പന്നത്തിന്റെ ഗുണമേന്മയെക്കുറിച്ചു ഘോരഘോരം പ്രസംഗിച്ചുകൊണ്ടിരിക്കുന്നതിനിടയിൽ അയാൾ കൊച്ചുടോട്ടോയെ കണ്ടു. അവളുടെ കൈയിലെ ഇരുപതുസെന്നിൽ കണ്ണുതടഞ്ഞതും അയാൾ വെളുക്കെ ചിരിച്ചു.

"ആഹാ! മിടുക്കീ! വരണം വരണം. അച്ഛനുമമ്മയ്ക്കും വെല്യ സന്തോഷാവും!"

“റോക്കിക്കും സന്തോഷാവും” ടോട്ടോചാൻ കൂട്ടിച്ചേർത്തു.

“റോക്കിയോ അതാരാ?” അവൾക്കുവേണ്ടി ‘ആരോഗ്യ വൽക്ക’ത്തിന്റെ ഒരു മുന്തിയ കഷണം തെരഞ്ഞെടുക്കുന്നതിനിട യിൽ അയാൾ ചോദിച്ചു.

“റോക്കിയെ അറീല്ലേ? ഞങ്ങടെ നായ. അവനേയ്, ജർമ്മൻ ഷെപ്പേർഡാ.”

അയാൾ നിമിഷനേരത്തേക്ക് ആലോചനാമഗ്നനായി. ശേഷം പറഞ്ഞു “ഒര് നായ... ഉവ്വുവ്വ്, അവന്റെ ആരോഗ്യനിലയും ഉറപ്പിച്ചറി യാം. ഇതങ്ങോട്ടു കടിക്കുമ്പൊ കയ്പുണ്ടെന്നിരിക്കട്ടെ, അവൻ തുപ്പും; ല്ലേ, തുപ്പില്ലേ? അതായതു തുപ്പിയാൽ അവന് രോഗമുണ്ടെ ന്നർഥം.”

ഏതാണ്ട് ഒരിഞ്ചുവീതിയും ആറിഞ്ചു നീളവുമുള്ള ഒരു മരപ്പട്ട അയാൾ കൊച്ചുടോട്ടോയെ ഏൽപ്പിച്ചു.

“ന്നാ പിടിച്ചോ” ഉപദേശിക്കുന്നമട്ടിൽ അയാൾ തുടർന്നു. “എല്ലാ ദെവസോം രാവിലെ ഇതീന്ന് അൽപമെടുത്തു കടവായി ലിട്ട് ചവയ്ക്കുക. ചവർപ്പുണ്ടെങ്കിൽ രോഗം. അല്ലെങ്കിൽ ആനയ്ക്ക് സമം ആരോഗ്യം!”

അമൂല്യമായ “ആരോഗ്യവൽക്കം’ ഒരു വർത്തമാനക്കടലാ സിൽ പൊതിഞ്ഞു ശ്രദ്ധാപൂർവ്വം മാറോടടുപ്പിച്ചു ടോട്ടോചാൻ വീട്ടിലെത്തി. ആദ്യപരീക്ഷണം സ്വന്തം ആരോഗ്യത്തിൽത്തന്നെ. ചെന്നുകയറിയതും ഒരു ശകലം അടർത്തിയെടുത്തു വായിലിട്ട് ചവച്ചു. ഉണങ്ങിവരണ്ടത്, പരുപരുത്തത്.

പക്ഷേ, ചവർപ്പില്ല. എന്നല്ല യഥാർഥത്തിൽ ഒരു സ്വാദും അനു ഭവപ്പെടുന്നില്ല. രുചിരഹിതമായ അവസ്ഥ.

“ഹായ്, ഹൂയേയ്...! എനിക്ക് ആരോഗ്യംണ്ടേ!”

“അതിനിപ്പോ ആരാ പറഞ്ഞേ ഇല്യാന്ന്,” അമ്മ ചിരിച്ചു കൊണ്ട് ആരാഞ്ഞു. “ഇന്നെന്താ വല്ല പുതിയ കിറുക്കും ണ്ടോ?”

ടോട്ടോചാൻ കാര്യങ്ങൾ വിശദീകരിച്ചു. അമ്മയും മരപ്പട്ട രുചി ച്ചുനോക്കി. “ഏയ് ഇതിന് കയ്പൊന്നുല്യാലോ.”

“ഹായ്, അപ്പൊ അമ്മയ്ക്കും നല്ല ആരോഗ്യം!”

അടുത്തതായി അവൾ റോക്കിയെ സമീപിച്ചു. അവനെ ക്കൊണ്ട് മരപ്പട്ട രുചിപ്പിക്കാനുള്ള ശ്രമമായി. ആദ്യം അവനൊന്നു മണംപിടിച്ചു. പിന്നെ മെല്ലെ നക്കി.

"പറ്റില്ല നീയിതു കടിച്ചേ പറ്റൂ," ടോട്ടാചാൻ റോക്കിയെ പറഞ്ഞുമനസ്സിലാക്കാൻ ശ്രമിച്ചു. "കടിച്ചാലേയ് നെനക്ക് രോഗം ണ്ടോ ഇല്ലേന്ന് അസ്സലായിട്ടറിയാമ്പറ്റും."

പക്ഷേ, റോക്കി 'ആരോഗ്യവൽക്കം' തൊടാൻ കൂട്ടാക്കിയില്ല. അവൻ കാലുയർത്തി സുഖാലസ്യത്തോടെ ചെവിയുടെ പിൻവശം ചൊറിഞ്ഞുകൊണ്ടിരുന്നു. ടോട്ടോചാൻ മരപ്പട്ട അവന്റെ വായയോടു ചേർത്തുപിടിച്ചു.

"ങാ, ഒന്നു ചവച്ചുനോക്ക്യാട്ടെ! എന്റെ നല്ല റോക്കിക്കുട്ടനല്ലേ," അവൾ കെഞ്ചി. "നെനക്ക് വല്ല അസുഖോണ്ടെങ്കിലോ. യ്യോ! അതാലോചിക്കാൻ വയ്യ."

മനസ്സില്ലാമനസ്സോടെ റോക്കി മരപ്പട്ടയുടെ അരികിലൊന്നു കടിച്ചു. മൂക്കുവിടർത്തി വീണ്ടും സൂക്ഷ്മപരിശോധന നടത്തി. പ്രത്യേകിച്ചൊരിഷ്ടക്കേട് അവനുള്ളതായി തോന്നിയില്ല. അവൻ അതിദീർഘമായ ഒരു കോട്ടുവായിടുകമാത്രം ചെയ്തു.

"ഹൂവേയ്...! എന്തുരസം. റോക്കിക്കും ഭയങ്കര ആരോഗ്യം!"

പിറ്റേന്നു രാവിലെതന്നെ അമ്മ ടോട്ടോചാന് ഇരുപതുസെൻ നൽകി. സ്കൂളിലെത്തിയതും അവൾ നേരെ പോയത് മാസ്റ്ററുടെ മുറിയിലേക്കായിരുന്നു. അവൾ 'ആരോഗ്യവൽക്കം' പുറത്തെടുത്തു.

ഒരു നിമിഷത്തേക്ക് 'ഇതെന്താണ്?" എന്നു ചോദിക്കുംമട്ടിൽ മരപ്പട്ടയിലേക്കു സൂക്ഷിച്ചുനോക്കിയിരുന്നുപോയി, മാസ്റ്റർ. അപ്പോഴാണ് ടോട്ടോചാൻ കൈയിൽ സുരക്ഷിതമായി മുറുക്കിപ്പിടിച്ചിരിക്കുന്ന ഇരുപതുസെൻ അദ്ദേഹം കണ്ടത്. "ഓ! അതുശരി" മാസ്റ്റർക്ക് ഓർമ്മവന്നു.

"ചവച്ചുനോക്ക്യാട്ടെ." ടോട്ടോചാൻ ആവശ്യപ്പെട്ടു. "ചവർപ്പുണ്ടെങ്കില് അതിനർഥം മാസ്റ്റർക്ക് എന്തോ രോഗംണ്ടെന്നാ. അല്ലെങ്കിൽ നല്ല ആരോഗ്യം!"

ഒന്നു രുചിച്ചശേഷം മാസ്റ്റർ ദിവ്യൗഷധം തിരിച്ചും മറിച്ചും നോക്കി സസൂക്ഷ്മം പരിശോധിച്ചു.

"കയ്ക്ക്ണൊണ്ടോ?" ടോട്ടോചാൻ ഉത്കണ്ഠയോടെ മാസ്റ്ററുടെ മുഖത്തേക്കു നോക്കി.

"ഇല്ലില്ല, ഒരു രുചീം തോന്നണില്യ."

മരപ്പട്ട മടക്കിക്കൊടുത്തുകൊണ്ട് അദ്ദേഹം പറഞ്ഞു, "എനിക്കേതായാലും കുഴപ്പമൊന്നുമില്ല. വളരെ നന്ദി."

“ഹെ, അപ്പൊ മാസ്റ്റർക്കും ഭയങ്കര ആരോഗ്യം! എന്തു രസായിരിക്ക്ണു.” അവൾ തുള്ളിച്ചാടി.

അന്നു ടോട്ടോചാൻ എല്ലാവരെയും മരപ്പട്ട ചവപ്പിച്ചു. റ്റോമോയിലെ ഒരു കുട്ടിക്കുപോലും കയ്പനുഭവപ്പെട്ടില്ല. അതായത് അവരെല്ലാം ആരോഗ്യവാന്മാരും ആരോഗ്യവതികളുമാണെന്നു തെളിയിക്കപ്പെട്ടു. പെരുത്തു സന്തോഷമായി ടോട്ടോചാന്.

തങ്ങൾ പൂർണ്ണാരോഗ്യമുള്ളവരാണെന്ന വിവരം മാസ്റ്ററെ അറിയിക്കാൻ കുട്ടികൾ തിക്കിത്തിരക്കി. “ഉവ്വോ, അസ്സലായി” ഓരോരുത്തരോടും ആഹ്ലാദസ്വരത്തിൽ അദ്ദേഹം മറുപടി പറഞ്ഞു.

മാസ്റ്റർക്കു നേരത്തേതന്നെ കാര്യം വ്യക്തമായിരുന്നു. അദ്ദേഹം ജനിച്ചുവളർന്നത് ഗുമ്മാപ്രവിശ്യയുടെ ഹൃദയത്തിലാണ്. വൃക്ഷനിബിഡമായ ഒരു നദീതീരത്ത്. അവിടെനിന്നു നോക്കിയാൽ ഹറുണാ പർവതത്തിന്റെ ശിഖരം കാണാം. ആരു ചവച്ചാലും ചവർപ്പുണ്ടാകാത്ത മരത്തൊലിയുടെ രഹസ്യം അദ്ദേഹത്തിനു പുതുമയായിരുന്നില്ല.

പക്ഷേ, അദ്ദേഹം മറ്റൊന്നു ചിന്തിച്ചു. എല്ലാവർക്കും ആരോഗ്യമുണ്ടെന്നറിയുന്നതിൽ ടോട്ടോചാൻ സന്തോഷിക്കുകയാണ്. അവൾ സന്തോഷിക്കട്ടെ. മരപ്പട്ട രുചിക്കുന്ന ആർക്കെങ്കിലും ചവർപ്പു തോന്നിയേക്കുമോ എന്ന് ഉത്കണ്ഠപ്പെട്ട് വിഷാദിച്ചു നിൽക്കുന്ന ഒരു പെൺകുട്ടിയായി അവൾ മാറിയതിലായിരുന്നു മാസ്റ്ററുടെ സന്തോഷമത്രയും.

പള്ളിക്കൂടത്തിനടുത്തുകൂടി കടന്നുപോവുകയായിരുന്ന ഒരു കൊടിച്ചിപ്പട്ടിയുടെ വായിലും തന്റെ ദിവ്യൗഷധം കുത്തിക്കയറ്റാൻ ടോട്ടോചാൻ ശ്രമിച്ചു. വെകിളിപിടിച്ച പട്ടിയിൽനിന്ന് ഒരു കടി അവൾക്കേതാണ്ട് കിട്ടുകതന്നെ ചെയ്തു. പക്ഷേ അതവളെ അധൈര്യപ്പെടുത്തിയില്ല.

“ദേ, നെനക്ക് വല്ല അസുഖോണ്ടോന്നു കൃത്യായിട്ടറിയാമ്പറ്റും. ഞാ, പറഞ്ഞില്ലാന്നു വേണ്ട,” ദൃഢമായ ശബ്ദത്തിൽ അവൾ ഓർമിപ്പിച്ചു. “ഉവ്വ്, ഒന്നു കടിച്ചുനോക്ക്യോ... കയ്പില്ലെങ്കിൽ നീയൊരു മിടുക്കൻ നായയായി!”

ഏതായാലും തനിക്കൊരു പരിചയവുമില്ലാത്ത ആ തെരുവുനായയെക്കൊണ്ട് ഒരു കഷണം മരപ്പട്ടയുടെ രുചി നോക്കിക്കാൻ

അവൾക്കു കഴിഞ്ഞു. പേടിച്ചു പമ്മിനിന്ന അതിന്റെ ചുറ്റിലും ചാടിമറിഞ്ഞുകൊണ്ട് അവൾ തൊള്ള തുറന്നു വിളിച്ചു. "ഹുയേയ്... ഹൂയ്...! നെനക്കും ആരോഗ്യം, ഭയങ്കര ആരോഗ്യം!"

നന്ദിപറയുംമട്ടിൽ തലതാഴ്ത്തിപ്പിടിച്ച് അവൻ ഓടിമറഞ്ഞു.

കൊബായാഷി മാസ്റ്റർ ഊഹിച്ചതുതന്നെ സംഭവിച്ചു. 'ആരോഗ്യവൽക്കം' വിൽക്കുന്ന യുവാവ് പിന്നീടൊരിക്കലും ജിയുഗോകായിൽ പ്രത്യക്ഷപ്പെട്ടില്ല.

എല്ലാ പ്രഭാതങ്ങളിലും സ്കൂളിലേക്കു തിരിക്കുംമുമ്പ് അവൾ മേശവലിപ്പിൽനിന്ന് ആ ഒറ്റമൂലി പുറത്തെടുക്കും; വെറും മരപ്പട്ടയെങ്കിലും ഏറെ വിലപ്പെട്ട 'ആരോഗ്യവൽക്കം'. അതിൽനിന്നൊരൽപം കടവായിലിട്ടു ചവയ്ക്കും. "ഹേയ് ആനയ്ക്കു സമം ആരോഗ്യം!" അല്ലെങ്കിൽ "എനിക്കെന്തൊരാരോഗ്യം!" എന്നിങ്ങനെയൊരു പ്രഖ്യാപനത്തോടെയായിരിക്കും അവൾ പുറത്തേക്കു പായുക.

ഭാഗ്യമെന്നു പറയട്ടെ, യഥാർഥത്തിൽതന്നെ ആരോഗ്യമുള്ള കുട്ടിയായിരുന്നു ടോട്ടോചാൻ.

ഇംഗ്ലീഷ് സംസാരിക്കുന്ന കുട്ടി

റ്റോമോയിൽ ഒരു പുതിയ വിദ്യാർഥി കൂടി വന്നുചേർന്നു. ഒരു സാധാരണ പ്രൈമറിസ്കൂൾ വിദ്യാർഥിയെക്കാൾ പൊക്കവും വണ്ണവുമുണ്ടായിരുന്നു അവന്. "ശരിക്കും ഒരേഴാംക്ലാസുകാരനെപ്പോലുണ്ടല്ലോ" അവനെക്കണ്ടപ്പോൾ ടോട്ടോചാനു തോന്നി. ഏതാണ്ട് മുതിർന്നവരുടെ മട്ടിലുള്ള അവന്റെ വസ്ത്രധാരണരീതിയും ശ്രദ്ധേയമായിരുന്നു.

അന്നുരാവിലെ അസംബ്ലിവേളയിലാണ് മാസ്റ്റർ പുതിയ വിദ്യാർഥിയെ പരിചയപ്പെടുത്തിയത്.

"ഇത് മിയാസാക്കി. ഇവൻ ജനിച്ചതും പഠിച്ചതുമൊക്കെ അമേരിക്കയിലാണ്. ജാപ്പനീസ് നന്നായി പറയാനറിയില്യ. അതുകൊണ്ടാണു നമ്മുടെ സ്കൂളില് ചേരുന്നത്. റ്റോമോയിലാവുമ്പൊ പെട്ടെന്ന് എല്ലാവരുമായും കൂട്ടുകൂടാം. സാവധാനം എല്ലാം പഠിക്കാം. എന്താ അങ്ങനെയല്ലേ?" മാസ്റ്ററുടെ ചോദ്യംകേട്ട് കുട്ടികൾ തലകുലുക്കി. അദ്ദേഹം തുടർന്നു. "ഉവ്വ്, ഇനിമുതൽ മിയാസാക്കി

നിങ്ങടെ കൂട്ടത്തിലൊരാളാണ്. നമുക്കിവനെ എത്രാംതരത്തിൽ ചേർക്കാം. ങാ... അഞ്ചാംതരത്തിലായാലോ? താചാനും കൂട്ടരും എന്തുപറയുന്നു?"

"ചേർക്കാലോ" പടംവരപ്പിൽ സമർഥനായ താചാൻ പറഞ്ഞു. അവന്റെ ശബ്ദത്തിന് ഒരു വല്യേട്ടൻ മട്ടുണ്ടായിരുന്നു.

മന്ദഹാസത്തോടെ മാസ്റ്റർ തുടർന്നു. "ഞാൻ പറഞ്ഞൂല്ലോ, ഇവൻ ജാപ്പനീസിൽ ഇത്തിരി മോശാണെന്ന്. പക്ഷേ, ഇംഗ്ലീഷിലുണ്ടല്ലോ മിടുമിടുക്കനാണ്. നിങ്ങളെക്കൂടി അതൊക്കെയൊന്നു പഠിപ്പിക്കാൻ പറഞ്ഞോളൂ. അതുപോലെ ഇവിടെ ജപ്പാനിലെ ജീവിതരീതികളൊന്നും പരിചയംല്യ ഇയാൾക്ക്. നിങ്ങള് നന്നേ സഹായിക്കണം. എന്താ? പകരം അമേരിക്കയിലെ ആളുകളുടെ ജീവിതത്തെക്കുറിച്ചു ചോദിച്ചോളൂ. അവിടത്തെ എല്ലാ വിശേഷങ്ങളും പറഞ്ഞുതരാൻ ഇയാൾക്കറിയാം. ഇനി ഇവൻ നിങ്ങളോടൊപ്പമാണ്."

മിയാസാക്കി അഞ്ചാംതരത്തിലെ തന്നെക്കാൾ തീരെച്ചെറിയവരായ സഹപാഠികളെ വണങ്ങി. മുഴുവൻ റ്റോമോയും മിയാസാക്കിയെ തിരികെ തലകുനിച്ചു വന്ദിച്ചു.

അന്നുച്ചയ്ക്കു മാസ്റ്ററുടെ വീടു കാണാൻ പോവുകയായിരുന്നു മിയാസാക്കി. കുട്ടികളെല്ലാം പിന്നാലെ കൂടി. തുടക്കത്തിലേ അവന് അബദ്ധം പിണഞ്ഞു. ഷൂസ് കാലിൽനിന്നൂരാതെ അവൻ വീട്ടിനുള്ളിലേക്കു നടക്കാൻ തുടങ്ങി. "ഏയ് പാടില്യ!" കുട്ടികൾ ഒന്നിച്ചു വിളിച്ചുപറഞ്ഞു. "ഉള്ളില് ഷൂസിടാൻ പാടില്യ."

"ഓ, ക്ഷമിക്കണം" തെല്ലൊരമ്പോടെ അവൻ പറഞ്ഞു. ശേഷം തിടുക്കത്തിൽ ഷൂസ് അഴിച്ചുമാറ്റി.

കാക്കക്കൂട്ടത്തിൽ കല്ലിട്ടതുമാതിരി കുട്ടികൾ പറയാൻ തുടങ്ങി. ചെരിപ്പുസംബന്ധമായി പാലിക്കേണ്ട കാര്യങ്ങൾ തൊട്ടങ്ങോട്ട് പലതും പലതും.

"താതാമി പരവതാനികൾ കൊണ്ടലങ്കരിച്ച മുറികളിലും അസംബ്ലിഹാളിലും കയറുമ്പൊ ഷൂസ് അഴിച്ചുവയ്ക്കണം. തീവണ്ടിക്ലാസിലും ലൈബ്രറീലും കുഴപ്പംല്യ."

എല്ലാ നാവുകളും ഒന്നിച്ചുചലിക്കുകയായിരുന്നു!

"കുഹോൻബത്സൂലാണെങ്കില് പൊറത്ത് അങ്കണത്തിൽ ചെരുപ്പിടാം. ക്ഷേത്രത്തിന്റുള്ളില് പാടില്യ."

ജപ്പാനിലെയും പുറംനാടുകളിലെയും ജീവിതക്രമത്തിലുള്ള ആശ്ചര്യകരമായ വ്യത്യാസങ്ങൾ അവർ പരസ്പരം പറയുകയും കേൾക്കുകയും ചെയ്തു. അതു കൗതുകം നിറഞ്ഞ ഒരനുഭവമായിരുന്നു.

പിറ്റേന്നു മിയാസാക്കി ഇംഗ്ലീഷിലുള്ള ഒരു തടിയൻ ചിത്രപ്പുസ്തകം സ്കൂളിലേക്കു കൊണ്ടുവന്നു. ഉച്ചഭക്ഷണം കഴിഞ്ഞ് എല്ലാവരും അവന്റെ ചുറ്റും കൂടി. അവരുടെ വിസ്മയത്തിന് അതിരുണ്ടായിരുന്നില്ല. ഇത്രയും അഴകുള്ള ഒരു പുസ്തകം അവർ കണ്ടിട്ടേയില്ല. തങ്ങൾക്കറിയാവുന്ന ചിത്രപ്പുസ്തകങ്ങളുണ്ട്. കടുംചുവപ്പ്, പച്ച, മഞ്ഞനിറങ്ങളിലുള്ളവ. പക്ഷേ, ഇതൊന്നു വേറെയാണ്. മനുഷ്യശരീരത്തിന്റെ നിറത്തോടടുത്ത മങ്ങിയ ചില ഇളംചുവപ്പുകൾ; വെളുപ്പും ചാരവും ഇഴുകിച്ചേർന്ന, നിറഭേദങ്ങൾകൊണ്ട് അപൂർവ്വമായ നീല -ഒക്കെയും ക്രയോണുകളിൽനിന്നു ലഭ്യമല്ലാത്തവ. ഇരുപത്തിനാലുതരം ക്രയോണുകളടങ്ങിയ പെട്ടിയിൽ കണ്ടുകിട്ടാത്ത എന്തുമാത്രം നിറങ്ങളാണ്! ചില നിറങ്ങൾ താചാന്റെ കൈവശമുള്ള നാൽപ്പത്തിയെട്ടിന്റെ മുന്തിയ ഇനം പെട്ടിയിൽപോലുമില്ല. പുസ്തകം എല്ലാവർക്കും ഇഷ്ടമായി. വർണ്ണങ്ങൾ മാത്രമല്ല ചിത്രങ്ങളും അവരെ ആകർഷിച്ചു. ആദ്യ ചിത്രം തന്നെ അതിമനോഹരമായിരുന്നു. കമ്പിളിയുടെ തുഞ്ചത്തു പിടിമുറുക്കി ഒരു കൈക്കുഞ്ഞിനെ വലിച്ചുകൊണ്ടുപോകുന്ന നായ്ക്കുട്ടി. ഇളംചുവപ്പുനിറമുള്ള ചോരക്കുഞ്ഞിന് ജീവനുണ്ടെന്നുതന്നെ തോന്നും. കുട്ടികൾ അതിശയിച്ചുപോയി. ഇത്രയേറെ വലിപ്പമുള്ള, ഇത്രയേറെ അഴകും കനവും തിളക്കവുമുള്ള താളുകളിൽ അച്ചടിക്കപ്പെട്ട ഒരു ചിത്രപ്പുസ്തകം അവർ കണ്ടിട്ടേയുണ്ടായിരുന്നില്ല. ടോട്ടോചാൻ തന്റെ സഹജമായ സാമർഥ്യമുപയോഗിച്ചു വളരെ വേഗം മിയാസാക്കിയുമായി സൗഹൃദത്തിലായി. അതുവഴി, കഴിയുന്നിടത്തോളം ചിത്രപ്പുസ്തകത്തിനും മിയാസാക്കിക്കും അടുത്തുതന്നെ സ്ഥലം കണ്ടെത്താൻ അവൾക്കു കഴിഞ്ഞു.

മിയാസാക്കി മറ്റു കുട്ടികളെ വായിച്ചുകേൾപ്പിച്ചു. ഇംഗ്ലീഷ് വാക്കുകളുടെ മൃദുവായ മുഴക്കം റ്റോമോ വിദ്യാർഥികൾ നിർവൃതിയോടെ ശ്രദ്ധിച്ചു. തുടർന്നു മിയാസാക്കിയും ജാപ്പനീസുമായുള്ള മൽപ്പിടുത്തമായി.

നവീനവും വ്യത്യസ്തവുമായ എന്തൊക്കെയോ മിയാസാക്കി അവിടേക്ക്, ആ ഇത്തിരിയോളംപോന്ന പള്ളിക്കൂടത്തിലേക്ക്, കൊണ്ടുവരികയായിരുന്നു.

"അകാചാൻ – ബേബി." അവൻ നീട്ടിവായിച്ചു.

കുട്ടികൾ ഒന്നോടെ ആവർത്തിച്ചു. "അകാചാൻ – ബേബി."

"ഉത്സു... ക്കുഷ്ഷ്...– ബ്യൂട്ടിഫുൾ." ആ വാക്കിൽ മിയാസാക്കിയുടെ ജാപ്പനീസ് തെറ്റി. 'കു'വിന് അവൻ ആവശ്യത്തിലേറെ ഊന്നൽ കൊടുത്തു. മാത്രമല്ല അന്ത്യത്തിലെ 'ഇ' വിട്ടുകളയുകയും ചെയ്തു.

'ഉത്സുകുഷ്ഷി– ബ്യൂട്ടിഫുൾ." മറ്റുള്ളവർ ശരിയായ ഉച്ചാരണത്തോടെ ആവർത്തിച്ചു.

മിയാസാക്കിക്കു താൻ വരുത്തിയ തെറ്റു പിടികിട്ടി. ജാപ്പനീസ് ഉച്ചാരണം ശരിയാക്കിക്കൊണ്ട് അവൻ പറഞ്ഞു.

"ഉത്സുകുഷ്ഷി! എന്താ ശരിയല്ലേ?"

മിയാസാക്കി വളരെപ്പെട്ടെന്ന് അവർക്കിടയിൽ ഒരാളായി മാറി. വിശേഷപ്പെട്ട പുസ്തകങ്ങൾ എല്ലാദിവസവും അവൻ റ്റോമോയിലേക്കു കൊണ്ടുവന്നു. ഉച്ചയൂണിന്റെ ഇടവേളകളിൽ അവയൊക്കെയും അവൻ ചങ്ങാതിമാരെ വായിച്ചുകേൾപ്പിച്ചു.

മിയാസാക്കി മറ്റുള്ളവർക്ക് ഒരു സ്വകാര്യ ഇംഗ്ലീഷ് അദ്ധ്യാപകനെപ്പോലെതന്നെയായിരുന്നു. അതേസമയം മിയാസാക്കിയുടെ ജാപ്പനീസോ? അതും വളരെയേറെ ഭേദപ്പെട്ടു. ഭീമാബദ്ധങ്ങൾ കാണിച്ചുകൂട്ടുന്നതിൽനിന്ന് അവൻ കുറേശ്ശെ രക്ഷനേടാൻ തുടങ്ങി. ഉദാഹരണത്തിന്, ഏലസ്സുകളും ആഭരണങ്ങളുമൊക്കെ സൂക്ഷിക്കുന്ന 'ടോമോനാമ' പോലെയുള്ള പത്തായപ്പുരകളിലും മറ്റും സ്ഥലമറിയാതെ കയറിയിരിക്കുക അവനു പതിവായി പറ്റാറുള്ള പ്രമാദങ്ങളിലൊന്നാണ്. ക്രമേണ അതൊന്നും ആവർത്തിക്കാതെയായി.

അമേരിക്കയുടെ വിശേഷങ്ങളൊരുപാടൊരുപാട് ടോട്ടോചാനും കൂട്ടരും അവനിൽനിന്നു കേട്ടറിഞ്ഞു. റ്റോമോയിൽ അമേരിക്കയും ജപ്പാനും സഖാക്കളായി. പക്ഷേ, റ്റോമോയ്ക്കു പുറത്ത് അമേരിക്ക ശത്രുരാജ്യമായിക്കഴിഞ്ഞിരുന്നു; ഇംഗ്ലീഷ് നികൃഷ്ടമായൊരു ശത്രുഭാഷയും. ജാപ്പനീസ് സ്കൂളുകളിലെ പാഠ്യപദ്ധതിയിൽനിന്നു ശത്രുവിന്റെ ഭാഷ പൂർണമായും ഒഴിവാക്കപ്പെട്ടു.

"അമേരിക്കക്കാർ പിശാചുക്കളാണ്," ഗവൺമെന്റ് പ്രഖ്യാപിച്ചു. പക്ഷേ, റ്റോമോയിൽ കുട്ടികൾ ആർപ്പിട്ടുകൊണ്ടിരുന്നു. "ഉത്സുകുഷ്ഷി'-ബ്യൂട്ടിഫുൾ"

നാടകോത്സവം

"നമ്മള് നാടകം കളിക്കാമ്പോണു!"

റ്റോമോയുടെ ചരിത്രത്തിലെ ആദ്യത്തെ നാടകോത്സവമായിരുന്നു അത്. ഉച്ചഭക്ഷണവേളയിലെ പ്രസംഗപരിപാടികൾ അപ്പോഴും മുടങ്ങാതെ നടക്കുന്നുണ്ട്. പക്ഷേ, ഒരു നാടകം കളിക്കുകയെന്നാൽ ചില്ലറക്കാര്യമാണോ? ഒന്നു സങ്കല്പിച്ചുനോക്കൂ. ഇട്ടാവട്ടംപോലുള്ള ഒരു സ്റ്റേജിൽ - അതിൽത്തന്നെ മാസ്റ്ററുടെ കൂറ്റൻ പിയാനോയുമുണ്ട്- നാടകം അരങ്ങേറുക! ആളുകളെ ക്ഷണിച്ചുവരുത്തി അതു കാണിക്കുക! കുട്ടികളിലാരും തന്നെ ഇന്നേവരെ ഒരു നാടകം കണ്ടിട്ടില്ല; ടോട്ടോചാൻപോലും. അവൾ ആകെ തിയേറ്ററിൽ കയറിയിട്ടുള്ളത് ഒരേയൊരു തവണമാത്രം. 'അരയന്നപ്പൊയ്ക' കാണാൻ. ഏതായാലും പരിചയക്കുറവൊന്നും അവരെ അലട്ടിയില്ല. വർഷാന്ത്യത്തിലെ കലാപരിപാടിയാണ്. അസ്സലായിരിക്കണം. എന്തുതരം കഥയാണു വേണ്ടത്? അവർ കൂലങ്കഷമായി ചിന്തിച്ചു.

'കഞ്ജിഞ്ചോ' അഥവാ 'ധനശേഖരണാർഥവിജ്ഞാപനം' എന്ന നാടകമാണു മൂന്നാംക്ലാസുകാർ തെരഞ്ഞെടുത്തത്. അതൊരു പ്രസിദ്ധ കബുകികൃതിയാണ്. പക്ഷേ, റ്റോമോയിൽ അവതരിപ്പിക്കാൻ പോകുന്നത് 'കബുകി'യല്ല. പാഠപുസ്തകത്തിലൊരിടത്ത് അച്ചടിച്ചുവന്ന രൂപം. മറുയാമ മാസ്റ്ററാണു പരിശീലകൻ. കരുത്തനായ ബെങ്കിയുടെ റോളിൽ അയികോ സെയ്ഷോയെ തെരഞ്ഞെടുത്തു. കഥാപാത്രത്തിനൊത്ത പൊക്കവും വണ്ണവുമുണ്ടായിരുന്നു അവൾക്ക്. ഒരു കടുപ്പക്കാരന്റെ മട്ടും കനത്ത ശബ്ദവുമുള്ള അമാദേരയാണ് കമാന്റർ തൊഗാഷിയുടെ റോളിൽ. ഇനിയുള്ള പ്രധാന കഥാപാത്രം മഹാനായ യോഷിത്സുനെയാണ്. നാടകത്തിലുടനീളം ഒരു ചുമട്ടുകാരനായി വേഷംമാറിവരുന്ന മഹാനായ യോഷിത്സുനെയായി ടോട്ടോചാനെ നിശ്ചയിച്ചു. മറ്റുള്ള നടീനടന്മാരെല്ലാം സഞ്ചാരികളായ ബുദ്ധഭിക്ഷുക്കൾ.

റിഹേഴ്സൽ തുടങ്ങുന്നതിനു മുമ്പുതന്നെ എല്ലാവരും ഡയലോഗുകൾ മനപ്പാഠമാക്കേണ്ടതുണ്ടായിരുന്നു. പക്ഷേ, ടോട്ടോ ചാനും ബുദ്ധഭിക്ഷുക്കൾക്കും പരമസുഖം! കാരണം അവർക്കു ഡയലോഗേ ഇല്ല. ഭിക്ഷുക്കൾക്ക് ആകെയുള്ള ജോലി, മുഴുവൻസമയവും മിണ്ടാതെ നിൽക്കലാണ്. മഹാനായ യോഷിത്സുനെയാണെങ്കിൽ എല്ലായ്പ്പോഴും വലിയൊരു പനമ്പുതൊപ്പികൊണ്ടു മുഖംമറച്ചു മുട്ടുകാലിൽനിന്നാൽ മാത്രം മതി. ബെങ്കി യഥാർഥത്തിൽ യോഷിത്സുനെയുടെ ഭൃത്യനാണ്. പക്ഷേ, ക്ഷേത്രപുനരുദ്ധാരണത്തിനു ധനം ശേഖരിക്കുന്ന ധർമ്മസംഘമായി ചമഞ്ഞ് അതാകാ ചെക്ക്പോസ്റ്റ് കടക്കാനുള്ള ഗൂഢശ്രമത്തിനിടയിൽ കൗശലപ്രയോഗമെന്ന നിലയ്ക്ക് അയാൾക്കു തന്റെ യജമാനനെ മർദ്ദിക്കുകയും ശാസിക്കുകയും ചെയ്യേണ്ടിവരുന്നു. അയികോ സെയ്ഷോ അവതരിപ്പിക്കുന്ന ബെങ്കി ഒരു ഉശിരൻ റോളാണ്. കള്ളി വെളിച്ചത്താവാതിരിക്കാൻവേണ്ടി കമാന്റർ തൊഗാഷിയുമായി നടത്തുന്ന സമർഥമായ വാചകപ്പയറ്റുകൾക്കു പുറമെ ബെങ്കിയുടെ ആവേശകരമായ ഒരു 'പ്രമാണവായന' കൂടിയുണ്ട്, നാടകത്തിൽ. 'ധനശേഖരണാർഥവിജ്ഞാപനം' വായിക്കാൻ കമാന്റർ ആജ്ഞാപിക്കുന്ന ഉടൻതന്നെ ശൂന്യമായ ഓലച്ചുരുൾ നിവർത്തി, ഇല്ലായ്മയിൽനിന്നു നിമിഷനേരംകൊണ്ടു പടച്ചെടുത്ത വിജ്ഞാപനം പൊടിപൊടിക്കുകയായി. അതും മതാചാരപ്രകാരമുള്ള കടുകട്ടി ഗീർവാണത്തിൽ! "പ്രഥമമായി ഏവരുമറിയേണ്ടതെന്തെന്നാൽ– തൊദായിജി എന്ന നാമധേയത്താൽ വിഖ്യാതമായ ബുദ്ധവിഹാരത്തിന്റെ പുനർനിർമ്മാണപ്രക്രിയയിലേക്കായിക്കൊണ്ട്..." എന്നിങ്ങനെ.

അയികോ സെയ്ഷോ എല്ലാ ദിവസവും 'പ്രമാണം' ഉരുവിട്ടു പഠിച്ചു. "പ്രഥമമായി ഏവരുമറിയേണ്ടതെന്തെന്നാൽ... പ്രഥമമായി ഏവരുമറിയേണ്ടതെന്തെന്നാൽ..."

തൊഗാഷിക്കുമുണ്ടായിരുന്നു തട്ടുപൊളിപ്പൻ ഡയലോഗുകൾ. ബെങ്കിയുടെ വാദമുഖങ്ങളെ ഖണ്ഡിച്ചുകൊണ്ടുള്ള കർക്കശമായ വാചകങ്ങൾ. അതൊക്കെ ഓർത്തുവയ്ക്കാൻ അമാദേരനന്നേ വിഷമിച്ചു.

ഒടുവിൽ റിഹേഴ്സലിന്റെ ആരംഭമായി. തൊഗാഷിയും ബെങ്കിയും മുഖത്തോടുമുഖം നോക്കിനിന്നു. ഭിക്ഷുക്കൾ ബെങ്കി

യുടെ പുറകിലായി സ്ഥാനമുറപ്പിച്ചു. മുഖമാസകലം മറച്ച്, മുട്ടുകുത്തി, പ്രച്ഛന്നവേഷത്തിലുള്ള യോഷിത്സൂനെയായി ടോട്ടോചാനുമുണ്ട് രംഗത്ത്. പക്ഷേ, ഈ നിരന്തരമായ കുത്തിയിരുപ്പും മറ്റുമൊക്കെ എന്തിനുവേണ്ടിയാണെന്നു ടോട്ടോചാന് ഒരു രൂപവുമുണ്ടായിരുന്നില്ല; ബെങ്കി ഇടയ്ക്കിടെ മഹാനായ യോഷിത്സുനെയെ നീളൻവടികൊണ്ട് ഞോണ്ടുകയും അടിക്കുകയുമൊക്കെ ചെയ്യുന്നതിന്റെ യുക്തി അവൾക്ക് എത്ര ആലോചിച്ചിട്ടും പിടികിട്ടിയില്ല. യോഷിത്സുനെയും പ്രത്യാക്രമണം ആരംഭിച്ചു! അവൾ അയികോ സെയ്ഷോയുടെ കാലിൽ തൊഴിക്കുകയും മാന്തുകയും ചെയ്തു. പാവം അയികോ സെയ്ഷോ കരയാൻ തുടങ്ങി. കണ്ടുനിന്ന ഭിക്ഷുക്കൾക്കു ചിരിപൊട്ടി.

ബെങ്കിയുടെ കൈയിൽനിന്ന് എത്ര അടിയും ഇടിയും കൊണ്ടാലും യോഷിത്സുനെ അടിമഭാവത്തിൽ അനങ്ങാതെ നിൽക്കണമെന്നാണു നിയമം. അതിനൊരു പ്രത്യേക കാരണവുമുണ്ട്. അതായത്, ധർമസംഘത്തിന്റെ സത്യം മനസ്സിലാക്കുന്ന വേളയിൽ, സ്വന്തം യജമാനനെ ഇങ്ങനെ അപമാനിക്കേണ്ട ഗതികേടിലെത്തിയ ബെങ്കിയുടെ വേദന കമാന്റർ തൊഗാഷിയിൽ അഗാധമായ മതിപ്പുളവാക്കുന്നു. അദ്ദേഹം അവരെ ചെക്ക്പോസ്റ്റ് കടത്തിവിടുകയും ചെയ്യുന്നു.

യോഷിത്സുനെ തിരിച്ചടിക്കാൻ ചെന്നാൽ ഇതിവൃത്തമാകെ പൊളിഞ്ഞുപാളീസാവും. ടോട്ടോചാനെ കാര്യം പറഞ്ഞുമനസ്സിലാക്കാനുള്ള ശ്രമത്തിലായി മറുയാമ മാസ്റ്റർ. പക്ഷേ, ടോട്ടോചാൻ ഒരു വിട്ടുവീഴ്ചയ്ക്കും തയ്യാറായിരുന്നില്ല. അയികോ സെയ്ഷോ ഇടിച്ചാൽ താനുമിടിക്കും. അതായിരുന്നു അവളുടെ നിലപാട്. റിഹേഴ്സലാകെ അനിശ്ചിതത്വത്തിലായി.

പലതവണ പലരീതിയിൽ ശ്രമിച്ചിട്ടും മർദ്ദനരംഗമെത്തുമ്പോൾ ടോട്ടോചാൻ ചാടിവീണു തിരിച്ചടിക്കാൻ തുടങ്ങും.

"ടോട്ടോചാൻ, ക്ഷമിക്കണം. ഇനി എനിക്കിതു വച്ചുപൊറുപ്പിക്കാൻ പറ്റില്ല," ഒടുവിൽ മറുയാമ മാസ്റ്റർ പറഞ്ഞു. തെല്ലാലോചനയോടെ അദ്ദേഹം തുടർന്നു. "യോഷിത്സുനെയുടെ ഭാഗം നമ്മുടെ തായ്ചാനെക്കൊണ്ട് അഭിനയിപ്പിച്ചാലോ? അതാ നന്ന്."

അവൾ ആശ്വാസപൂർവ്വം ഒഴിഞ്ഞുകൊടുത്തു. എപ്പോഴും ഇടിയും തൊഴിയും കിട്ടുന്ന കഥാപാത്രമായി തുടരാൻ അവൾ

ഇഷ്ടപ്പെട്ടിരുന്നില്ല എന്നതാണു വാസ്തവം.

"ടോട്ടോ, നിനക്ക് ഭിക്ഷുവാകാൻ സമ്മതമാണോ?" മറുയാമ മാസ്റ്റർ ചോദിച്ചു. അങ്ങനെ ടോട്ടോചാൻ ഭിക്ഷുവായി; മറ്റെല്ലാ ഭിക്ഷുക്കൾക്കും പുറകിൽ.

ഇനിമുതൽ കാര്യങ്ങളെല്ലാം ഭംഗിയായി നീങ്ങുമെന്നു മറുയാമ മാസ്റ്റർ മാത്രമല്ല കുട്ടികളും വിചാരിച്ചു. പക്ഷേ, കണക്കുകൂട്ടലുകൾ അപ്പാടെ തെറ്റി. ഭിക്ഷുവിന്റെ നീളൻ ഊന്നുവടിയും കൊടുത്ത് ടോട്ടോചാനെ അങ്ങനെ നിർത്താൻപറ്റില്ലെന്നായി. കുറ്റിനാട്ടിയതുപോലെ ഒരേനിൽപ്പുനിന്നു വല്ലാതെ ബോറടിച്ചപ്പോൾ അവൾ കൈയിലിരുന്ന വടികൊണ്ട് തൊട്ടടുത്ത ഭിക്ഷുവിന്റെ കാലിൽ കുത്താനും ഞോണ്ടാനും തുടങ്ങി. മറ്റൊരു ഭിക്ഷുവിന്റെ കക്ഷത്തിൽ കിക്കിളിയാക്കി. ഇടയ്ക്കിടെ വടിയുയർത്തി വായുവിൽ ചില സംഗീതപരിപാടികൾ സംവിധാനം ചെയ്യുക പോലും ചെയ്തു. അതാകട്ടെ സമീപത്തുനിന്ന ഭിക്ഷുക്കളെ മാത്രമല്ല രംഗത്തു ചൂടുപിടിച്ച അഭിനയത്തിലായിരുന്ന ബെങ്കി-തൊഗാഷിമാരെയും സാരമായ അപകടത്തിൽപ്പെടുത്തി.

അങ്ങനെ അന്തിമമായി ഭിക്ഷുവിന്റെ റോളിൽനിന്നുകൂടി അവൾ പുറത്താക്കപ്പെട്ടു.

യോഷിത്സുനെയായി തായ്ചാൻ പരിശീലനമാരംഭിച്ചിരുന്നു. സധൈര്യം പല്ലുകടിച്ചുപിടിച്ചു നാനവിധമായ ഇടിയും തൊഴിയും അവൻ ഏറ്റുവാങ്ങി. കാണികൾ തീർച്ചയായും അവനോടു സഹതപിക്കാതിരിക്കില്ല. അത്രയേറെ സ്വാഭാവികമായിരുന്നു അവന്റെ പ്രകടനം. അങ്ങനെ ടോട്ടോചാന്റെ അഭാവത്തിൽ റിഹേഴ്സൽ അനായാസം പുരോഗമിക്കുകയായി.

കൊച്ചുടോട്ടോ പുറത്തിറങ്ങി. ഒറ്റയ്ക്കു സ്കൂൾമൈതാനത്തിലേക്കു നടന്നു. ഷൂ ഊരിക്കളഞ്ഞ്, ഒരു ടോട്ടോചാൻ ബാലെ വികസിപ്പിച്ചെടുക്കാനുള്ള ശ്രമമാരംഭിച്ചു. സ്വന്തം ഭാവനയ്ക്കനുസരിച്ച്, മനോധർമ്മമനുസരിച്ചു നൃത്തംചെയ്യുക ആഹ്ലാദകരമായിരുന്നു. ചിലപ്പോൾ അവൾ അരയന്നമായി. മറ്റുചിലപ്പോൾ കാറ്റായി. ഇനിയൊരിക്കൽ ഏതോ വിചിത്രരൂപിയായി. പിന്നെ മരമായി. ശൂന്യമായ മൈതാനത്തിൽ ടോട്ടോചാൻ ഏകയായി നൃത്തംചെയ്തുകൊണ്ടിരുന്നു; നിർത്താതെ, ഏറെനേരം.

പക്ഷേ, യോഷിത്സുനെയാകാൻ യഥാർഥത്തിൽ തനിക്കിഷ്ട

മായിരുന്നല്ലോ എന്ന ഖേദം അവളുടെ ഹൃദയത്തിന്റെ ആഴങ്ങളിലെവിടെയോ അപ്പോഴും അൽപമാത്രമായി സ്പർശിച്ചുകിടന്നിരുന്നു. എന്നുവച്ച് ആ റോൾ അഭിനയിക്കാൻ ഒരവസരംകൂടി നൽകിയാലും ശരി, അയികോ സെയ്ഷോയെ അവൾ കൈകാര്യം ചെയ്യുമെന്നതു തീർച്ചയാണ്.

നാടകത്തിനു ശുഭകരമായിത്തന്നെ തിരശ്ശീല വീണു. ഏതായാലും റ്റോമോയിൽ ആദ്യത്തേതും അവസാനത്തേതുമായ ആ നാടകോത്സവത്തിൽ വേഷമണിയാൻ ടോട്ടോചാന് കഴിയാതെ പോയി.

ചോക്ക്

റ്റോമോ വിദ്യാർഥികൾ ഒരിക്കൽപോലും അന്യരുടെ ചുവരുകളും പൊതുനിരത്തുകളും കുത്തിവരച്ചു വൃത്തികേടാക്കിയില്ല. കാരണം അതൊക്കെ യഥേഷ്ടം ചെയ്യാനുള്ള സൗകര്യം സ്കൂളിൽത്തന്നെയുണ്ട്.

അസംബ്ലിഹാളിലെ മ്യൂസിക് പിരീഡുകളിൽ മാസ്റ്റർ ഓരോ വിദ്യാർഥിക്കും ഓരോ വെള്ളച്ചോക്കു വീതം നൽകും. വിശാലമായ തറയിൽ തങ്ങൾക്കിഷ്ടമുള്ള സ്ഥാനം ഓരോരുത്തർക്കും തെരഞ്ഞെടുക്കാം. അവിടെ ഇരിക്കുകയോ കിടക്കുകയോ ആവാം. ചോക്കുകൾ കൈയിൽ മുറുകെപ്പിടിച്ച് അവർ തയ്യാറായിക്കഴിഞ്ഞാൽ മാസ്റ്റർ പിയാനോ പ്രവർത്തിപ്പിച്ചുതുടങ്ങും. ഇനി കുട്ടികൾക്കു തങ്ങളുടെ ജോലി ആരംഭിക്കാം. പിയാനോയിൽനിന്നുയരുന്ന സംഗീതത്തിന്റെ സ്വരരേഖകൾ അവർ തറയിൽ വരച്ചിടും. ഇളംതവിട്ടു തടിയുടെ മിനുസമായ പ്രതലത്തിൽ ചോക്കുകൊണ്ടു വരകൾ നെയ്യുക രസകരമാണ്. അസംബ്ലിഹാളിലെ അതിവിശാലമായ തറ. അതിന്റെ വിവിധകോണുകളിൽ തലങ്ങും വിലങ്ങുമായി ഇരിപ്പുറപ്പിച്ചിരിക്കുന്നതോ, മൂന്നാംതരത്തിലെ പത്തുകുട്ടികൾ മാത്രം. ഓരോരുത്തർക്കും തങ്ങൾക്കാവശ്യമുള്ളത്ര വലിപ്പത്തിൽ സംഗീതവീചികൾ കുറിച്ചിടാനായി ഇഷ്ടംപോലെ സ്ഥലം. ആർക്കും മറ്റൊരാളുടെ മേഖലയിലേക്കു കൈയേറ്റം നടത്തേണ്ടിവരുന്നില്ല. അടിസ്ഥാനമായി വരയ്ക്കാനുള്ള പതിവു നേർരേഖകൾ തറയിൽ ഒഴിവാക്കപ്പെട്ടിരുന്നു;

വെറും സംഗീതചിഹ്നങ്ങൾ മാത്രം. എല്ലാ സംഗീതചിഹ്ന ങ്ങൾക്കും റ്റോമോയിൽ പ്രത്യേകമായ ചില പേരുകളുണ്ടായിരുന്നു. കുട്ടികൾ മാസ്റ്ററുമായി ആലോചിച്ചു തീരുമാനിച്ച വ്യത്യസ്തമായ പേരുകൾ നോക്കൂ.

♩♩ – 'സ്കിപ്പ്' എന്നാണ് ഈ ചിഹ്നത്തിന്റെ പേര്, കാരണം താളത്തിൽ ചാടാൻ ഈ ഈണം ഉത്തമമത്രെ.

♪ – കാഴ്ചയ്ക്കു കൊടിപോലെയായതിനാൽ ഇതിനു പേര് 'കൊടി'

♩♩ – ഇത് 'കൊടിയോട് കൊടി'

𝅘𝅥𝅯 – ഇത് 'ഇരട്ടക്കൊടി'

♩ –'കറുപ്പ്'

𝅗𝅥 – 'വെളുപ്പ്'

𝅗𝅥. – 'വെളുപ്പും കുത്തും'

○ – 'വട്ടം'

ഈ രീതിയിലാണ് അവർ സംഗീതചിഹ്നങ്ങൾ ഹൃദിസ്ഥമാക്കിയത്. സംഗീതക്ലാസുകളെ അവർ വല്ലാതെകണ്ട് സ്നേഹിച്ചു. അതവരെ ഹരംകൊള്ളിച്ചു.

മാസ്റ്ററുടെ തലയിലുദിച്ച ആശയമായിരുന്നു ഈ നിലത്തെഴുത്ത്. പുസ്തകത്താളുകൾക്കു വലിപ്പം തീരെ പോര. ബ്ലാക്ക് ബോർഡുകളാണെങ്കിൽ എണ്ണത്തിൽ കുറവും. അസംബ്ലിഹാളിന്റെ തറ ഒരു പടുകൂറ്റൻ ബ്ലാക്ക്ബോർഡായി ഉപയോഗിക്കാമെന്നു മാസ്റ്റർ മനസ്സിലാക്കി. അവിടെ എത്ര വേഗതയിലുള്ള സംഗീതവും കുട്ടികൾക്ക് അനായാസം കുറിച്ചിടാം. അവർക്കു തങ്ങൾക്കിഷ്ടമുള്ള വലിപ്പം ഓരോ ചിഹ്നത്തിനും നിശ്ചയിക്കാം. എല്ലാറ്റിനുമുപരി സംഗീതം നേരാംവണ്ണം ആസ്വദിക്കാനുമാവും. മാസ്റ്റർ വിചാരിച്ചു. ചിലപ്പോൾ ഓരോ സംഗീതശകലത്തിനുമിടയിൽ കൂടുതൽ സമയം ലഭിച്ചെന്നിരിക്കും. അത്തരം ഇടവേളകളിൽ കുട്ടികൾ വിമാനങ്ങളെയും പാവകളെയും സൃഷ്ടിച്ചു. തങ്ങൾക്കിഷ്ടമുള്ള മറ്റു പലതും വരച്ചു. ചില സന്ദർഭങ്ങളിൽ ഒരു നേരമ്പോക്കിനുവേണ്ടി അവർ തങ്ങളുടെ വരകൾ കൂട്ടിമുട്ടിച്ചു. അപ്പോഴാകട്ടെ അസംബ്ലിമന്ദിരത്തിന്റെ തറയാസകലം ഒരു കൂറ്റൻ

കളമെഴുത്തായിമാറി.

മ്യൂസിക് ക്ലാസിന്റെ ഇടനേരങ്ങളിൽ മാസ്റ്റർ സ്റ്റേജിൽ നിന്നു താഴേക്കിറങ്ങിവരും. ഓരോ 'സംഗീതക്കള'മായി പരിശോധിക്കും. "ആഹാ, വളരെ നന്നായിട്ടുണ്ടല്ലോ!" ചിലപ്പോൾ അദ്ദേഹം പറയും. മറ്റു ചിലപ്പോൾ, "തെറ്റീ... അതൊരു 'കൊടിയോടുകൊടി'യല്ലാലോ. സ്കിപ്പ് എന്നു തിരുത്തിയാട്ടേ." എന്നായിരിക്കും പറയുക.

തിരുത്തും അഭിപ്രായപ്രകടനവും അവസാനിച്ചാൽ അതേ സംഗീതം ഒന്നുകൂടി ആവർത്തിക്കുകയായി. അപ്പോൾ തങ്ങളുടെ രേഖകൾ വീണ്ടും പരിശോധിക്കാനും അവയുമായി ഒരു ആത്മബന്ധമോ തഴക്കമോ സ്ഥാപിച്ചെടുക്കാനും കുട്ടികൾക്കു കഴിയും. എത്ര തിരക്കുണ്ടായാലും ശരി ഈ ക്ലാസ് മറ്റാരെയും ഏല്പിക്കാതെ സ്വയം കൈകാര്യംചെയ്യാൻ മാസ്റ്റർ പ്രത്യേകം ശ്രദ്ധിച്ചിരുന്നു. കുട്ടികൾക്കാകട്ടെ കൊബായാഷി മാസ്റ്ററില്ലാത്ത സംഗീതക്ലാസുകളെക്കുറിച്ച് ആലോചിക്കാനേ കഴിഞ്ഞിരുന്നില്ല.

സംഗീതപഠനങ്ങൾക്കുശേഷമുള്ള തറവൃത്തിയാക്കൽ ഒരു കടുത്ത ജോലി തന്നെയാണ്. ആദ്യമായി ഒരു ബ്ലാക്ക്ബോർഡ് ഡസ്റ്റർ ഉപയോഗിച്ച് എഴുത്തു മുഴുവനും മായ്ക്കണം. ശേഷം ചൂലും പഴന്തുണിയുംകൊണ്ട് കാര്യമായൊരു ബലപ്രയോഗം. ഇത്രയുമാകുമ്പോഴേ പഴയ പ്രതലം മിനുമിനുപ്പോടെ തിരികെക്കിട്ടൂ. ഊർജം കുറച്ചൊന്നുമല്ല ചെലവാക്കേണ്ടിവരിക.

ചോക്കിന്റെ കുരുത്തംകെട്ട കുത്തിവരകൾ മായ്ച്ചെടുക്കാൻ വേണ്ട അധ്വാനമെന്തെന്നു പഠിക്കുകയായിരുന്നു കുട്ടികൾ. അതുകൊണ്ട് അസംബ്ലിഹാളിലെ തറയിലല്ലാതെ മറ്റൊരിടത്തും അവർ ചിത്രരചന പരീക്ഷിക്കാനൊരുമ്പെട്ടില്ല. എന്നല്ല, കണ്ടിടത്തെല്ലാം കുത്തിവരച്ചുനടക്കാനുള്ള അവരുടെ സഹജമായ തൃഷ്ണയെ, രണ്ടാഴ്ചയിലൊരിക്കൽ നടക്കാറുള്ള ഈ സംഗീതക്ലാസും കളമെഴുത്തും പൂർണമായി തൃപ്തിപ്പെടുത്തുകയും ചെയ്തു.

ക്രമേണ റ്റോമോ വിദ്യാർഥികൾ ചോക്കുവിഷയത്തിലെ യഥാർഥ വിദഗ്ദ്ധന്മാരായി മാറി. അവരോടു ചോദിച്ചുനോക്കൂ; ഏതുതരം ചോക്കാണു നല്ലത്, എങ്ങനെയാണതു പിടിക്കേണ്ടത്, ഏതു രീതിയിൽ ഉപയോഗിച്ചാലാണു നല്ല വരകിട്ടുക, ചോക്ക് ഒടി

യാതിരിക്കാനുള്ള മാർഗ്ഗമെന്ത്? ആധികാരികമായ ഉത്തരങ്ങളായിരിക്കും കിട്ടുക.

അതെ, ഓരോ റ്റോമോവിദ്യാർഥിയും ഓരോ 'ചോക്കുവിദ്വാൻ'മാർ തന്നെയായിരുന്നു.

"യാസ്വാക്കിചാൻ മരിച്ചു"

വസന്തത്തിലെ അവധിക്കാലം കഴിഞ്ഞു സ്കൂൾ തുറന്ന ആദ്യത്തെ പ്രഭാതമായിരുന്നു. അങ്കണത്തിൽ സമ്മേളിച്ചിരുന്ന കുട്ടികൾക്കു മുന്നിലായി പതിവുപോലെ കൈകൾ കീശയിൽ തിരുകി കൊബായാഷി മാസ്റ്റർ നിന്നു. പക്ഷേ, അൽപനേരത്തേക്ക് അദ്ദേഹം ഒന്നുംതന്നെ മിണ്ടിയില്ല. പിന്നെ കൈകൾ മെല്ലെ കീശയിൽനിന്നു പുറത്തെടുത്തുകൊണ്ട് കുട്ടികളിലേക്കു മുഖമുയർത്തി. മാസ്റ്ററുടെ കണ്ണുകളിൽ കരച്ചിൽ തളംകെട്ടിനിന്നിരുന്നു.

"യാസ്വാക്കിചാൻ മരിച്ചു." ശബ്ദം താഴ്ത്തി അദ്ദേഹം പറഞ്ഞു. "ഇന്ന് അവന്റെ ശവസംസ്കാരമാണ്. നമ്മളെല്ലാം അങ്ങോട്ടു പോകുന്നു." അദ്ദേഹം തുടർന്നു, "എനിക്കറിയാം അവൻ നിങ്ങൾക്ക് ഏറ്റവും പ്രിയപ്പെട്ടവനായിരുന്നു. പക്ഷേ ഇപ്പോൾ എല്ലാം അവസാനിച്ചു. എനിക്കും..." അതുവരെയേ അദ്ദേഹത്തിനു പറയാൻ കഴിഞ്ഞുള്ളൂ. ആ മുഖം ചുവന്നിരുണ്ടു; കണ്ണുകൾ നിറഞ്ഞുകവിഞ്ഞു. കുട്ടികൾ ആകെ സ്തംഭിച്ചുപോയിരുന്നു. ആരും ഒരക്ഷരം ഉരിയാടിയില്ല. എല്ലാവരും യാസ്വാക്കിചാനെക്കുറിച്ച് ഓർക്കുകയായിരുന്നു. ഇത്രയേറെ ദുഃഖപൂർണമായ മൂകത റ്റോമോയുടെ മുഖത്തു മുമ്പൊരിക്കലും തളംകെട്ടിനിന്നിട്ടില്ല.

"ഹൊ, ഇത്ര പെട്ടെന്ന് മരിക്ക്യാ." കൊച്ചുടോട്ടോ ചിന്തിച്ചു.

'അങ്കിൾ ടോമിന്റെ മുറി' താൻ വായിച്ചുതീർത്തതുപോലുമില്ല. യാസ്വാക്കിചാന് അതു വായിക്കാൻ എന്തു ധൃതിയായിരുന്നു. "അവധിക്കുമുമ്പ് കൊണ്ട്രണം ട്ടോ" എന്ന് അവൻ തന്നോടു ചട്ടംകെട്ടിയതാണ്.

ടോട്ടോചാൻ അവന്റെ വളഞ്ഞു വികൃതികളായ വിരലുകളെക്കുറിച്ചോർത്തു. അത് ഒടുവിൽ കണ്ടതെപ്പോഴാണ്! അതെ, വസന്തത്തിലെ അവധിക്കു തൊട്ടുമുമ്പ്; 'അങ്കിൾ ടോമിന്റെ മുറി'

കൈമാറി പരസ്പരം യാത്രപറയുമ്പോൾ. അവൾ വീണ്ടും ഓർക്കുകയായിരുന്നു. ആദ്യമായി അവനെ കണ്ട ദിനം... “കുട്ടി എന്താ അങ്ങനെ നടക്കണേ?” അവളുടെ ചോദ്യം. “അദ് പോളിയോ വന്നതോണ്ടാ,” അവന്റെ ശാന്തമായ ഉത്തരം. നേർത്ത പുഞ്ചിരിയും മുഴങ്ങുന്ന ശബ്ദവും. പിന്നെ ആ പഴയ വേനലൊഴിവിന് അവരിരുവരും മാത്രമറിഞ്ഞ മരംകയറ്റത്തിന്റെ ആഹ്ലാദം. സാഹസികതയുടെ, ആത്മസംതൃപ്തിയുടെ ആ വേനൽ വേദനയോടെ കൊച്ചുടോട്ടോ ഓർത്തു. എന്തൊരു ഭാരമായിരുന്നു അവന്റെ ശരീരത്തിന്. മുതിർന്ന കുട്ടിയായിരുന്നിട്ടും മടികൂടാതെ അവൻ അവളെത്തന്നെ ആശ്രയിച്ചു; വിശ്വസിച്ചു. അന്നു മരക്കൊമ്പത്തിരുന്ന് അമേരിക്കയിലുള്ള ടെലിവിഷൻ എന്ന വിശേഷപ്പെട്ട പെട്ടിയെക്കുറിച്ച് അവളോടു പറഞ്ഞത് യാസ്വാക്കിചാനാണ്. ടോട്ടോചാനും യാസ്വാക്കിചാനും ഏറ്റവും നല്ല കൂട്ടുകാരായിരുന്നു. അവർ ഒന്നിച്ചിരുന്ന് ഊണുകഴിച്ചു. ഇടവേളകൾ ഒന്നിച്ചു ചെലവഴിച്ചു. പള്ളിക്കൂടം വിട്ട് സ്റ്റേഷനിലേക്ക് ഒന്നിച്ചു നടന്നുപോയി. ഇനി അതൊന്നും ആവർത്തിക്കില്ല കൊച്ചുടോട്ടോയ്ക്കറിയാം, മരണമെന്നാൽ യാസ്വാക്കിചാൻ ഇനിയൊരിക്കലും സ്കൂളിലേക്കില്ലെന്നുതന്നെയാണ്. ആ പഴയ കോഴിക്കുഞ്ഞുങ്ങളെപ്പോലെ, കൊച്ചുടോട്ടോ എങ്ങനെയൊക്കെ വിളിച്ചാലും ചിറകനക്കാനാവാതെ.

ദെനൻചോഫുവിലെ യാസ്വാക്കിചാന്റെ വീടിനെതിർവശത്തുള്ള ഒരു പള്ളിയിലായിരുന്നു ശവസംസ്കാരച്ചടങ്ങ്.

ജിയുഗോകയിൽനിന്ന് അങ്ങോട്ടേക്കു നിരനിരയായി നടന്നുനീങ്ങുമ്പോൾ കുട്ടികൾ നിശ്ശബ്ദരായിരുന്നു. ടോട്ടോചാൻ മുഴുവൻ സമയവും തലകുനിച്ചാണു നടന്നത്. പതിവുപോലെ ചുറ്റുപാടും കണ്ണുകൾ പായിച്ച്, കൗതുകങ്ങൾ കണ്ടെത്താൻ അവൾക്കു തോന്നിയില്ല. ആ ദുഃഖവാർത്ത മാസ്റ്റർ പറയുമ്പോഴുണ്ടായ വികാരമല്ല ഇപ്പോൾ അവളുടെ മനസ്സിൽ. തീവ്രമായ മറ്റെന്തോ ഉള്ളിൽ വന്നുനിറയുന്നതായി അവളറിഞ്ഞു. മരണവാർത്ത ആദ്യം കേട്ടപ്പോൾ അവിശ്വാസമായിരുന്നു. പിന്നീടു കടുത്ത ദുഃഖം തോന്നി. പക്ഷേ ഇപ്പോഴോ? ഇപ്പോൾ അവൾക്കാകെ വേണ്ടിയിരുന്നത് യാസ്വാക്കിചാനെ ഒരിക്കൽകൂടി ജീവനോടെ കാണുക മാത്രമായിരുന്നു. അവൾക്ക് അവനോടു സംസാരിക്കണമായിരുന്നു. അടക്കാ

നാവാത്ത പാരവശ്യത്തോടെ അവൾ നടന്നു.

ലില്ലിപ്പൂക്കളുടെ വെളുപ്പുകൊണ്ട് പള്ളിമുറ്റം നിറഞ്ഞിരുന്നു. അവിടെ യാസ്വാക്കിചാന്റെ പ്രിയപ്പെട്ട അമ്മ, സഹോദരിമാർ, മറ്റു ബന്ധുക്കൾ; എല്ലാവരും കറുത്ത വസ്ത്രങ്ങളണിഞ്ഞിരുന്നു. ടോട്ടോചാനെ കണ്ടതും അവരുടെ ദുഃഖം അണപൊട്ടിയൊഴുകി. ടോട്ടോചാൻ ഒരു ശവസംസ്കാരച്ചടങ്ങളിൽ പങ്കെടുക്കുന്നത് അന്ന് ആദ്യമായിട്ടായിരുന്നു. ഒരുപാടൊരുപാട് ദുഃഖപൂരിതമാണ് ആ മുഹൂർത്തമെന്ന് അവളറിഞ്ഞു. ആരും ഒന്നും സംസാരിച്ചില്ല. ഓർഗനിൽനിന്നൊഴുകിവരുന്ന വിഷാദത്തിന്റെ നേർത്ത രാഗങ്ങൾ മാത്രം. ഉയരെ സൂര്യൻ തിളങ്ങിക്കൊണ്ടിരുന്നു. പള്ളി പകൽവെളിച്ചത്തിൽ കുളിച്ചുനിന്നു. അതിനുള്ളിലൊരിടത്തും പക്ഷേ, ആഹ്ലാദത്തിന്റെ നേരിയ സ്പർശംപോലുമില്ല. ഇരുണ്ട ബാന്റുവാദ്യമേന്തിനിന്നിരുന്ന ഒരു മനുഷ്യൻ റ്റോമോ വിദ്യാർഥികളുടെ സമീപത്തേക്കു വന്നു. അവൾക്ക് ഓരോ വെള്ളപ്പൂവു വീതം നൽകി. വരിവരിയായി നടന്നുചെന്ന്, പൂക്കൾ യാസ്വാക്കിചാന്റെ ശവമഞ്ചത്തിൽ അർപ്പിക്കാൻ അയാൾ കുട്ടികളോടു മന്ത്രിച്ചു.

പൂക്കളെക്കൊണ്ടു നിറച്ച പെട്ടിയിൽ കണ്ണുകൾ എന്നെന്നേക്കുമായി അടച്ച് യാസ്വാക്കിചാൻ കിടന്നു. മരിച്ചുകഴിഞ്ഞിരുന്നുവെങ്കിലും പഴയ ആ കാരുണ്യവും കൗശലവും അവന്റെ മുഖത്തിപ്പോഴും തളംകെട്ടിക്കിടക്കുന്നതായി ടോട്ടോചാനു തോന്നി. അവൾ മുട്ടുകുത്തിയിരുന്ന്, പൂവ്, ചിരപരിചിതമായ ആ കൈകൾക്കരികിലായി വച്ചു. വിരലുകളിൽ മൃദുവായി സ്പർശിച്ചു. എല്ലായ്പ്പോഴും അവൾ വാത്സല്യത്തോടെ ചുറ്റിപ്പിടിച്ചിരുന്ന വികൃതികളായ വിരലുകൾ.

അവന്റെ കൈകളെന്നും, അഴുക്കിൽ പുതഞ്ഞ അവളുടെ കുഞ്ഞിക്കൈകളെക്കാൾ വെളുത്തവയായിരുന്നു. വിരലുകൾ മുതിർന്നവരുടേതുപോലെ മെലിഞ്ഞുനീണ്ടവയും.

“ഒറങ്ങ്കാണല്ലേ?... ഉവ്വ്...” അവൾ യാസ്വാക്കിചാനോടു മന്ത്രിച്ചു. “ചെലപ്പോ... നമ്മള്, വലുതാവുമ്പൊ എവിടേലുംവച്ച് വീണ്ടും കാണ്വായിരിക്കും. അന്ന് ചെലപ്പോ... നിന്റെ പോളിയോ സുഖായിക്കഴിഞ്ഞിരിക്കും.”

ടോട്ടോചാൻ എഴുന്നേറ്റു. കൂട്ടുകാരനെ ഒരിക്കൽക്കൂടി നോക്കി. “ഹായ്, ‘അങ്കിൾടോമിന്റെ മുറി...’ അവൾ പെട്ടെന്നു പറ

ഞ്ഞു, "ഞാനതു മറന്നുപോയി. ഇപ്പൊ എനിക്കതു തിര്യെ തരാൻ പറ്റ്വോ? പറ്റില്യ. പോട്ടെ സാരല്യ, ഞാനതു സൂക്ഷിച്ചുവച്ചേക്കാം ട്ടോ, ഇനിയെന്നെങ്കിലും കാണുമ്പോ തരാൻ."

നടന്നകലാൻ തുടങ്ങുമ്പോൾ പിന്നിൽ അവന്റെ ശബ്ദം അവൾ കേട്ടു. "ടോട്ടോചാൻ നെനക്കോർമയില്ലേ?" അതെ. ഉറപ്പായും അവളതു കേട്ടു. "നമ്മളൊന്നിച്ച് എന്തെല്ലാം വികൃതികളാ കാട്ട്യേ! ഹൊ, എന്തു രസായിരുന്നു! ഞാൻ നിന്നെ ഒരിക്കലും മറക്കില്യാട്ടോ."

പള്ളിവാതിൽക്കലെത്തിയപ്പോൾ അവൾ തിരിഞ്ഞുനിന്നു. "ഞാൻ നിന്നേം ഒരിക്കലും മറക്കില്യ" അവൾ പറഞ്ഞു.

തീവണ്ടിപ്പള്ളിക്കൂടത്തിലെ ഒന്നാംതരക്കാരുടെ മുറിയിൽ വച്ച് യാസ്വാക്കിചാനെ ആദ്യമായിക്കണ്ട ആ പ്രഭാതത്തിലെന്നപോലെ, വസന്തരാശിയിൽ സൂര്യൻ സൗമനസ്യത്തോടെ തിളങ്ങി.

ഒരു വ്യത്യാസം മാത്രം. ഇപ്പോൾ ടോട്ടോചാൻ കരയുകയായിരുന്നു.

വലുതാവുമ്പൊ?

റ്റോമോയുടെ മുഖം ഏറെക്കാലത്തേക്കു മ്ലാനമായിരുന്നു. കുട്ടികൾ എപ്പോഴും യാസ്വാക്കിചാനെക്കുറിച്ചോർത്തു. പ്രത്യേകിച്ചും ക്ലാസുകൾ ആരംഭിക്കുമ്പോൾ. യാസ്വാക്കിചാൻ ഇനിയൊരിക്കലും തീവണ്ടിമുറിയിലേക്കു വരില്ലെന്ന കാര്യം അവർ നിമിഷനേരത്തേക്കു മറന്നു. അവൻ ക്ലാസിലെത്താൻ വൈകുന്നതെന്തേ എന്ന് ഒരുവേള അവർ സംശയിക്കും. പിന്നീടാണു പെട്ടെന്നൊരു നടുക്കത്തോടെ അവർ സ്വയം ഓർമിപ്പിക്കുക - യാസ്വാക്കിചാൻ ഇനി വരില്ല; ഒരിക്കലും വരില്ല. കുറച്ചുകുട്ടികൾ മാത്രമുള്ള ക്ലാസിന് മേന്മകളുണ്ടായിരിക്കാം. പക്ഷേ, ഇത്തരം അവസരങ്ങളിൽ, അതു വല്ലാത്തൊരു വേദനയാണ്. യാസ്വാക്കിചാന്റെ അഭാവം ക്ലാസിലാകെ നിറഞ്ഞുനിന്നു. ആർക്കും നിശ്ചിതമായ സീറ്റുകളില്ലെന്നതുമാത്രമായിരുന്നു ഒരേ ഒരേയൊരാശ്വാസം. അവന് ഒരു പതിവു ഡസ്കും കസേരയും ഉണ്ടായിരുന്നെങ്കിലോ? എങ്കിൽ അതിപ്പോൾ ക്രൂരമായൊരു ശൂന്യതയോടെ ഒഴിഞ്ഞുകിടന്നേനെ.

"വലുതാവുമ്പൊ എന്താവണം?" ഈയടുത്ത കാലത്തായി

ടോട്ടോചാൻ കൂടുതൽ ഗൗരവത്തോടെ ആലോചിക്കാൻ തുടങ്ങിയ വിഷയമാണത്. കുറെക്കൂടി ചെറിയ കുട്ടിയായിരുന്നപ്പോൾ ഒരു തെരുവുപാട്ടുകാരിയോ ബാലെനർത്തകിയോ ആകാനായിരുന്നു ആഗ്രഹം. റ്റോമോയിലേക്കുവന്ന ആദ്യദിനത്തിൽ അവളുടെ ചിന്ത മുഴുവൻ ഒരു തീവണ്ടിയാപ്പീസിൽ ടിക്കറ്റ്കളക്ടറാവുന്നതിനെക്കുറിച്ചായിരുന്നു. പക്ഷേ, ഇപ്പോഴവൾക്കു പുതിയതെന്തെങ്കിലും കണ്ടുപിടിക്കണമെന്നായി; കുറെക്കൂടി അസാധാരണത്വമുള്ള, എന്നാൽ 'പെണ്ണത്ത'മുള്ള ഒരു ജോലി. ആശുപത്രിയിൽ നഴ്സ് ആയാലോ? അവൾ വിചാരിച്ചു. പക്ഷേ, പെട്ടെന്നുതന്നെ പഴയ മുറിവേറ്റ സൈനികരെ ഓർമവന്നു. അന്നവൾ കണ്ടതാണ്. നഴ്സുമാരുടെ ദയവില്ലാത്ത കുത്തിവയ്പും മറ്റും. വേണ്ട, ആ ജോലി ഏതായാലും വേണ്ട. ഇനി അവൾക്കു പറ്റിയ പണി എന്തുണ്ട്?

ടോട്ടോചാൻ ചുഴിഞ്ഞാലോചിച്ചു. "ഹായ്, അതുതന്നെ." പെട്ടെന്ന് അവളുടെ ഹൃദയം ആഹ്ലാദംകൊണ്ടു നിറഞ്ഞു. "ഉവ്വുവ്വ്, അതുതന്നെ! സത്യത്തില് അക്കാര്യം നേരത്തേതന്നെ തീരുമാനിച്ചിരുന്നതാണല്ലോ!"

അവൾ തായ്ചാനെ സമീപിച്ചു. അവൻ ആൾക്കഹോൾ ബർണറിനു തീകൊളുത്തി പരീക്ഷണങ്ങൾ ആരംഭിച്ചിട്ടേയുണ്ടായിരുന്നുള്ളൂ.

"ഞാനേയ്. ചാരപ്പണിക്കു പോയാലോന്ന് ആലോചിക്ക്യാ." അഭിമാനപൂർവ്വം അവൾ അറിയിച്ചു.

തായ്ചാൻ തീനാളത്തിൽനിന്നു മുഖംതിരിച്ചു. ചാരെ നിൽക്കുന്ന ടോട്ടോചാനെ ഒന്നു തറപ്പിച്ചുനോക്കിയശേഷം ഒരു നിമിഷത്തേക്ക് അവന്റെ കാഴ്ച ജാലകംകടന്ന് പുറത്തേക്കുപോയി. അവൻ ചിന്തിക്കുകയായിരുന്നിരിക്കണം. വീണ്ടും ടോട്ടോചാന്റെ നേരെ തിരിഞ്ഞു ബുദ്ധിയും മുഴക്കവുമുള്ള ശബ്ദത്തിൽ, ലളിതവും നേർത്തതുമായ വാക്കുകളിൽ അവൻ മറുപടി പറഞ്ഞു. അവൾക്കതു സ്പഷ്ടമായി മനസ്സിലാവുകയും ചെയ്തു.

"ചാരപ്പണിക്കു പോണെങ്കിലേയ്." അവൻ പറഞ്ഞു, "സൂത്രപ്പണി പഠിക്കണം. മാത്രമല്ല, ഒരുപാടു ഭാഷകളും അറിഞ്ഞിരിക്കണം."

തായ്ചാൻ ഒന്നുനിർത്തി. ഒരു നിശ്വാസത്തിനുശേഷം നിസ്സങ്കോചം അവളുടെ മുഖത്തേക്കു മിഴിച്ചുനോക്കി ഏച്ചുകെട്ടലുകളി

ല്ലാതെ അവൻ പറഞ്ഞു. "ചാരത്തിപ്പെണ്ണാകണമെങ്കില് ഒന്നാമതായി സുന്ദരിയായിരിക്കണം."

തായ്ചാന്റെ ദൃഷ്ടിപഥത്തിൽനിന്നു മിഴികൾ മെല്ലെ പിൻവലിച്ചു തലതാഴ്ത്തി ടോട്ടോചാൻ നിന്നു. വീണ്ടും അല്പനേരത്തെ മൗനം. നേർത്തസ്വരത്തിൽ ആലോചനാപൂർവം തായ്ചാൻ തുടർന്നു. "പിന്നെ..." ഇത്തവണ അവന്റെ കണ്ണുകൾ മറ്റെവിടെയോ ആയിരുന്നു. "എനിക്കു തോന്നണില്യ. നിന്നെപ്പോലൊരു കിലുക്കാംപെട്ടിക്ക് ചാരപ്പണി കിട്ടുംന്ന്."

ടോട്ടോചാന്റെ വായടഞ്ഞുപോയിരുന്നു. അവളുടെ മുഖം ഇരുണ്ടു. താൻ ചാരപ്പണിക്കുപോകുന്നതിനെ അവൻ എതിർത്തതുകൊണ്ടല്ല. അവൻ പറഞ്ഞതു സത്യമായിരുന്നതുകൊണ്ട്. അവയൊക്കെയും അവളും സംശയിച്ച കാര്യങ്ങളാണ്. എല്ലാ അർഥത്തിലും, ഒരു ചാരപ്പെണ്ണിനു വേണ്ട കഴിവുകളൊന്നുംതന്നെ തനിക്കില്ലെന്ന് അവൾ മനസ്സിലാക്കി. അവൾക്കറിയാം, തന്നോടുള്ള വിരോധംകൊണ്ടൊന്നുമല്ല തായ്ചാൻ അങ്ങനെ പറഞ്ഞത്. അതെല്ലാം സത്യമാണ്. ചാരപ്പണി എന്ന ആശയം ഉപേക്ഷിക്കുകയേ നിവൃത്തിയുള്ളൂ. അവനുമായി ആ വിഷയം വിശദമായി സംസാരിച്ചാലോ?

"പക്ഷേ...." അവൾ ആലോചിച്ചു. "ബഹുവിശേഷം തന്നെ!" തന്നോടുതന്നെ അവൾ പിറുപിറുത്തു, "ഒരേ പ്രായമായിരുന്നിട്ടും എനിക്കറിയാവുന്നതിലും ഒരുപാടൊരുപാട് കാര്യങ്ങൾ തായ്ചാനറിയാമല്ലോ."

താൻ ഒരു ഫിസിക്സ് ഗവേഷകനാവാൻ ആഗ്രഹിക്കുന്നതായി തായ്ചാൻ അവളോടു പറഞ്ഞെന്നിരിക്കട്ടെ. മറുപടിയായി വിളമ്പാൻ ഏതു ത്രിലോകമണ്ടത്തരമാണ് അവളുടെ കൈവശമുള്ളത്?

അവൾ പറഞ്ഞേക്കും. "ഉവ്വുവ്വ്. തീപ്പെട്ടിക്കൊള്ളികൊണ്ട് ആൾക്കഹോൾ ബർണറുകളൊക്കെ അസ്സലായി കത്തിക്കണൊണ്ട് നീയ്." വിഡ്ഢിത്തമെന്നതോ പോകട്ടെ വെറും കുട്ടിത്തം നിറഞ്ഞതായിപ്പോകും ആ പ്രതികരണം.

"അതേയതേ, കിത്സുനെയ്ക്ക് ഇംഗ്ലീഷിൽ 'ഫോക്സ്' എന്നാണെന്നും, കുത്സുവിന് 'ഷൂസ്' എന്നാണെന്നും നെനക്കറിയാല്ലോ. തീർച്ചയായും നെനക്കൊരു ഫിസിക്സ് ഗവേഷകനാ

വാൻ പറ്റും.” എന്നായാലോ മറുപടി. ഹേയ്, പോര പോര, അതും അത്ര പന്തിയല്ല.

ഏതായാലും ഒരു കാര്യം അവൾക്കുറപ്പായിരുന്നു. തായ്ചാൻ ജനിച്ചതു മഹത്തായ എന്തൊക്കെയോ ചെയ്യാൻവേണ്ടിത്തന്നെയാണ്. അവൾ ആദരപൂർവം അവനെ നോക്കി. ബർണറിനു മുകളിലെ ഫ്ളാസ്കിൽ രൂപംകൊള്ളുന്ന കുമിളകളെ സശ്രദ്ധം നിരീക്ഷിക്കുകയായിരുന്നു തായ്ചാൻ. മധുരമായ ശബ്ദത്തിൽ അവൾ പറഞ്ഞു. “ശരിയാ എനിക്ക് ചാരപ്പണി കിട്ടൂന്ന് തോന്നണില്യ. എന്നാലേയ്, നീ വളരെ പ്രധാനപ്പെട്ട ആരോ ആവുംന്ന് എനിക്കൊറപ്പാ.”

തായ്ചാൻ തല ശക്തിയായി ചൊറിയുകയും എന്തോ പിറുപിറുക്കുകയും ചെയ്തു. ശേഷം മുന്നിൽ തുറന്നുകിടന്നിരുന്ന പുസ്തകത്തിനുള്ളിലേക്കു സ്വയം നഷ്ടപ്പെട്ടു.

ഒരു ചാരനാകാൻ കഴിഞ്ഞില്ലെങ്കിൽ പിന്നെ തനിക്കെന്താകാൻ കഴിയും? കൊച്ചുടോട്ടോ വിസ്മയംകൊണ്ടു. തായ്ചാന്റെ ചാരെ അവന്റെ ബർണറിലെ നീലവെളിച്ചത്തിലേക്കു നോക്കി നിശ്ചലയായി നിൽക്കുകയായിരുന്നു അവൾ.

അച്ഛന്റെ വയലിൻ

കുട്ടികൾ അറിയുംമുമ്പുതന്നെ യുദ്ധം അതിന്റെ എല്ലാ പൈശാചികതയോടെയും ആരംഭിച്ചുകഴിഞ്ഞിരുന്നു. ടോട്ടോചാന്റെ വീടും ആദ്യമേ യുദ്ധത്തിന്റെ സാന്നിധ്യമറിഞ്ഞു. അയൽപക്കങ്ങളിൽ എല്ലാദിവസവും യാത്രയയപ്പുകളുണ്ടായിരുന്നു; മുതിർന്ന ആൺകുട്ടികൾക്കും പുരുഷന്മാർക്കും. പാറിക്കളിക്കുന്ന പതാകകളുടെയും തിളച്ചുയരുന്ന മുദ്രാവാക്യങ്ങളുടെയും അകമ്പടിയോടെ അവർ യാത്രതിരിച്ചു. കമ്പോളങ്ങളിൽനിന്ന് ആഹാരസാധനങ്ങൾ ഓരോന്നായി അപ്രത്യക്ഷമായിക്കൊണ്ടിരുന്നു. റ്റോമോയിലെ ഉച്ചഭക്ഷണവേളകളിൽ 'കടലിൽനിന്നൊരു പങ്കും മലകളിൽനിന്നൊരു പങ്കും' എന്ന നിയമം പഴയതുപോലെ പാലിക്കുക ക്ലേശകരമായി മാറി. അമ്മ ആദ്യമൊക്കെ പ്ലം അച്ചാറും കടൽപ്പായലുംകൊണ്ട് ഒരുവിധം ഒപ്പിച്ചു. പക്ഷേ, ക്രമേണ അവയും ലഭ്യമല്ലാതായി. എന്തെങ്കിലും ഇത്തിരി കിട്ടുക റേഷനിലൂടെ മാത്രം. എവിടെല്ലാം തിരിഞ്ഞാലും മധുരമുള്ളതൊന്നുമില്ല. മിഠായികളേ ഉണ്ടായിരുന്നില്ല.

തന്റെ സ്റ്റേഷനു തൊട്ടുമുമ്പുള്ള ഊക്കായാമയിൽ കോണിപ്പടിക്കു താഴെയായി ഒരു മിഠായി വിൽക്കുന്ന യന്ത്രമുള്ളത് ടോട്ടോചാനറിയാം. അതിലുള്ള കുഞ്ഞുദ്വാരത്തിലൂടെ നാണയമിട്ടാൽ രുചികരമായ ഒരു പായ്ക്കറ്റ് കാരമൽ കിട്ടും. യന്ത്രത്തിനു മുകളിൽ മിഠായിപ്പൊതിയുടെ കൊതിപ്പിക്കുന്ന ഒരു ചിത്രവുമുണ്ട്. അഞ്ചു സെന്നിന്റെ നാണയം നിക്ഷേപിച്ചാൽ കിട്ടുന്നത് ഒരു ചെറിയ പൊതി. പത്തുസെന്നാണെങ്കിൽ ഇരട്ടിവലിപ്പമുള്ള ഒന്ന്. പക്ഷേ, യന്ത്രം കാലിയായിക്കഴിഞ്ഞിട്ടിപ്പോൾ ഏറെ നാളായി. എത്ര പണം നിക്ഷേപിച്ചാലും എത്ര ശക്തിയായി അമർത്തിയാലും ഇന്നതിനു മിഠായി സമ്മാനിക്കാൻ കഴിയില്ല. പക്ഷേ, ടോട്ടോചാന് അപ്പോഴും പ്രതീക്ഷയുണ്ടായിരുന്നു.

"അതിനുള്ളില് എവിടേലും ഒരു കുഞ്ഞുപായ്ക്കറ്റ് കാണ്വായിരിക്കും" തന്റെ ആഗ്രഹത്തിൽ കടിച്ചുതൂങ്ങിക്കിടന്ന് അവൾ സങ്കല്പിക്കും. "അങ്ങുള്ളില് ചെലപ്പൊ ഇത്തിരിയെങ്കിലും കുടുങ്ങിക്കെടക്ക്ണൂണ്ടാവും."

എല്ലാദിവസവും തീവണ്ടി ഊക്കായാമയിൽ നിർത്തുമ്പോൾ അവൾ യന്ത്രത്തിനരികിലേക്കോടും. അഞ്ചുസെന്നിന്റെയും

പത്തുസെന്നിന്റെയും തുട്ടുകൾ മാറിമാറി നിക്ഷേപിക്കും. പക്ഷേ, എല്ലായ്പ്പോഴും ക്രൂരമായൊരു 'കടകട' ശബ്ദത്തോടെ നാണയങ്ങൾ പുറത്തേക്കു വന്നു.

ഏതാണ്ട് ആയിടയ്ക്കാണ് അച്ഛനോട് ആരോ പുതിയൊരു വാർത്ത പറഞ്ഞത്. മിക്ക ആളുകളും സ്വാഗതാർഹമെന്നു കരുതുന്ന ആ വാർത്ത ഇങ്ങനെയായിരുന്നു. 'മ്യൂണിഷൻസ് ഫാക്ടറി' എന്ന ഒരു ഭയങ്കരസ്ഥലമുണ്ടത്രെ. യുദ്ധോപകരണങ്ങളും മറ്റുമുണ്ടാക്കുന്ന അവിടെച്ചെന്ന് വയലിനിൽ ആവേശകരമായ യുദ്ധകാലസംഗീതമാലപിച്ചാൽ അച്ഛന് ആവശ്യമുള്ള അരിയും പഞ്ചസാരയും മറ്റു സമ്മാനങ്ങളും കിട്ടുമത്രെ. അടുത്തകാലത്തു പ്രമുഖമായൊരു സംഗീതപുരസ്കാരം ലഭിച്ച അച്ഛൻ, വയലിനിസ്റ്റെന്ന നിലയിൽ നാടൊട്ടുക്കു പ്രസിദ്ധനായിരുന്നു. ആയുധശാലയിൽ പാടാൻ പോയാൽ കുറെയധികം പാരിതോഷികങ്ങളും സൗജന്യങ്ങളും ഉറപ്പായി ലഭിക്കുമെന്ന കാര്യം ചില സുഹൃത്തുക്കളാണ് അദ്ദേഹത്തെ അറിയിച്ചത്.

"എന്തു തീരുമാനിച്ചു?" അമ്മ അച്ഛനോടു തിരക്കി. "നിങ്ങള് പാടാൻ പോവ്വാണോ?"

സംഗീതമേളകൾ ഒന്നിനൊന്നു വിരളമായിക്കൊണ്ടിരിക്കുകയായിരുന്നു. കൂടുതൽ കൂടുതലാളുകൾ യുദ്ധമുന്നണിയിലേക്കു വിളിക്കപ്പെട്ടു. അക്കൂട്ടത്തിൽ ധാരാളം പാട്ടുകാരും വാദ്യവിദഗ്ദ്ധരും ഉൾപ്പെട്ടിരുന്നു. അച്ഛന്റെ ഓർക്കെസ്ട്രയിൽ ആളെണ്ണം കുറഞ്ഞുവന്നു. റേഡിയോ പ്രക്ഷേപണമാകട്ടെ ഏതാണ്ട് പൂർണമായിത്തന്നെ യുദ്ധവുമായി ബന്ധപ്പെട്ട പരിപാടികൾക്കായി മാറ്റിവയ്ക്കപ്പെട്ടിരുന്നു. അങ്ങനെ അച്ഛനും കൂട്ടർക്കും അധികം ജോലിയൊന്നുമില്ലെന്നായി. ഇത്തരമൊരവസ്ഥയിൽ ഏതുതരം കച്ചേരിക്കുമുള്ള ക്ഷണം വാസ്തവത്തിൽ സ്വീകരിക്കേണ്ടതാണ്.

മറുപടി പറയുംമുമ്പ് അച്ഛൻ അല്പനേരം ആലോചിച്ചു. ശേഷം മെല്ലെ പറഞ്ഞു. "ആ നെറികെട്ട സംഗീതം എന്റെ വയലിനിൽ കേൾപ്പിക്കാൻ ഞാനിഷ്ടപ്പെടുന്നില്ല."

"അതൊഴിവാക്കുന്നതാണ് നല്ലത്," അമ്മ അതു ശരിവച്ചു. "ഞാനേതായാലും എതിർക്കുമായിരുന്നു. ഭക്ഷണം എങ്ങനെയും നമുക്കുണ്ടാക്കാമല്ലോ."

ആഹാരത്തോടുള്ള ടോട്ടോചാന്റെ നിഷ്കളങ്കമായ ആർത്തി

അച്ഛനറിയാം. അവസാനിക്കാത്ത കൊതിയോടെ മിഠായിവിതരണയന്ത്രത്തിൽ അവൾ പതിവായി നാണയമിടാറുണ്ടെന്ന കാര്യവും അദ്ദേഹം മനസ്സിലാക്കിയിരുന്നു. സത്യത്തിൽ ഏതാനും യുദ്ധകാലഗാനങ്ങൾക്കു കിട്ടുന്ന ഭക്ഷണസമ്മാനങ്ങൾ മാത്രം മതി ആ കൊച്ചുകുടുംബത്തിന് സുഖമായി കഴിയാൻ. പക്ഷേ, തന്റെ സംഗീതത്തിന് അച്ഛൻ കൂടുതൽ വില കൽപ്പിച്ചു. അമ്മയ്ക്കും അതറിയാം. അവർ ഒരിക്കലും അദ്ദേഹത്തെ നിർബന്ധിച്ചുമില്ല. "എന്റെ ടോട്സ്കീ. അച്ഛനോട് ക്ഷമിക്കുക." അദ്ദേഹം സങ്കടപ്പെട്ടു.

ടോട്ടോചാൻ നന്നേ ചെറുതായിരുന്നു. കല, പ്രത്യയശാസ്ത്രം, തൊഴിൽ തുടങ്ങിയ വിഷയങ്ങളെക്കുറിച്ച് അവൾ അജ്ഞയായിരുന്നു. പക്ഷേ, ഒന്നവൾ മനസ്സിലാക്കിയിട്ടുണ്ട്. അച്ഛൻ വയലിനെ സ്നേഹിക്കുന്നു. ആ സ്നേഹം കാരണം എല്ലാവരും അദ്ദേഹത്തെ വിളിച്ചിരുന്ന പേരാണത്രെ 'നിഷേധി'. പല അടുത്ത ബന്ധുക്കളും അച്ഛനോടു സംസാരിക്കാറേ ഇല്ലെന്നതും അവൾക്കറിയാം. അദ്ദേഹം ഒരുപാടു കഷ്ടപ്പെട്ടിട്ടുണ്ട്. പക്ഷേ, അപ്പോഴൊന്നും വയലിൻ ഉപേക്ഷിക്കാൻ അദ്ദേഹം കൂട്ടാക്കിയില്ല. ഇങ്ങനെയൊക്കെയുള്ള അച്ഛന്, ഇഷ്ടമില്ലാത്ത സംഗീതം ആലപിക്കാതിരിക്കാൻ അവകാശമില്ലേ? ടോട്ടോചാൻ വിചാരിച്ചു. സ്കിപ്പിംഗ്റോപ്പുമായി അച്ഛന്റെ ചുറ്റും നൃത്തംചെയ്തുകൊണ്ട് ആനന്ദത്തോടെ അവൾ പറഞ്ഞു. "എനിക്ക് പരാതിയില്യാട്ടോ. അച്ഛന്റെ വയലിനോടും എനിക്കിഷ്ടാ."

പക്ഷേ, പിറ്റേന്നും ടോട്ടോചാൻ തീവണ്ടി ഊക്കായാമയിലെത്തിയപ്പോൾ ചാടിയിറങ്ങി. മിഠായിയന്ത്രത്തിന്റെ വിടവിലൂടെ ആർത്തിപൂണ്ടു നോക്കി. എന്തെങ്കിലും അതിൽനിന്നു പുറത്തുവരിക അസാധ്യമായിരുന്നു. എന്നിട്ടും അവൾ പ്രതീക്ഷയോടെ നോക്കി. അവൾ നോക്കിക്കൊണ്ടേയിരുന്നു; നിരന്തരം.

പ്രതിജ്ഞ

ഉച്ചയൂണു കഴിഞ്ഞു. വട്ടത്തിൽ നിരത്തിയ ഡസ്കുകളും കസേരകളും കുട്ടികൾ പെറുക്കിമാറ്റി. അസംബ്ലിഹാൾ വീണ്ടും അനന്തവിശാലമായി.

"നോക്കിക്കോ. ഇന്നു ഞാനായിരിക്കും ആദ്യം മാസ്റ്ററുടെ ചുമലിൽ കേറ്ക." ടോട്ടോചാൻ തീരുമാനിച്ചു.

അതുതന്നെയാണു വാസ്തവത്തിൽ അവളെല്ലായ്പ്പോഴും ആഗ്രഹിച്ചിരുന്നതും. പക്ഷേ, ഒരരക്ഷണം അവൾ മടിച്ചുപോയാൽ, അസംബ്ലിഹാളിന്റെ മധ്യത്തിലായി ചമ്മണംപൂട്ടിയിരിക്കാൻ തുടങ്ങുന്ന മാസ്റ്ററുടെ തോളിൽ മറ്റാരെങ്കിലും കയറിപ്പറ്റിയിട്ടുണ്ടാവും. എന്നുമാത്രമല്ല, കുറഞ്ഞതു മറ്റു രണ്ടുപേരെങ്കിലും ആ അരക്കെട്ടിലും മുതുകിലുമൊക്കെയായി അള്ളിപ്പിടിച്ചു ബഹളം വച്ച് അദ്ദേഹത്തിന്റെ ശ്രദ്ധ പിടിച്ചെടുക്കാനുള്ള ശ്രമം തുടങ്ങിക്കഴിഞ്ഞിട്ടുമുണ്ടാവും.

"യ്യോ... മതി, മതി" ചിരിച്ചുചുവന്ന മുഖത്തോടെ അദ്ദേഹം പ്രതിഷേധിക്കും. പക്ഷേ, ഒരിക്കൽ ആ ചുമൽ കൈയടക്കിക്കഴിഞ്ഞാൽ കുട്ടികൾ ഒരു കാരണവശാലും അതുപേക്ഷിക്കുന്ന പ്രശ്നമില്ല. അതിനാൽ അൽപം മെല്ലെയായിപ്പോകുന്ന ഒരു കുട്ടിക്കു മാസ്റ്ററുടെ ചുറ്റുമുള്ള വലിയ ആൾക്കൂട്ടത്തെ നോക്കി വെറുതെ നിൽക്കാനേ കഴിയൂ. പക്ഷേ, ഇത്തവണ ടോട്ടോചാൻ അതീവശ്രദ്ധയോടെ കാത്തുനിന്നു. മാസ്റ്റർ വാതിൽ കടന്നുവരുമ്പോൾ തന്നെ, തയ്യാറെടുപ്പോടെ അവൾ അസംബ്ലിഹാളിന്റെ മധ്യത്തിൽ സ്ഥാനംപിടിച്ചിരിക്കുന്നു. അദ്ദേഹം അടുത്തെത്തിയതും അവൾ ഉച്ചത്തിൽ അറിയിച്ചു. "ഞാനേയ് മാസ്റ്ററോട് ഒരു കാര്യം പറയാൻ വെച്ചിട്ടുണ്ട് ട്ടോ."

"എന്താണാവോ?" ഇരുന്ന് ചമ്മണംപൂട്ടുന്നതിനിടയിൽ അദ്ദേഹം താത്പര്യപൂർവ്വം ചോദിച്ചു.

അനേകനാളത്തെ ഗാഢമായ ആലോചനയ്ക്കുശേഷം താൻ കൈക്കൊണ്ട തീരുമാനം മാസ്റ്ററെ അറിയിക്കാൻ ടോട്ടോചാന് തിടുക്കമായിരുന്നു. മാസ്റ്റർ കാലുകൾ പിണച്ച് ഇരിപ്പുറപ്പിച്ച നിമിഷത്തിൽത്തന്നെ പിൻചുമലിൽ ചാടിക്കയറാനുള്ള തീരുമാനം അവൾ ഉപേക്ഷിച്ചു. അവൾക്കു പറയണ്ടേ രഹസ്യം മുഖത്തോടുമുഖം പറയുകയാണു കൂടുതൽ ഉചിതം. അതിനാൽ അദ്ദേഹത്തോടു നന്നേ ചേർന്ന് അഭിമുഖമായി അവളിരുന്നു. തല അല്പം ചെരിച്ചുപിടിച്ച്. 'സുന്ദരിക്കോതയുടെ ചിരികണ്ടില്ലേ' എന്നു പണ്ടുമുതൽക്കേ അമ്മ പറയാറുള്ള ആ കുസൃതിച്ചിരി പുറത്തെടുത്തു. അവളുടെ ഏറ്റവും പ്രസാദപൂർണമായ ഭാവങ്ങളി

ലൊന്നായിരുന്നു അത്. അപൂർവമായ ആ ചിരിയുടെ സാന്നിധ്യം അവൾക്ക് ആത്മവിശ്വാസം പകർന്നു. താനിപ്പോഴൊരു നല്ല കുട്ടിയായിരിക്കുന്നല്ലോ – രഹസ്യം പറയാനായി ചുണ്ടുകൾ മെല്ലെ വിടർത്തുമ്പോൾ ടോട്ടോചാൻ വിചാരിച്ചു.

മാസ്റ്റർ പ്രതീക്ഷാപൂർവ്വം അവളെ നോക്കി. "ഉം. പറഞ്ഞോളൂ," ഒന്നു മുന്നോട്ടാഞ്ഞ് അദ്ദേഹം മന്ത്രിച്ചു.

ഒരു ചേച്ചിയുടെ അല്ലെങ്കിൽ അമ്മയുടെ മട്ടിൽ മധുരമായി മന്ദമായി അവൾ പറഞ്ഞു. "വലുതാവുമ്പൊ ഈ സ്കൂളില് പഠിപ്പിക്കാനാ എനിക്കിഷ്ടം. ഞാൻ ഇവിടെത്തന്നെ വരാംട്ടോ."

മാസ്റ്റർ ഹൃദ്യമായ ഒരു പുഞ്ചിരി സമ്മാനിക്കുമെന്നാണ് അവൾ കരുതിയത്. പക്ഷേ, അദ്ദേഹം ചിരിച്ചില്ല. ഗൗരവപൂർവ്വം മാസ്റ്റർ ചോദിച്ചു, "സത്യം?"

അവൾ വരണമെന്ന് അദ്ദേഹം യഥാർഥത്തിൽ ആഗ്രഹിച്ചിരുന്നിരിക്കണം.

ചടുലമായ ആവേശത്തോടെ തലകുലുക്കിക്കൊണ്ട് ടോട്ടോചാൻ പറഞ്ഞു. "സത്യം!" റ്റോമോയിൽ ടീച്ചറായിത്തീരണമെന്ന് അവൾ തന്നോടുതന്നെയും സത്യം ചെയ്തു.

ആ ഒരു നിമിഷത്തിൽ അവൾ ഓർക്കുകയായിരുന്നു. ഒന്നാം ക്ലാസുകാരിയായി ആദ്യം റ്റോമോയിലെത്തിയ പ്രഭാതത്തെക്കുറിച്ച്. അസംബ്ലിഹാളിനരികിലെ ഓഫീസിൽ വച്ച് കൊബായാഷി മാസ്റ്ററെ കണ്ടെത്തിയ ആ മുഹൂർത്തത്തെക്കുറിച്ച്. എല്ലാം ഒരുപാടു മുമ്പായിരുന്നതുപോലെ... അന്നു നാലുമണിക്കൂറോളം അവളുടെ വായാടിത്തങ്ങൾക്കു കാതോർത്ത് അദ്ദേഹമിരുന്നു. മഴ പെയ്തുകഴിയുംപോലെ അവൾ അവസാനിപ്പിച്ചപ്പോൾ അദ്ദേഹം പറഞ്ഞത് ഒരേയൊരു വാചകം മാത്രം – "ടോട്ടോ, ഇനി മുതൽ നീ ഈ സ്കൂളിലെ കുട്ടിയാണ്, എന്താ?" ആ വാക്കുകളുടെ അപൂർവമായ ഊഷ്മളത ടോട്ടോചാൻ ഓർത്തു. അതുവരെയുണ്ടായിരുന്നതിലും എത്രയോ മടങ്ങ് ഇഷ്ടം കൊബായാഷി മാസ്റ്ററോട് ഇപ്പോൾ അവൾക്കു തോന്നി. അദ്ദേഹത്തിനുവേണ്ടി എത്രതന്നെ പണിയെടുക്കാനും എന്തെല്ലാം സഹായങ്ങൾ ചെയ്യാനും അവൾ ഒരുക്കമായിരുന്നു.

അവൾ സത്യം ചെയ്തപ്പോൾ, പതിവുപോലെ തന്റെ പല്ലിനെക്കുറിച്ചു ലേശവും പരിഭ്രമമില്ലാതെ അദ്ദേഹം ചിരിച്ചു; തൊണ്ണു

കാട്ടി സ്വയം മറന്നുള്ള ചിരി. ടോട്ടോചാൻ തന്റെ ചെറുവിരൽ മുന്നിലേക്കു നീട്ടി. മാസ്റ്ററും അപ്രകാരം ചെയ്തു. അദ്ദേഹത്തിന്റെ ചെറുവിരൽ ദൃഢമായിരുന്നു. വിശ്വാസ്യതയുടെ വല്ലാത്തൊരു സ്പർശം അതിൽ നിറഞ്ഞുനിൽക്കുന്നതായി അവൾക്കു തോന്നി. വിരലുകൾ കോർത്തുപിടിച്ച്, പരമ്പരാഗതമായ ജാപ്പനീസ് ശൈലിയിൽ ടോട്ടോചാനും അവളുടെ ഹെഡ്മാസ്റ്ററും പ്രതിജ്ഞയെടുത്തു. മാസ്റ്ററുടെ മുഖത്ത് ആത്മസംതൃപ്തിയുടെ മന്ദഹാസമുണ്ടായിരുന്നു. ടോട്ടോചാനും ആഹ്ലാദത്തോടെ ചിരിച്ചു. അവൾ റ്റോമോ സ്കൂളിൽ ടീച്ചറാവാൻ പോവുകയാണ്! എത്ര മനോഹരമായ സ്വപ്നം.

"ടീച്ചറാവുമ്പൊ, ഞാന്... ഉം... പിന്നെ..." ടോട്ടോചാൻ മനോരാജ്യത്തിലേക്ക് ആണ്ടിറങ്ങി. അവളുടെ കൊച്ചുമനസ്സ് സങ്കല്പിക്കുകയായിരുന്നു, പഠിത്തം വളരെക്കുറച്ച്, ഒരുപാട് കായികമേളകൾ, ഒത്തിരിയൊത്തിരി പാചകവേളകൾ, എന്നും നടത്തം, ക്യാമ്പിംഗ്, അങ്ങനെയങ്ങനെ...!

മാസ്റ്ററും വരുംകാലത്തെക്കുറിച്ചാലോചിക്കുകയായിരുന്നു. ടോട്ടോചാൻ വലുതാവുക; റ്റോമോയിൽ ടീച്ചറാവുക. അതെല്ലാം ഇന്നിരുന്നു ഭാവനയിൽ കാണുക അസാധ്യം. പക്ഷേ, ഒന്നദ്ദേഹത്തിനു തീർച്ചയുണ്ടായിരുന്നു. ഒരു റ്റോമോ അദ്ധ്യാപികയാവാൻ ടോട്ടോചാനു കഴിയും. റ്റോമോയിലെ ഏതൊരു കുട്ടിക്കും അതു കഴിയുമെന്നുതന്നെ മാസ്റ്റർ വിശ്വസിച്ചു. കുട്ടികളായിരിക്കുക എന്തെന്നു ഹൃദയപൂർവ്വം സ്മരിക്കാൻ അവർക്കാവും. അദ്ദേഹം ചിന്തിച്ചു.

റ്റോമോ എന്ന ഇത്തിരിയോളംപോന്ന പള്ളിക്കൂടത്തിൽ, പത്തോ അതിലേറെയോ വർഷങ്ങൾ കഴിഞ്ഞു നിറവേറേണ്ടിയിരിക്കുന്ന ഒരു ഉജ്ജ്വലപ്രതിജ്ഞയ്ക്കു ജീവൻകൊടുക്കുകയായിരുന്നു അവിടത്തെ ഹെഡ്മാസ്റ്ററും അദ്ദേഹത്തിന്റെ ഒരു വിദ്യാർഥിനിയും. അതേസമയം പുറത്തു ജനങ്ങൾ പരിഭ്രാന്തരായിരുന്നു. നിറയെ ബോംബുകളുമായി എപ്പോൾ വേണമെങ്കിലുമെത്താവുന്ന അമേരിക്കൻ പോർവിമാനങ്ങളെക്കുറിച്ച് അവർ ഉത്കണ്ഠയോടെ പിറുപിറുത്തു.

ജപ്പാനുമുകളിൽ യുദ്ധം ഉരുണ്ടുകൂടുകയായിരുന്നു.

റോക്കി അപ്രത്യക്ഷനാവുന്നു

ധാരാളം പട്ടാളക്കാർ മരണപ്പെട്ടിരുന്നു. ക്ഷാമം കൊടുമ്പിരിക്കൊണ്ടു. ജനങ്ങൾ കടുത്ത ഭയത്തിനുള്ളിലായിരുന്നു. പക്ഷേ, പതിവുപോലെ വേനൽ വന്നു. വിജയരാഷ്ട്രങ്ങൾക്കു മുകളിലെന്നപോലെ പരാജിതരുടെ ആകാശത്തിലും ഒരേ സൂര്യൻ ജ്വലിച്ചുനിന്നു.

കമാകുറയിലെ വല്യച്ഛന്റെ വീട്ടിൽനിന്നു ടോക്കിയോയിൽ തിരിച്ചെത്തിയിട്ടേയുണ്ടായിരുന്നുള്ളൂ, ടോട്ടോചാൻ.

റ്റോമോയിലിപ്പോൾ ക്യാമ്പുകളോ ചൂടുറവ തേടിയുള്ള ഹൃദയഹാരിയായ യാത്രകളോ ഇല്ലാതെയായിരിക്കുന്നു. പഴയതുപോലെ വിസ്മയങ്ങൾ നിറഞ്ഞ ഒരൊഴിവുകാലമാസ്വദിക്കാൻ ഒരു പക്ഷേ, കുട്ടികൾക്കിനിയൊരിക്കലും കഴിഞ്ഞെന്നുവരില്ല. എല്ലാ വേനലവധികളിലും വല്യച്ഛന്റെ കുട്ടികളോടൊപ്പം കമാകുറയിലെ അവരുടെ വീട്ടിൽ അൽപകാലം കൂടാറുള്ള ടോട്ടാചാന് ഇത്തവണ പക്ഷേ, എല്ലാം വ്യത്യസ്തമായി തോന്നി. അവിടെ അച്ഛന്റെ ബന്ധത്തിൽപ്പെട്ട ഒരു ചെക്കനുണ്ടായിരുന്നു. എപ്പോഴും ഭയങ്കരങ്ങളായ പ്രേതകഥകൾ പറഞ്ഞുകേൾപ്പിക്കാറുള്ള അവൻ സൈന്യത്തിലേക്കു വിളിക്കപ്പെട്ടുകഴിഞ്ഞിരുന്നു. അതുകൊണ്ട് പ്രേതകഥകളേ ഉണ്ടായില്ല. തന്റെ അമേരിക്കൻ ജീവിതത്തെക്കുറിച്ചുള്ള രസകരമായ കഥകളാൽ കുട്ടികളെ പുളകംകൊള്ളിക്കാറുള്ള വല്യച്ഛനും – ആ കഥകൾ സത്യമാണോ അല്ലയോ എന്നു കുട്ടികളറിഞ്ഞില്ല – മുന്നണിയിലായിരുന്നു. വല്യച്ഛന്റെ പേര് ഷൂജി തഗൂചി എന്നായിരുന്നു. ഉന്നതതലത്തിൽ അംഗീകാരം നേടിയ ഒരു ക്യാമറാമാനായിരുന്നു അദ്ദേഹം.

നിഹോൺന്യൂസിന്റെ ന്യൂയോർക്ക് ബ്യൂറോ ചീഫ്, അമേരിക്കൻ മെട്രോന്യൂസിന്റെ കിഴക്കേഷ്യൻ പ്രതിനിധി എന്നീ നിലകളിൽ പ്രവർത്തിച്ചിട്ടുള്ള ഷൂജി വല്യച്ഛൻ പത്രപംക്തികൾ വഴിയും പ്രസിദ്ധനായിരുന്നു. അദ്ദേഹത്തിന്റെ ഇളയ സഹോദരനായിരുന്നു അച്ഛൻ. പക്ഷേ, മാതൃകുടുംബത്തിന്റെ പേര് കാലഹരണപ്പെട്ടുപോകാതിരിക്കാൻ അച്ഛൻ അത് ഉപനാമമായി സ്വീകരിച്ചു. അല്ലെങ്കിൽ അച്ഛന്റെ പേരിന്റെ ഒടുവിലും തഗൂചി എന്നുവരുമായിരുന്നു. വല്യച്ഛൻ ഫിലിമിൽ പകർത്തിയ 'റബോളിലെ പോരാട്ട'വും മറ്റും അപ്പോഴും തിയേറ്ററുകളിൽ പ്രദർശിപ്പിക്കുന്നുണ്ടായിരുന്നു. പക്ഷേ, താനെടുത്ത യുദ്ധചിത്രങ്ങൾ മാത്രമേ അദ്ദേഹം

മുന്നണിയിൽനിന്ന് അയച്ചിരുന്നുള്ളൂ. അതു വല്യമ്മയെയും മറ്റുള്ളവരെയും ദുഃഖത്തിലാഴ്ത്തി. അപകടകരങ്ങളായ സ്ഥാനങ്ങളിൽ നിൽക്കുന്ന സൈനികഗ്രൂപ്പുകളെയാണ് ഫോട്ടോഗ്രാഫർമാർ എപ്പോഴും ചിത്രീകരിച്ചിരുന്നത്. അതിനാൽ സൈനികമുന്നേറ്റങ്ങൾക്കു വഴിയൊരുക്കിക്കൊണ്ട് ഫോട്ടോഗ്രാഫർമാർ ട്രൂപ്പുകൾക്കുമുമ്പേ സഞ്ചരിക്കണംപോലും. ആ കേട്ടുകേൾവി ടോട്ടോചാന്റെ മുതിർന്നവരായ ബന്ധുക്കളെയെല്ലാം വല്ലാതെ പരിഭ്രമിപ്പിച്ചു.

ഗ്രീഷ്മത്തിലെ കമാകുറാ കടൽപ്പുറംപോലും അനാഥമായി കാണപ്പെട്ടു. ഒന്നും പഴയതുപോലെയല്ലാതിരുന്നിട്ടും, ആശ്വാസമെന്നോണം യാചാന്റെ തമാശകളുണ്ടായിരുന്നു. ഷൂജി വല്യച്ഛന്റെ മൂത്തമകനാണ് യാചാൻ. ടോട്ടോചാനെക്കാൾ ഒരു വയസ്സ് അവനു കൂടുതൽ. കുട്ടികളെല്ലാം ഒന്നിച്ച് ഒരു കൂറ്റൻ കൊതുകുവലയ്ക്കുള്ളിലാണു കിടക്കാറ്. ഉറങ്ങുന്നതിനുമുമ്പ് അവന്റെ വക ഒരു പതിവുപ്രകടനവുമുണ്ടായിരിക്കും. 'ചക്രവർത്തി നീണാൾ വാഴട്ടെ!' അവൻ ഉച്ചത്തിൽ അലറും. എന്നിട്ട് വെടിയേറ്റ ഒരു പട്ടാളക്കാരനെപ്പോലെ കിടക്കയിലേക്കു മറിഞ്ഞു ചത്തഭാവത്തിൽ കിടക്കും. അവനിതു പലതവണ ആവർത്തിക്കും. ഏറ്റവും വലിയ തമാശ ഇനിയാണ്. ഇപ്രകാരം ചെയ്യുന്ന രാത്രികളിലെല്ലാം അവൻ ഉറക്കത്തിലെണീറ്റ് നടന്നുകളയും. ഒടുവിൽ വരാന്തയിൽ മൂക്കുകുത്തി വീണും മറ്റുമുണ്ടാകുന്ന പുകില് ചില്ലറയൊന്നുമല്ല!

ജോലിത്തിരക്കുകാരണം ടോട്ടോചാന്റെ അച്ഛനുമമ്മയും വീട്ടിൽത്തന്നെ തങ്ങി. ഇപ്പോൾ, വേനലവധി കഴിഞ്ഞ്, പ്രേതകഥകൾ പറയുമായിരുന്ന ആ പഴയ ചെക്കന്റെ ചേച്ചിയോടൊപ്പം ടോട്ടോചാൻ തിരികെ ടോക്കിയോയിലെത്തിയിരിക്കുകയാണ്.

വീട്ടിന്റെ പടികടന്നതും പതിവുപോലെ അവൾ റോക്കിയെ തിരയാൻ തുടങ്ങി. അവനെ ഒരിടത്തും കാണാനില്ല. വീട്ടിലോ ഉദ്യാനത്തിലോ അവനില്ല. അച്ഛന്റെ ഓർക്കിഡുകൾ വളരുന്ന 'കണ്ണാടിക്കുടിലി'ലുമില്ല. ടോട്ടോചാൻ ആകെ പരിഭ്രമിച്ചു. സാധാരണഗതിയിൽ അവൾ തിരിച്ചെത്തിയതറിഞ്ഞ് അവൻ എപ്പൊഴേ വരേണ്ടതാണ്. അവന്റെ പേര് ഉറക്കെവിളിച്ചുകൊണ്ട് ടോട്ടോചാൻ പറമ്പിലും പുറത്തു തെരുവിലുമെല്ലാം നടന്നു. പക്ഷേ, പ്രിയപ്പെട്ട ആ കണ്ണുകളുടെ, കാതുകളുടെ, ഇളകിക്കളിക്കുന്ന വാലിന്റെ

നേരിയ സൂചനപോലും അവിടെയെങ്ങുമുണ്ടായിരുന്നില്ല. താൻ പുറത്തേക്കിറങ്ങിയ തക്കത്തിൽ അവൻ തിരിച്ചെത്തിയിട്ടുണ്ടാവുമെന്ന പ്രതീക്ഷയോടെ, തിരക്കിട്ട് അവൾ വീട്ടിലേക്കോടി. ഇല്ല അവൻ വന്നിട്ടില്ല.

"റോക്കിയെവിടെ?" അവൾ അമ്മയോടു തിരക്കി.

ടോട്ടോചാന്റെ ഉത്കണ്ഠാകുലമായ അന്വേഷണം അമ്മ ശ്രദ്ധിക്കാതെയല്ല. പക്ഷേ, അവർക്കെന്തു സമാധാനം പറയാനാകും?

"അമ്മേ, റോക്കിക്കുട്ടനെവിടെപ്പോയി?" അവരുടെ ഉടുവസ്ത്രത്തിൽ പിടിച്ചുലച്ചുകൊണ്ട് അവൾ വീണ്ടും ചോദിച്ചു.

അമ്മ മറുപടി പറയാൻ വിഷമിക്കുകയായിരുന്നു. "അവനെ കാണാനില്ല," അവർ മെല്ലെ പറഞ്ഞു.

അതു വിശ്വസിക്കാൻ ടോട്ടോചാൻ കൂട്ടാക്കിയില്ല. റോക്കിയെ കാണാതാവുകയോ! അതെങ്ങനെ സാധ്യമാകും?

"എപ്പൊ?" അമ്മയുടെ മുഖത്തേക്കുതന്നെ തറഞ്ഞിറങ്ങിയ കണ്ണുകളോടെ അവൾ ചോദിച്ചു.

അമ്മയ്ക്കു വാക്കുകൾ പതറി. "എന്റെ പുന്നാരക്കുട്ടി കമാകുറയിൽ പോയ ആയിടയ്ക്ക്..." തൊണ്ടയിടറുന്നുണ്ടായിരുന്നു അമ്മയ്ക്ക്. എങ്കിലും അവർ പെട്ടെന്നു പറഞ്ഞു. "ഞങ്ങളവനെ ഒരുപാടു തെരഞ്ഞു. എല്ലാടവും പോയി നോക്കി. എല്ലാരോടും ചോദിച്ചു. അവന്റെ പൊടിപോലും കിട്ടീല്യ. നിന്നോട് എങ്ങനെ പറയുംന്ന് വിചാരിച്ചിരിക്യായിരുന്നു. നമുക്കെല്ലാം സങ്കടംണ്ട്, ടോട്ടോ."

അങ്ങനെ സത്യം അവൾക്കുമുന്നിൽ തെളിഞ്ഞുവന്നു. റോക്കി അപ്രത്യക്ഷനായിരിക്കുന്നു. അവൻ തീർച്ചയായും മരിച്ചുപോയിരിക്കും. "എനിക്കു സങ്കടമാകുംന്നു കരുതി അമ്മ പറയാത്തതാണ്" അവൾ തനിയെ മന്ത്രിച്ചു, "പക്ഷേ, എന്റെ റോക്കി മരിച്ചു..."

അക്കാര്യം അവൾക്കുറപ്പായിരുന്നു. ടോട്ടോചാൻ എത്ര നീണ്ടകാലം യാത്രയിലാണെന്നിരിക്കിലും റോക്കി ഇന്നോളം വീടുവിട്ട് ദൂരത്തേക്കു പോയിട്ടില്ല. അവനറിയാം, അവന്റെ ടോട്ടോ തീർച്ചയായും തിരികെ വരുമെന്ന്. "റോക്കി അങ്ങനെ എന്നോടു പറയാതെ ഒരിക്കലും പോവില്യാ" അവൾ സ്വയം വിചാരിച്ചു. അത്യന്തം ദൃഢമായിരുന്നു ആ വിശ്വാസം.

പക്ഷേ, അതേക്കുറിച്ച് അമ്മയോട് ടോട്ടോചാൻ ഒന്നുംതന്നെ സംസാരിച്ചില്ല. അമ്മയുടെ ദുഃഖമെന്തെന്ന് അവൾക്കു നന്നായറിയാം. "അവൻ എവ്ടായിരിക്യോ ആവോ പോയെ?" മിഴികൾ താഴ്ത്തിപ്പിടിച്ച് അവൾ മന്ത്രിച്ചത് അത്രമാത്രം. കൂടുതൽ പിടിച്ചുനിൽക്കാൻ അവൾക്കാവുമായിരുന്നില്ല. ടോട്ടോചാൻ മുകളിലത്തെ നിലയിലെ തന്റെ മുറിയിലേക്കോടി. റോക്കിയില്ലാത്ത വീട് വീടേ അല്ലെന്ന് അവൾക്കു തോന്നി. മുറിയിലിരുന്നു കരയാതിരിക്കാൻ പാടുപെട്ട് അവളാലോചിച്ചു. റോക്കിക്കു നീരസം തോന്നാൻ താനെന്തെങ്കിലും വകതിരിവില്ലായ്മ കാട്ടിയോ? അവനെ വീടുപേക്ഷിച്ചു പോകാൻ പ്രേരിപ്പിക്കത്തക്ക വല്ലതും...?

"മൃഗങ്ങളെയും പക്ഷികളെയും നോവിക്കരുത്" റ്റോമോയിലെ കുഞ്ഞുങ്ങളോടു കൊബായാഷി മാസ്റ്റർ എപ്പോഴും പറയും. മൃഗങ്ങൾ നമ്മെ വിശ്വസിക്കുമ്പോൾ നാമവയെ ചതിക്കുന്നതു ക്രൂരമാണ്. കൊതിപ്പിച്ചശേഷം ഒരു നായയ്ക്ക് ഒന്നും കൊടുക്കാതിരിക്കുക കടുത്ത തെറ്റാണ്. ആ നായ അതോടെ

നമ്മെ അവിശ്വസിക്കും. എന്നുമാത്രമല്ല അതു ചീത്ത ശീലങ്ങൾ പഠിച്ചുതുടങ്ങുകയും ചെയ്യും."

ഈ നിയമങ്ങൾ ടോട്ടോചാൻ എപ്പോഴും പാലിച്ചുവന്നു. അവ ളൊരിക്കലും തന്റെ റോക്കിയെ കുരങ്ങുകളിപ്പിച്ചില്ല. എന്നാലും... എന്തെങ്കിലും നേരിയ വീഴ്ച താൻ വരുത്തിയോ? അങ്ങനെ യൊന്ന് അവൾക്കു കണ്ടുപിടിക്കാനേ കഴിഞ്ഞില്ല.

പെട്ടെന്നാണ്, തറയിൽ തന്റെ കരടിക്കുട്ടിയുടെ കാലിനോ ടൊട്ടിച്ചേർന്നിരിക്കുന്ന ആ അപൂർവ്വ വസ്തു അവൾ കണ്ടത്. അതുവരെയും അടക്കിനിർത്തിയിരുന്ന കണ്ണീര് അതോടെ അണ പൊട്ടിയൊഴുകി. പ്രിയപ്പെട്ട റോക്കിക്കുട്ടന്റെ ഒരുപിടി തവിട്ടുരോ മങ്ങളായിരുന്നു അത്; ചെണ്ടുകെട്ടിയതുപോലെ. അവൾ കമാകുറ യിലേക്കു പോയ ദിവസം പുലർച്ചയ്ക്ക്, ഏറ്റവുമൊടുവിൽ അവനു മായി കെട്ടിമറിഞ്ഞു കളിക്കുമ്പോൾ അടർന്നുവീണവയായിരിക്ക ണം. ഓമനത്തമുള്ള ഇത്തിരിയോളം പോന്ന ആ ജർമൻ ഷെപ്പേർഡ് രോമങ്ങൾ കൈയിലമർത്തിപ്പിടിച്ച് അവൾ ഒരുപാടു കരഞ്ഞു. തേങ്ങലുകളും കണ്ണീരും പെട്ടെന്നവസാനിക്കുമായിരു ന്നില്ല.

ആദ്യം യാസ്വാക്കിചാൻ. ഇപ്പോൾ റോക്കി. മറ്റൊരു ചങ്ങാതി കൂടി അവൾക്കു നഷ്ടമായി.

ചായസൽക്കാരം

കുട്ടികളുടെ ഇഷ്ടക്കാരനായ റ്റോമോയിലെ പാറാവുകാരൻ റിയോ ചാനും ഒടുവിൽ യുദ്ധഭൂമിയിലേക്കു വിളിക്കപ്പെട്ടു. മുതിർന്ന ആളായിരുന്നെങ്കിലും റ്റോമോ മുഴുവനും അയാളെ കുട്ടിക്കാല ത്തെന്നപോലെ വാത്സല്യപൂർവ്വം വിളിച്ചു, "റിയോചാൻ". കുട്ടി കൾ കുഴപ്പങ്ങളിൽ ചെന്നുചാടുമ്പോഴെല്ലാം അവരെ സഹായി ക്കാനെത്താറുള്ള ഒരു രക്ഷകൻ തന്നെയായിരുന്നു റിയോചാൻ. അയാളെക്കൊണ്ടാകാത്ത ഒരു പണിയുമില്ല. കുറച്ചുമാത്രം സംസാരിക്കും. വളരെ മൃദുവായി ചിരിക്കും. പക്ഷേ, ചെയ്യേണ്ടതെ ന്തെന്ന് എല്ലാനേരവും അയാൾക്കറിയാം. ടോട്ടോചാൻ കക്കൂസു കുഴിയിൽ വീണപ്പോൾ അവളുടെ രക്ഷയ്ക്കായി ഓടിയെത്തിയത് റിയോചാനാണ്. അന്ന് ഒരു അതൃപ്തിയുമില്ലാതെ അയാൾ

അവളെ ആസകലം കഴുകിയെടുത്തു മിടുക്കിക്കുട്ടിയാക്കി.

"പിരിഞ്ഞുപോകുന്ന റിയോചാന് ഒരു രസികൻ ചായ സൽക്കാരം കൊടുക്കണം." മാസ്റ്റർ പറഞ്ഞു.

"ചായസൽക്കാരോ?"

ഉണക്കത്തേയിലകൊണ്ടുള്ള സാധാരണ ചായ ജപ്പാനിൽ പതിവായിരുന്നു. പക്ഷേ, അവ സൽക്കാരാഘോഷങ്ങളിലും മറ്റും ഉപയോഗിക്കപ്പെട്ടിരുന്നില്ല. 'ചായസൽക്കാരം' ഏതായാലും റ്റോമോയിൽ പുത്തരിയാണ്. ആ ആശയം കുട്ടികൾക്കു നന്നേ ബോധിച്ചു. മാസ്റ്റർ പുതിയൊരു പ്രയോഗം മനപ്പൂർവ്വമായി കണ്ടെത്തുകയായിരുന്നുവെന്നു കുട്ടികൾ മനസ്സിലാക്കിയില്ല. സൊബാത്സുകായ് (യാത്രയയപ്പുസൽക്കാരം)ക്കു പകരം അദ്ദേഹം ഉപയോഗിച്ചതു മറ്റൊരു വാക്കാണ് – സാവാകായ് (ചായസൽക്കാരം). യാത്രയയപ്പ് എന്ന പ്രയോഗത്തിന് മ്ലാനതയുടെ ആഴമേറിയൊരു സ്പർശമുണ്ട്. മാത്രമല്ല റിയോചാൻ, ഒരു പക്ഷേ, കൊല്ലപ്പെടാമെന്നും ഇനിയൊരിക്കലും തിരിച്ചുവരാത്തവണ്ണം യഥാർഥമായ യാത്രപറയലായി അതു മാറിയേക്കാമെന്നും മുതിർന്ന കുട്ടികളെങ്കിലും മനസ്സിലാക്കാനുമിടയുണ്ട്. ഏതായാലും കുട്ടികളാരും തന്നെ അന്നുവരേക്കും ഒരു ചായസൽക്കാരത്തിൽ പങ്കെടുത്തിട്ടില്ല. സ്വാഭാവികമായും അവരെല്ലാം ജിജ്ഞാസുക്കളായിരുന്നു.

സ്കൂൾസമയം കഴിഞ്ഞ് അസംബ്ലി ഹാളിൽ വച്ചായിരുന്നു ആ അപൂർവ്വസമ്മേളനം. ഉച്ചഭക്ഷണവേളയിലെന്നപോലെ കസേരകൾ വട്ടത്തിൽ നിരത്തി. കുട്ടികളെല്ലാവരും വളഞ്ഞിരുന്നു. ചായയോടൊപ്പം ഉണക്കിച്ചുട്ട കണവ മീനിന്റെ ഓരോ കുഞ്ഞുകഷണം വീതം മാസ്റ്റർ ഏവർക്കും നൽകി. യുദ്ധം കൊടുമ്പിരിക്കൊള്ളുന്ന അക്കാലത്ത് അത്ര തന്നെയും ഒരു ധാരാളിത്തമായിരുന്നു. മാസ്റ്റർ, റിയോചാന്റെ അരികിൽ ചെന്നിരുന്നു. നാട്ടുമദ്യം നിറച്ച ഒരു ഗ്ലാസ് അയാൾക്കു മുന്നിൽ വച്ചു. മുന്നണിയിലേക്കു യാത്ര തിരിക്കുന്നവർക്കു മാത്രം അനുവദിക്കപ്പെട്ടിട്ടുള്ള റേഷനായിരുന്നു അത്രയും മദ്യം.

"ഇത് റ്റോമോയിലെ ആദ്യത്തെ ചായസൽക്കാരമാണ്" മാസ്റ്റർ പറഞ്ഞു. "എല്ലാവർക്കും ഞാൻ നല്ല ഭാവി ആശംസിക്കുന്നു. റിയോചാനോട് ആർക്കെങ്കിലും എന്തെങ്കിലും പറയണംന്നുണ്ടെങ്കിൽ പറയുക. റിയോചാനോടെന്നല്ല നിങ്ങൾക്കു തമ്മിൽ

വല്ലതും പറയണമെങ്കിൽ അതുമാകാം. ഓരോരുത്തരായി നടുക്കുവന്നുനിന്ന് പറയുക."

കുട്ടികൾക്കു പുതുമകളേറെ നിറഞ്ഞ മുഹൂർത്തമായിരുന്നു അത്. റ്റോമോയിലിരുന്നു ഉണക്കിച്ചുട്ട കണവ കഴിക്കുന്നതു മാത്രമല്ല, റിയോചാൻ തങ്ങളോടൊപ്പം വന്നിരിക്കുന്നതും അയാൾ മുന്നിലിരിക്കുന്ന നാട്ടുമദ്യം രുചിക്കുന്നതും കുട്ടികൾക്കു കൗതുകകരമായ ആദ്യാനുഭവങ്ങളായി മാറി.

ഓരോരുത്തരായി എഴുന്നേറ്റ് റിയോചാന് അഭിമുഖമായി നിന്ന് അയാളോടു സംസാരിച്ചു. തുടക്കത്തിൽ സംസാരിച്ച കുട്ടികൾ അസുഖങ്ങളിൽനിന്നും പരിക്കുകളിൽനിന്നും സ്വന്തം ശരീരത്തെ കാത്തുസൂക്ഷിക്കാൻ അയാളെ ഉപദേശിക്കുകമാത്രമേ ചെയ്തുള്ളൂ. തുടർന്നു ടോട്ടോചാന്റെ സഹപാഠിയായ മിഗിത എഴുന്നേറ്റു. ദൃഢമായ സ്വരത്തിൽ അവൻ പറഞ്ഞു. "അടുത്ത തവണ ഞാൻ നാട്ടീപ്പോയിട്ട് വര്മ്പോ ശ്രാദ്ധത്തിനുണ്ടാക്ക്ണ നെയ്യപ്പം ഒറപ്പായും കൊണ്ട്രാം ട്ടോ."

എല്ലാവരും ചിരിച്ചു. താൻ ഏതോ മരണവീട്ടിൽ പോയപ്പോൾ കഴിച്ച ഒന്നാന്തരം നെയ്യപ്പത്തെക്കുറിച്ച് അവൻ പറയാൻ തുടങ്ങിയിട്ടിപ്പോൾ ഒരു വർഷത്തിലേറെയായിരിക്കുന്നു. അവസരം വരുമ്പോഴെല്ലാം അവൻ റ്റോമോയിലെല്ലാവരോടും വാക്കുകൊടുക്കും, "ഞാനത് ഒറപ്പായും കൊണ്ട്രാം." പക്ഷേ, ഒരിക്കലും കൊണ്ടുവന്നില്ല.

ശ്രാദ്ധവേളയിലെ നെയ്യപ്പത്തെക്കുറിച്ചുള്ള മിഗിതയുടെ പരാമർശം കേട്ടപ്പോൾ മാസ്റ്ററൊന്നു ഞെട്ടി. ഇത്തരം സന്ദർഭങ്ങളിൽ മരണവുമായി ബന്ധപ്പെട്ട നെയ്യപ്പത്തെക്കുറിച്ചു സൂചിപ്പിക്കുന്നതു സ്വാഭാവികമായും ഒരു ദുർനിമിത്തത്തിന്റെ ലക്ഷണമായാണു കേൾക്കുന്നവർക്കു തോന്നുക. പക്ഷേ, വളരെ നിഷ്കളങ്കമായാണു മിഗിത അതു പറഞ്ഞത്. കൂട്ടുകാരുമായി സ്വാദുറ്റതെന്തെങ്കിലും പങ്കിടുക എന്ന ഉദ്ദേശ്യം മാത്രമേ അവനുണ്ടായിരുന്നുള്ളൂ. അതുകൊണ്ട് മാസ്റ്ററും മറ്റുള്ളവരോടൊപ്പം ചിരിച്ചു. റിയോചാനും ഹൃദയംനിറഞ്ഞു ചിരിച്ചു. ഒന്നുമല്ലെങ്കിലും മിഗിത എത്ര നാളായി പറഞ്ഞുകൊണ്ടിരിക്കുകയാണ്, തനിക്കും അല്പം കൊണ്ടുവന്നു തരാമെന്ന്; അയാൾ വിചാരിച്ചു.

അടുത്ത ഊഴം ഒയെയുടേതായിരുന്നു. തൊദോരോകിയിലെ

വലിയൊരു പൂന്തോട്ട നഴ്സറിയുടമയുടെ മകനായി ജനിച്ച ഒയെ, താൻ ജപ്പാനിലെ ഏറ്റവും നല്ല പൂന്തോട്ടനിർമാതാവാകാൻ പോവുകയാണെന്നു റിയോചാന്റെ മുന്നിൽ സത്യം ചെയ്തു. കീയ്കോ ഓകിയാണ് അടുത്തതായി ഹാളിന്റെ മധ്യത്തിലേക്കു വന്നത്. അവൾ പതിവുപോലെ ഒന്നും പറയാതെ നാണിച്ചു ചിരിക്കുക മാത്രം ചെയ്തു. ശേഷം മുഖംകുനിച്ചു തന്റെ ഇരിപ്പിടത്തിലേക്കു മടങ്ങി. അതുകണ്ട് ടോട്ടോചാൻ ഞൊടിയിടയിൽ മുന്നോട്ടുവന്ന് അവൾക്കുവേണ്ടി ഇങ്ങനെ പ്രഖ്യാപിച്ചു. "കീയ്കോചാന്റെ കൂട്ടിലെ കോഴിക്കുഞ്ഞുങ്ങൾക്കേയ് പറക്കാനറിയാം! 'കിയോകിയോ'ന്നു പറന്നുപോയാൽ പിറ്റേ ദിവസേ തിരിച്ചുവരൂ!"

തുടർന്ന് അമാദേര സംസാരിച്ചു. "മുറിവേറ്റ ഏതെങ്കിലും പൂച്ചയെയോ നായയെയോ കാണ്കാണെങ്കില്..." അവൻ മന്ദം മന്ദം പറഞ്ഞു "എന്റടുക്കല് കൊണ്ട്രണം ട്ടോ. ഞാനതിനെ സുഖാക്കാം."

കുള്ളൻ തകാഹാഷി തന്റെ വലിപ്പക്കുറവുകൊണ്ട് ഡസ്കിനടിയിലൂടെ നുഴഞ്ഞാണു വൃത്തത്തിന്റെ മധ്യത്തിലെത്തിയത്. പക്ഷേ, 'കാറ്റുവീശും വേഗത്തിൽ' തന്നെ അവൻ അവിടെയെത്തി. സന്തോഷം തുളുമ്പുന്ന സ്വരത്തിൽ അവൻ പറഞ്ഞു. "നന്ദി, റിയോചാൻ. എല്ലാ ഉപകാരത്തിനും, ഞങ്ങൾക്കു ചെയ്തുതന്ന എല്ലാ സഹായത്തിനും നന്ദി. വളരെ വളരെ നന്ദി."

അടുത്തതായി അയികോ സെയ്ഷോ എഴുന്നേറ്റു. അവൾ പറഞ്ഞു, "ഞാനന്ന് വീണപ്പോ മുറിവ് വച്ചുകെട്ടിത്തന്നത് ഒരിക്കലും മറക്കില്യ, റിയോചാൻ. വളരെ നന്ദി." അയികോ സെയ്ഷോയുടെ വല്യമ്മാവനായ അഡ്മിറൽ ടോഗോ റഷ്യോ-ജാപ്പനീസ് യുദ്ധത്തിലെ പേർപെറ്റ നാവികനും അവളുടെ മറ്റൊരു ബന്ധുവായ അത്സുകോ സെയ്ഷോ, മീജി ചക്രവർത്തിയുടെ സദസ്സിലെ ഒരു വിഖ്യാത കവയിത്രിയുമായിരുന്നു. പക്ഷേ, അയികോ സെയ്ഷോ ഒരിക്കലും അവരെക്കുറിച്ചു പറഞ്ഞുനടന്നിട്ടില്ല.

റിയോചാനെ ഏറ്റവും അടുത്തറിയാവുന്നതു മാസ്റ്ററുടെ മകളായ മിയോചാനാണ്. അവളുടെ കണ്ണുകൾ നിറഞ്ഞിരുന്നു. "റിയോചാൻ, നിങ്ങക്ക് ഒന്നും പറ്റാതെ സൂക്ഷിച്ചോണം ട്ടോ. പോയിട്ട് എല്ലാർക്കും കത്തെഴുതണം ട്ടോ," അവൾ വിതുമ്പിക്കൊണ്ടു പറഞ്ഞു.

ടോട്ടോചാന് ഒരുപാടു പറയാനുണ്ടായിരുന്നു. പക്ഷേ, എവിടെത്തുടങ്ങണമെന്ന് അവൾക്കു നിശ്ചയമുണ്ടായിരുന്നില്ല. അതുകൊണ്ട് അവളിത്രമാത്രമേ പറഞ്ഞുള്ളൂ. "റിയോചാൻ, നിങ്ങള് പോയാലും ഇനി എല്ലാ ദെവസോം ഞങ്ങക്കിവിടെ ചായസൽക്കാരംണ്ടാവും."

മാസ്റ്റർ ചിരിച്ചു. റിയോചാൻ ചിരിച്ചു. കുട്ടികളെല്ലാവരും ആർത്തുചിരിച്ചു. എന്തിന്, ടോട്ടോചാനുപോലും ചിരിപൊട്ടി.

പക്ഷേ, പിറ്റേദിവസം തന്നെ ടോട്ടോചാന്റെ വാക്കുകൾ യാഥാർഥ്യമായി. സമയം കിട്ടിയപ്പോഴെല്ലാം അവർ സംഘം ചേർന്ന് 'ചായസൽക്കാരം' കളിച്ചു. ഉണക്കിച്ചുട്ട കണവമത്സ്യങ്ങളുടെ സ്ഥാനത്തു മരപ്പട്ടയും മറ്റും സംഘടിപ്പിച്ചു. ഗ്ലാസുകളിൽ ചായയ്ക്കുപകരം പച്ചവെള്ളം പകർന്നു. ചിലപ്പോഴൊക്കെ നാട്ടുചാരായമെന്നു ഭാവിച്ച് അവ ചുണ്ടോടടുപ്പിക്കാനും അവർ മറന്നില്ല. ഇടയ്ക്ക് ആരെങ്കിലും പറയും "ശ്രാദ്ധത്തിനുണ്ടാക്ക്ണ നെയ്യപ്പം കൊണ്ട്രാം ട്ടോ" പിന്നെ കൂട്ടച്ചിരിയായി. തുടർന്ന് അവർ തങ്ങളുടെ വിചാരങ്ങൾ പറയുകയും പങ്കുവയ്ക്കുകയും ചെയ്യും. ആഹാരപദാർഥങ്ങളൊന്നുംതന്നെ ഉണ്ടായിരുന്നില്ലെങ്കിലും വിനോദകരമായ 'ചായസൽക്കാരങ്ങൾ' നിരന്തരം ആവർത്തിച്ചുകൊണ്ടിരുന്നു.

റിയോചാൻ കുട്ടികൾക്കായി ഉപേക്ഷിച്ചുപോയ ഉജ്ജ്വലമായ യാത്രാസ്മാരകമായിരുന്നു 'ചായസൽക്കാരം'. അത് റ്റോമോയിലെ ഹരംപിടിപ്പിക്കുന്ന വിനോദങ്ങളിൽ അവസാനത്തേതായി. സ്വപ്നത്തിലോ ജാഗ്രത്തിലോ കുട്ടികൾ അവ്യക്തമായിപ്പോലുമറിഞ്ഞില്ലെങ്കിലും അവർക്കു റ്റോമോയിലാടേണ്ട നാടകത്തിലെ അന്ത്യരംഗം അതായിരുന്നു; വേർപെടുത്തപ്പെട്ട് അവരവരുടേതായ വേറെ വേറെ വഴികളിലൂടെ അകലുന്നതിനുമുമ്പുള്ള അവസാനസൽക്കാരം.

ടോക്കിയോ തീവണ്ടിയിൽ റിയോചാൻ പോയി. അയാളുടെ പുറപ്പാടിനു തൊട്ടുപിന്നാലെ അമേരിക്കൻ പോർവിമാനങ്ങളുടെ വരവായി. അവ ഒടുവിൽ ടോക്കിയോയുടെ ആകാശങ്ങളിൽ പ്രത്യക്ഷപ്പെട്ട് ദിവസേന ബോംബുകൾ വർഷിക്കാൻ തുടങ്ങി.

സയൊനാരാ, സയൊനാരാ!

റ്റോമോ എരിഞ്ഞുവീണു. അതു സംഭവിച്ചതു രാത്രിയിലാണ്. മിയോചാനും സഹോദരി മിസാചാനും അവരുടെ അമ്മയും സ്കൂളിനോടു ചേർന്നുള്ള തങ്ങളുടെ ഭവനത്തിൽനിന്നു കുഹോൻബത്സു കുളക്കരയിലെ റ്റോമോ പാടത്തേക്കു രക്ഷപ്പെട്ടു. ക്ഷേത്രവും അവരും സുരക്ഷിതരായിരുന്നു.

ബി 29 ബോംബറുകളിൽ നിന്നു വർഷിച്ച മാരകമായ അനേകം ഷെല്ലുകൾ ക്ലാസ്മുറികളായി പ്രവർത്തിച്ചിരുന്ന റെയിൽവേ കോച്ചുകൾക്കു മുകളിൽ ഹുങ്കാരശബ്ദത്തോടെ പതിച്ചു.

ഹെഡ്മാസ്റ്ററുടെ സ്വപ്നത്തിൽ ത്രസിച്ചുനിന്നിരുന്ന പള്ളിക്കൂടം തീനാളങ്ങളിൽ മറഞ്ഞു. അദ്ദേഹം ഒരുപാടു സ്നേഹിച്ച, കുഞ്ഞിച്ചിരികളുടെയും ചിലയ്ക്കലുകളുടെയും സ്വരഭേദങ്ങൾക്കു പകരം, പള്ളിക്കൂടമൊന്നാകെ ഭയാനകമായ ഒരു ശബ്ദഘോഷത്തോടെ നിലംപൊത്തി. ശമനമില്ലാത്ത അഗ്നി, അതിന്റെ ശിലാതലത്തോളം എരിയിച്ചുകളഞ്ഞു. ജിയുഗോകയിലെമ്പാടും തീനാളങ്ങൾ പാളിയുയർന്നു.

എല്ലാറ്റിനുമിടയിൽ, തെരുവിന്റെ വിജനതയിൽനിന്നു റ്റോമോ കത്തിയെരിയുന്ന ദൃശ്യം മാസ്റ്റർ കണ്ടു. എപ്പോഴത്തെയും പോലെതന്നെ അദ്ദേഹം തന്റെ ഏറെ നരച്ചുപോയ കറുമ്പൻസ്യൂട്ടണിഞ്ഞിരുന്നു. കൈകൾ കീശയിൽ തിരുകി മാസ്റ്റർ നിന്നു.

“ഏതുതരം സ്കൂളായിരിക്കും നാം അടുത്ത പ്രാവശ്യം കെട്ടിയുയർത്തുക?” ചാരത്തു നിന്നിരുന്ന സർവ്വകലാശാലാവിദ്യാർഥി മകൻ റ്റോമോയോട് അദ്ദേഹം ചോദിച്ചു. അത്ഭുതപാരവശ്യത്തോടെ റ്റോമോ ആ വാക്കുകൾ കേട്ടു.

ഇപ്പോൾ പള്ളിക്കൂടത്തെയാകമാനം മൂടിക്കൊണ്ടിരുന്ന തീനാളങ്ങളെക്കാൾ തീക്ഷ്ണമായിരുന്നു സൊസാകു കൊബായാഷി എന്ന ഹെഡ്മാസ്റ്റർക്കു കുട്ടികളോടുണ്ടായിരുന്ന സ്നേഹവാത്സല്യങ്ങളും അധ്യാപനത്തോടുള്ള അദ്ദേഹത്തിന്റെ അടങ്ങാത്ത അഭിനിവേശവും.

നഗരത്തിൽനിന്ന് ഒഴിഞ്ഞുപോകുന്നവരെക്കൊണ്ടു കുത്തിനിറച്ച ഒരു തീവണ്ടിയിൽ മുതിർന്നവർക്കിടയിൽ ഞെരിഞ്ഞമർന്നു കിടക്കുകയായിരുന്നു ടോട്ടോചാൻ. തീവണ്ടി കിഴക്കൻപ്രദേശത്തേക്കു കുതിക്കുകയായിരുന്നു. ജനാലയിലൂടെ പുറത്തെ

ഇരുട്ടിലേക്കു നോക്കിയപ്പോൾ അവൾ, വേർപാടിന്റെ വേളയിൽ മാസ്റ്റർ പറഞ്ഞ വാക്കുകളോർത്തു. "വെഷമിക്കണ്ടാ ട്ടോ, നമ്മളെല്ലാരും വീണ്ടും കാണും!" തരംകിട്ടുമ്പോഴെല്ലാം അദ്ദേഹം പിന്നെയും പിന്നെയും പറയാറുള്ള മറ്റൊന്നു കൂടി ഓർത്തു. "ടോട്ടോചാൻ ദാ നോക്ക്, നേരായിട്ടും നീയൊരു നല്ല കുട്ട്യാ." ആ വാക്കുകൾ മറന്നുപോകാൻ അവളിഷ്ടപ്പെട്ടില്ല. ഉടൻതന്നെ വീണ്ടും കൊബായാഷി മാസ്റ്ററെ കണ്ടുമുട്ടുമെന്ന കിനാവിന്റെ തണൽപറ്റിക്കിടന്നു പിന്നീടെപ്പോഴോ അവളുറങ്ങിപ്പോയി.

ഉത്കണ്ഠാകുലരായ സഞ്ചാരികളെയും ചുമന്നു കടുത്ത ഇരുട്ടിലൂടെ തീവണ്ടി അലറിക്കൊണ്ടിരുന്നു.

കഥാവശേഷം

റ്റോമോ എന്ന വിദ്യാലയത്തെക്കുറിച്ചും അതിന്റെ സ്ഥാപകനായ സൊസാകു കൊബായാഷി എന്ന മനുഷ്യനെക്കുറിച്ചും എഴുതണമെന്നത് എന്റെ ഏറെക്കാലമായുള്ള ആഗ്രഹങ്ങളിലൊന്നാണ്.

ഇതിലെ സംഭവങ്ങളൊന്നും തന്നെ എന്റെ സങ്കല്പസൃഷ്ടികളല്ല. എല്ലാം യഥാർഥത്തിൽ നടന്നവ; മിക്കവയും ഭാഗ്യമെന്നോണം എന്റെ ഓർമ്മയിൽ തെളിഞ്ഞുനിൽക്കുന്നവ. അവയൊക്കെയും അക്ഷരങ്ങളിലാക്കണമെന്ന ആഗ്രഹത്തിലുപരി നിറവേറാതെപോയ ഒരു പ്രതിജ്ഞയ്ക്കു പകരംവയ്ക്കലാണ് ഈ കൃതി. എന്നെ നിരന്തരം അലട്ടിയിരുന്ന ആ പ്രതിജ്ഞാമുഹൂർത്തം ഈ പുസ്തകത്തിലൊരിടത്തുണ്ട്. അന്നു ഞാനൊരു ചെറിയ കുട്ടിയായിരുന്നു. വലുതാവുമ്പോൾ റ്റോമോയിൽ പഠിപ്പിക്കാൻ വരാമെന്നു കൊബായാഷി മാസ്റ്ററോടു ഞാനന്നു സത്യം ചെയ്തു. ആ നിർമലമായ സത്യമേതായാലും സഫലീകരിക്കാനായില്ല. ഇനി എനിക്കു ചെയ്യാനാവുന്നത് കൊബായാഷി മാസ്റ്ററുടെ യാഥാർഥ്യം കഴിയുന്നിടത്തോളം പേരോടു പറയുക മാത്രമാണ്. ഏതുതരം മനുഷ്യനായിരുന്നു മാസ്റ്റർ? അദ്ദേഹത്തിനു കുട്ടികളോടുള്ള സ്നേഹത്തിന്റെ ആഴമെന്തായിരുന്നു? അധ്യയനത്തിന്റെ ആദ്യാക്ഷരങ്ങൾ അദ്ദേഹം അവരെ പഠിപ്പിച്ചതെങ്ങനെ? – ഇവയൊക്കെയാണു ഞാൻ വ്യക്തമാക്കാൻ ശ്രമിക്കുന്ന കാര്യങ്ങൾ.

1963–ൽ കൊബായാഷി മാസ്റ്റർ മരിച്ചു. ഇന്നു ജീവിച്ചിരുന്നുവെങ്കിൽ ഇനിയും ഒരുപാടു കാര്യങ്ങൾ എനിക്കു പറഞ്ഞുതരാൻ അദ്ദേഹത്തിനാവുമായിരുന്നു. ആഹ്ലാദകരമായ ബാല്യസ്മൃതികളെന്നു ഞാൻ കരുതിയ എത്രയോ സംഭവങ്ങൾ യഥാർഥത്തിൽ അദ്ദേഹം നിയതമായ ലക്ഷ്യത്തോടെ ആസൂത്രണം ചെയ്ത പ്രവർത്തനപരിപാടികളായിരുന്നുവെന്ന് ഇപ്പോൾ ഞാനറിയുന്നു. “ഓ, അതായിരിക്കണം കൊബായാഷി മാസ്റ്ററുടെ മനസ്സിലു

ണ്ടായിരുന്നത്.” അല്ലെങ്കിൽ, “നോക്ക്, അതിനെക്കുറിച്ചുപോലും അദ്ദേഹം ചിന്തിച്ചിരിക്കുന്നു, അതിശയം തന്നെ!” എന്നൊക്കെ ആലോചിച്ചുപോകുന്നു. ഓരോ കണ്ടെത്തലും എന്നെ അത്ഭുത ചിത്തയാക്കുന്നു; അഗാധമായി സ്പർശിക്കുകയും എന്നെ കൃത ജ്ഞയാക്കുകയുംചെയ്യുന്നു.

അദ്ദേഹം കൂടെക്കൂടെ പറയുമായിരുന്നു, “ദാ നോക്ക്, നേരാ യിട്ടും നീയൊരു നല്ല കുട്ട്യാ!” ആ വാക്കുകൾ എന്നെ എത്രയേറെ സ്വാധീനിച്ചുവെന്നോ, ഞാനെത്രമാത്രം മാറിയെന്നോ! റ്റോമോയി ലെത്താതിരുന്നെങ്കിൽ, കൊബായാഷിമാസ്റ്ററെ കണ്ടുമുട്ടാതിരു ന്നെങ്കിൽ മിക്കവാറും അപകർഷബോധവും ആശയക്കുഴപ്പങ്ങളും നിറഞ്ഞ, ഒന്നിനും കൊള്ളാത്ത ഒരുവളായി ഞാൻ മാറിയേനെ.

ടോക്കിയോ നഗരം ബോംബാക്രമണത്തിനിരയായ 1945-ൽ റ്റോമോയും കത്തിയെരിഞ്ഞു. സ്വന്തം പണംമുടക്കി ഉയർത്തിയ പള്ളിക്കൂടം പുനഃസ്ഥാപിക്കാൻ കൊബായാഷി മാസ്റ്റർക്കു കാല മേറെ വേണ്ടിവന്നു. യുദ്ധാനന്തരം അദ്ദേഹം ഒരു കിന്റർഗാർട്ടൺ സ്കൂൾ ആരംഭിച്ചു; പഴയ അതേ സ്ഥാനത്ത്. അതോടൊപ്പം, പിൽക്കാലത്തു കുനിതാചി സംഗീതകോളേജിന്റെ ചൈൽഡ് എജ്യുക്കേഷൻ ഡിപ്പാർട്ട്മെന്റ് ആയി മാറിയ സ്ഥാപനത്തിന്റെ പ്രാരംഭപ്രവർത്തനങ്ങളിൽ മുഴുകി. അവിടെ യൂറിത്ത്മിക്സ് പരി ശീലനത്തിന്റെ ചുമതല സ്വയം ഏറ്റെടുക്കുകയും കുനിതാചി എലി മെന്ററി സ്കൂളിന്റെ രൂപീകരണശ്രമങ്ങളിൽ പങ്കെടുക്കുകയും ചെയ്തു. തന്റെ മാതൃകാവിദ്യാലയം പുനരാരംഭിക്കാനാവാതെ 69-ാം വയസ്സിൽ മാസ്റ്റർ കഥാവശേഷനായി.

ടോക്കിയോയ്ക്കു തെക്കുപടിഞ്ഞാറു ജിയുഗോകാ റെയിൽവേ സ്റ്റേഷനിൽനിന്നു മൂന്നുമിനിട്ടോളം നടന്നാൽ ഞങ്ങ ളുടെ പഴയ റ്റോമോ ഗാകെൻ ആയി. ഇന്നവിടം പീക്കോക്ക് സൂപ്പർ മാർക്കറ്റും അതിനോടു ചേർന്നുള്ള പാർക്കിങ് ഏരിയയുമാണ്. ഈയിടെ ഞാനവിടേക്കു പോയി. കേവലമായ ഗൃഹാതുരത്വം എന്നെ അവിടേക്കു നയിച്ചു എന്നതാവും ശരി. എനിക്കറിയാം ഒന്നുംതന്നെ അവശേഷിക്കുന്നില്ലെന്ന്; പള്ളിക്കൂടമോ അതിന്റെ കളിമുറ്റമോ ഒന്നും. കാർ പാർക്കിലൂടെ, ഞാൻ സാവധാനം ഓടിച്ചു പോയി. അരുമയായ ക്ലാസ്റൂം തീവണ്ടികൾ കിടന്നിരുന്നിടത്തൂടെ, ഞങ്ങൾ ഓടിമറിഞ്ഞ സ്കൂൾമൈതാനത്തിലൂടെ. എന്റെ കാർ കണ്ട്

പാർക്കിങ് ഏരിയയുടെ സൂക്ഷിപ്പുകാരൻ വിളിച്ചുകൂവി, "ഹേയ്, വേണ്ട വേണ്ട ഉള്ളിലേക്കു വരണ്ട. ഇനി ഒരിഞ്ചു സ്ഥലമില്ല."

"ഇല്ല, പാർക്കു ചെയ്യുന്നില്ല," ഞാൻ മനസ്സിൽ മാത്രം പറഞ്ഞു "സ്മരണകൾ തൊട്ടുണർത്താൻ വന്നതാണ്." സൂക്ഷിപ്പുകാരനോടു പറഞ്ഞിട്ട് എന്തു മനസ്സിലാകാനാണയാൾക്ക്. മടങ്ങുമ്പോൾ ദുഃഖത്തിന്റെ ആഴമേറിയ ഒരാവരണം എന്നെ മൂടിയിരുന്നു. ഞാൻ കരയുകയായിരുന്നു. കാർ വേഗത്തിലോടിച്ച് ഞാൻ കടന്നുപോയി.

അതെ, എനിക്കറിയാം; മഹാന്മാരായ വിദ്യാഭ്യാസവിചക്ഷണന്മാർ ലോകത്തെങ്ങുമുണ്ട്. കുട്ടികളെ ആഴത്തിൽ സ്നേഹിച്ചവർ, ഉന്നതമായ ആദർശങ്ങളുള്ളവർ. മാതൃകാവിദ്യാലയങ്ങളെക്കുറിച്ചുള്ള സ്വപ്നങ്ങൾ നെഞ്ചിലേറ്റി നടന്നവർ. അവരുടെ സ്വപ്നസാക്ഷാത്കാരത്തിനു പിന്നിലെ കൊടുംയാതനകളെക്കുറിച്ചും എനിക്കറിയാം. ഏറെക്കാലത്തെ പഠനവിശകലനങ്ങൾക്കു ശേഷമായിരുന്നു 1937-ൽ കൊബായാഷി മാസ്റ്റർ റ്റോമോ ആരംഭിച്ചത്. പക്ഷേ 1945-ൽ അത് എരിഞ്ഞുവീണു. എത്ര ഹ്രസ്വമായ ആയുഷ്കാലം!

ഞാൻ ആ വിദ്യാലയത്തിലായിരുന്ന കാലത്തെക്കുറിച്ചോർക്കുമ്പോൾ ഒരു കാര്യത്തിൽ എനിക്കു സംശയമില്ല. അത് റ്റോമോയുടെ സുവർണകാലമായിരുന്നു. ഹെഡ്മാസ്റ്റർ സൊസാകു കൊബായാഷിയുടെ ആവേശം അതിന്റെ ഉച്ചകോടിയിലെത്തിയ സമയം; അദ്ദേഹത്തിന്റെ പദ്ധതികൾ തഴച്ചുവളർന്നു പുഷ്പിച്ച കാലം. പക്ഷേ, യുദ്ധം എല്ലാം നശിപ്പിച്ചു. അല്ലായിരുന്നുവെങ്കിൽ... ഞാൻ ദുഃഖപൂർവ്വം സങ്കല്പിക്കട്ടെ - അല്ലായിരുന്നെങ്കിൽ എത്രയെത്ര കുഞ്ഞുങ്ങൾക്ക് ആ വലിയ മനുഷ്യന്റെ അപൂർവശിക്ഷണം ലഭിച്ചേനെ.

ഈ പുസ്തകത്തിൽ കൊബായാഷി മാസ്റ്ററുടെ വിദ്യാഭ്യാസരീതികൾ കഴിയുന്നിടത്തോളം വിശദീകരിക്കാൻ ഞാൻ ശ്രമിച്ചിട്ടുണ്ട്. നൈസർഗികമായ സ്വഭാവവൈശിഷ്ട്യങ്ങളോടെയാണ് ഓരോ കുട്ടിയും ജനിക്കുന്നതെന്നും സാഹചര്യത്തിന്റെ സവിശേഷതകളും മുതിർന്നവരുടെ ദുഃസ്വാധീനവും അനായാസേന അവരെ കളങ്കപ്പെടുത്തുന്നുവെന്നും അദ്ദേഹം വിശ്വസിച്ചു. അവരുടെ സൽസ്വഭാവത്തിനു മൂടുപടമിടാതെ അവയെ സ്വാഭാവിക

മായി പുറത്തുകൊണ്ടുവന്നു വികസിപ്പിച്ചെടുക്കുകയും അങ്ങനെ അവരെ വ്യക്തിത്വമുള്ള മനുഷ്യരാക്കി വളർത്തുകയുമായിരുന്നു അദ്ദേഹത്തിന്റെ ലക്ഷ്യം.

നൈസർഗികതയ്ക്ക് മാസ്റ്റർ ഒരുപാടു വിലകൽപ്പിച്ചു. കുഞ്ഞുങ്ങളുടെ വ്യക്തിത്വം കഴിയുന്നിടത്തോളം നൈസർഗികമായി വികസിക്കണമെന്നായിരുന്നു അദ്ദേഹത്തിന്റെ ആഗ്രഹം. നിസ്സർഗസുന്ദരമായ പ്രകൃതിയെയും അദ്ദേഹം സ്നേഹിച്ചു. കുട്ടിക്കാലത്ത് അച്ഛൻ തന്നെയുംകൊണ്ടു നടക്കാൻപോകാറുള്ളതിനെപ്പറ്റി മാസ്റ്ററുടെ ഇളയ മകൾ മിയോചാൻ എന്നോടു വിവരിച്ചിട്ടുണ്ട്. അദ്ദേഹം അവളോടു പറയുമായിരുന്നത്രേ, "നമുക്കേയ്, അങ്ങനെ പ്രകൃതിയിലെ താളങ്ങളൊക്കെ കാണാം. എന്താ?"

അദ്ദേഹം മകളെ ചോലമരങ്ങളിലൊന്നിന്റെ തണലിലേക്കു കൂട്ടിക്കൊണ്ടുപോകും. ഇലകളും ചില്ലകളും ഇളംകാറ്റിലുലയുന്നതു കാട്ടിക്കൊടുക്കും. ഇലകളെക്കുറിച്ച്, ഇലകൾക്കുള്ളിലെ ശാഖകളെക്കുറിച്ച്, ശാഖകൾ വിടരുന്ന തായ്ത്തടിയെക്കുറിച്ച് ഒക്കെ മെല്ലെ പറയാൻ തുടങ്ങും. കാറ്റ് ശക്തമോ ദുർബലമോ ആകുന്ന വിവിധ ഋതുഭേദങ്ങൾക്കനുസരിച്ച് ഇലച്ചാർത്തുകളുടെ ഇളകിയാട്ടവും വ്യത്യസ്തമാകുന്നതെങ്ങനെയെന്നു വിശദീകരിക്കും. നിശ്ചലരായി നിന്ന് അവർ എല്ലാം നിരീക്ഷിക്കും. ഒരിലപോലുമനങ്ങാത്ത നേരങ്ങളിൽ, കാറ്റിന്റെ നേരിയ ഒരു ശകലം വരുന്നതു കാത്തു മുഖത്തോടുമുഖം നോക്കി, മനമടക്കി അങ്ങനെ ഏറെനേരം നിൽക്കും. കാറ്റിലേക്കു മാത്രമല്ല പുഴയിലേക്കും അവരുടെ കണ്ണുകൾ ചെന്നെത്തും. ചിലപ്പോൾ അച്ഛനും മകളും തമാ നദിക്കരയിലേക്കു പോകും; വെള്ളത്തിന്റെ ഒഴുക്കു നോക്കിനിൽക്കും. ഒരിക്കലും വിരസമാവാത്ത അക്ഷീണമായ ആ നിരീക്ഷണങ്ങളെക്കുറിച്ച് മിയോചാൻ എന്നോട് ഒരുപാടു പറഞ്ഞിട്ടുണ്ട്.

യുദ്ധകാല ജപ്പാനിലെ അധികാരികൾ ഇത്തരമൊരു അസാധാരണമായ പ്രാഥമികവിദ്യാലയത്തെ നിലനിൽക്കാൻ അനുവദിച്ചതെങ്ങനെയെന്നു വായനക്കാർ അത്ഭുതപ്പെടുന്നുണ്ടാവും. അത്രയേറെ സാതന്ത്ര്യം നിറഞ്ഞ അന്തരീക്ഷത്തിലാണ് അവിടെ പഠനം നടന്നിരുന്നത്. കൊബായാഷി മാസ്റ്റർ പ്രചാരണത്തെ വെറുത്തു. യുദ്ധത്തിനു മുമ്പുപോലും അദ്ദേഹം സ്കൂളിന്റെ ഫോട്ടോകളെടുക്കാനോ അതിന്റെ വ്യത്യസ്തശൈലിയെക്കു

റിച്ച് ഏതെങ്കിലും തരത്തിൽ പ്രചാരണം നടത്താനോ അനുവദിച്ചില്ല. അതുകൊണ്ടായിരിക്കണം അമ്പതിൽ താഴെ മാത്രം കുട്ടികൾ പഠിച്ചിരുന്ന ഈ ചെറുപള്ളിക്കൂടം നിരീക്ഷണങ്ങളിൽനിന്നു രക്ഷപ്പെട്ടതും തുടരാനായതും. മാത്രമല്ല, ശിശുവിദ്യാഭ്യാസകാരൻ എന്ന നിലയിൽ വിദ്യാഭ്യാസമന്ത്രാലയത്തിൽ കൊബായാഷി മാസ്റ്റർക്കുണ്ടായിരുന്ന മുന്തിയ പരിഗണനയും ഇതിനു സഹായകമായിത്തീർന്നു.

നവംബർ മൂന്ന്; റ്റോമോയിലെ ആവേശകരമായ വാർഷിക കായികമേള നടന്നിരുന്ന നവംബർ മൂന്ന്- അതു ഞങ്ങളുടെ റ്റോമോ പുനസ്സമാഗമദിനമാണ്. വിവിധ വർഷങ്ങളിൽ അവിടെ വിദ്യാർഥികളായിരുന്ന എല്ലാവരും അന്നേദിവസം കുഹോൻബത്സു ക്ഷേത്രത്തിലെ ഒരു മുറിയിൽ ആഹ്ലാദം തുടിക്കുന്ന സ്മരണകളോടെ ഒത്തുചേരും. ഞങ്ങളെല്ലാവരും ഇപ്പോൾ നാല്പതു വയസ്സ് പിന്നിട്ടവരാണെങ്കിലും- മിക്കവരും അമ്പതിനോടടുത്തവരും- മുതിർന്ന മക്കളുടെ മാതാപിതാക്കളുമാണെങ്കിലും റ്റോമോ ദിനങ്ങളിലെ പഴയ കളിപ്പേരുകൾ തന്നെ പരസ്പരം വിളിക്കും. കൊബായാഷി മാസ്റ്റർ ഞങ്ങൾക്കു തന്നിട്ടുപോയ അഭിമാനകരമായ കുറേയേറെ പൈതൃകങ്ങളിൽ ഒന്നായിരുന്നു ഈ പുനസ്സമാഗമവേളകൾ.

ആദ്യത്തെ പള്ളിക്കൂടത്തിൽനിന്നു ഞാൻ പുറത്താക്കപ്പെട്ടു എന്നതു സത്യമാണ്. ആ പ്രാഥമികവിദ്യാലയത്തെക്കുറിച്ച് ഏറെയൊന്നും എന്റെ സ്മരണയിലില്ല. തെരുവുപാട്ടുകാരുടെയും ഡസ്ക് തുറന്നടയ്ക്കലിന്റെയും കഥ അമ്മ എനിക്കു പറഞ്ഞുതന്നതാണ്. ഹൊ, സ്കൂളിൽനിന്നു പുറത്താക്കപ്പെടാൻ തക്കവിധം അത്രയേറെ വികൃതിയായ ഒരു കുട്ടിയായിരുന്നോ ഞാൻ? എന്തോ, എനിക്കതു വിശ്വസിക്കാനായില്ല.

ഒടുവിൽ ഒരു ദിവസം വിശ്വസനീയമായ തെളിവ് എന്നെത്തേടിയെത്തി. അഞ്ചുവർഷങ്ങൾക്കുമുമ്പ് ഒരു ടി.വി. പ്രഭാതപരിപാടിയിൽവച്ചായിരുന്നു ആ സംഭവം. പരിപാടി ആരംഭിച്ചതും ഒരു സ്ത്രീ കടന്നുവന്നു കുട്ടിക്കാലത്ത് അവർക്കെന്നെ അറിയാമായിരുന്നെന്ന് അവകാശപ്പെട്ടു. പഴയ പ്രാഥമികവിദ്യാലയത്തിലെ എന്റെ അടുത്ത ക്ലാസിലെ അധ്യാപികയായിരുന്നു അവർ. അവർ പറഞ്ഞതുകേട്ട് ഞാൻ അത്ഭുതസ്തബ്ധയായി നിന്നുപോയി.

"എന്റെ ക്ലാസ്സിന്റെ തൊട്ടടുത്ത മുറിയിലായിരുന്നു നീ. ക്ലാസ് സമയത്തു ചിലപ്പോഴൊക്കെ സ്റ്റാഫ്റൂമിലേക്കു പോകേണ്ടിവരുമ്പോൾ എന്തെങ്കിലും കുസൃതികാട്ടി ശിക്ഷിക്കപ്പെട്ട അവസ്ഥയിൽ കോറിഡോറിനു സമീപം നിന്നെ ഞാൻ പതിവായി കാണാറുണ്ടായിരുന്നു. നീ എല്ലായ്പ്പോഴും, അതുവഴി കടന്നുപോകുന്ന എന്നെ തടഞ്ഞുനിർത്തി ചോദിക്കും, "എന്തിനാ എന്നെ പൊറത്തു നിർത്തീരിക്കണെ?" "ഞാൻ എന്തു തെറ്റാ ചെയ്തെ?" എന്നൊക്കെ. ഒരിക്കൽ നീ ചോദിച്ചു, "തെരുവിലെ പാട്ടുകാര്ടെ പാട്ടിഷ്ടല്ലേ?" എന്തു മറുപടി പറഞ്ഞു നിന്നിൽനിന്നു രക്ഷപ്പെടണമെന്ന് എനിക്കു നിശ്ചയമുണ്ടായിരുന്നില്ല. ഒടുവിലൊടുവിൽ, സ്റ്റാഫ്റൂമിലേക്കു പോകണമെന്നുണ്ടെങ്കിൽ ഞാനാദ്യം ജനലിലൂടെ തല പുറത്തേക്കിട്ട് നീ അവിടെയുണ്ടോ എന്നു നോക്കും. ഉണ്ടെങ്കിൽ സ്റ്റാഫ്റൂമിലേക്കു പോകാനുള്ള തീരുമാനം ഉപേക്ഷിക്കും. നിന്റെ ക്ലാസ്ടീച്ചർ നിന്നെക്കുറിച്ചു നിരന്തരം പരാതി പറയുമായിരുന്നു. "ഹൊ, എന്തേ ഈ കുട്ടി ഇങ്ങനെയായിപ്പോകാൻ?" അതുകൊണ്ടാണു വർഷങ്ങൾ കഴിഞ്ഞു ടി.വി.യിൽ പ്രത്യക്ഷപ്പെട്ടപ്പോൾ നിന്റെ പേര് ഞാൻ വളരെ പെട്ടെന്നു തിരിച്ചറിഞ്ഞത്. അത് ഒരുപാടു വർഷങ്ങൾക്കു മുമ്പായിരുന്നു. പക്ഷേ, എന്റെ സ്മരണയിൽ ആ ഒന്നാംക്ലാസുകാരി ഇപ്പോഴും തെളിഞ്ഞുകിടപ്പുണ്ട്."

ശിക്ഷിക്കപ്പെട്ട് ഞാൻ വാതിൽപ്പടിയിൽനിന്നിരുന്നോ? എനിക്കു വല്ലാത്ത അതിശയം തോന്നി. ആവോ! എനിക്കോർമയുണ്ടായിരുന്നില്ല. പക്ഷേ, ശരിയായിരിക്കാം. ഞാനാലോചിച്ചു. നരവീണ ഈ പഴയ ടീച്ചർ ഒരു ചെറുപ്പക്കാരിയുടെ ചുറുചുറുക്കും കരുണയുമുള്ള മുഖവുമായി വെളുപ്പിനുള്ള ടി.വി. പരിപാടിയിലേക്കു കടന്നുവന്ന് എന്നെയതു ബോധ്യപ്പെടുത്തി. അതെ, ഞാൻ പുറത്താക്കപ്പെടുകയായിരുന്നു.

ഏറെക്കാലത്തേക്ക് എന്നിൽനിന്ന് ഈ രഹസ്യം മറച്ചുപിടിച്ച അമ്മയോടും എനിക്കു ഹൃദയപൂർവ്വമായ നന്ദിയുണ്ട്. ഒടുവിൽ എന്റെ ഇരുപതാംപിറന്നാളിനാണ് അമ്മ രഹസ്യം പുറത്തുവിട്ടത്.

"നിനക്ക് എലിമെന്ററിസ്കൂൾ മാറിപ്പഠിക്കേണ്ടിവന്നതെന്തുകൊണ്ടാന്നറിയ്യ്യോ?' ഒരു ദിവസം അമ്മ എന്നോടു ചോദിച്ചു.

"ആവോ, അറിയില്ല" ഞാൻ പറഞ്ഞു,

"അതേയ്," ഒന്നും സംഭവിക്കാത്ത മട്ടിൽ അമ്മ പറഞ്ഞു. "ആ

ദ്യത്തെ സ്കൂളിൽ നിന്ന് നിന്നെ പുറത്താക്കി."

മറിച്ച് അഞ്ചുവയസ്സുകാരിയായിരുന്നപ്പോൾ എന്നോട് അമ്മ ഇപ്രകാരം പറഞ്ഞിരുന്നെങ്കിലോ, "ഇപ്പോൾ തന്നെ ഒരു സ്കൂളിൽനിന്ന് നിന്നെ പുറത്താക്കി. അടുത്ത പള്ളിക്കൂടത്തിൽനിന്നു കൂടിയായാലോ. ഹൊ! നിന്നെ ഞാനെന്തുചെയ്യും എന്റെ കുട്ടീ?"

അത്തരം വാക്കുകൾ കേൾക്കേണ്ടിവന്നിരുന്നെങ്കിൽ, ആ ആദ്യദിനത്തിൽ മനസ്സാകെ തകർന്നും വല്ലാതെ പരിഭ്രമിച്ചും എനിക്കു റ്റോമോ ഗാക്വെന്റെ കവാടം കടക്കേണ്ടിവന്നേനെ. വേരും പൊടിപ്പുകളുമുള്ള ആ വാതിൽത്തൂണുകളും തീവണ്ടിപ്പള്ളിക്കൂടവും എനിക്ക് ഏറെക്കുറെ അനാകർഷകമായിത്തോന്നിയേനെ. ഇതുപോലൊരമ്മ എനിക്കുണ്ടായല്ലോ! ഞാനെത്ര ഭാഗ്യവതിയാണ്!

യുദ്ധം ആരംഭിച്ചതോടെ റ്റോമോയിൽവച്ച് ഏതാനും ഫോട്ടോകൾ എടുക്കപ്പെട്ടു. അവയിൽ ഏറ്റവും മനോഹരം അവസാനവർഷ വിദ്യാർഥികൾക്കുവേണ്ടിയുള്ള ചിത്രങ്ങളാണ്. അസംബ്ലിഹാളിന്റെ പടവുകൾ പശ്ചാത്തലമാക്കിയുള്ള ആ ചിത്രങ്ങളെടുക്കാൻ തുടങ്ങുമ്പോൾ അവസാനവർഷക്കാർ വിളിച്ചുകൂവും, "ഹായ്, എല്ലാരും വന്നാട്ടെ! പടമെടുക്കാൻ പോണു!" മറ്റുള്ളവരും ആവേശപൂർവ്വം ഒപ്പം ചേരും. അതിനാൽ പിരിഞ്ഞുപോകുന്ന വിദ്യാർഥികളാരൊക്കെയെന്ന് ആ ചിത്രങ്ങൾ നോക്കി കണ്ടുപിടിക്കുക ഇന്ന് അസാധ്യമായിരിക്കുന്നു. പുനസ്സമാഗമവേളകളിലെ പ്രധാന ചർച്ചാവിഷയങ്ങളിലൊന്നാണ് ഈ ചിത്രങ്ങൾ. ഫോട്ടോയ്ക്കു നിരന്നു നിൽക്കുന്ന കുട്ടികൾക്കു കൊബായാഷിമാസ്റ്ററുടെ വക നിർദ്ദേശങ്ങളൊന്നും തന്നെ ഉണ്ടായിരിക്കില്ല. ഔപചാരികമായ ഒരു വർഷാന്ത്യചിത്രത്തിലുപരി,സ്കൂളിലെമുഴുവൻകുട്ടികളുടെയുംഊർജസ്വലവും സ്വാഭാവികവുമായ ഒരു ദൃശ്യപരിഛേദം ലഭിക്കട്ടെയെന്ന് ഒരുപക്ഷേ അദ്ദേഹം വിചാരിച്ചുകാണും. ഇപ്പോൾ ആ ചിത്രങ്ങളിൽ കണ്ണുതടയുമ്പോൾ അവ റ്റോമോയുടെ യഥാർഥ പരിഛേദങ്ങളായിത്തന്നെ അനുഭവപ്പെടുന്നു.

റ്റോമോയെക്കുറിച്ച് ഇനിയുമേറെ എഴുതാൻ എനിക്കു കഴിയും. പക്ഷേ, ആ വിദ്യാലയത്തിലെ ജീവിതത്തിലൂടെ ടോട്ടോചാൻപോലും ഒരു നല്ല കുട്ടിയായിത്തീർന്നതെങ്ങനെയെന്നു വ്യക്തമാക്കാൻ മാത്രമാണു ഞാൻ ശ്രമിക്കുന്നത്. ആ ശ്രമം സഫലമാ

ണെങ്കിൽ ഞാൻ ചരിതാർഥയായി.

എനിക്കുറപ്പാണ്, റ്റോമോപോലെയുള്ള പള്ളിക്കൂടങ്ങൾ ഇപ്പോഴുണ്ടായിരുന്നെങ്കിൽ, നാമിന്നു ധാരാളമായി കേൾക്കുന്ന തരം അതിക്രമങ്ങളും കുട്ടികൾ കൊഴിഞ്ഞുപോകലുമെല്ലാം വല്ലാതെകണ്ട് കുറഞ്ഞേനെ. വൈകിട്ട് സ്കൂൾ വിട്ടാൽ വീട്ടിലേക്കുപോകാൻ റ്റോമോയിൽ ആരുംതന്നെ ഇഷ്ടപ്പെട്ടില്ല. നേരം വെളുത്താലോ കഴിയുംവേഗം അവിടെയെത്തിച്ചേരാൻവേണ്ടി ഞങ്ങൾ അക്ഷമരാകും. അത്രയ്ക്കു വിശേഷപ്പെട്ട പള്ളിക്കൂടമായിരുന്നു അത്.

ആ വിസ്മയവിദ്യാലയം സ്ഥാപിച്ച പ്രതിഭാശാലിയായ ഞങ്ങളുടെ മാസ്റ്റർ, സൊസാകു കൊബായാഷി 1893 ജൂൺ 18-ന് ടോക്കിയോയ്ക്കു വടക്കുപടിഞ്ഞാറുള്ള ഒരു ഗ്രാമത്തിൽ ജനിച്ചു. പ്രകൃതിയും സംഗീതവും എക്കാലവും അദ്ദേഹത്തെ ഹരംപിടിപ്പിച്ചിരുന്നു. കുട്ടിക്കാലത്തു തന്റെ വീടിനു സമീപമുള്ള നദിക്കരയിൽ സഹജമായ കൗതുകങ്ങളുമായി അദ്ദേഹം നിൽക്കുമായിരുന്നു; അങ്ങ് ദൂരെ തലയുയർത്തിയ ഹറുണ്ട പർവതശൃംഗത്തെ സാക്ഷിയാക്കി, പുളഞ്ഞൊഴുകുന്ന ജലപാളികളുടെ കളകളാരവം ഒരു ഓർക്കെസ്ട്രയായി സങ്കല്പിച്ച്, കുഞ്ഞുകരങ്ങളുയർത്തി ആ കുട്ടി ഗാനശകലങ്ങൾ കണ്ടക്റ്റു ചെയ്യുമായിരുന്നു.

ഒരു ദരിദ്ര കർഷകകുടുംബത്തിലെ ആറുസന്തതികളിൽ ഇളയവനായിരുന്നു കൊബായാഷി. പ്രാഥമികവിദ്യാഭ്യാസം പൂർത്തിയാക്കിയ ഉടൻതന്നെ അദ്ദേഹം സ്കൂളിൽ ഒരു ഉപാധ്യാപകന്റെ തസ്തികയിൽ ജോലിക്കു ചേർന്നു. വേണ്ടത്ര യോഗ്യതകളില്ലാതിരുന്നിട്ടും ആ ചെറിയ പ്രായത്തിൽ അത്തരമൊരു ജോലിയിൽ പ്രവേശിക്കാൻ കഴിഞ്ഞത് അദ്ദേഹത്തിന്റെ പ്രതിഭാശക്തികൊണ്ടുമാത്രമായിരുന്നു. താമസിയാതെ ടോക്കിയോയിലെ ഒരു എലിമെന്ററിസ്കൂളിൽ എത്തിപ്പെട്ട കൊബായാഷി അവിടെ അധ്യാപനത്തോടൊപ്പം സംഗീതപഠനത്തിലും മുഴുകി. അങ്ങനെ കഠിനാധ്വാനത്തിലൂടെ, സംഗീതത്തിന്റെ ഈറ്റില്ലമായ ടോക്കിയോ മ്യൂസിക് എഡ്യൂക്കേഷൻ ഡിപ്പാർട്ടുമെന്റിൽ ചേരുക എന്ന ചിരകാലാഭിലാഷം സാക്ഷാൽക്കരിക്കാൻ അദ്ദേഹത്തിനു കഴിഞ്ഞു. ഈ സംഗീതകേന്ദ്രമാണു പിൽക്കാലത്തു ടോക്കിയോ യൂണിവേഴ്സിറ്റി ഓഫ് ഫൈൻ ആർട്ട്സ് ആന്റ് മ്യൂസിക് ആയി വികസിച്ചത്.

ബിരുദം നേടിയശേഷം അദ്ദേഹത്തിന് വിദ്യാഭ്യാസവിദഗ്ദ്ധനായ ഹറുജി നകാമുറ സ്ഥാപിച്ച സിയ്കീ എലിമെന്ററിസ്കൂളിൽ സംഗീതാധ്യാപകനായി ജോലി ലഭിച്ചു. കുട്ടികളുടെ അടിസ്ഥാനവിദ്യാഭ്യാസം പരമപ്രധാനമായിക്കണ്ട് ആ രംഗത്തു പ്രവർത്തിച്ച ഒരു ദീർഘദർശിയായിരുന്നു ഹറുജി നകാമുറ. കുറച്ചുപേർ മാത്രമടങ്ങിയ ചെറിയ ക്ലാസ് സമ്പ്രദായം അദ്ദേഹം ആവിഷ്കരിച്ചു. കുട്ടികളുടെ വ്യക്തിത്വവും ആത്മബോധവും വികസിക്കത്തക്കവിധം സ്വതന്ത്രമായ പാഠ്യപദ്ധതികൾ നടപ്പിലാക്കി. ഉച്ചവരെ മാത്രം പഠിപ്പിക്കുക, അപരാഹ്നങ്ങൾ മറ്റു പലതിനുമായി - സവാരികൾ, സസ്യശേഖരണം, ചിത്രരചന, ഗാനാലാപനം, ഹെഡ്മാസ്റ്ററുടെ പ്രഭാഷണവേളകൾ എന്നിവയ്ക്കായി - മാറ്റിവയ്ക്കുക; ഇതായിരുന്നു അദ്ദേഹത്തിന്റെ രീതി. കൊബായാഷി മാസ്റ്ററെ ഈ രീതി അഗാധമായി സ്വാധീനിക്കുകയും സമാനമായൊരു സമ്പ്രദായം റ്റോമോയിൽ ആവിഷ്കരിക്കാൻ അദ്ദേഹത്തെ പ്രേരിപ്പിക്കുകയും ചെയ്തു.

അവിടത്തെ സംഗീതാധ്യാപനത്തിനിടയിൽ കൊബായാഷി മാസ്റ്റർ കുട്ടികൾക്കവതരിപ്പിക്കാനായി ഒരു ലഘുനൃത്തശില്പം രചിച്ചു. ഇത് ബാരൺ ഇവാസാക്കി എന്ന വ്യവസായപ്രമുഖനെ ആകർഷിച്ചു. ഇവാസാക്കിയുടെ കുടംബമാണ് മിത്സുബിഷി എന്ന വൻകിടവ്യാവസായികശൃംഖലയുടെ സ്ഥാപകർ. കലാസംരക്ഷണത്തിൽ അതീവതത്പരനായിരുന്നു അദ്ദേഹം. ജാപ്പനീസ് സംഗീതജ്ഞരിൽ അഗ്രഗണ്യനായിരുന്ന കൊസ്കാക് യമാദയ്ക്കു സഹായങ്ങൾ ചെയ്തിരുന്ന ബാരൺ ഇവാസാക്കിയാണു സ്കൂളിനെയും സാമ്പത്തികമായി താങ്ങിനിർത്തിയിരുന്നത്. അധ്യായനസമ്പ്രദായങ്ങളിൽ ഉപരിഗവേഷണം നടത്തുന്നതിനായി കൊബായാഷിയെ യൂറോപ്പിലേക്കയയ്ക്കാൻ അദ്ദേഹം സന്നദ്ധനായി.

1922 മുതൽ 1924 വരെയുള്ള രണ്ടുവർഷം കോബായാഷി മാസ്റ്റർ യൂറോപ്പിൽ തങ്ങി. അനേകം വിദ്യാലയങ്ങൾ അദ്ദേഹം സന്ദർശിച്ചു. പാരീസിൽ എമിലി ജാക്വയേ-ഡാൽക്രോസിനോടൊപ്പം യൂറിത്ത്മിക്സ് പഠനത്തിൽ മുഴുകി. മടങ്ങിയെത്തിയ ശേഷം ഒരു സുഹൃത്തുമായി ചേർന്നു സെയ്ജോ കിന്റർഗാർട്ടൺ സ്കൂൾ സ്ഥാപിച്ചു. തീരെ ചെറിയ കുട്ടികളെ പൂർവനിശ്ചിതമായ

മൂശകളിൽ വാർത്തെടുക്കാൻ ശ്രമിക്കരുതെന്നു തന്റെ ശിശുവിദ്യാലയത്തിലെ അധ്യാപകരെ അദ്ദേഹം നിരന്തരം ഓർമിപ്പിച്ചു. "അവരെ ദയവായി പ്രകൃതിക്കു വിടുക," അദ്ദേഹം പറഞ്ഞു. "അവരുടെ സഹജമായ ഇച്ഛകളെ തുരങ്കംവയ്ക്കാതിരിക്കുക. അവരുടെ സ്വപ്നങ്ങൾ തീർച്ചയായും നിങ്ങളുടേതിനെക്കാൾ മഹത്തരമാണ്." അക്കാലത്ത് അത്തരമൊരു ശിശുവിദ്യാലയം ജപ്പാനിൽ മറ്റൊരിടത്തുമുണ്ടായിരുന്നില്ല.

1930-ൽ ഒരു വർഷത്തെ പഠനപരിപാടികൾക്കായി മാസ്റ്റർ വീണ്ടും യൂറോപ്പിലേക്കു തിരിച്ചു. ഡാൽക്രോസിനോടൊപ്പം ചുറ്റി സഞ്ചരിക്കുകയും പുത്തൻസമ്പ്രദായങ്ങൾ നിരീക്ഷിച്ചറിയുകയും ചെയ്തു. സ്വന്തം വിദ്യാലയമെന്ന തന്റെ സ്വപ്നം സാക്ഷാത്കരിക്കാനുള്ള തീരുമാനവുമായാണ് അദ്ദേഹം മടങ്ങിയെത്തിയത്.

റ്റോമോ ഗാകെൻ ആരംഭിച്ച 1937-ൽ തന്നെ അദ്ദേഹം ജപ്പാൻ യൂറിത്തക്സ് അസ്സോസിയേഷനും സ്ഥാപിച്ചു. യൂറിത്തക്സ എന്ന കായികകലയെ ജപ്പാനു പരിചയപ്പെടുത്തിയ വ്യക്തിയെന്ന നിലയിലും യുദ്ധാനന്തരം കുനിതാചി കോളേജിന്റെ വികസനത്തിനുവേണ്ടി പരിശ്രമിച്ച വിദഗ്ദ്ധനെന്ന നിലയിലുമാണു മിക്ക ആളുകളും സൊസാകു കൊബായാഷിയെ സ്മരിക്കാറുള്ളത്. അദ്ദേഹത്തിന്റെ മഹത്തായ അധ്യയനസമ്പ്രദായം അനുഭവിച്ചറിഞ്ഞവർ ഞങ്ങൾ കുറച്ചുപേരേയുള്ളൂ. ഓർക്കുമ്പോൾ അടക്കാനാവാത്ത ദുഃഖം തോന്നുന്നു. റ്റോമോപോലെ മറ്റൊരു പള്ളിക്കൂടം സ്ഥാപിക്കണമെന്ന തന്റെ ആഗ്രഹം സഫലമാകുംമുമ്പ് മരണം അദ്ദേഹത്തെ പിടികൂടി. റ്റോമോ കത്തിയെരിഞ്ഞപ്പോൾ അതിന്റെ ചാരത്തിൽനിന്നു കൂടുതൽ മെച്ചപ്പെട്ട മറ്റൊരു പള്ളിക്കൂടം അദ്ദേഹം വിഭാവനചെയ്തിരുന്നു. "ഏതുതരം സ്കൂളായിരിക്കും നാം അടുത്ത പ്രാവശ്യം കെട്ടിയുയർത്തുക." യുദ്ധം കൊടുമ്പിരിക്കൊള്ളവേ ചുറ്റുമുള്ള ശബ്ദഘോഷങ്ങൾ വകവയ്ക്കാതെ ഉത്കടമായ ആവേശത്തോടെ അദ്ദേഹം ചോദിച്ചിരുന്നു.

ഈ പുസ്തകം എഴുതാനാരംഭിച്ചപ്പോഴാണു വിസ്മയത്തോടെ ഞാൻ മനസ്സിലാക്കിയത്, എന്റെ പ്രതിദിന ടെലിവിഷൻ അഭിമുഖപരിപാടിയുടെ പ്രൊഡ്യൂസർ -വർഷങ്ങൾ കുറെയായി ഞാൻ അദ്ദേഹത്തോടൊപ്പം പണിയെടുക്കാൻ തുടങ്ങിയിട്ട്- കഴിഞ്ഞ ഒരു ദശകത്തോളമായി കൊബായാഷി മാസ്റ്ററെക്കുറിച്ചു

ഗവേഷണം നടത്തുകയായിരുന്നുവെന്ന്. അദ്ദേഹം ആ വിദ്യാഭ്യാസവിചക്ഷണനെ നേരിൽ കണ്ടിട്ടേയില്ല. കുട്ടികളുടെ യൂറിത്ത്മിക്സ് ക്ലാസുകളിൽ പിയാനോ വായിച്ചിരുന്ന ഒരു സ്ത്രീയിലൂടെയാണ് അദ്ദേഹത്തിന് ഞങ്ങളുടെ ഹെഡ്മാസ്റ്ററിൽ താത്പര്യം ജനിച്ചത്. ആദ്യക്ലാസുകളിൽത്തന്നെ തന്റെ താളവേഗം തിരുത്തിക്കൊടുത്തുകൊണ്ട് മാസ്റ്റർ അവരോടു പറഞ്ഞുവത്രേ "നോക്കൂ, ആ മട്ടിലല്ല കുട്ടികൾ നടക്കുന്നത്." അതെ, അതായിരുന്നു അദ്ദേഹം. മാസ്റ്ററുടെ മനസ്സ് കുട്ടികളുമായി അത്രയേറെ ലയംപ്രാപിച്ചിരുന്നു. അവർ ശ്വസിക്കുന്നതെങ്ങനെയെന്നും ചലിക്കുന്നതെങ്ങനെയെന്നും കൊബായാഷി മാസ്റ്റർക്കു നന്നായറിയാം. എന്റെ പ്രൊഡ്യൂസർ, കാസുഹികോ സാനോ മാസ്റ്ററെക്കുറിച്ചുള്ള പുസ്തകം താമസിയാതെ പൂർത്തിയാക്കുമെന്നും അങ്ങനെ ആ വിശിഷ്ടവ്യക്തിത്വത്തെക്കുറിച്ചു ലോകം ഇനിയുമേറെ അറിയുന്നുമെന്നാണ് എന്റെ പ്രത്യാശ.

ഇരുപതുവർഷം മുമ്പ് ഒരു വനിതാമാസികയിൽ ഞാൻ റ്റോമോ സ്കൂളിനെക്കുറിച്ച് ഒരു ലേഖനമെഴുതി. അതു വായിക്കാനിടയായ ഒരു ചെറുപ്പക്കാരൻ ഒരുകെട്ടു കടലാസുമായി എന്റെ അടുക്കലേക്കു വന്നു. ഊർജസ്വലനായ ആ യുവാവ് കോദൻഷാ പത്രാധിപസമിതിയിൽ അംഗമായിരുന്നു. ലേഖനം പുസ്തകരൂപത്തിൽ വികസിപ്പിച്ചെഴുതണം. അതായിരുന്നു അയാളുടെ ആവശ്യം. കടലാസുകെട്ട് ഞാൻ നിർലജ്ജം മറ്റെന്തിനോ ഉപയോഗിച്ചു. ചെറുപ്പക്കാരനോ, തന്റെ ആശയം സാക്ഷാത്കരിക്കപ്പെടുംമുമ്പ് പത്രപ്രവർത്തനംവിട്ട് ഒരു ഡയറക്ടറുടെ പദവിയിൽ എത്തിപ്പെടുകയും ചെയ്തു പക്ഷേ അയാളാണ്, കാത്സുഹിസാകാതോ എന്ന ആ മിടുക്കനായ യുവാവാണ്, എനിക്ക് ഈ ആശയം പകർന്നുതന്നത്; ഒപ്പം ഏറെ ആത്മവിശ്വാസവും. ഒരു മുഴുനീളൻ പുസ്തകം രചിക്കുക! ഇതേവരെ കാര്യമായി ഒന്നും എഴുതിയിട്ടില്ലാത്ത എനിക്ക് ആകെ അങ്കലപ്പായി. ഒടുവിൽ ഇങ്ങനെ തീരുമാനിച്ചു.

കോദൻഷാ പ്രസിദ്ധീകരണശാലയുടെ യുവവനിതാ മാസികയിൽ ഓരോ അദ്ധ്യായം വീതം എഴുതുക. അങ്ങനെ 1979 ഫെബ്രുവരി മുതൽ 1980 ഡിസംബർ വരെ, ഒരു പരമ്പരയായി ഈ അനുഭവകഥ എഴുതിത്തീർത്തു.

എല്ലാ മാസവും ഞാൻ ടോക്കിയോയിലെ നെരിമ-കു ഭാഗത്തെ

ഷിമോ-ഷക്യുജിയിൽ സ്ഥിതിചെയ്യുന്ന ചിഹിരോ ഇവാസാക്കി മ്യൂസിയം ഒഫ് പിക്ചർ ബുക്സ് സന്ദർശിക്കും. ഓരോ അദ്ധ്യായത്തിനും അനുയോജ്യമായ രേഖാചിത്രം തെരഞ്ഞെടുക്കും. കുട്ടികളുടെ സൂക്ഷ്മചിത്രണത്തിൽ ചിഹിരോ ഇവാസാക്കിക്കുണ്ടായിരുന്ന പാടവം അനന്യമാണ്. ബാല്യചൈതന്യം ഇത്രയേറെ ശക്തമായി വരകളിലേക്ക് ആവാഹിക്കാൻ കഴിവുള്ള പ്രതിഭകൾ ലോകത്തു മറ്റെവിടെയെങ്കിലും ഉണ്ടാകുമോ എന്നുപോലും എനിക്കു സംശയമുണ്ട്. കുഞ്ഞുങ്ങളെ, അവരുടെ അസംഖ്യം ഭാവങ്ങളിലും ചിത്തവൃത്തികളിലും കണ്ടെത്തുന്നവയാണ് ഇവാസാക്കിചിത്രങ്ങൾ. ആറുമാസം പ്രായമുള്ള ഒരു കൈക്കുഞ്ഞിനെയും ഒമ്പതുമാസമെത്തിയ ശിശുവിനെയും അവയിൽ വേർതിരിച്ചറിയാനാവും. അത്രയേറെ സൂക്ഷ്മമമാണ് ആ രചനകൾ. അവയിൽ ചിലത് എന്റെ പുസ്തകത്തിൽ ചേർക്കാൻ കഴിഞ്ഞതിലുള്ള ആഹ്ലാദം പറഞ്ഞറിയിക്കാവുന്നതല്ല. ആഖ്യാനവുമായി എന്തൊരു ചേർച്ചയാണ് അവരുടെ ചിത്രങ്ങൾക്ക്! അപ്രതീക്ഷിതമായ ആ താദാത്മ്യത്തെക്കുറിച്ചോർക്കുമ്പോൾ അത്ഭുതം തോന്നുന്നു.

1974-ൽ ചിഹിരോ ഇവാസാക്കി അന്തരിച്ചു. പക്ഷേ പലരും എന്നോടാരാഞ്ഞു, “ഈ പുസ്തകം അവർ ജീവിച്ചിരിക്കുമ്പോൾത്തന്നെ നിങ്ങൾ എഴുതിത്തുടങ്ങിയിരുന്നോ?” ആ ചിത്രങ്ങൾ ജീവിതത്തോട് എത്രത്തോളം സത്യസന്ധത പുലർത്തിയിരുന്നുവെന്നതിനും ബാല്യം അവയിൽ എന്തുമാത്രം വൈവിധ്യത്തോടെ ത്രസിച്ചുനിന്നിരുന്നുവെന്നതിനും ഏറ്റവും വലിയ തെളിവായിരുന്നു ആ ചോദ്യം.

ഏഴായിരത്തോളം ചിത്രങ്ങളാണ് ചിഹിരോ ഇവാസാക്കി നമുക്കായി അവശേഷിപ്പിച്ചുപോയത്. മ്യൂസിയത്തിലെ അസിസ്റ്റന്റ് ക്യൂറേറ്ററായ അവരുടെ മകന്റെയും ഭാര്യയുടെയും കാരുണ്യംകൊണ്ട് അവയിൽ മിക്കതും അവർ വരച്ച രൂപത്തിൽത്തന്നെ കാണുവാനുള്ള ഭാഗ്യം എനിക്കുണ്ടായി. ചിത്രങ്ങൾ പുസ്തകത്തിൽ ചേർക്കാൻ അനുവാദം നൽകിയ അവരുടെ ഭർത്താവിനോടും അളവറ്റ നന്ദിയുണ്ട്. എഴുത്തിന് കാലവിളംബം നേരിട്ടപ്പോഴെല്ലാം എനിക്ക് ആത്മവിശ്വാസം പകർന്നതു നാടകകൃത്തും ഇവാസാക്കി മ്യൂസിയത്തിലെ ക്യൂറേറ്ററുമായ- ഇപ്പോൾ ആ മ്യൂസിയത്തിന്റെ രക്ഷാധികാരികളിൽ ഒരാളാണു ഞാൻ- തദാസു ഇ

ഇസാവയുടെ വാക്കുകളാണ്. അദ്ദേഹത്തെയും ഞാൻ കൃതജ്ഞതയോടെ സ്മരിക്കുന്നു.

മിയോചാനും എന്റെ എല്ലാ റ്റോമോ സഖാക്കളും നൽകിയത്, സ്വാഭാവികമായും വിലമതിക്കാനാവാത്ത സഹായമായിരുന്നു. "നമുക്കീ പുസ്തകമുണ്ടല്ലോ, അതിഗംഭീരമാക്കണം" എന്നു നിരന്തരം ഓർമ്മിപ്പിച്ചുകൊണ്ടിരുന്ന, ജാപ്പനീസ് പതിപ്പിന്റെ എഡിറ്റർ കിയ്കോ ഇവാമോട്ടോയ്ക്കും എന്റെ ഹൃദയം നിറഞ്ഞ നന്ദി.

ഈ പുസ്തകത്തിനാധാരമായി, 'ജനാലയ്ക്കരികിൽനിന്നു പുറത്തേക്ക്' എന്നൊരു പ്രയോഗമുണ്ട്. വിളുമ്പിൽനിന്നു പുറത്തേയ്ക്കു വീഴാറായത്. തണുപ്പിൽപെട്ടുപോയത്. എന്നൊക്കെയാണ് ഇതിനർത്ഥം. കുട്ടിക്കാലത്ത്, ആദ്യത്തെ പ്രാഥമികവിദ്യാലയത്തിൽവച്ചു തെരുവുപാട്ടുകാരുടെ വരവും കാത്തു ഞാൻ ജനാലയ്ക്കൽ നിൽക്കുമായിരുന്നു. പക്ഷേ, സത്യമായും, 'ജനാലയ്ക്കരികിൽനിന്നു പുറത്തേക്ക്' വീഴാൻപോകുന്നതായി അന്നെനിക്കു തോന്നിയിരുന്നു; ഒറ്റയ്ക്കാവുന്നതുപോലെ, തണുപ്പിൽപ്പെട്ടതുപോലെ. പക്ഷേ ഈ പേരിന് മറ്റൊരു അർത്ഥവിതാനം കൂടിയുണ്ടെന്നാണ് എന്റെ വിശ്വാസം. കാരണം, റ്റോമോ ഗാകെുവനിൽ എനിക്കായി തുറന്നത് ആഹ്ലാദത്തിന്റെ ഒരു ജാലകമായിരുന്നു.

റ്റോമോ ഇന്നില്ല. ഞങ്ങളുടെ ബാല്യസ്മൃതികളിൽ അതു ജീവിക്കുന്നു. ഈ പുസ്തകം വായിക്കുമ്പോൾ അൽപനേരത്തേക്കെങ്കിലും ആ അപൂർവ്വവിദ്യാലയം നിങ്ങുടെ ഭാവനാലോകത്തു തെളിഞ്ഞുനിൽക്കുന്നെങ്കിൽ ഞാൻ സംതൃപ്തയായി. അതിലേറെയൊന്നും ഞാൻ ആഗ്രഹിക്കുന്നില്ല.

ടോക്കിയോ 1982

ടോട്ടോചാൻ പ്രസിദ്ധീകരിച്ചിട്ട് മൂന്നുവർഷം പിന്നിടുന്നതേയുള്ളൂ. പക്ഷേ എന്നെ അക്ഷരാർഥത്തിൽതന്നെ വിസ്മയിപ്പിക്കുകയും അതിലേറെ സംതൃപ്തയാക്കുകയും ചെയ്ത ഒരുപാടു കാര്യങ്ങൾ ഇതിനകം സംഭവിച്ചു. ഞങ്ങളുടെ പ്രിയപ്പെട്ട ഹെഡ്മാസ്റ്ററെക്കുറിച്ചും റ്റോമോയിലെ അവിസ്മരണീയദിനങ്ങളെക്കുറിച്ചും എഴുതിയപ്പോൾ അതൊരു ബെസ്റ്റ് സെല്ലർ ആയേക്കുമെന്നു ഞാൻ സ്വപ്നത്തിൽപ്പോലും വിചാരിച്ചിരുന്നതല്ല. ആദ്യ

വർഷം ടോട്ടോചാന്റെ നാൽപ്പത്തഞ്ചുലക്ഷം പ്രതികളാണു വിറ്റഴിഞ്ഞത്. ഇപ്പോൾ അത് അറുപതുലക്ഷത്തോടടുത്തിരിക്കുന്നു. പലരും എന്നോടു പറഞ്ഞു, "ജപ്പാന്റെ പുസ്തകപ്രസാധനചിത്രത്തിൽ ഇതൊരു റെക്കോഡാണ്" അപ്പോഴൊന്നും ഞാനതു കാര്യമായെടുത്തില്ല. പക്ഷേ രാജ്യത്തിന്റെ സകലകോണിലുംനിന്നു ദിവസേന എണ്ണമറ്റ കത്തുകൾ ലഭിക്കാൻ തുടങ്ങിയപ്പോൾ ഒരു സത്യം എനിക്കു മനസ്സിലായി. നിരവധി നിരവധിപേർ ടോട്ടോചാൻ വായിച്ചുകൊണ്ടിരിക്കുന്നു.

എല്ലാപ്രായത്തിലും പെട്ടവർ എനിക്കെഴുതി; അഞ്ചുമുതൽ നൂറ്റിമൂന്നുവയസ്സുവരെയുള്ളവർ. എല്ലാം ഹൃദയസ്പർശിയായ വാക്കുകൾ. പ്രാഥമികവിദ്യാലയങ്ങളിൽനിന്നുള്ള കത്തുകളുടെ ആധിക്യം എന്നെ അത്ഭുതപ്പെടുത്തി. കടുപ്പമുള്ള ചൈനീസ് പരാമർശങ്ങൾക്കു ലളിതമായ വിവരണങ്ങൾ നൽകുക എന്ന മുൻകരുതൽ സ്വീകരിച്ചിരുന്നെങ്കിൽക്കൂടിയും ഇത്രയേറെ ചെറിയ കുട്ടികൾക്ക് എന്റെ പുസ്തകം വായിക്കാനാവുമെന്നു വിചാരിച്ചതേയില്ല. വായനയും ലിഖിതാക്ഷരങ്ങളും ക്രമേണ അന്യംനിന്നുകൊണ്ടിരിക്കുന്ന ഈ കാലഘട്ടത്തിൽപ്പോലും രണ്ടാംതരത്തിലും മറ്റും പഠിക്കുന്ന കുട്ടികൾ നിഘണ്ടുവിന്റെ സഹായത്തോടെ ടോട്ടോചാന്റെ കഥ വായിക്കുന്നു! ആ അറിവ് കുറച്ചൊന്നുമല്ല എന്നെ ആശ്ചര്യപ്പെടുത്തിയത്. ഒരു രണ്ടാംക്ലാസുകാരി എനിക്കെഴുതിയതെന്തെന്നോ? അംഗവൈകല്യമുള്ള കുട്ടികളെ കാണുമ്പോഴെല്ലാം അവൾക്കു തോന്നുമത്രേ, "ഹായ്, അത് യാസ്വാക്കിചാനാണല്ലോ" അല്ലെങ്കിൽ, "റ്റോമോയിൽ പഠിക്കുന്ന കുട്ടിതന്നെ, തീർച്ച!" 'ഹലോ' പറയാനായി അവൾ അവരുടെ അടുക്കലേക്ക് ഓടും. അവർ തിരിച്ചു ഹലോ പറയുമ്പോൾ അവൾക്കു പെരുത്തു സന്തോഷമായി. റ്റോമോ ഒരു യാഥാർഥ്യമായിരുന്നതു നാൽപ്പതു വർഷം മുമ്പായിരുന്നെന്നോർക്കണം... എന്തൊരു വിസ്മയമാണീ കുട്ടികൾ!

റ്റോമോ എരിഞ്ഞുവീഴുന്നതു വായിച്ചപ്പോൾ യുദ്ധം നന്നല്ലെന്നു തങ്ങൾ മനസ്സിലാക്കിയതായി ഒരുപാടു കുട്ടികൾ എനിക്കെഴുതി. അതുമാത്രം മതി ഈ കൃതി സാർത്ഥകമാണെന്നു കരുതാൻ. പക്ഷേ ഇതിന്റെ രചനാവേളയിൽ എന്റെ മനസ്സുനിറയെ മറ്റൊരു ചിന്തയായിരുന്നു. അദ്ധ്യാപകരും ചെറുപ്പക്കാരായ അച്ഛ

നമ്മമാരുമൊക്കെ കൊബായാഷി മാസ്റ്ററെക്കുറിച്ചു വായിച്ച ശേഷം "അപ്പോൾ, ഇങ്ങനെയൊരാളുണ്ടായിരുന്നു അല്ലേ; കുഞ്ഞുങ്ങളെ ശരിക്കും സ്നേഹിച്ച, അവരിൽ വിശ്വാസമർപ്പിച്ച ഒരാൾ" എന്നു സ്വയം മന്ത്രിച്ചിരുന്നെങ്കിൽ... എങ്കിലും ഞാൻ ഭയപ്പെട്ടു- ഇന്നത്തെ മത്സരാധിഷ്ഠിതസമൂഹത്തിനു പാകമാകാത്ത വിധം കടുത്ത ആദർശവാദം എന്നുവിളിച്ച് അധ്യാപകർ ഈ മഹനീയാശയങ്ങൾ, തള്ളിക്കളഞ്ഞാലോ?

പക്ഷേ അതു സംഭവിച്ചില്ല. പുസ്തകം പുറത്തിറങ്ങിയതോടെ നിരവധി എലിമെന്ററിസ്കൂൾ അധ്യാപകരുടെ കത്തുകൾ എനിക്കു ലഭിക്കാൻ തുടങ്ങി. എല്ലാ ദിവസവും ഉച്ചഭക്ഷണത്തിന്റെ ഇടവേളയിൽ തങ്ങൾ കുട്ടികളെ ടോട്ടോചാൻ ഉറക്കെ വായിച്ചു കേൾപ്പിക്കുന്ന വിവരം അവർ ആവേശത്തോടെ എഴുതി. പ്രാഥമികവിദ്യാലയങ്ങളിലെ തന്നെ ചിത്രകലാദ്ധ്യാപകർക്കും എഴുതാനുണ്ടായിരുന്നു വിശേഷങ്ങൾ. ടോട്ടോചാന്റെ ഏതാനും ഭാഗങ്ങൾ ക്ലാസുകളിൽ വായിച്ചശേഷം കുട്ടികളോടു തങ്ങൾ കേട്ടതു കടലാസിൽ വരയ്ക്കാൻ അവർ നിർദ്ദേശിക്കുമത്രേ. വിദ്യാഭ്യാസത്തിന്റെ ഇന്നത്തെ അവസ്ഥയിൽ നിരാശപൂണ്ട്, അദ്ധ്യാപനവൃത്തി ഉപേക്ഷിക്കുന്നതിനെപ്പറ്റിപ്പോലും ഗൗരവപൂർവ്വം ചിന്തിച്ചുകൊണ്ടിരുന്ന ഏതാനും ജൂനിയർ ഹൈസ്കൂൾ അധ്യാപകർ, കൊബായാഷിമാസ്റ്ററുടെ ആശയങ്ങളാൽ പ്രചോദിതരായി തങ്ങൾ ഒരു ശ്രമംകൂടി നടത്താൻ തീരുമാനിച്ചുവെന്ന് എനിക്കെഴുതി. ഹൃദയഹാരിയായ അത്തരം കത്തുകൾ ഒരുപാടുണ്ടായിരുന്നു. കണ്ണുകളിൽ നനവു സമ്മാനിച്ചുകൊണ്ട് അവയെന്നെ ഒരു കാര്യം ബോധ്യപ്പെടുത്തി. കൊബായാഷിമാസ്റ്ററെപ്പോലെ ചിന്തിക്കുന്നവരായി വളരെ വളരെപ്പേരുണ്ട്.

ഈ പുസ്തകം അദ്ധ്യാപകർ എല്ലാരീതിയിലും പ്രയോജനപ്പെടുത്തിയിരുന്നു. ഏറ്റവുമൊടുവിൽ ചില അധ്യായങ്ങൾ പ്രാഥമികവിദ്യാലയത്തിലെ പാഠാവലിയിൽ ഔദ്യോഗികമായി ഉൾക്കൊള്ളിക്കപ്പെട്ടു. 'കൃഷിമാഷ്' എന്ന അധ്യായം മൂന്നാം സ്റ്റാൻഡേർഡിലെ ജാപ്പനീസ് ഭാഷാപാഠപുസ്തകത്തിലും 'പൊളിഞ്ഞുപഴകിയ പള്ളിക്കൂടം' നാലാംക്ലാസിലെ നീതിശാസ്ത്രവും സദാചാരവും പാഠപുസ്തകത്തിലും ഇപ്രകാരം എടുത്തുചേർത്തിട്ടുണ്ട്.

കത്തുകളുടെ കൂട്ടത്തിൽ സ്വാസ്ഥ്യംകെടുത്തുന്ന ചിലതുമുണ്ടായിരുന്നു. ഒരു ദുർഗ്ഗുണപരിഹാരകേന്ദ്രത്തിലെ തടവറയിൽനിന്ന് ഒരു ഹൈസ്കൂൾ വിദ്യാർഥിനി ഇങ്ങനെ എഴുതി, "എനിക്ക് ടോട്ടോചാന്റെ അമ്മയെപ്പോലെ ഒരമ്മയും കൊബായാഷിമാസ്റ്ററെപ്പോലെ ഒരു അധ്യാപകനും ഉണ്ടായിരുന്നെങ്കിൽ ഞാൻ ഇതുപോലൊരു സ്ഥലത്തു വന്നുപെടില്ലായിരുന്നു."

എന്തുകൊണ്ടാണ് ടോട്ടോചാൻ ഒരു ബെസ്റ്റ്സെല്ലർ ആയത്? ബഹുജനമാധ്യമങ്ങളിലൂടെ ഈ ചോദ്യം ഉന്നയിക്കപ്പെട്ടതോടെ അതൊരു സംവാദവിഷയമായി മാറി. 'അസാഹി' ദിനപത്രം, പുസ്തകം സൃഷ്ടിച്ച ചലനങ്ങളുടെ വിവിധ വശങ്ങൾ ചർച്ചചെയ്തുകൊണ്ട് 'ടോട്ടോചാൻ സിൻഡ്രോം' എന്ന പേരിൽ ഒരു ലേഖനപരമ്പര പ്രസിദ്ധികരിച്ചു. മറ്റൊരു സ്വതന്ത്രപ്രസാധകർ പുറത്തിറക്കിയതാകട്ടെ ഒരു മുഴുനീളൻപുസ്തകം തന്നെയാണ്!

'ടോട്ടോചാൻ– ഒരു ബെസ്റ്റ് സെല്ലറിന്റെ കഥ' എന്നു നാമകരണം ചെയ്ത ഈ ഗ്രന്ഥത്തിൽ, എന്റെ കൃതി വ്യാപകമായി വിറ്റഴിഞ്ഞതിന്റെ കാരണങ്ങൾ എല്ലാകോണിലുംനിന്നു വിശകലനം ചെയ്യുന്നുണ്ട്. പുസ്തകവിജയത്തിന് ആസ്പദമായി എനിക്കു തോന്നുന്ന ഒരു വസ്തുത പറയാം. പ്രശ്നകലുഷമായ ജപ്പാനിലെ വിദ്യാഭ്യാസരംഗം ഒരു നിർണ്ണായകപ്രതിസന്ധിയിൽ എത്തിച്ചേരുകയും എന്തെങ്കിലും അടിയന്തിരമായി ചെയ്യേണ്ടതിനെപ്പറ്റി ഏവരും ചിന്തിച്ചുകൊണ്ടിരിക്കുകയും ചെയ്യുന്ന ഒരു കാലഘട്ടത്തിലായിരുന്നു ഇതു പ്രസിദ്ധീകൃതമായത്. സ്വാഭാവികമായും ഒട്ടനവധി പേർ വിദ്യാഭ്യാസത്തെക്കുറിച്ചുള്ള ആധികാരികഗ്രന്ഥമെന്ന നിലയിൽ ടോട്ടോചാൻ വായിച്ചു; എന്റെ രചനാലക്ഷ്യം അതല്ലായിരുന്നെങ്കിൽ കൂടിയും. പുസ്തകത്തിന്റെ പ്രചാരത്തിന് മറ്റൊരു കാരണംകൂടിയുണ്ട്. ടോട്ടോചാൻ എല്ലാവരുടേതുമാണ്; അതായതു വ്യത്യസ്ത പ്രായഗണത്തിലും വീക്ഷണസമീപനങ്ങളിലുംപെട്ട സകലപേർക്കും വായിക്കാനായി രചിക്കപ്പെട്ടത്.

ഒരു സ്ത്രീ ഗ്രന്ഥരചന നിർവ്വഹിച്ച ആദ്യ ജാപ്പനീസ് ബെസ്റ്റ്സെല്ലർ കൂടിയാണു ടോട്ടോചാൻ. ആരംഭത്തിൽ പുസ്തകത്തോടുള്ള പുരുഷന്മാരുടെ പ്രതികരണം അനുകൂലമായിരുന്നില്ല. അക്കാര്യം എനിക്കു മനസ്സിലായതു പുസ്തകനിരൂപണപംക്തിയിൽ ചില പുരുഷന്മാർ അതു തുറന്നെഴുതാൻ തയ്യാറായപ്പോ

ഴാണ്. "പുറഞ്ചട്ടയിലെ 'പെൺകുട്ടിത്തം' കാരണം ഞാനിതു മാറ്റി വയ്ക്കുകയായിരുന്നു" എന്നോ "ഒരു ജനപ്രിയ എഴുത്തുകാരി വിനോദാർഥം രചിച്ച വെറുമൊരു ബെസ്റ്റ്സെല്ലർ എന്ന ധാരണ യാൽ ഈ പുസ്തകം ഞാൻ ഒഴിവാക്കി" എന്നോ ഉള്ള കുറ്റസമ്മത ത്തോടെയാണു ലേഖനങ്ങൾ ആരംഭിക്കുക. അവർ തുടർന്നെഴു തും, "കുടുംബാംഗങ്ങൾ പ്രേരിപ്പിച്ചില്ലായിരുന്നെങ്കിൽ ഞാനിതു വായിക്കില്ലായിരുന്നു." ഒടുക്കമോ, ടോട്ടോചാൻ വായിപ്പിക്കാൻ ഇത്രയേറെ ആവേശംകാട്ടിയ കുടുംബാംഗങ്ങൾക്കു ഹൃദയ ത്തിന്റെ ഭാഷയിൽ നന്ദി രേഖപ്പെടുത്തിക്കൊണ്ട് ഒരു മികച്ച പുസ്തകനിരൂപണം ഉപസംഹരിക്കപ്പെടുന്നു!

പുസ്തകം പ്രസിദ്ധീകരിക്കുന്നതിനുമുമ്പുതന്നെ ഞാൻ ഒരു കാര്യം തീരുമാനിച്ചു. ഇതിന്റെ റോയൽറ്റി ബധിരരായ അഭിനേതാ ക്കൾക്കുവേണ്ടിയുള്ള ജപ്പാനിലെ ആദ്യത്തെ പ്രൊഫഷണൽ നാടകവേദി സ്ഥാപിക്കാനായി ഉപയോഗിക്കണം. എന്റെ മരണ ത്തിനുശേഷമോ പ്രായാധിക്യംകൊണ്ടു വിട്ടുനിൽക്കേണ്ടിവ രുന്ന അവസ്ഥയിലോ തുടർന്നുകൊണ്ടുപോകാൻ കഴിയുമാറ് അതിന് ഒരു സാമൂഹികക്ഷേമസംഘടനയുടെ രൂപം നൽകേണ്ടി യിരുന്നു. അതിനായി ഞാൻ ഗവൺമെന്റിന് അപേക്ഷ നൽകി. ഒരു മുൻപതിവ് ഇല്ലാത്തതിനാൽ അതു ദുഷ്കരമായിരുന്നുവെങ്കിലും, കഴിഞ്ഞ ഇരുപത്തിയഞ്ചിലേറെ വർഷക്കാലമായി ക്ഷേമപ്ര വർത്തനങ്ങളിൽ എനിക്കുണ്ടായിരുന്ന പങ്കാളിത്തം പരിഗണിച്ചു കൊണ്ട് ഒടുവിൽ അധികൃതർ ഈ ആവശ്യം അംഗീകരിച്ചു. അങ്ങനെ ടോട്ടോ ഫൗണ്ടേഷൻ എന്ന സാമൂഹികക്ഷേമസംഘ ടന പിറവിയെടുത്തു. അപ്രതീക്ഷിതമായ ഒരു നേട്ടമായിരുന്നു അത്. അതിലൂടെ ജപ്പാൻ ബധിരനാടകവേദി (Deaf Theatre of Japan) നിലവിൽ വന്നു. ടോട്ടോ ഫൗണ്ടേഷൻ ട്രെയിനിംഗ് സെന്റ റിൽ ഇപ്പോൾ ഇരുപതിൽപ്പരം അഭിനേതാക്കൾക്കു പരിശീലനം നൽകുന്നുണ്ട്. ഒപ്പം ഒരു ആംഗ്യഭാഷാ പഠനശാലയും പ്രവർത്തി ച്ചുവരുന്നു. ഞങ്ങൾ ഉള്ളിൽ താലോലിച്ചുനടന്ന ഒരു സ്വപ്നം സഫലമായതു കഴിഞ്ഞ ജൂലൈമാസത്തിലാണ്. ഇറ്റലിയിലെ പലെർമോയിൽ നടന്ന അന്താരാഷ്ട്ര അന്ധബധിരകോൺഗ്ര സ്സിന്റെ നാടകോത്സവത്തിൽ, നാൽപ്പത്തഞ്ചുരാഷ്ട്രങ്ങളെ പ്രതിനി ധീകരിച്ചെത്തിയ പ്രേക്ഷകവൃന്ദത്തിനുമുന്നിൽ ഞങ്ങളുടെ ഒരു

'ക്യോജെൻ' നാടകകൃതി അരങ്ങേറി. അതു ജപ്പാനിൽനിന്നുള്ള ബധിരനടീനടന്മാരുടെ ആദ്യ മറുനാടൻ രംഗാവതരണമായിരുന്നു. ഈ നേട്ടം കൈവരിക്കാനായതും നിങ്ങളിലേറെപ്പേർ ടോട്ടോചാൻ വായിച്ചതുകൊണ്ടാണ്.

ടോട്ടോ ഫൗണ്ടേഷന്റെയും പുസ്തകത്തിനു ലഭിച്ച ഉജ്വലമായ പ്രചാരത്തിന്റെയും പേരിൽ രണ്ടുവർഷംമുമ്പ് എനിക്ക്, നോബൽ പുരസ്കാരജേതാവായ കെൻ ഇചി ഫുക്കുയിയെപ്പോലുള്ളവർക്കൊപ്പം ചക്രവർത്തിയുടെ വാർഷിക വസന്തോദ്യാന സൽക്കാര (Spring Garden Party) ത്തിൽ പങ്കുകൊള്ളാൻ ക്ഷണം ലഭിച്ചു. അവിടെവച്ച് അപ്രതീക്ഷിതമായ ആത്മനിർവൃതി പകർന്നുകൊണ്ട് ചക്രവർത്തി തിരുമനസ്സ് എന്നോടു പറഞ്ഞു, "താങ്കളുടെ കൃതി ഇത്രയേറെ വിറ്റഴിഞ്ഞുവെന്നത് ആഹ്ലാദകരം തന്നെ."

അന്താരാഷ്ട്ര അവശജനവർഷമായി ആചരിച്ച 1981-ൽ പ്രധാനമന്ത്രി സുസുകിയിൽനിന്ന് എനിക്കു പുരസ്കാരം ലഭിച്ചു. പിൽക്കാലത്ത് അവശരുടെ ദിനമായി പ്രഖ്യാപിക്കപ്പെട്ട ഡിസംബർ ഒമ്പതിനായിരുന്നു ഈ പുരസ്കാരലബ്ധി. ഇതിനു പുറമെ, ബാലസാഹിത്യകാരനായ യുസോയാ മോമോട്ടോയുടെ സ്മരണയ്ക്കായി ഏർപ്പെടുത്തിയ 'വേ സൈഡ് സ്റ്റോൺ ലിബർട്ടി പ്രൈസ്' ഉൾപ്പെടെ മറ്റനേകം അവാർഡുകളും എനിക്കു ലഭിക്കുകയുണ്ടായി.

ടോട്ടോചാനെ ആധാരമാക്കി സിനിമ, ടെലിഫിലിം, അനിമേഷൻചിത്രം, നാടകാവതരണം, സംഗീതശില്പം എന്നിങ്ങനെയുള്ള ആഗ്രഹപ്രകടനങ്ങളുമായി അസംഖ്യം അപേക്ഷകളാണ് എന്റെ മുന്നിലെത്തിയത്. പക്ഷേ ഞാൻ അവരെയെല്ലാം തിരിച്ചയച്ചു. ചിഹിരോ ഇവാസാക്കിയുടെ രേഖാചിത്രങ്ങളെയും വായനക്കാർ സ്വന്തം ഭാവനയിൽ ഇതിനകം കരുപ്പിടിപ്പിച്ചുകഴിഞ്ഞ ബിംബങ്ങളെയും അതിശയിക്കാൻ മറ്റൊന്നിനുമാവില്ല എന്ന വിശ്വാസം തന്നെയായിരുന്നു കാരണം. പക്ഷേ ടോട്ടോചാന്റെ കഥ സംഗീതശില്പാഖ്യാനമാക്കാൻ താത്പര്യപ്പെട്ടുകൊണ്ട് ഷിൻസി നിഹോൺ സിംഫണി ഓർക്കെസ്ട്രക്കാർ നടത്തിയ അഭ്യർത്ഥന ഞാൻ സ്വീകരിച്ചു; സംഗീതം കിനാവിന്റെ കടിഞ്ഞാണില്ലാത്ത സഞ്ചാരം അനുവദിക്കും എന്നതുകൊണ്ടു മാത്രം.

എന്റെ വാക്കുകളെക്കാൾ ഉള്ളിൽ തട്ടുന്നതാണ് അകിഹിരോ കൊമോറി നിർവഹിച്ച സംഗീതനിബന്ധനം. ഷിൻസി നിഹോൺ സിംഫണി എന്റെ തന്നെ ആഖ്യാനത്തോടൊപ്പം അത് ജപ്പാനിലുട നീളം അവതരിപ്പിച്ചുപോരുന്നു. മാത്രമല്ല അതിന്റെ ഒരു റെക്കോഡ് പോലും പുറത്തിറങ്ങുകയുണ്ടായി.

ടോട്ടോചാൻ പ്രസിദ്ധികരിച്ചതിന്റെ തൊട്ടടുത്ത വർഷംതന്നെ, അതായത് 1982-ൽ, ഡൊറോത്തി ബ്രിട്ടൺ അതിന്റെ ഇംഗ്ലീഷ് പരിഭാഷയും പൂർത്തീകരിച്ചിരുന്നു. കവിയും സംഗീതസംവിധായികയുമാണ് ഡൊറോത്തി. അത്യുജ്ജ്വലമായ മൊഴിമാറ്റത്തിലൂടെ അവർ മൂലകൃതിയുടെ ലയവും ഭാവവും അതേപടി നിലനിർത്തിയിട്ടുണ്ട്. പരിഭാഷ വായിച്ചപ്പോൾ എനിക്കുണ്ടായ ആഹ്ലാദത്തിന്റെ ആധിക്യം മാത്രം മതി അതിനു തെളിവ്. ഇംഗ്ലീഷ് പതിപ്പിനും ലഭിച്ചു ഒരു ബഹുമതി. നാലുലക്ഷത്തോളം പ്രതികൾ വിറ്റഴിക്കപ്പെട്ടുകൊണ്ട് അത് ജപ്പാനിലെ ഇംഗ്ലീഷ് ബെസ്റ്റ്സെല്ലറായിത്തീർന്നു.

ഇതേസമയം തന്നെ ഇംഗ്ലീഷ് പതിപ്പ് അമേരിക്കയിലും പ്രകാശിതമായി. ആ ചടങ്ങിനോടനുബന്ധിച്ചു ഞാൻ ജോണി കാർസന്റെ 'ടുനൈറ്റ്' എന്ന ടെലിവിഷൻ ഷോയിൽ പങ്കെടുത്തു. തുടർന്ന്, പ്രഭാഷണ-വാർത്താപരിപാടികളിൽ പ്രത്യക്ഷപ്പെടാൻ അപേക്ഷിച്ചുകൊണ്ടുള്ള ഒട്ടനവധി ക്ഷണങ്ങളാണ് എനിക്കു ലഭിച്ചത്. പ്രശസ്ത അമേരിക്കൻപത്രമായ 'ദ ന്യൂയോർക്ക് ടൈംസ്' ഞായറാഴ്ചതോറുമുള്ള പുസ്തകപംക്തിയിൽ സുദീർഘമായ ഒരു റിവ്യു പ്രസിദ്ധീകരിച്ചു. കാര്യങ്ങൾ റിവ്യുവിലൊതുങ്ങിയില്ല. ടെലിവിഷൻ താരമായ ജാപ്പനീസ് വനിത എന്ന പ്രകടമായ അസാധാരണത്വത്തെ അവർ ശരിക്കും മുതലാക്കി. 'ടൈം' വാരിക ജപ്പാനെക്കുറിച്ചുള്ള അതിന്റെ പ്രത്യേകലക്കത്തിൽ ഒരു മുഴുവൻ പേജാണ് എന്റെ അഭിമുഖത്തിനായി നീക്കിവച്ചത്.

ചൈനീസ്, കൊറിയൻഭാഷകളിലും ടോട്ടോചാൻ പ്രസിദ്ധീകരിച്ചുകഴിഞ്ഞു. ജപ്പാനുമായി ഇരുരാജ്യങ്ങൾക്കും പകർപ്പവകാശ ഉടമ്പടിയില്ല. ചൈനീസ് പതിപ്പിനെക്കുറിച്ചു ഞാനറിയുന്നതുതന്നെ ഉദാരമതിയായ ഒരു ചീനക്കാരൻ ഒരു ജാപ്പനീസ് പരിചയക്കാരൻ വഴി അതിന്റെ പ്രതി എനിക്ക് എത്തിച്ചുതന്നപ്പോൾ മാത്രമാണ്. ചൈനയിൽ മാത്രം രണ്ടോ മൂന്നോ വിവർത്തനങ്ങൾ

ഉണ്ടായിട്ടുണ്ടെന്നാണ് അറിവ്. പോളണ്ടിലെയും ഫിൻലന്റിലെയും പ്രസിദ്ധീകരണശാലകൾ ടോട്ടോചാൻ പുറത്തിറക്കാനുള്ള ക്രമീകരണങ്ങൾ ചെയ്തുകഴിഞ്ഞു. പരിഭാഷയും പുരോഗമിച്ചുകൊണ്ടിരിക്കുന്നു. ചെക്കോസ്ലോവാക്യൻ പ്രസാധകരുമായുള്ള ചർച്ചകൾ നടക്കുകയാണ്. കൂടാതെ മറ്റു യൂറോപ്യൻനാടുകളിൽനിന്നും അന്വേഷണങ്ങൾ വന്നുകൊണ്ടിരിക്കുന്നു. ടോട്ടോചാനിലൂടെ അനേകമനേകം പേർ ജപ്പാനെക്കുറിച്ച് അറിവുനേടുമെന്നതിൽ ഞാൻ സന്തോഷവതിയാണ്. കത്തുമുഖേന ഒരു അമേരിക്കൻ ആരാധകവൃന്ദം ഇപ്പോൾത്തന്നെ എനിക്കുണ്ട്. പ്രാഥമിക വിദ്യാലയത്തിലെ ഒരു ആൺകുട്ടി എഴുതി, "ടോട്ടോചാൻ, നീയൊരു സുന്ദരിക്കുട്ടിയാണോ? ആണെങ്കിൽ എന്റെ വീട്ടിൽ നിനക്കു വിരുന്നുണ്ണാൻ വരാം, കേട്ടോ" കുട്ടികളെ ടോട്ടോചാൻ വായിച്ചുകേൾപ്പിച്ച, അവന്റെ ടീച്ചറുടെ വക ഒരു കുറിപ്പുമുണ്ടായിരുന്നു ഒപ്പം. അവൻ ഒരു ദരിദ്ര നീഗ്രോകുടുംബത്തിൽനിന്നാണത്രെ വരുന്നത്.

"കാരുണ്യത്തെക്കുറിച്ച് ഇത്രയധികം കാര്യങ്ങൾ പുസ്തകത്തിൽനിന്നു കണ്ടെത്താൻ കഴിയുമെന്നു വിചാരിച്ചില്ല" ഹൈസ്കൂളിലെ ഉയർന്ന ക്ലാസുകളിലും താഴ്ന്ന ക്ലാസുകളിലും പെട്ട ഒട്ടേറെ പെൺകുട്ടികൾ കുറിച്ച അഭിപ്രായം തീർത്തും പ്രസക്തമാണെന്നു തോന്നുന്നു. എന്താണു തങ്ങളെ സവിശേഷമായി ആകർഷിച്ചതെന്ന് അവർ വ്യക്തമാക്കിയിരുന്നില്ല. ഒരുവേള, അത് ഓരോ ബാലികയുടെ കാര്യത്തിലും വ്യത്യസ്തമായിരിക്കാം. പക്ഷേ ഒരു കാര്യം സത്യമാണെന്നു ഞാൻ കരുതുന്നു. ഇളമുറക്കാർ കാരുണ്യവും കുലീനതയും തൊട്ടറിയുന്നവരാണ്.

എനിക്കിപ്പോൾ, നോബൽസമ്മാനം നേടിയ ആഗോളസംഘടനയായ യൂനിസെഫി (യുണൈറ്റഡ് നേഷൻസ് ചിൽഡ്രൻസ് ഫണ്ട്)ന്റെ ഗുഡ്വിൽ അംബാസിഡറായി നിയമനം ലഭിച്ചിരിക്കുന്നു. ഈ സ്ഥാനലബ്ധിക്കു പിന്നിലും ടോട്ടോചാനാണ്. യൂനിസെഫിന്റെ ന്യൂയോർക്ക് സെക്രട്ടേറിയറ്റിലെ എക്സിക്യൂട്ടീവ് ഡയറക്ടർ–സംഘടനയിലെ ഏറ്റവും പ്രധാനപ്പെട്ട ഒരു വ്യക്തിയാണ് അദ്ദേഹം- ഒരു സുഹൃത്തിൽനിന്നു ലഭിച്ച ടോട്ടോചാന്റെ പ്രതി വായിച്ച് ആവേശഭരിതനായി. എന്റെ ചിന്തകൾ എല്ലാനിലയിലും യൂനിസെഫിന്റെ കാഴ്ചപ്പാടുകൾ തന്നെയാണെന്ന നിഗമ

നത്തിലാണ് അദ്ദേഹമെത്തിയത്. ഏഷ്യയിൽനിന്നു സംഘടനയ്ക്ക് ഒരു ഗുഡ്‌വിൽ അംബിഡർ വേണമെന്ന് ആഗ്രഹിച്ചിരുന്ന അദ്ദേഹം അങ്ങനെ എന്നെ ആ സ്ഥാനത്തേക്കു തെരഞ്ഞെടുത്തു. അമേരിക്കൻനടനായ ഡാനികേയും ബ്രിട്ടീഷ് നടൻ പീറ്റർ ഉസ്തിനോവും നോർവീജിയൻ നടി ലിവ് വുൾമാനും ഗുഡ്‌വിൽ അംബാസിഡർമാരായി ഇതിനകം തന്നെ ഖ്യാതിനേടിയവരാണ്. ഇപ്പോൾ നാലാമത്തെ അംഗമായി ഞാനും. പ്രതിദിനം നാൽപ്പതിനായിരവും പ്രതിവർഷം ഒന്നരക്കോടിയും കുഞ്ഞുങ്ങൾ പട്ടിണിയും അനുബന്ധരോഗങ്ങളും കാരണം മരണപ്പെടുന്നുണ്ട്. നിരന്തരം യാത്രചെയ്ത് അവരുടെ അവസ്ഥ നഗ്നനേത്രങ്ങൾകൊണ്ടു കാണുക; കണ്ടവ നിങ്ങളെയൊക്കെപ്പേരെയും അറിയിക്കുക- ഇതാണ് എന്നെ ഏൽപ്പിച്ചിരിക്കുന്ന ജോലി. വരുന്ന വേനൽക്കാലത്തു ഞാൻ ആഫ്രിക്കയിലേക്കു പോകും. കഴിയുന്നത്ര പെട്ടെന്നു വിവിധ ഏഷ്യൻനാടുകൾകൂടി സന്ദർശിക്കണമെന്നു വിചാരിക്കുന്നു. കൊബായാഷി മാസ്റ്റർ ജീവിച്ചിരുന്നുവെങ്കിൽ, എനിക്കുറപ്പാണ്, അദ്ദേഹം ആനന്ദാതിരേകത്തോടെ പറയും, "നിങ്ങളെല്ലാം ഒന്നാണ്. ചെയ്യുന്ന ജോലി എന്തുതന്നെയായിക്കൊള്ളട്ടെ, എല്ലാവരും ഈ ലോകത്തിൽ ഒന്നിച്ചാണ്." ഞങ്ങളുടെ ഹെഡ്മാസ്റ്റർ എക്കാലവും പറഞ്ഞിരുന്ന അതേ വാക്യം.

വസന്തം, 1984 — തെത്സുകോ കുറോയാനഗി

അവരൊക്കെ ഇപ്പോൾ എന്തുചെയ്യുന്നു?

എന്നോടൊന്നിച്ച് ഒരേ തീവണ്ടിമുറിയിൽ 'യാത്രചെയ്തിരുന്ന' എന്റെ സഖാക്കൾ...

അകിരാ തകാഹാഷി

കായികമേളയിലെ എല്ലാ സമ്മാനങ്ങളും വാരിക്കൂട്ടിയ തകാഹാഷി പിന്നീട് ഏറെയൊന്നും വളർന്നില്ലെങ്കിലും ജപ്പാനിലെ പ്രസിദ്ധമായൊരു സ്കൂളിലെ റഗ്ബി ടീമിൽ പ്രവേശിച്ചു തിളക്കമുള്ള ഒരു താരമായി മാറി. തുടർന്നു മീജി യൂണിവേഴ്സിറ്റിയിൽ ചേർന്ന് ഇലക്ട്രോണിക് എഞ്ചിനിയറിങ്ങിൽ ബിരുദം കരസ്ഥമാക്കി.

മധ്യ ജപ്പാനിലെ ഹമന തടാകത്തിനടുത്തുള്ള ഒരു വൻകിട ഇലക്ട്രോണിക് കമ്പനിയിലെ പേഴ്സണൽമാനേജരാണ് അവനിപ്പോൾ. അവിടെ തൊഴിലാളിശൃംഖലയുടെ ഒത്തൊരുമയോടെയുള്ള പ്രവർത്തനങ്ങൾക്കു ഫലപ്രദമായി മേൽനോട്ടം വഹിക്കുകയും പരാതികളും തർക്കങ്ങളും കേട്ട് അവയ്ക്കു പരിഹാരം കണ്ടെത്തുകയും ചെയ്യുന്നു. അതെ. അവനതിനു കഴിയും, ജീവിതത്തിൽ ഒരുപാടു ക്ലേശിച്ചിട്ടുള്ള തകാഹാഷിക്കു മറ്റു മനുഷ്യരുടെ ക്ലേശങ്ങൾ അനായാസം മനസ്സിലാക്കാനാവും. ചിരഃപ്രസന്നമായ ആ മാനസികഭാവവും ആരെയും ആകർഷിച്ചിരുത്തുന്ന വ്യക്തിത്വവും അക്കാര്യത്തിൽ അവനെ നിശ്ചയമായും സഹായിച്ചിട്ടുമുണ്ടാവണം. ഒരു സാങ്കേതികവിദഗ്ദ്ധനെന്ന നിലയിലും തകാഹാഷി പ്രവർത്തിക്കുന്നുണ്ട്. സംയോജിതസർക്യൂട്ടറുകളോടുകൂടിയ സങ്കീർണയന്ത്രസംവിധാനങ്ങൾ ഫലപ്രദമായി ഉപയോഗിക്കാൻ അവൻ ചെറുപ്പക്കാരെ പരിശീലിപ്പിച്ചുവരുന്നു.

ഞാൻ തകാഹാഷിയെയും അവന്റെ ഭാര്യയെയും നേരിൽക്കാണാൻ ഹമാത്സുവിലേക്കു പോയി. അവന്റെ ഭാര്യ ഒരു നല്ല സ്ത്രീയാണ്. അവർക്കവനെ പൂർണ്ണമായും മനസ്സിലാ

ക്കാനാവും. റ്റോമോയെക്കുറിച്ച് അവർ ഏറെ കേട്ടിരിക്കുന്നു. താനും ഏതാണ്ട് അവിടെയുണ്ടായിരുന്നതുപോലെ തോന്നുന്നുവെന്ന് അവർ എന്നോടു പറഞ്ഞു. അവർ മറ്റൊന്നുകൂടി പറഞ്ഞു; തകാഹാഷി തന്റെ കുള്ളൻശരീരത്തെക്കുറിച്ച് അപകർഷമൊന്നും വച്ചുപുലർത്തുന്നില്ല. അവരുടെ അറിവ് ശരിയാണെന്ന് എനിക്കുറപ്പുണ്ട്. തടുത്തുനിർത്താനാവാത്ത അപകർഷബോധമുണ്ടായിരുന്നുവെങ്കിൽ അവ, ഹൈസ്കൂളിന്റെ ഗർവുകളിലും കലാശാല വളപ്പുകളിലുംവച്ച് അവന്റെ ജീവിതത്തെ തീർത്തും ദുസ്സഹമാക്കുമായിരുന്നു. അതവനെ ഇത്തരത്തിൽ ഉന്നതാധികാരങ്ങളുള്ളൊരു ജോലിക്ക് അപ്രാപ്തനാക്കിത്തീർക്കുമായിരുന്നു.

ശാരീരികവൈകല്യങ്ങളുള്ള കുട്ടികൾ വേറെയുമുണ്ടെന്നു കണ്ടപ്പോൾ തനിക്ക് ആശ്വാസം തോന്നിയതായി റ്റോമോയിലെ ആദ്യദിനത്തെക്കുറിച്ചു വിവരിക്കുന്നതിനിടയിൽ തകാഹാഷി പറഞ്ഞു. ആ നിമിഷംമുതൽ അവന്റെ മനോവിഷമം അലിഞ്ഞുപോവുകയും അവൻ നിറഞ്ഞാഹ്ലാദിക്കാൻ തുടങ്ങുകയും ചെയ്തുവത്രെ. അതിൽ പിന്നീട് ഒരിക്കൽപ്പോലും സ്കൂളിൽ വരാതിരിക്കാൻ അവനു കഴിയുമായിരുന്നില്ല. പൂർണ്ണനഗ്നനായി നീന്തണമെന്നതു തുടക്കത്തിൽ, തന്നെ വല്ലാതെ വിഷമിപ്പിച്ചതായും അവനെന്നോടു പറഞ്ഞു. പക്ഷേ വസ്ത്രങ്ങൾ പടിപടിയായി അഴിച്ചുമാറ്റിയതിലൂടെ തന്റെ സങ്കോചവും ലജ്ജാശീലവും ഇഞ്ചിഞ്ചായി കൊഴിഞ്ഞുപോയത് തകാഹാഷി ഓർമിച്ചു. ഉച്ചഭക്ഷണവേളയിലെ പ്രഭാഷണത്തിന്റെ ഊഴമെത്തുമ്പോഴും ഇതേപ്രകാരം തന്നെയാണത്രെ അവൻ ധൈര്യം സംഭരിച്ചിരുന്നത്.

മാസ്റ്ററുടെ കലവറയില്ലാത്ത പ്രോത്സാഹനത്തെക്കുറിച്ചും തകാഹാഷി പറഞ്ഞു. തന്നെക്കാൾ ഉയരമുള്ള വാൾട്ടിങ് ഹോഴ്സുകൾക്കു മുകളിലൂടെ ചാടാൻ ആവേശപൂർവ്വം അവനെ പ്രേരിപ്പിച്ചുകൊണ്ട് മാസ്റ്റർ തറപ്പിച്ചുപറയുമായിരുന്നു. "നെനക്കതു കഴിയുംന്ന് ഒറപ്പാ" ആ ചാട്ടമൊക്കെ താൻ സ്വയം ചാടിയതാണെന്നു വിശ്വസിക്കാൻ ഈ നിമിഷംവരെയും അവനു കഴിയുമായിരുന്നില്ല. അത്രയ്ക്ക് അത്ഭുതകരമായിരുന്നു അത്. വാൾട്ടിങ് ഹോഴ്സിനുമുകളിൽവച്ച് അദ്ദേഹം തന്നെ രഹസ്യമായി സഹായിച്ചിരുന്നോ എന്നുപോലും അവനിപ്പോൾ സംശയിക്കുന്നു. കൊബായാഷി മാസ്റ്റർ അവനു പകർന്നുകൊടുത്തതു മുഴുവനും

ആത്മവിശ്വാസമായിരുന്നു. നേട്ടങ്ങൾ കൈയെത്തിപ്പിടിക്കുന്നതിലെ ആഹ്ലാദമെന്തെന്ന് അദ്ദേഹം അവനെ ലളിതമായി പഠിപ്പിച്ചു. എപ്പോഴൊക്കെ അവൻ പിന്നരങ്ങിൽ ഒളിച്ചുനിൽക്കാൻ ശ്രമിച്ചുവോ അപ്പോഴൊക്കെയും മാസ്റ്റർ വന്ന് അവനെ മുന്നിലേക്കു കൂട്ടിക്കൊണ്ടുപോയി. കല്ലും മുള്ളും നിറഞ്ഞ ഈ ജീവിതത്തോട് ആരോഗ്യകരമായ ഒരു മനോഭാവം വികസിപ്പിച്ചെടുക്കാൻ അതുവഴി അവനു കഴിഞ്ഞു. പണ്ട് ആ സമ്മാനങ്ങളെല്ലാം വാരിക്കൂട്ടിയപ്പോഴുണ്ടായ ആത്മപ്രഹർഷം അവനിപ്പോഴുമോർക്കുന്നു. എന്റെ മുന്നിലിരുന്ന് ആ പഴയ കൺതിളക്കത്തോടെ, മനസ്ഥൈര്യത്തോടെ തകാഹാഷി റ്റോമോയെക്കുറിച്ചുള്ള ഊഷ്മളവിചാരങ്ങളിൽമുഴുകി.

ഇത്രയും മികവുറ്റ ഒരു വ്യക്തിത്വമായി തകാഹാഷി വളർന്നുവരുന്നതിൽ അനുകൂലമായ ഗൃഹാന്തരീക്ഷത്തിനും അതിന്റേതായ ഒരു പങ്ക് നിശ്ചയമായും ഉണ്ടായിരിക്കണം. ഏതായാലും ഒരു കാര്യം തർക്കമറ്റതാണ്. കൊബായാഷിമാസ്റ്റർ ഞങ്ങൾ കുട്ടികളുമായി ഇടപഴകിയിരുന്നത് അഗാധമായ ദീർഘദൃഷ്ടിയോടെയായിരുന്നു. "ടോട്ടോചാൻ, നേരായിട്ടും നീയൊരു നല്ല കുട്ട്യാ" എന്നു നിരന്തരം എന്നോടു പറയാറുണ്ടായിരുന്നതുപോലെ തകാഹാഷിയോട് ആത്മധൈര്യം പകരുന്ന സ്വരത്തിൽ അദ്ദേഹം പറയുമായിരുന്നു, "നെനക്കത് ചെയ്യാൻ കഴിയുംന്ന് ഒറപ്പാ" പിന്നീട് അവന്റെ ജീവിതത്തെ രൂപപ്പെടുത്തിയ ഒരു നിർണ്ണായകഘടകമായി ആ വാക്കുകൾ മാറുകയും ചെയ്തു.

ഹമാമാത്സുവിൽനിന്നു പിരിയാൻ നേരം ഞാൻ പൂർണ്ണമായും മറന്നുപോയിരുന്ന ഒരു കാര്യം തകാഹാഷി ഓർമ്മിപ്പിച്ചു. അവൻ രാവിലെ റ്റോമോയിലേക്കു വരുന്നവഴി മറ്റു സ്കൂളുകളിലെ കുട്ടികൾ കളയാക്കിയും ദേഹോപദ്രവമേൽപ്പിച്ചും അവന്റെ പിന്നാലെ കൂടുമായിരുന്നതും വിയർത്തു വിഷണ്ണനായി എത്തുന്ന അവനെക്കണ്ട് ഏതു വികൃതിച്ചെക്കന്മാരാണ് ഉപദ്രവിച്ചതെന്നു കോപത്തോടെ ആരാഞ്ഞുകൊണ്ട് ഞാൻ അടുത്തക്ഷണത്തിൽ ഗേറ്റുകടന്നു കാറ്റിന്റെ വേഗത്തിൽ മറയുമായിരുന്നതും അൽപനേരം കഴിഞ്ഞു കിതപ്പോടെ തിരികെവന്ന് ഇനിയിങ്ങനെയുണ്ടാവില്ലെന്നും എല്ലാം താൻ ശരിയാക്കിയിട്ടുണ്ടെന്നും അവനുറപ്പുകൊടുക്കാറുള്ളതും തകാഹാഷി സ്മരണയിൽനിന്നു

പെറുക്കിയെടുത്തു.

"അക്കാലത്തു നീയെനെ ശരിക്കും സന്തോഷിപ്പിച്ചു." യാത്ര പറഞ്ഞെഴുന്നേൽക്കവേ അവൻ പറഞ്ഞു. അതേ, ഞാനതു മറന്നു പോയിരുന്നു. ഓർമിപ്പിച്ചതിന് നന്ദി തകാഹാഷി, നന്ദി.

മിയോചാൻ (മിയോ കനെകോ)

കൊബായാഷി മാസ്റ്ററുടെ ഇളയ പുത്രിയായ മിയോചാൻ കുനിതാചി സംഗീതകോളേജിലെ അധ്യാപനപരിശീലനവിഭാഗത്തിൽനിന്നു ബിരുദം നേടി. ഇപ്പോൾ കോളേജിനോടനുബന്ധിച്ചുള്ള പ്രാഥമികവിദ്യാലയത്തിൽത്തന്നെ സംഗീതാധ്യാപികയായി പ്രവർത്തിച്ചുവരികയാണ്. മകളും അച്ഛനെപ്പോലെതന്നെ ചെറിയ കുട്ടികളെ പഠിപ്പിക്കുന്നതിൽ ആനന്ദം കണ്ടെത്തുന്നു. മൂന്നുവയസ്സുള്ളപ്പോൾത്തന്നെ മിയോചാൻ നടക്കുന്നതും ശരീരം ചലിപ്പിക്കുന്നതും എന്തിന് വാക്കുകൾ ചൊല്ലിപ്പഠിക്കുന്നതുപോലും താളലയഭംഗികളോടെയാണെന്നു കൊബായാഷി മാസ്റ്റർ നിരീക്ഷിച്ചറിഞ്ഞു. അവളുടെ ആ രീതി സത്യത്തിൽ, കുഞ്ഞുങ്ങളുടെ വിദ്യാഭ്യാസവുമായി ബന്ധപ്പെട്ട മാസ്റ്ററുടെ ഗവേഷണങ്ങൾക്കും സഹായകരമായിരുന്നു.

സാക്കോ മത്സുയാമ (ഇപ്പോൾ മിസിസ്. സെയ്തോ)

വലിയ വട്ടക്കണ്ണുകളുള്ള പെൺകുട്ടി. റ്റോമോയിലെ എന്റെ ആദ്യദിനത്തിൽ ഞൊറിയിൽ വെള്ളമുയലിന്റെ പടം തുന്നിച്ചേർത്ത ഫ്രോക്കണിഞ്ഞിരുന്നവൾ. മിടാഹൈസ്കൂൾ എന്ന പേരിൽ പിൽക്കാലത്തു പ്രസിദ്ധിയാർജിച്ച ഒരു പള്ളിക്കൂടത്തിൽ സാക്കോ ചാൻ തന്റെ പഠനം തുടർന്നു. അന്ന് ആ സ്കൂളിൽ പെൺകുട്ടികൾക്കു പ്രവേശനം ലഭിക്കുക തീർത്തും ദുഷ്കരമായിരുന്നു. സാക്കോചാൻ പിന്നീട് ടോക്കിയോ വിമൻസ് ക്രിസ്റ്റ്യൻ യൂണിവേഴ്സിറ്റിയുടെ ഇംഗ്ലീഷ് ഡിപ്പാർട്ട്മെന്റിൽ ഉപരിപഠനം നടത്തുകയും വൈ.ഡബ്ല്യു.സി.എ.യിൽ ഇംഗ്ലീഷ് ഇൻസ്ട്രക്ടറായി ജോലിയിൽ പ്രവേശിക്കുകയും ചെയ്തു. ഇപ്പോഴും അവിടെത്തന്നെ തുടരുന്ന അവൾക്ക് അവരുടെ സമ്മർക്യാമ്പുകളിൽ റ്റോമോ അനുഭവങ്ങൾ നല്ലരീതിയിൽ ഉപയോഗപ്പെടുത്താൻ കഴിയുന്നുണ്ട്.

ജപ്പാൻ ആൽപ്സിലെ ഹൊട്ടാകാ കൊടുമുടി കയറുന്നതിനിടയിലാണ് അവൾ തന്റെ ഭാവിവരനെ കണ്ടുമുട്ടിയത്. അവർ വിവാഹിതരാവുകയും തങ്ങൾക്കു ജനിച്ച പുത്രന്, ആദ്യസമാഗമത്തിന്റെ സ്മാരകമായ കൊടുമുടിയുടെ പേരുകൂടി ഉൾക്കൊള്ളിച്ച് യാസുട്ടാകാ എന്നു നാമകരണം ചെയ്യുകയും ചെയ്തു.

തായ്ജി യമനൗചി

എന്നെ കല്യാണംകഴിക്കില്ലെന്നു പറഞ്ഞ തായ്ചാൻ ജപ്പാനിലെ പ്രമുഖ ഫിസിസിസ്റ്റുകളിലൊരാളായി മാറി. വിദേശത്തേക്കുള്ള കുടിയേറ്റം നിമിത്തം രാജ്യത്തിന് 'നഷ്ടപ്രതിഭ'യായി മാറുന്നവരുടെ ഉത്തമോദാഹരണമായി അവനിപ്പോൾ അമേരിക്കയിൽ താമസമുറപ്പിച്ചിരിക്കുന്നു. ടോക്കിയോ സർവ്വകലാശാലയിലെ ശാസ്ത്രവിഭാഗത്തിൽനിന്നു ഫിസിക്സിൽ ബിരുദം സമ്പാദിച്ച അവൻ, എം.എസ്.സി. കൂടി പൂർത്തിയാക്കിയശേഷം ഉന്നതനിലവാരം പുലർത്തുന്നവർക്കുവേണ്ടിയുള്ള ഫുൾബ്രൈറ്റ് എക്സ്ചെയിഞ്ച് സ്കോളർഷിപ്പിന്റെ സഹായത്തോടെ അമേരിക്കയിലേക്കു പോയി. അഞ്ചുവർഷം കഴിഞ്ഞു റൊച്ചെസ്റ്റർ യൂണിവേഴ്സിറ്റിയിൽനിന്നു ഡോക്ടറേറ്റു ലഭിച്ചു. എക്സ്പിരിമെന്റൽ ഹൈ എനർജി ഫിസിക്സിലെ തന്റെ ഗവേഷണങ്ങളിൽ മുഴുകി ഏറെക്കാലം അവിടെത്തന്നെ തുടർന്നു. അവനിന്ന്, ഇല്ലിനോയ്സിലെ, ലോകത്തിലെ ഏറ്റവും വലിയ രണ്ടാമത്തെ ഭൗതികശാസ്ത്രപരീക്ഷണകേന്ദ്രമായ ഫെർമി നാഷണൽ ആക്സിലറേറ്റർ ലാബറട്ടറിയിൽ അസിസ്റ്റന്റ് ഡയറക്ടറാണ്. അമേരിക്കയിലെ അമ്പത്തിമൂന്നു സർവ്വകലാശാലകളിൽനിന്നുള്ള വിദഗ്ദ്ധന്മാരുൾക്കൊള്ളുന്ന ഗവേഷണകേന്ദ്രമെന്നതിലുപരി 145 ഫിസിസിസ്റ്റുകളും 1400 സാങ്കേതികജീവനക്കാരുമുള്ള ഒരു പടുകൂറ്റൻസംഘടനകൂടിയാണ് ഈ സ്ഥാപനം. ആലോചിച്ചുനോക്കൂ, എന്തൊരപൂർവ്വപ്രതിഭാശാലിയാണ് തായ്ചാൻ! 500 ബില്യൺ ഇലക്ട്രോവാൾട്ട് പ്രദാനം ചെയ്യുന്ന ഉന്നതോർജ്ജസ്തംഭങ്ങൾ നിർമ്മിച്ചതുവഴി തായ്ചാന്റെ പരീക്ഷണകേന്ദ്രം അഞ്ചുവർഷം മുമ്പ് ലോകശ്രദ്ധ ആകർഷിക്കുകയും ചെയ്തിരുന്നു.

ഈയിടെ തായ്ചാൻ, കൊളംബിയ യൂണിവേഴ്സിറ്റിയിലെ ഒരു പ്രൊഫസറുമായി ചേർന്ന് 'അപ്സിലോൺ' എന്നൊരു

പുതിയ കണ്ടുപിടുത്തം നടത്തി. എന്നെങ്കിലുമൊരിക്കൽ അവൻ നോബൽസമ്മാനമേറ്റുവാങ്ങുമെന്ന് എനിക്കുറപ്പുണ്ട്.

റോച്ചെസ്റ്റർ യൂണിവേഴ്സിറ്റിയിൽനിന്നു ഗണിതശാസ്ത്രത്തിൽ ഉന്നതബിരുദം നേടിയിട്ടുള്ള സമർഥയായൊരു പെൺകുട്ടിയെ തായ്ചാൻ വിവാഹം കഴിച്ചു. ഒരു പക്ഷേ, ഏത് എലിമെന്ററി സ്കൂളിൽ പഠിച്ചിരുന്നുവെങ്കിലും ഇത്ര വലിയ തലയുംകൊണ്ട് തായ്ചാൻ ഒരുപാടു മുന്നോട്ടുതന്നെ പോകുമായിരുന്നിരിക്കണം. എങ്കിലും കുട്ടികൾക്കിഷ്ടമുള്ള ഏതു ക്രമമനുസരിച്ചും വിഷയങ്ങൾ പഠിക്കാൻ അനുവദിക്കുന്ന പ്രത്യേകതരം റ്റോമോ സമ്പ്രദായം അവന്റെ കഴിവുകൾ വളർന്നുവികസിക്കുന്നതിന് ഏറെക്കുറെ സഹായകമായിട്ടുണ്ടെന്നു ഞാൻ വിചാരിക്കുന്നു. റ്റോമോയിൽ അവൻ മറ്റൊന്നിനും സമയമില്ലാത്തവിധം പരീക്ഷണനിരീക്ഷണങ്ങളിലായിരുന്നു - എപ്പോഴും പ്രവർത്തനനിരതമായ ആൽക്കഹോൾ ബർണർ, ഫ്ളാസ്കുകൾ, ടെസ്റ്റ്ട്യൂബുകൾ; അല്ലെങ്കിൽ മുന്നിൽ തുറന്നുവച്ച കണ്ടാൽത്തന്നെ കടുകട്ടിയെന്നു ഭയന്നുപോകുന്ന ശാസ്ത്രസാങ്കേതികപുസ്തകങ്ങൾ.

ക്ലാസിൽ മറ്റെന്തിലെങ്കിലും ഏർപ്പെട്ടിരിക്കുന്ന ഒരു തായ്ചാനെ എനിക്കോർമയിലെങ്ങുനിന്നും കണ്ടെടുക്കാനാവുന്നില്ലെന്നതാണു സത്യം.

ക്യൂനിൻ ഒയെ

എന്റെ പുത്തൻ 'പന്നിവാല്' പിടിച്ചുവലിച്ച ഒയെ. അവനിന്നു ഫാർ ഈസ്റ്റേൺ ഓർക്കിഡുകളുടെ ജപ്പാനിലെ ഏറ്റവും വലിയ ഉടമയും വിതരണക്കാരനുമാണ്. അവന്റെ തൈകൾക്കിപ്പോൾ പതിനായിരക്കണക്കിനു ഡോളർ വിലമതിച്ചുപോരുന്നു. അവന്റേത് ഒരു സവിശേഷമേഖലയാണ്. വളരെ പ്രധാനപ്പെട്ട തിരക്കുള്ള ഒരു വ്യക്തിയായി മാറിയ അവൻ ജപ്പാനിലുടനീളം നിരന്തരം സഞ്ചരിച്ചുകൊണ്ടിരിക്കുന്നു. ഒയെയെ ഒന്നു കണ്ടുകിട്ടാൻ എനിക്കൊരുപാടു കഷ്ടപ്പെടേണ്ടിവന്നു. അവസാനം അവന്റെ തിരക്കിട്ട യാത്രകൾക്കിടയിൽ വച്ച് ടെലിഫോൺവഴി ഞാൻ ബന്ധപ്പെട്ടു. ടെലിഫോണിലൂടെ നടത്തിയ ലഘുസംഭാഷണം ഇപ്രകാരമായിരുന്നു.

"റ്റോമോയ്ക്കുശേഷം നീ ഏതു സ്കൂളിലാണ് പഠിച്ചത്?"

"ഓ, ഞാനൊരിടത്തും പഠിച്ചില്ല."

"ഒരിടത്തും പഠിച്ചില്ലേ? അപ്പോൾ നിന്റെ ഏകവിദ്യാലയം റ്റോമോ ആയിരുന്നോ?"

"അതെ."

"ഹൊ, എന്റെ ദൈവമേ! നീയപ്പോൾ സെക്കന്ററിസ്കൂളിൽ പോലും പോയില്ല?"

"ങാ... അല്ലല്ല. ഞാൻ പോയി കേട്ടോ. ഏതാനും മാസം ഒയ്റ്റാ സെക്കന്ററിസ്കൂളിൽ പോയി. ഞങ്ങൾ കിയൂഷുവിലേക്കു കുടിയേറിയ ആയിടയ്ക്ക്."

"പക്ഷേ, സെക്കന്ററിസ്കൂൾ നിർബന്ധമായും പൂർത്തിയാക്കിയിരിക്കണമെന്നു നിയമമില്ലേ?"

"ഓ.....! ഞാൻ പൂർത്തിയാക്കാനൊന്നും പോയില്ല."

ഹൊ, എന്തൊരു ജീവിയാണവൻ! ഒരല്ലലുമില്ലാതെ! ഞാൻ വിസ്മയിച്ചുപോയി. യുദ്ധത്തിനുമുമ്പ് അവന്റെ അച്ഛന് അതിവിശാലമായ ഒരു സസ്യനഴ്സറി സ്വന്തമായുണ്ടായിരുന്നു. തെക്കുപടിഞ്ഞാറൻ ടോക്കിയോയിലെ തൊദോരോകി പ്രദേശത്തിന്റെ ഒട്ടുമുക്കാലും വ്യാപിച്ചുകിടന്നിരുന്ന ആ തോട്ടം ബോംബുവീണ് നാശമടയുകയായിരുന്നു.

തന്റെ തെളിഞ്ഞ പ്രകൃതത്തിനു തെളിവെന്നോണം ഞങ്ങളുടെ തുടർന്നുള്ള സംഭാഷണത്തിനിടയിൽ ഒയെ വിഷയത്തിൽ നിന്നു തെന്നിമാറി.

"ഏറ്റവും സൗരഭ്യമുള്ള പൂവ് ഏതാണെന്നു നിനക്കറിയാമോ?" അവൻ ചോദിച്ചു. "എനിക്കു തോന്നുന്നത് ചൈനയിലെ വസന്തകാല ഓർക്കിഡ് (സൈമ്പീഡിയം വിറേസെൻസ്) ആയിരിക്കുമെന്നാണ്. മറ്റൊന്നിനുമുണ്ടാവില്ല അത്രയും വാസന.

"അതിനു വില വളരെ കൂടുതലാണോ?"

"ചിലയിനങ്ങൾക്കു കൂടുതലാണ്."

"അത് കാഴ്ചയ്ക്കെങ്ങനെയാ?"

"ഓ, ഒറ്റനോട്ടത്തിൽ വലിയ അഴകൊന്നും പറയാനില്ല. പക്ഷേ, അതിന്റെ വശ്യത ഒന്നു വേറെയാണ്. ആരും മയങ്ങിപ്പോവുന്ന ഒരു തരമാ അത്."

റ്റോമോദിനങ്ങളിലേതിൽനിന്ന് അവൻ അല്പംപോലും മാറിയിരുന്നില്ല. ഒയെയുടെ ഉദാസീനമായ ശബ്ദം ശ്രവിച്ചുകൊണ്ടിരിക്കെ ഞാനാലോചിച്ചു. "ഹൊ, തനിക്ക് സെക്കന്ററിസ്കൂൾ കട

ക്കാൻകൂടി കഴിഞ്ഞില്ലെന്ന സത്യം അവനെ തരിമ്പുപോലും അല ട്ടുന്നില്ലല്ലോ! അവൻ സ്വന്തം കാര്യങ്ങളിൽ മാത്രം മുഴുകുന്നു. ആത്മാർത്ഥമായ സ്വയംവിശ്വാസത്തിൽ ജീവിക്കുന്നു."

അവനിൽ മതിപ്പുതോന്നാതിരിക്കാൻ എനിക്കു കഴിഞ്ഞില്ല.

കാസുഒ അമാദേര

പക്ഷിമൃഗാദികളെ സ്നേഹിച്ച അമാദേര വലുതാവുമ്പോൾ ഒരു ജന്തുരോഗചികിത്സകനാവാൻ ആഗ്രഹിച്ചു. പക്ഷേ, നിർഭാഗ്യം അവനെ നിഷ്ഠുരം പിടികൂടി. അച്ഛന്റെ ആകസ്മികമരണം അവന്റെ ജീവിതഗതിയാകെ മാറ്റിമറിച്ചുകളഞ്ഞു. നിഹോൺ സർവ്വകലാശാലയ്ക്കു കീഴിലുള്ള സ്കൂൾ ഓഫ് വെറ്ററിനറിമെഡിസിൻ ആന്റ് ആനിമൽ ഹസ്ബെന്ററിയിലെ പഠനമുപേക്ഷിച്ച് കിയോ ആശുപത്രിയിൽ ഒരു ജോലി സ്വീകരിക്കാൻ അവൻ നിർബന്ധിതനായി. ഇപ്പോൾ അവൻ സെൽഫ് ഡിഫൻസ് ഫോഴ്സിന്റെ കേന്ദ്ര ആശുപത്രിയിലെ ജീവനക്കാരനാണ്. അവിടെ രോഗപരിശോധനയുമായി ബന്ധപ്പെട്ട് ഉത്തരവാദിത്തമുള്ളൊരു സ്ഥാനംവഹിക്കുന്നു, പഴയ അമാദേര.

അയികോ സെയ്ഷോ (ഇപ്പോൾ മിസിസ് തനാകാ)

അഡ്മിറൽ ടോഗോ എന്ന പ്രശസ്തനായ വല്യമ്മാവന്റെ കൊച്ചുമകൾ റ്റോമോയിലെത്തിയത് ഔയാമ ഗാകെ‌ഇനോടനുബന്ധിച്ചുള്ള എലിമെന്ററിസ്കൂളിൽനിന്നാണ്. സുരക്ഷാസേനയിലെ മൂന്നാം റെജിമെന്റിൽ മേജറായിരുന്നു അവളുടെ അച്ഛൻ. മഞ്ചൂറിയൻയുദ്ധത്തിൽ അദ്ദേഹം കൊല്ലപ്പെട്ടു. ഒരു പക്ഷേ അതുകൊണ്ടായിരിക്കാം അക്ഷോഭ്യയായ ഒരു കുലീനയുവതിയായാണ് അക്കാലത്തു ഞാനവളെ സങ്കല്പിച്ചിരുന്നത്.

കമാകുറ ഗേൾസ് ഹൈസ്കൂളിൽനിന്നു ബിരുദപഠനം പൂർത്തിയാക്കിയശേഷം അയികോ സെയ്ഷോ ഒരു ആർക്കിടെക്ടിനെ വിവാഹം കഴിച്ചു. അവൾക്കു രണ്ടു പുത്രന്മാരുണ്ട്. ഇരുവരും ഇപ്പോൾ വ്യാപാരികൾ. തന്റെ വിശ്രമജീവിതത്തിന്റെ ഭൂരിഭാഗവും അവൾ കവിതയെഴുത്തിനായി മാറ്റിവച്ചിരിക്കുന്നു.

"ഓ, നീ പ്രശസ്തയായ അമ്മായിയുടെ പാരമ്പര്യം തുടരുകയാണല്ലേ, മീജി ചക്രവർത്തിയുടെ സഭയിലെ ആസ്ഥാനകവയി

ത്രിയുടെ പാരമ്പര്യം!"

"അയ്യോ! അതൊന്നുമില്ല" അമ്പരപ്പുള്ള ഒരു ചിരിയോടെ അവൾ പറഞ്ഞു.

"നിന്റെയീ വിനയവും മാന്യതയുമുണ്ടല്ലോ, റ്റോമോ കാലങ്ങളിലേതുപോലെ തന്നെ; വലിയ സ്ത്രീകളുടെ മട്ട്."

"ഉവ്വുവ്വ്," ഒരു കൂസലുമില്ലാതെയായിരുന്നു അവളുടെ മറുപടി, "പണ്ട് ബെങ്കിയുടെ വേഷം അഭിനയിച്ചപ്പോഴുള്ള അതേ രൂപം തന്ന്യാ എനിക്കിപ്പോഴും!"

ആ ശബ്ദത്തിൽനിന്നുതന്നെ ഞാൻ മനസ്സിലാക്കി, അവളുടെ കുടുംബജീവിതം എത്രത്തോളം ഊഷ്മളവും സന്തുഷ്ടവുമായിരിക്കുമെന്ന്.

കിയ്കോ ഓകി (ഇപ്പോൾ മിസിസ് കുവാബാരാ)

"കിയോകിയോ'ന്നു പറക്കുന്ന കോഴിക്കുഞ്ഞുങ്ങളുള്ള കിയ്കോചാൻ, കിയോസർവ്വകലാശാലയുടെ കീഴിലുള്ള ഒരു പ്രാഥമികവിദ്യാലയത്തിലെ അധ്യാപകനെ വിവാഹം കഴിച്ചു. അവൾക്കു വിവാഹിതയായ ഒരു മകളുണ്ട്.

യോയിചി മിഗിത

ശ്രാദ്ധവേളയിലെ നെയ്യപ്പം കൊണ്ടുവരാമെന്നു പതിവായി വാക്കുതന്നിരുന്ന മിഗിത ആദ്യം ഹോർട്ടികൾച്ചറിൽ ബിരുദം നേടി. പക്ഷേ, ചിത്രം വരയ്ക്കുന്നതിലായിരുന്നു അവന് എക്കാലവും ഭ്രമം. അതിനാൽ മുസാഷിനോ ഫൈൻ ആർട്സ് കോളേജിൽ അവൻ വീണ്ടും ബിരുദപഠനത്തിനെത്തി. മിഗിതയിപ്പോൾ സ്വന്തമായി ഒരു ഗ്രാഫിക് സ്ഥാപനം നടത്തിവരുന്നു.

റിയോചാൻ

യുദ്ധമുന്നണിയിലേക്കുപോയ പാറാവുകാരൻ റിയോചാൻ നിരപായം വീട്ടിൽ തിരിച്ചെത്തി. നവംബർമാസത്തിലെ എല്ലാ മൂന്നാം തീയതികളിലും ആവർത്തിച്ചുപോരുന്ന റ്റോമോ പുസ്സമാഗമവേളകളിൽ വന്നുചേരുന്നതിന് അയാൾ ഇന്നോളം വീഴ്ചവരുത്തിയിട്ടില്ല.

Printed and bound by Nutech Print Services - India